हादसे

(आत्मकथा)

मूळ लेखिका
रमणिका गुप्ता

अनुवाद
शीला बरडे रणसुभे

संपादन
मिलींद बोरकर

दिलीपराज प्रकाशन प्रा. लि.

२५१ क, शनिवार पेठ, पुणे - ४११ ०३०

हादसे
Hadse

◉ **प्रकाशक**
श्री. राजीव दत्तात्रय बर्वे,
मॅनेजिंग डायरेक्टर,
दिलीपराज प्रकाशन प्रा. लि.,
२५१ क, शनिवार पेठ,
पुणे - ४११ ०३०

◉ **मुद्रक**
Repro India Ltd,
Mumbai.

◉ © शीला बरडे रणसुभे

◉ **टाईपसेटिंग**
पितृछाया मुद्रणालय,
९०९, रविवार पेठ,
पुणे - ४११ ००२

◉ **प्रकाशन दिनांक -**
१५ फेब्रुवारी २०११

◉ **प्रकाशन क्रमांक -**
१८५४

◉ **मुखपृष्ठ -**
कैवल्य राम मशीदकर

◉ **ISBN -**
978-81-7294-854-2

'दिलीपराज प्रकाशन प्रा. लि.'च्या नवीन पुस्तकांची यादी व माहिती हवी असल्यास आपला पत्ता, दूरध्वनी क्रमांक किंवा Email आमच्या *diliprajprakashan@yahoo.in* या Email address वर पाठवावा किंवा आमच्याशी दूरध्वनीवर संपर्क साधावा. दूरध्वनी क्रमांक फॅक्ससहित —: ०२०-२४४८३९९५ / २४४९५३१४ / २४४७१७२३ यावर संपर्क साधावा.
आमच्या वेबसाईटला एकदा अवश्य भेट द्या.
Website: *www.diliprajprakashan.com*

हादसे

-त्या मजुरांना... ज्यांनी मला विश्वास दिला,
-त्या स्त्री-कामगारांना... ज्या परिवर्तनाच्या संघर्षात बळी गेल्या,
-त्या विरोधकांना... ज्यांच्या आव्हानांनी मला संघर्षाची प्रेरणा मिळाली,
-स्नेह आणि आस्थेच्या त्या क्षणांना... ज्यांनी मला कधीच निराश होऊ दिले नाही,
-त्या घनदाट जंगलांना, दीर्घ अशा दौऱ्यांना... ज्यांनी मला थकू दिले नाही.

रमणिका गुप्ता

आत्मकथेच्या अनेक संहिता

दुर्दम्य आणि दुर्धर्ष! रमणिका गुप्तांची ही आत्मकथा वाचताना हेच दोन शब्द डोक्यात पुन:पुन्हा घोंगावू लागतात. जर या पुस्तकाला दुसरा एखादा मथळा दिला जाऊ शकत असेल, तो असा असावा- 'अपराजेय संघर्ष कथा!'

ही वस्तुस्थिती आहे, की रमणिका या इंदिरा गांधींप्रमाणे देशातील मोठे नेतृत्व नाहीत किंवा त्या मेघा पाटकरदेखील नाहीत. आज त्यांनी आपले युद्धक्षेत्र बदललेले आहे. शब्दांच्या माध्यमातून त्या दलित-आदिवासींसाठी संघर्ष करीत आहेत. पण त्यांची ही संघर्षकथा अनेक महत्त्वाचे प्रश्न उभे करते. उत्तर भारताच्या राजकारणात स्त्रियांची अवस्था कशी आहे? शेती, खाणी आणि आदिवासींच्यात त्यांच्या प्रश्नांसाठी संघर्ष करीत असलेली स्त्री ही राष्ट्रीय पातळीवर चर्चिली जाऊ शकते काय? इंदिराजी या नेहरूजींच्या कन्या होत्या आणि सत्ता, प्रतिष्ठा त्यांना वारसाहक्काने मिळालेली होती. किती सोपे आहे, की आज सोनिया आणि प्रियंका गांधी राजकारणाच्या केंद्रस्थानी येत आहेत. जर त्या अगदी ग्रामपातळीवरून संघर्ष करीत असत्या, तर केंद्रस्थानी येऊ शकल्या असत्या का?

बिहारसारख्या एका अराजक असलेल्या प्रदेशात सरंजामी मोर्च्यावर नागव्या-भुकेल्यांना घेऊन त्यांच्या अधिकारासाठी लढणे, त्यांना संघटित करणे, त्यांना त्यांचे अधिकार मिळवून देणे... खरे पाहता, हे सर्व काही म्हणजे स्वत:चे जीवन धोक्यात घालणेच आहे. त्या वेळी तरी तेथे जंगलराज होते. त्या काळी (म्हणजे १९७०-८० पर्यंत) तेथे जुने सरंजामदार, जमीनदार, ठेकेदार आणि बाहुबलींचेच राज्य होते. विराट अशा नैसर्गिक संपत्तीने भरलेल्या त्या जमिनीवर लूट, हत्या, अपहरण म्हणजेच जीवनशैलीचे दुसरे नाव होते. त्याशिवाय पूर, दुष्काळ, टोकाचा हिवाळा अन् उन्हाळा हे नैसर्गिक प्रकोप होतेच. अशा प्रतिकूल वातावरणात पंजाब येथील एका घरंदाज कुटुंबातून एक निरोगी, सुंदर अशी स्त्री रमणिका येते... रहस्य,

रोमांच आणि सस्पेन्सने ठासून भरलेला फिल्मी मसाला.

या आत्मकथेला स्त्रीच्या स्वतःच्या निवडीची कथादेखील म्हणता येईल. पतियाळा येथील एका मोठ्या मिलिटरी अधिकाऱ्याची ही जिद्दी आणि आपल्या मनाप्रमाणेच जगून दाखवणारी मुलगी— जी आपल्या वर्तनातून अनेकदा वडिलांना आणि पूर्ण कुटुंबाला अडचणीत आणते. सार्वजनिक व्यासपीठावरून त्यांच्या सरंजामी, दुतोंडी वृत्तीवर प्रहार करते, फाळणीची शोकांतिका सोसणाऱ्या मुसलमान स्त्रियांचे आवाज होऊन उत्तर मागते आणि आपल्या मनाप्रमाणे क्षत्रिय (राजपूत) जात सोडून वेदप्रकाश गुप्ता या वैश्याशी लग्न करते आणि बिहारला पोहोचते. येथे येऊन नवऱ्याशी बंड करून मजूर-कामगारांत राहून त्यांच्या संघर्षाचे जीवन निवडते. रमणिकाजींनी प्रत्येक वेळी सुख-सोईचे जगणे सोडून अवघड मार्ग निवडलेला आहे.

ही आत्मकथा सरंजामशाही आणि लोकशाहीच्या रक्तरंजित संघर्षाची कथा म्हणूनही वाचता येते. मुलगी म्हणून पंजाबच्या संस्थानिकांच्या सरंजामी वृत्तीशी लढते आणि त्यानंतर गरिबांच्या बाजूने उभी राहून बिहारच्या सरंजामी संघर्षात उतरते. एका प्रतिष्ठित आणि सन्मानित अशा डॉक्टरची ही मुलगी... एका सरकारी अधिकाऱ्याची पत्नी बिहार येथील मागासलेल्या, अशिक्षित आणि भूकबळीचे शिकार होणाऱ्या क्षेत्रात प्रवेश करते; जेथे सरंजामी वृत्तीला बळी पडलेली जनता रोज जगताना मरत आहे. जेथे राजाचे, जमीनदारांचे, जमीन-माफियांचे एकछत्री राज्य आहे; तेथे ना सरकार आहे, ना कायद्यासारखी एखादी गोष्ट! जर काही असेल, तर ते आहे जातींचे संघटन आणि समूहाचा संघटित असा खुनी संघर्ष! येथे डाकू जंगलात किंवा अवघड अशा दुर्गम ठिकाणी नाहीत; तर आपापल्या जातीच्या, राजांच्या रूपात गावात आणि शहरात राहून आपापली संस्थाने चालवितात. परस्परांतल्या वर्चस्वासाठी त्यांच्यात संघर्ष होत असतो आणि त्यांच्यातील हा संघर्षच बिहारच्या राजकारणाला रंगरूप देत असतो. इतर राज्यांत असलेली सरकारे आपल्या अस्तित्वाने सुरक्षेचे नकली का असेना, वातावरण तरी निर्माण करीत आहेत; पण बिहारमधील सरकारी अधिकारी या गुन्हे करणाऱ्या समूहांच्या हातच्या कठपुतळ्या असतील. व्यापक अशा असुरक्षिततेने बिहारला राजकीय पातळीवर सर्वांत जास्त जागृत असा प्रांत बनवलेला आहे. म्हणजे, नागरिक म्हणून आणि लोकशाहीमुळे मिळालेल्या अधिकाराची चेतना किंवा या चेतनेच्या खऱ्या-खोट्या उपयोगामुळे सामान्य बिहारी माणूस इतर भागातील माणसांपासून वेगळा पडतो. अपयश आणि नैराश्य त्याच्या आक्रमकतेस एक वेगळेच चातुर्य मिळवून देतात. उपेक्षित आणि मागासलेल्यांचे हे राजकारण एका पातळीवर (सर्वहारा) मजुरांच्या पलायनचे रूप घेते, तर मध्यमवर्गीय सुशिक्षितांना इतर राज्यांत आपल्या कर्तृत्वास वाव आहे, याची जाणीव होते. दिल्ली आणि काही

प्रमाणात मुंबईतही आज बिहार आणि झारखंडच्या वसाहती होत आहेत.

याच तुफानी झंझावातातून बाहेर आल्या आहेत रमणिका गुप्ता. आर्य समाज, काँग्रेस, समाजवादी आणि कम्युनिस्ट होण्यापर्यंतचा त्यांचा दौरा भारतीय राजकारणातील नाट्यमय वळणांचा इतिहास आहे आणि विकासदेखील. या वातावरणात या आत्मकथेतील एका 'अबले'चे स्वत:ला सोलत जाणे आणि सबलेचे अधिकार प्राप्त करवून घेणे — या पद्धतीनेदेखील याचे वाचन होऊ शकते. त्यांच्या आत्मकथेच्या या खंडात एका स्त्रीची नव्हे, तर एक राजकीय कार्यकर्तीचीच कथा जास्त आहे.

आर्य समाजी संस्कारांत वाढलेल्या एका मुलीला आपल्या पुरुष सहकाऱ्यांसोबत जंगलात भटकणे, त्यांच्यासोबत राहणे, खाणे, झोपणे, सेक्स आणि प्रेम याच्या भावनात्मक द्वंद्वातून जाणे; आणि कधी बंदुकीची गोळी, तर कधी तलवारीच्या आक्रमणापासून स्वत:ला वाचवणे, त्यातून बाहेर पडणे — हे सर्व किती कठीण गेले असेल! एव्हरेस्ट सर करणाऱ्या मुली किंवा अवकाशात उड्डाण करणारी कल्पना चावला — या वेळी ते सर्व कोठे लपले जाते, कारण जिथे घराघरांतून 'मुलगी' असल्याचे संस्कार घट्टपणे रुजवण्याचे प्रयत्न होत असतात. पुरुषाकडून नियंत्रित, संचालित बिहारच्या राजकारणात एक स्त्री चाळीस वर्षे आपल्या अस्तित्वाने काय करू शकते आणि काय बिघडवू शकते — हे मुळातून वाचण्यासारखे आहे. स्वप्न, संघर्ष आणि साहसाची ही कहाणी विसाव्या शतकातील भारताचा इतिहास आहे; ज्याला मुख्य प्रवाहातील इतिहासकारांनी फारसे महत्त्व दिलेले नाही. ज्या इतिहासाला रमणिका गुप्ताने शेती, शेतातील पिके आणि खाणी हेही आपल्या तरुण व प्रौढ वयाच्या कागदावर उतरवले आहे. यात उल्लेखलेली काही संघर्षशील नेते नावाने ओळखले जाऊ शकतात. ते त्या वेळी तरुण असलेल्या रमणिकाच्या सहकाऱ्याच्या रूपात समाजवादी स्वप्नाने भारलेले होते आणि तळहातावर प्राण घेऊन संघर्ष करीत होते. गम्मत ही आहे, की त्यांपैकी काही आज जातीयवादी बीजेपीच्या छायेत बसून दलाली आणि भ्रष्टाचार करीत आहेत.

हे खरे आहे, की रमणिकाजींची ही आत्मकथा त्यांच्या जीवनाप्रमाणेच ओबड-धोबड आहे. ती आणखीन कलात्मक केली जाऊ शकली असती, भाषेत प्रभाव टाकणारे प्रयोगही शक्य होते. पण कदाचित जीवनाशी संघर्ष करणाऱ्यांकडे एवढा निवांतपणा नसतो! हे मात्र खरे, की ते असे काही प्रमाणिक दस्तावेज ठेवून जातात, की त्यांच्या या दस्तावेजांना इतिहास, राजकारण आणि साहित्याच्या क्षेत्रात स्त्रोत-सामग्रीच्या रूपात सुरक्षित ठेवणे गरजेचे होऊन बसते. या दृष्टिकोनातून ही आत्मकथा महत्त्वाची आहे आणि प्रेरणा देणारीदेखील.

-राजेंद्र यादव

मनोगत अनुवादिकेचे

एक झुंजार नेतृत्व... सामाजिक व राजकीय क्षेत्रात आयुष्यातील चाळीस वर्षे सक्रिय असलेल्या आदरणीय रमणिका गुप्ता यांच्या आत्मकथेचा पहिला खंड 'हादसे' या नावाने सन २००५ मध्ये प्रकाशित झाला. ही आत्मकथा २००६ मध्ये मी वाचली. मन भारावून गेले. सर्वांत सुखद धक्का दिला तो डॉ. शरणकुमार लिंबाळे यांनी. त्यांनी २००६ मध्ये असा आग्रह धरला, की या पुस्तकाचा मराठी अनुवाद प्रकाशित होणे गरजेचे आहे आणि तो अनुवाद मी करावा, असा माझ्या नवऱ्याचा आणि डॉ. शरणकुमार लिंबाळे यांचा आग्रह होता. त्यामुळे प्रथमत: मी डॉ. शरणकुमार लिंबाळे यांचे मनस्वी आभार मानू इच्छिते. कारण त्यांनी एक मोठी संधी मला उपलब्ध करून दिली. कुटुंबातील सर्व जबाबदाऱ्या पूर्ण करून अनुवाद करणे म्हणजे बराच वेळ लागणार. २००६ पासून अनुवादास सुरुवात केली. या दरम्यान एका अनुवादिकेने रमणिकाजींशी संपर्क साधून 'हादसे'च्या अनुवादाची परवानगी मागितली. पण रमणिकाजींनी कसलीच घाई न दाखवता त्यांना स्पष्टपणे सांगितले, की सौ. रणसुभे अनुवाद करीत आहेत; किती का वेळ लागेना, अनुवाद त्याच करतील. मनाचा एवढा मोठेपणा त्यांनी दाखवला, म्हणून त्यांच्याबद्दल कृतज्ञता व्यक्त करू इच्छिते.

रमणिकाजींची भाषाशैली तशी ओबड-धोबड आणि बऱ्याचदा त्या जणू स्वत:शीच बोलतात, अशा शैलीत त्यांनी लिहिलेले आहे. त्यामुळे कधी सात-सात ओळींत वाक्य संपायचे, तर कधी एका ओळीत दोन वाक्ये. वाक्यरचनेत सरळ-सोपेपणा क्वचितच आढळेल. त्यामुळे वाचकांना आशय पटकन समजत नाही. त्या मूळ पंजाबी भाषक. पंजाबीशिवाय इंग्रजी व हिंदीवर त्यांचे प्रभुत्व आहे. आदिवासी व दलित शोषितांत काम करीत असल्यामुळे त्यांच्या वापरातील शब्दांचादेखील त्यांनी या लेखनात पुरेपूर उपयोग करून घेतला आहे. पण त्यामुळे अनुवादकाची होते अडचण. शब्दकोशात शब्द सापडत नाहीत, आशय लवकर कळत नाही. त्यांच्या या

संघर्षयात्रेत समरस होऊनच अनुवाद करावा लागला. ही एक प्रकारे तारेवरची कसरत होती. अवघड भाषेमुळे काम अर्धवट सोडून द्यावेसे वाटले, परंतु नवऱ्याच्या आणि मुलगी कनुप्रियाच्या आग्रहामुळे अन् सहकार्यामुळे हे काम पूर्ण होऊ शकले.

मी मूळची नागपूरची. त्यामुळे हिंदी आम्हा वैदर्भीयांना कधीच परकी भाषा वाटत नाही; उलट आमच्याकडील मराठीत हिंदी शब्दांचा भरपूर भरणा झालेला आहे. हिंदी चांगल्यापैकी येत असल्यामुळे या प्रांतात मी प्रवेश करण्याचे धाडस केले.

ही आत्मकथा एका अर्थाने एका निर्भीड आणि पारदर्शी स्त्रीची संघर्षकथा आहे. सर्व प्रकारचे न्यूनगंड आणि पुरुषाबद्दलची भीती सोडून जर स्त्री सार्वजनिक जीवनात प्रवेश करीत असेल आणि कसल्याही जीवघेण्या व मनाविरुद्धच्या तडजोडी न करता ती जर प्रामाणिकपणे इतरांसाठी काम करीत असेल; तर पुरुष-समाज तिला पूर्ण श्रद्धेने स्वीकारतो, हे या आत्मकथेतून सिद्ध होते. अर्थात् सर्वच पुरुष असे नसतात. अडचणी येणार, बदनामीचा प्रयत्न होणार; पण बांधिलकी, प्रामाणिकपणा, पारदर्शीपणा आणि निष्ठेच्या जोरावर स्त्री आपल्या ध्येयापर्यंत पोहोचू शकेल, हे त्यांच्या या आत्मकथेवरून स्पष्ट होते.

या आधी तमिळ भाषेतील प्रख्यात लेखक, सामाजिक व राजकीय कार्यकर्ते श्री. चिनप्पा भारती यांच्या (मूळ तमिळ, हिंदी अनुवाद– शक्कर, हिंदीतून मराठीत– साखर) एका कादंबरीचा अनुवाद मी केलेला आहे. ती कादंबरी प्रकाशितदेखील झाली. त्यानंतरचे हे दुसरे पुष्प! पुष्प म्हटले की काटे असणारच. त्यामुळे शक्य तितके प्रयत्न करूनदेखील यात काही काटे असण्याची शक्यता आहे. तेव्हा वाचकांनी त्या काट्यांकडे दुर्लक्ष करून पुष्पाच्या सुगंधाचा तेवढा आस्वाद घ्यावा, ही विनंती.

सौ. शीला बरडे रणसुभे
१९, 'निकष' अजिंक्य सिटी,
अंबाजोगाई रोड,
लातूर-४१३५१२

अनुक्रमणिका

तुफान

१. स्त्री जर बंडखोर असेल १५
२. परंपरा तोडण्याचा हट्ट १९
३. संस्थानाचे हस्तांतर २१
४. फाळणी आणि दंगे २३
५. प्रेम आणि विवाह २८
६. स्वयंसिद्धा होण्याचा संकल्प ३१
७. माझा कच्छ दौरा ३४
८. अपराधीपणाची जाणीव आणि आत्मदयेचा गंड ६३
९. मांडूची निवडणूक ६७

कोळसा खाणीतील संघर्ष

१०. राजाची खाण ७२
११. टाटाशी टक्कर ८९
१२. कामगार संघटनेची बांधणी ९६
१३. केदला कोळसा खाणीत पहिली मीटिंग १०१
१४. एका दिशेने शेकडों लोकांची वाटचाल १०६
१५. लोकसभेत याचिका १११
१६. मी मागच्या बाजूने पळणार नाही ११४
१७. कुजूकडे कूच ११९
१८. 'बाण' घेऊन चला, 'गोफण' घेऊन चला १३२
१९. चंपा-चमेलीचे मिलन १३५

२०. जेलमधील वेडी घंटा १३९

२१. जेव्हा लाठ्या-भाल्यांचे काहीच चालले नाही १४१

२२. रेलीगढाचे आंदोलन आणि एस. एम. जोशींचे आमरण उपोषण १४५

२३. कोळशाच्या वर्षावाने आकाश काळवंडले १५१

२४. केदलाच्या संपाची सौदेबाजी १६२

२५. मला जेवण मागू नका, प्रेतवस्त्रांची व्यवस्था मी करेन १६९

२३. चंद्रास्वामींचा पारसनाथ यज्ञ १७४

१९७३ ला खाणींचे राष्ट्रीयीकरण

२७. राष्ट्रीयीकरणाच्या वेळेचे दृश्य १८१

२८. इंदिराजी, धोका तुम्हाला बाहेरून नाही; आतून आहे. १८७

२९. ध्वजासाठीची लढाई १९१

३०. सीतेला वनवास देण्याचा आदेश १९३

३१. याद्याच याद्या १९७

३२. मरगळलेल्या चेहऱ्यांवर आनंदाच्या लाटा आणि स्क्रीनिंगचा कहर २०२

३३. लवाद २०४

३४. विस्थापितांच्या संघर्षाचा पाया आणि 'स्थानिक' शब्दाची व्याख्या २०६

३५. मी काँग्रेसची जिल्हाध्यक्ष झाले २०८

३६. बेकायदा उत्खनन २१२

३७. संजय गांधींची भेट २१७

३८. राष्ट्रीय खाण मजूर संघाचा वाद २२५

३९. आणीबाणी २२९

४०. जमिनींचे हस्तांतर २३७

४१. १९७६ ते १९८० दरम्यानच्या घटना २४२

४२. मी मांडूतून तापेश्वर देवांचा पराभव केला २५४

४३. विस्थापितांचे १९८० मधील आंदोलन २५७

४४. सर्वोच्च न्यायालयाकडून स्थगिती आदेश २८५

४५. रेल्वेने घेतलेल्या जमिनीबद्दल याचिका २९४

४६. सिंगरौलीत संघटनेची स्थापना २९७

४७. आमदारकी गेल्यावर २९९

बिहार विधान परिषद व विधानसभेत झालेले वाद, राजकीय आठवणी आणि निष्कर्ष

४८. स्त्री असल्यामुळेच ३०३
४९. पहाडासारखा उंच आणि शरीरयष्टी काळ्या खडकाप्रमाणे ३०५
५०. मला माझे प्राण प्रिय नाहीत. ३०७
५१. विधानसभेच्या शिष्टाचारावर आघात ३०९
५२. याचिका समितीच्या गोवा दौऱ्यात उठलेले वादळ ३१२
५३. स्त्रीचा कैवार ३१६
५४. प्रसारमाध्यमांसाठी विधेयक ३१९
५५. नाच नर्तकी, तू नाच! ३२१
५६. बिगर-काँग्रेसी सरकारची निर्मिती आणि माझी भूमिका ३२४
५७. स्त्रियांविषयी पत्रकार व राजकीय पक्षांची भूमिका आणि
स्त्रियांची मानसिकता ३२७
५८. स्त्रीमुक्तीचा अर्थ पुरुषविरोध नाही ३३२

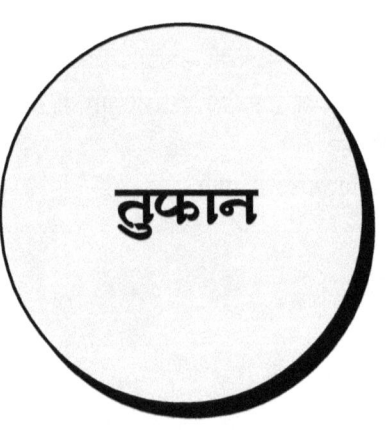

तुफान

१.
स्त्री जर बंडखोर असेल

स्त्री जर बंडखोर असेल, तर तिला विरोध होणे स्वाभाविक असते. जर ती राजकारणात असेल आणि दुसऱ्यावर अवलंबून न राहता स्वत:चे वर्चस्व स्थापन करणारी असेल, तर तिचे अस्तित्व नष्ट करण्याचे प्रयत्न, तिला आपल्या मार्गातून दूर करण्याचे प्रकार, राजकारणातून तिला उखडून टाकण्याचे पराकोटीचे प्रयत्न होत असतात. जर ती कामगार संघटनेमध्ये असेल आणि तेही पांढरपेशी संघटनेत नसून स्वत: वर्गहीन होऊन सतत काम करण्याऱ्या (ब्लू कॉलर Blue Collered) कोळसा कामगारांच्या सहवासात राहून, त्यांना संघटित करून, आंदोलन करण्यास त्यांना प्रवृत्त करणारी असेल; तर 'युद्ध आणि प्रेमात सर्वच माफ असते' या नियमाला अनुसरून तिला मागे खेचण्यात तिचे सहकारीही सहभागी असतात. एवढेच नव्हे, तर तिचे मित्र आणि हितचिंतक म्हणवणारेदेखील अशा कामात वेळ वाया घालवत नसतात. शत्रूचे तर विचारूच नका! हो, विरोधकांचे. अशा स्त्रीला शत्रू सहजपणे निर्माण होत असतात. तिच्यामुळे काही नुकसान होईल, म्हणून शत्रुत्व नसते; तर एका स्त्रीने एवढ्या लोकांचा विश्वास कसा संपादन केला, म्हणून शत्रुत्व असते. वरील सूत्र स्त्री-पुरुष दोघांसाठीही सारखेच लागू होते. पुरुषांचे सहकार्य न घेता हे कसे शक्य झाले? नक्कीच कुठे तरी पाणी मुरतंय! तेव्हा अशा स्त्रीच्या विरोधात बऱ्याच 'चुगल्या', 'अफवा', 'मनोरंजक प्रेमकथा', 'खरे-

खोटे किस्से' लोकांमध्ये पसरत असतात, पसरविले जात असतात.

खरे तर राजकारणात कायमस्वरूपी शत्रुत्व किंवा मित्रत्व नसतेच. समीकरणे बदलत असतात. परंतु, येथील पुरुषवर्गाने स्त्रीला स्त्री समजून तिचा हट्टीपणा सहन करावा – तिची उन्मुक्तता माफ करावी, असे तर कुणी म्हणत असेल तर ते पूर्णपणे चुकीचे असेल. स्त्री पूर्णपणे पुरुषावर अवलंबून आहे आणि कुठलाच निर्णय स्वत: घेऊ शकत नाही, याची खात्री पटल्यावर किंवा तो स्वत: त्या स्त्रीला घाबरत असेल तेव्हाच तो तिला सहन करतो. पुरुषाचा प्रतिस्पर्धी जर कुणी पुरुष असेल तर त्यांना दोघांच्या क्षमतेतील फरक केवळ १९-२० टक्केच दिसत असतो. परंतु स्त्री जर बंडखोर असेल आणि ती स्वत: निर्णय घेऊ शकणारी असेल, तर इच्छा असो वा नसो; तो हीन भावनेने दबतोच. त्याला ती आपल्यापेक्षा वरचढ वाटतेच. त्याच्या मनात ईर्षेमुळे तिच्याबद्दल शत्रुत्वाचा अंकुर फुटतो. त्यांच्या समान गुणांव्यतिरिक्त पुरुषाला आकर्षित आणि प्रभावित करण्याची क्षमता स्त्रीजवळ अधिक असते, असे तो समजतो. आपल्या पौरुषासाठी तो हे आव्हान मानतो. अत्यंत प्रेमाच्या आणि समर्पणाच्या क्षणीदेखील पुरुष आपला निर्णय अंतिम आहे, असे सिद्ध करण्याचा हट्ट धरतो. आयुष्यात मी हा अंतिम निर्णयच आपल्या हातात घेण्याची हिंमत केली. त्यामुळे माझ्यासंबंधी अवतीभवती नेहमीच कुठला तरी वाद उफाळत राहिला. मी या वादविवादांना, मिथकांना पुरून उरले; याची मला जाणीव आहे आणि मला त्याचे समाधानदेखील आहे.

मी राजकारणात आहे. त्यातही कामगार संघटनेच्या आंदोलनाशी जोडली गेलेली आहे. कोळशाच्या खाणीत काम करणाऱ्या मजुरांच्या आंदोलनाशी माझा संबंध आला. हे आंदोलन सुरुवातीच्या काळात मालक, ठेकेदार आणि भाडोत्री पैलवान व लाठी चालविणाऱ्या गुंडांपर्यंत मर्यादित होते. त्यानंतर ते राष्ट्रीयीकरणाशी जोडले गेले. आता अलीकडे हे आंदोलन युनियनची अंतर्गत भांडणे झेलत माफिया, नेतेमंडळी, लहान-मोठी दादामंडळी, पैसेवाले आणि व्याज खाणारे यांच्याशी संघर्ष करीत आहे. नोकरशाहीचा चालूपणा, कायद्याची ओढली जाणारी रस्सीखेच यामुळे आंदोलन थंड झालेले आहे. परिवर्तनाच्या मोहिमेचे नेतृत्व करण्याची क्षमता असूनदेखील हे आंदोलन आपापसात चालणाऱ्या संघर्षामुळे अवरुद्ध होऊन काहीच करू शकलेले नाही.

लहानपणापासून राजकीय आणि सामाजिक बदलाची जाणीव माझ्यात होती. पाचवी-सहावीच्या वर्गात शिकत असतानाच 'सत्यार्थ प्रकाश'च्या समर्थनार्थ, मूर्तिपूजेच्या विरोधात मी तासन्‌तास चर्चा करीत होते. पतियाळातील व्हिक्टोरिया स्कूल व कॉलेजच्या प्राचार्या मिस सेनपर्यंत माझ्या चर्चेची तक्रार करण्यात आली. तेव्हा मला

बोलावून त्या खूप रागवल्या होत्या. काही वर्षांनंतर जेव्हा मी त्याच कॉलेजमध्ये इंटरच्या वर्गात शिकत होते, तेव्हा मी मोठ्या जोमाने ईश्वराविरुद्ध चर्चा करण्यास सुरुवात केली. अशी चर्चा करण्यात मला फार मौज वाटत होती. मी जेमतेम १४ वर्षांची असतानाच शाळा-कॉलेजमध्ये होणाऱ्या वाद-विवाद, खेळ, नाटक आणि कविता इ. कार्यक्रमांत भाग घेत होते; सर्वांत पुढे राहत होते. त्या वेळीदेखील मी स्वतःचे निर्णय स्वतः घेत होते आणि त्याचे चांगले-वाईट परिणाम भोगण्यास तयार होते.

पतियाळात (पंजाब) वेश्या होत्या. माझ्या शाळेतदेखील सईदा नावाची वेश्येची मुलगी शिकत होती. जर तिला कोणी चिडवले, तर मी त्याच्याशी भांडत होते. वेळेप्रसंगी मारामारी करण्यापर्यंत मजल गाठत होते. माझ्या दृष्टीने ती वेश्येची मुलगी असणे किंवा तिची आई वेश्या असणे, हा समाजाचा दोष होता. एखाद्या स्त्रीला ती वेश्या आहे किंवा नाही यावरून पतित किंवा सती मानणेदेखील मला चुकीचे वाटत होते. ही व्याख्या मला मान्य नव्हती. आजदेखील या तथाकथित पतित स्त्रिया –ज्या खरे पाहता पतित कमी आणि सतावलेल्या जास्त असतात– मदतीसाठी जर माझ्याकडे आल्या, तर कुणाचीही पर्वा न करता त्यांना आपल्याकडे मी ठेवून घेते आणि त्यांना स्वतःच्या पायावर उभे राहण्यास प्रोत्साहित करते. स्त्रीसंदर्भात मी पतित शब्दाच्या व्याख्येशी सहमत होऊ शकत नाही. हा शब्द स्त्रीच्या लैंगिक-संबंधासंदर्भातच वापरला जातो. स्त्रीच्या चारित्र्याचे इतर गुण किंवा लक्षणे असतात. जसे – नैतिकता, शालीनता, हिम्मत, निर्भीडपणा यांकडे दुर्लक्ष केले जाते.

'आझाद हिंद सेने'च्या नेत्यांवर ज्या वेळी खटला चालला होता, तेव्हा देशाच्या इतर भागातील प्रतिक्रियांप्रमाणे मी जेथे शिकत होते त्या मुलींच्या व्हिक्टोरिया कॉलेजमध्ये मी संप सुरू केला. हा संप अंशतः यशस्वी झाला. माझा आणि सईदाचा संपूर्ण वर्ग संपात सहभागी झाला होता. मुलांच्या एकमेव कॉलेजचे विद्यार्थी मला संपाचे आश्वासन देऊनदेखील ते पाळू शकले नव्हते. घरच्यांना आणि महाराजा पतियाळाच्या प्रशासनाला, दोघांनाही थांगपत्ता लागू न देता संपासाठी लोकांना संघटित करणे हे एक आव्हान होते. प्रिन्सिपलने मला छडीने मारले. घरच्यांनी देखील मारले. संस्थानाच्या नजरेत मी आले. त्या वेळी माझे वडील पतियाळा संस्थानाच्या सेनेत ले. कर्नल आणि डॉक्टरदेखील होते. माझ्यामुळे त्यांना नोटिसा यायला सुरुवात झाली. सर्वांचा दबाव असूनदेखील मी राजकारण सोडले नाही. राष्ट्राच्या स्वातंत्र्याच्या लढाईसाठी आणि गांधीजींच्या प्रभावामुळे मी वयाच्या १५-१६ व्या वर्षीच खादी नेसण्यास सुरुवात केली होती. लहानपणापासूनच मी

आत्मनिर्भर होते. पंजाबी भाषेत म्हणायचे, तर मी 'आपहुदरी' (बंडखोर) होते आणि याचे मला कधीच वाईट वाटले नाही. ही प्रवृत्ती, जिद्द, हा हट्टीपणा जर माझ्यात नसता; तर कदाचित मी एक गृहिणी होऊन स्वयंपाक करून आठ-दहा मुलांना खाऊ घालण्यातच समाधानी राहिले असते. राजकारणात जरी आले असते, तरी वेलीसारखा दुसऱ्यांचा आधार शोधीत कुठेतरी भरकटत गेले असते किंवा माझ्या आजूबाजूच्या पुरुषी समाजाने मला 'बळी' केले असते. ज्या स्थानी मी आज आहे, तेथे नक्कीच येऊ शकले नसते. म्हणून मला असे वाटते की स्त्रियांनी, विशेषत: राजकारणात येणाऱ्या, स्वत:च स्वत:चा आधार व्हावे. दुसऱ्यांच्या आधारावर अवलंबून राहू नये. ट्रेड युनियनमध्ये (कामगार संघटनेत) किंवा राजकारणात येणाऱ्या स्त्रियांनी ग्रामीण भाषेत 'थेथर'– 'ढच्योट' होणे गरजेचे आहे. येथे लाजरी-बुजरी राहून चालत नाही. विस्तवावर चालण्याची हिम्मत असणे आवश्यक असते. वाहवत न जाण्याची जिद्द असणे महत्त्वाचे असते. प्रवाहाविरुद्ध दिशेने जाण्याची इच्छा असणे आवश्यक असते. वाऱ्यासमवेत तर हजारो छोटे कण उडत असतात, जो त्यांच्यावर मात करतो किंवा त्यांच्यावर मात करताना मोडतो पण त्यांच्याप्रमाणे वागत नाही; त्याचाच बोलबाला होतो.

मी जेव्हा माझ्या लहानपणींच्या आठवणींना उजाळा देते, तेव्हा अशा किती तरी आठवणी माझ्या मनात घोंगावतात. ज्या निर्णयासाठी मी हट्ट धरला आणि इतरांना वाटणारे अप्रिय पाऊल उचलले, त्या वेळी माझ्यासाठी ते निर्णायक प्रसंग होते. आपल्या विचारांना, धारणांना सार्थक सिद्ध करण्याचा आणि लोकलज्जेच्या रूढीगत विचारांच्या विरोधात उभे राहण्याचा माझ्यासमोर प्रश्न होता. मी स्वत:चे निकष ठरवले. स्त्रियांच्या बाबतीत माझे वेगळे निकष होते व आहेत. हे निकष माझ्या काळाच्या फार पुढचे होते. त्यामुळे त्यांच्याशी जुळवून घेताना मला फार त्रास झाला, संघर्ष करावा लागला. म्हणतात ना— 'समरथ को नहीं दोष गुसाई.' मी स्वत:ला नेहमी सामर्थ्यवान करण्याचे ध्येय ठेवले. मी ठरवून टाकले की, मी यापुढे माझ्या तत्त्वांनुसार चालेन. त्याप्रमाणे समाजाला चालवेन; समाजामागे मी धावणार नाही. समाजाला दिशा द्यावी; मग ते राजकारणात असो, की समाजव्यवस्थेत असो किंवा वैयक्तिक आचरणात असो. त्यामुळे माझा पहिला हल्ला प्रचलित नियमांवर, प्रथांवर; एवढेच नव्हे, तर यौनसंबंधांवर होऊ लागला. मला रूढी तोडण्यात फार मौज वाटत होती आणि त्याच्या प्रतिक्रियेत रूढीवाद्यांची आगपाखड किंवा त्यांच्या अंगाची लाही-लाही झालेली मला आवडत होती.

●●●

२.
परंपरा तोडण्याचा हट्ट

आमचे कुटुंब सरंजामी होते, पण काळानुसार आधुनिकतेच्या बाबतीत ते सर्वांत पुढे होते. प्रत्येक सरंजामी कुटुंबात प्रदर्शनाची आणि स्पर्धेची वृत्ती असते. घरात पडदा-प्रथा होती. तरीदेखील माझ्या आई-वडिलांनी परंपरेपासून वेगळे होऊन घरातील व्यक्तींना घरात पडदापद्धत बंद केली होती. माझी आई साहेबांच्या बायकांसारखी माझ्या वडिलांसोबत दौऱ्यावर जात होती. तरीदेखील कुटुंबात मुलींना डोक्यावर पदर घेणे अपरिहार्य होते. टांग्यालादेखील चारही बाजूंनी पडदा लावण्यात येत होता.

कौटुंबिक परंपरा तोडण्यासाठी मी सर्वांत आधी टांग्यात वडिलांच्या शेजारी पुढच्या सीटवर आणि कारमध्ये आजोबांच्या शेजारी बसण्याचा हट्ट धरला. कारला किंवा टांग्याला पडदा लावल्यानंतर देखील मी आपले तोंड बाहेर काढून बसत होते. याच मुद्द्यावर आईबरोबर रोज वादावादी होत होती. विटी-दांडू, क्रिकेट, हॉकी, कबड्डीचा खेळ आणि मुलांबरोबर खेळणेदेखील मला आवडत होते. लहान असूनदेखील उड्या मारून-मारून मी वडिलांची सायकल चालवत होते. सायकल घेऊन रस्त्यावर गेल्यावर घरात आरडा-ओरड होत होती.

एक दिवस फिरायला जाताना आईने मला डोक्यावर ओढणी घेऊन सोबत चलण्यास सांगितले. मी ऐकले नाही. तेव्हा तिने मला सांगितले, ''आमच्यासोबत चालताना डोकं

झाकायचे नसेल, तर आमच्यापासून २० पावले मागे तरी चाल. त्यामुळे आमच्यासोबत आहेस, हे लोकांना कळणार नाही.''

मी वीस पावले पुढे चालणे सुरू केले. त्या दिवसापासून मला घरात 'बंडखोर' ही पदवी मिळाली आणि प्रत्येक वेळी मला अडविण्यात-हटकण्यात येऊ लागले.

●●●

३.
संस्थानांचे हस्तांतर

भारतात जेव्हा संस्थानांच्या सत्ता-हस्तांतराची प्रक्रिया सुरू झाली होती, तेव्हा फरीदकोटचा संस्थानिक सत्ता-हस्तांतर करण्यास टाळाटाळ करीत होता. फरीदकोटचा महाराजा जवाहरलाल नेहरूंना आपल्या किल्यात येण्यास रोखू इच्छित होता, ही बातमी मोठ्या प्रमाणात पसरली होती. अखेर तणावपूर्ण आणि कटुतेने भरलेल्या वातावरणात महाराजाने आपली सत्ता भारत सरकारला सोपविली होती. सत्ता-हस्तांतरापूर्वी ते मशिनगन घेऊन किल्ल्याच्या गवाक्षात बसले होते. तेव्हा राजमाता त्यांना खूप समजावून खाली घेऊन आली होती, असे आम्ही ऐकले होते. त्याच दरम्यान पतियाळाच्या कॉलेजमध्ये मी एक नाटक बसविले होते. त्या नाटकातील एका प्रसंगात महाराजांच्या विरोधात एका देशभक्ताने झेंडा रोवला होता. पतियाळा संस्थानाच्या स्थानिक वृत्तपत्रात या नाटकाची चर्चा होत होती. हे नाटक जाणून-बुजून फरीदकोट महाराजांविरोधात केले गेले आहे, असे समजण्यात येत होते. मला समज देण्यासाठी वडिलांवर फार मोठे दडपण आणण्यात येत होते. माझे मोठे भाऊ सत्यव्रत बेदी कम्युनिस्ट पक्षाचे सदस्य होते. संपूर्ण पतियाळा संस्थानात ते एकटेच डबल एम. ए. होते. त्यांचे राजकीय विश्लेषण खूप वास्तववादी असल्यामुळे कित्येक नेते आपले भाषण लिहून घेण्यासाठी त्यांच्याकडे येत असत. या सत्ता-हस्तांतराच्या वेळी काँग्रेस पक्षातर्फे पतियाळा संस्थानात

डी. के. बरुआ आले होते आणि सत्ता-हस्तांतरासाठी प्रयत्न करीत होते. माझ्या भावाचे ते मित्र होते. आधी तेदेखील कम्युनिस्ट पक्षात होते. त्यामुळे दोघांमध्ये तासन्तास राजकीय संभाषण आणि चर्चा व्हायच्या. पतियाळा संस्थानाच्या माध्यमाने सरदार पटेल आणि फरीदकोटच्या राजेसाहेबांबरोबर त्यांचे बोलणे सुरू होते. अकाली पक्षाचे सदस्य आपल्या स्वतंत्र वर्चस्वाची भाषा करीत होते.

आमचे हे नाटक त्या काळच्या राजकारणाचे चित्र दर्शवीत होते. त्यामुळे हे नाटक चर्चेचा विषय झाले. माझी वर्गमैत्रीण कुसुम– जी फार उंच होती– तिने त्यात देशप्रेमी तरुणाची भूमिका केली होती आणि मी त्याच्या प्रेयसीची.

●●●

४.
फाळणी आणि दंगली

देशात हिंदू-मुसलमान दंगली सुरू झाल्याबरोबरच लोकसंख्येची अदलाबदल सुरू झाली होती. धर्माच्या नावावर संहारक कत्तल होत होती. जे लोक १९४६ मध्ये पाकिस्तानातून शरणार्थी म्हणून आले होते, तेच बहुतांश या क्रूर कत्तलीत सामील झाले होते; परंतु यात स्थानिक लोक नाममात्रच होते. पतियाळात एक भुट्टो कुटुंब राहत होते. त्यांच्याकडे सर्व प्रकारच्या शस्त्रास्त्रांचा साठा आहे, त्या वस्तीतील सर्व मुसलमान कुटुंबीयांनी त्यांच्याकडे आश्रय घेतला आहे आणि ही सर्व मंडळी आपल्या सुरक्षिततेच्या तयारीत आहेत, अशी अफवा पसरविण्यात आली होती. जेव्हा पतियाळाचे महाराज निरीक्षणासाठी तेथे गेले, तेव्हा पिस्तुलाची एक गोळी त्यांच्या कानाजवळून सरसरत निघून गेली. ती गोळी एका हिंदूनेच एका कटाअंतर्गत त्यांच्या दिशेने झाडली होती. याची प्रतिक्रिया म्हणून ते घर रणगाड्याने तोडण्यात आले. सेनेने इतर मुसलमान कुटुंबांना राजपुरा वस्तीत पोहोचविले होते. सेना हटताच वेश्यांच्या धर्मपुरा वस्तीवर संकट कोसळले. शरणार्थींनी स्त्रियांना नग्न करून त्यांची धिंड काढली. यात स्थानिक लोक सहभागी नव्हते. माझे मधले भाऊ महाराजांसोबत गेले होते. त्या वेळी ते सैन्यात लेफ्टनंटच्या हुद्द्यावर होते. सेनेने हस्तक्षेप करून स्त्रियांना कँप (वस्ती) मध्ये पाठविले होते. भावानेच सर्व घटनेचा तपशील आम्हाला घरी येऊन सांगितला. मला

सईदाची काळजी वाटत होती. माझे मुसलमान शिक्षक हमीद एका वेश्येचे सुपुत्र होते. तेदेखील आपल्या कुटुंबासमवेत त्या वस्तीपासून थोड्याच अंतरावर राहत होते. त्यांच्यासाठीदेखील मी अस्वस्थ होते. त्यांचा पत्ता काढून त्यांना वाचविण्यासाठी मी भावाला सांगितले होते, परंतु त्याची ड्युटी दुसरीकडे लागली होती.

मी माझ्या एका मैत्रिणीस घेऊन हमीद नावाच्या त्या शिक्षकांच्या एका शीख मित्राकडे गेले. त्यांना विनंती केली. मग ते दोघे भाऊ आमच्या आजूबाजूला तलवारी घेऊन हमीद आणि त्यांच्या कुटुंबाचे रक्षण करीत त्यांना कॅम्पमध्ये पोहोचवून आले. नंतर सरकारने तेथून त्यांना राजपुरा वस्तीत पाठविले. सईदादेखील कॅंपमध्ये पोहोचली होती. आम्ही दोघी जेव्हा शहरात पोहोचलो, तेव्हा आमचे पाऊल कधीकधी प्रेतांवर पडायचे आणि आम्ही शहारून जायचो. अशा ठिकाणी आणि अशा वेळी माझे तिथे जाणे माझ्या कुटुंबीयांना फार खटकायचे. तेथून परत आल्यावर त्यांनी मला खूप मारले. मिलिटरी दवाखान्याच्या आवारात असलेल्या आमच्या क्वार्टरच्या चबुतऱ्यावर बसल्या-बसल्या मी बऱ्याचदा भापोंना (शरणार्थ्यांना) आणि कधी तरी स्त्रियांना एखाद्या सैनिकाच्या संरक्षणात जाताना रोज पाहायची. आमच्या क्वार्टरच्या शेजारी घोडदलाचे मैदान होते आणि समोर शहरातून येणारा 'समाना' गावाला जाणारा कच्चा रस्ता होता. परेड ग्राऊंडच्या सुरुवातीस रस्त्याच्या बाजूस एका मोठ्या जमीनदाराचे घर होते. परेड ग्राऊंडच्या उजवीकडे जाणाऱ्या रस्त्यावर जनरल हरिका यांचा (स्वातंत्र्यानंतर पतियाळा संस्थानाचे पहिले पंतप्रधान) बंगला होता. अधिकाऱ्यांच्या घरात गुलामांची आणि रखेल्यांची संख्या वाढत होती आणि इकडे आमच्या घरात दररोज भांडणे वाढत होती. ह्या मुलींना मदत करण्यास मी जाऊ इच्छित होते, परंतु मला रोखण्यात येत होते. राग अनावर होऊन मी रडत होते. आमच्याकडेदेखील पश्चिम पंजाब (आताचा पाकिस्तान) मधून काही मित्र सहकुटुंब आलेले होते. कोयटाच्या आमच्या घरमालकाचे कुटुंबदेखील आमच्याकडेच निर्वासित म्हणून राहत होते.

त्याच काळात डॉ. सुशीला नैय्यर आणि पंजाबचे मुख्यमंत्री गुरुमुखसिंग 'मुसाफिर' मुस्लिम स्त्रियांच्या शोधात एका पाकिस्तानी पथकासोबत तरुण मुलींना परत घेऊन जाण्यासाठी पतियाळाला आले. पतियाळाच्या महाराणीने एका मोठ्या सभेचे आयोजन केले होते. तिथे मीदेखील गेले होते. मी भाषण देते, हे लोकांना माहीत असल्याने मलादेखील भाषण करण्यास सांगण्यात आले. इतर सर्व वक्ते त्याच त्या तालात मुलींना शोधण्याचे आश्वासन देत होते. त्या वेळी जनरल हरिका पतियाळाचे पंतप्रधान झाले होते. त्यांच्या घरीदेखील त्यांच्या हाताखालचे अधिकारी सेवा-चाकरीच्या उद्देशाने मुसलमान मुलींना पोहोचवून आले होते. याशिवाय काही

मुसलमान मुलींना सुभेदार आणि जमादारांना बक्षीस रूपाने वाटण्यात आले होते. ही सर्व मंडळी त्या सभेत बोलत होती. पंजाबमध्ये मुलांचे लग्न हा एक नेहमीचाच गहन प्रश्न होता. त्या काळात अशा मंडळींना खूप फायदा झाला होता. लोक एकीच्या ठिकाणी दोन-दोन बायका घेऊन आले होते. आमच्याकडे पाणी भरणाऱ्या सरवनसिंगच्या हातालादेखील एक मुलगी लागली होती. एका चांगल्या बायकोच्या शोधात त्याने हजारो रुपये उधळले होते. परंतु दर वेळी त्याचा पैसा-अडका, दागदागिने घेऊन त्याची ती तथाकथित पत्नी पळून जात असे. पंजाबमध्ये तरुण किंवा अविवाहित पुरुषांचे लग्न लावून त्यांना लुबाडण्याचा व्यवसाय करणाऱ्यांच्या टोळ्या त्या काळात खूप सक्रिय होत्या. या टोळ्यांमार्फत लग्न करून आणलेल्या बायका लग्न झाल्यानंतर नवरदेवाच्या घरातील साहित्य, दागदागिने आणि चीजवस्तू घेऊन पुन्हा आपल्या टोळीत सामील व्हायच्या. या स्त्रियादेखील बहुतेक पूर्व (उत्तर प्रदेश किंवा बिहार, बंगाल) किंवा डोंगराळ भागातून (आताचे हिमाचल आणि उत्तरांचल) फूस लावून किंवा पळवून आणलेल्या असत. नंतर त्या उपरोक्त टोळीसाठी काम करायच्या. परंतु या वेळी मात्र पुरुषमंडळी निश्चिंत होती. मला हे सहन होत नव्हते. मीदेखील बोलण्यास उठले. माझ्यासमोर प्रश्न होता— बोलावे की बोलू नये? खरे बोलून धोका पत्करू, परंपरा तोडून जाऊ की त्याच त्या परंपरेच्या रुळलेल्या मार्गाने जाऊ?

"येथे जे भाषण देत आहेत आणि तरुण मुसलमान मुलींना शोधण्याचे आश्वासन देत आहेत; ते सर्वच्या सर्व खोटे बोलत आहेत. यांच्या घरातच पळवून आणलेल्या मुली आहेत. या लोकांच्या घरात जा; एकेकाच्या घरी पाच-पाच, दहा-दहा मुली सापडतील!'' मी व्यासपीठावर उभी राहूनच बोलले.

एवढे बोलताच सभागृहात स्मशानशांतता पसरली. कारण तेथे जनता नव्हती, तर सर्व खाटीक एकत्र झाले होते. ते मानवी संहारात सहभागी होते. जे खाटीक नव्हते, त्यांच्यात माझे कौतुक करण्याची हिम्मत नव्हती. महाराणी अवाक् होऊन माझ्या तोंडाकडे पाहत होती. माझे मोठे काका निरंजन प्र. खोसला महाराजा पतियाळाचे कायदेमंत्री होते. त्यांची पत्नी अमरदेई आमची मोठी काकू होती, ती मला खाली बसविण्याचा प्रयत्न करीत होती. वडील भयभीत होऊन सभागृहाच्या बाहेर निघून गेले. माझी आई व्यासपीठाच्या समोर बसलेली होती. ती आपल्या सवयीप्रमाणे पुटपुटत मला शिव्या देऊ लागली. ती मला कच्चे खाऊन टाकण्यास उतावीळ झाली होती आणि दात-ओठ खात घाणेरड्या शिव्या पुटपुटत होती. (मेली, रांड, टवळी इ.) मी तिच्या ओठांच्या हालचालीवरून त्या शिव्या समजू शकत होते, कारण मला रोज या शिव्या खाव्या लागत होत्या. महाराणीने सभा

विसर्जित केली.

व्यासपीठावरून मी सरळ बाहेर आले, जिथे डॉ. सुशील नय्यर आणि मुख्यमंत्री उभे होते. मी त्यांना म्हणाले, ''तुम्ही माझ्या घरी चला, नाही तर आज मला फार मार मिळेल.''

त्यांनी माझ्या वडिलांना बोलावले आणि त्यांना ताकीद देत म्हणाले, ''हिला काही बोलू नका. ही खरं बोलणारी मुलगी आहे. आम्ही उद्या तुमच्या घरी या मुलीला भेटण्यासाठी म्हणून येऊ.''

ताई अमरदेई आत्मीयतेचे नाटक करीत म्हणाल्या, ''मोठी धाडसी आहे रमणा बेटी!''

ती आईला मात्र नंतर म्हणालीच, ''हिला सांभाळ, ही हातातून निसटतेय.''

त्या दिवशी मला माणसाच्या दुटप्पीपणाची ओळख झाली. ताई अमरदेईचा चेहरा सुशीला नय्यरच्या पुढे आणि माझ्या आईच्या पुढे किती वेगळा होता! एकच व्यक्ती एकाच वेळी दोन व्यक्तींच्या पुढे कसे वेगवेगळे बोलते, ही गोष्ट मला राहून-राहून खटकत होती.

असो. त्या दिवशी माझा मार वाचला. दुसऱ्या दिवशी ते दोन्ही नेते आमच्या घरी आले आणि म्हणाले, ''आता तू फार लहान आहेस. तुझं शिक्षण पुरं झाल्यावर हे सर्व कर.''

ते गेल्यानंतर लगेचच वडिलांना जनरल हरिका यांचे पत्र आले— 'मुलीला सांभाळा, नाहीतर नोकरी सोडा.'

मी इंटरची (११ वी ची) परीक्षा दिली होती. तेव्हा पंजाब अखंड होता. माझा इंटरचा निकाल अजून लागला नव्हता. देशाची आणि पंजाबची एकाच वेळी फाळणी झाली होती. ज्यांचा निकाल पंजाब विद्यापीठ लाहोरने जाहीर केलेला नव्हता, त्यांच्यासाठी पूर्व पंजाबचे विद्यापीठ – जे सालन येथे स्थापन करण्यात आले होते— त्याने असा निर्णय घेतला की, जे शरणार्थी कँपमध्ये तीन महिने समाजसेवा करतील, त्यांना त्यांची पदवी किंवा प्रमाणपत्र, ज्यासाठी ते योग्य असतील ते दिले जाईल. माझा निकाल लागलेला नव्हता. (पण नंतर लाहोरवरून माझे इंटरचे प्रमाणपत्र आले होते.) ताबडतोब निर्णय घेतला गेला. मला समाजसेवा करण्यासाठी मामाकडे अंबाला येथे पाठविण्यात आले.

माझे मामा फार मोठ्या जमीनदाराचे सुपुत्र होते. फार श्रीमंतदेखील होते. २६ हजार एकर जमिनीचे ते मालक होते. शिकले-सवरलेले होते. सेवायोजन अधिकारी होते. पुसाच्या कृषी विद्यालयात त्यांनी शिक्षण घेतले होते. वेदप्रकाश गुप्ता (नंतर ज्यांच्याशी माझा विवाह झाला) त्यांचेच कनिष्ठ सहायक म्हणून काम

करीत होते. ज्या काळात मी मामाकडे राहत होते, त्या काळात गांधीजींनी नौखालीच्या दंगलीच्या संदर्भात आमरण उपोषण सुरू केले होते. मी घरातच उपोषण सुरू केले आणि अन्न-पाणी वर्ज्य केले. गांधीजींसोबत वर्ध्याच्या आश्रमात राहणारे माझे आतेभाऊ राजेंद्र नंदा इंग्रजांच्या कारागृहात कित्येक वर्षे त्यांनी मरणप्राय यातना भोगल्या होत्या. जे नंतर पंजाबचे मुख्यमंत्री झाले, ते प्रतापसिंग कैरो त्यांच्या समवेत होते. ते अंबाल्याला आले होते. त्यांना माझ्या उपोषणासंबंधी माहिती मिळाली. मला समजावण्यासाठी ते दोघेही घरी आले.

असो. त्याच दिवशी गांधीजींनी उपोषण सोडल्याची बातमी रेडिओवरून सांगण्यात आली. त्यामुळे त्यांनीच माझे उपोषण सोडविले. माझे आतेभाऊ राजेंद्र नंदा गांधींजीसोबत 'उर्दू हरिजन'चे संपादक म्हणून कार्य करीत होते आणि स्वातंत्र्याच्या लढ्यात त्यांनी तुरुंगवास भोगला होता. माझ्या आत्याच्या मृत्यूनंतरदेखील इंग्रजांनी त्यांना आपल्या आईच्या (माझ्या आत्याच्या) दर्शनास जाण्याची परवानगी दिली नव्हती. राजेंद्रभाई कथाकार आणि पत्रकारदेखील होते.

शरणार्थी कँम्पमध्ये मी फार सक्रिय होते. त्याच काळात बलराज सहानींची बहीण आमच्या सोबत पत्रकं वाटत होती आणि बैठकादेखील घेत होती. हे सर्व डाव्या विचारसरणीचे लोक होते. कम्युनिस्ट पक्षावर त्या काळी बंदी घालण्यात आली होती. माझे मोठे भाऊ सत्यव्रत बेदीदेखील कम्युनिस्ट पक्षातच होते. ते भूमिगत राहून काम करीत होते. स्वातंत्र्यानंतर रोहतकमध्ये सेवायोजन अधिकाऱ्याच्या पदावर त्यांची नेमणूक झाली होती. लाजवहिनी तेव्हा सहगलच्या ग्रुपमध्ये समीना नावाने नृत्य करीत होती आणि शीला भाटियासोबत इप्टामध्ये देखील गावांतून जमीनदार, सावकार यांच्या विरोधात गीत-नाटक वगैरे कार्यक्रम करण्यास जात होती. फाळणीनंतर हे कार्यक्रम बंद झाले, परंतु सभा-चर्चा-परिसंवाद इत्यादी चालायचे.

●●●

५.
प्रेम आणि विवाह

दि. ३० जानेवारी १९४८ ला गांधीजींची हत्या झाल्याची बातमी ऐकून आम्ही सर्व जण रडू लागलो. मामाचे कुटुंब आणि त्यांच्या कार्यालयातील सर्व जणांनी एका ट्रकमधून दिल्लीला जाण्याचा निर्णय घेण्यात आला. आम्ही सर्व जण ३० जानेवारीच्या रात्री दिल्लीला जाण्यास निघालो. वाटेत वेदप्रकाश गुप्तांशी— जे त्या वेळी मामाच्या हाताखाली सहायक सेवायोजन अधिकारी म्हणून काम करीत होते— माझी ओळख झाली. परत आल्यानंतर आम्ही लग्न करण्याचा निर्णय घेतल्याचे सर्वांना सांगितले. त्यांच्याशी माझी ओळख त्या काळच्या राजकीय परिस्थितीतूनच झाली होती. मात्र, माझा हा निर्णय माझ्या जीवनातील एक महत्त्वपूर्ण अशी घटना होती. जातीबाहेर आणि तोही प्रेमविवाह— दोन्ही कुटुंबांच्या परंपरा आणि मर्यादा यासाठी ते एक आव्हानच होते. मामाने माझे घराबाहेर पडणे बंद केले. आई आली. तिने मला खूप मारले; परंतु मी खंबीर होते. नंतर मला पतियाळाला नेण्यात आले. रोज मार खावा लागत होता. निर्णय बदलण्यासाठी माझ्यावर दडपण टाकण्यात येत होते.

एके दिवशी माझे वडील वैतागून म्हणाले, "हा निर्णय तर बदलावाच लागेल. नाहीतर तुम्हा दोघींपैकी एकीला विष खावे लागेल— तुझ्या आईला किंवा तुला."

मी ताबडतोब उत्तर दिले— "आई आणि तुम्ही

जीवनाचे सुख उपभोगलेले आहे; मला अजून जीवन उपभोगावयाचे आहे. त्यामुळे मी विष खाणार नाही, आई खाईल.''

परंपरावादी, औचित्यवादी, त्यागी आणि आचरणप्रिय लोकांना माझे हे बोलणे खटकू शकेल. ते अप्रिय वाटेल, संवदेनशून्यही वाटू शकेल आणि तसे वाटलेदेखील. त्या वेळी मला फार असंबद्ध अशी विशेषणे बहाल करण्यात आली. तो अगदी निर्णायक क्षण होता. मी हटून बसले नसते, तर कदाचित माझे जीवनच कुठेतरी हरवून गेले असते आणि जे मी सांगू इच्छित होते, करू इच्छित होते; ते करू शकले नसते. त्या काळी परंपरा तोडणे, रूढींच्या विरुद्ध चालणे, हेच जणू माझे ध्येय ठरले होते. ते पूर्ण करण्यासाठी बंड आवश्यक होते आणि ते करताना आपल्या लोकांच्या विरोधातदेखील शस्त्र उचलावे लागू शकते. त्यासाठी मी तयार झाले होते.

''क्षत्रियांच्या घरात वाण्याची वरात कशी येईल?'' असा घरातील मंडळींना प्रश्न पडला होता. मी सांगून टाकले, ''वरात येणार नाही.'' त्या वेळी माझे भाऊ सत्यव्रत बेदी हे रोहटक येथे सेवायोजन ऑफिसरच्या पदावर कार्यरत होते (नंतर ते 'ट्रिब्युनल'चे उप-संपादक झाले) त्यांच्या घरी एकटे वेदप्रकाश आले आणि नोव्हेंबर १९४८ मध्ये माझ्याशी लग्न करून मला घेऊन गेले. मागणी नाही, साखरपुडा नाही, कुठलीही कर्मकांडे नाहीत. ना मान-पान, ना हुंडा. त्या वेळचे उपायुक्त कश्यप यांनी नोंदणीपद्धतीने आमचा विवाह लावला. ए. डी. एम. आहुजा (नंतरचे पंजाबचे आयुक्त) माझे साक्षीदार झाले. कुटुंबात नोंदणीपद्धतीचा हा पहिला विवाह होता. मुलींमध्ये हे परंपरेच्या विरुद्ध पहिले बंड होते. तसे पाहता, पुरुषांमध्ये आमच्या आजोबांचे (आईचे वडील) लहान भाऊ काका कांशीराम इंग्लंडला शिक्षणासाठी गेले होते. तेव्हा त्यांनी तेथील मुलीशी लग्न करून मड्डम घरात आणली होती. त्या वेळी घरात फार आरडा-ओरड झाली होती. असो. आरडा-ओरड झाली, पण नंतर कांशीरामजींच्या जिद्दीपुढे सर्व शांत झाले. पण हा पुरुषाचा विद्रोह होता. घरातील स्त्रीचा आणि तीही स्वतःची मुलगी— तिचा विद्रोह लवकर मान्य होण्यासारखा नसतो. पण मला आठवते, एकदा वडील वैतागून म्हणाले होते –

''तुझी आई ऐकत नसेल, तर तू पळून जा. मी तुम्हाला शोधणार नाही. तुझी आईदेखील काही करू शकणार नाही.'' माझ्या वडिलांचे माझ्यावर फार प्रेम होते. मी म्हणाले, ''माझे लग्न तर तुम्हालाच लावावे लागेल. मी पळून जाणार नाही. वाट पाहीन.''

जेव्हा मी माझ्या लग्नाचे निमंत्रण पत्राने आपल्या आई-वडिलांना पाठविले, तेव्हा ते दोघेही लग्नाला आले. हे वाट पाहण्याचे सुमधुर फळ होते. आजोबा

(आईचे वडील) देखील आले. फक्त मामा आले नाहीत.

या घटना माझ्या आयुष्याच्या सुरुवातीच्या काळातील आहेत; परंतु पुढील घटनांचा पाया याच मूळ घटनेवर आधारित आहे. यानंतर मी गृहिणी झाले. कारण मी वेदप्रकाशशी स्वेच्छेने लग्न केले होते, त्यामुळे त्रास झाला तरी त्याची तक्रार आपल्या आई-वडिलांकडे कधी न नेण्याचा निर्णय मी घेतला. वेदप्रकाशचे कुटुंब माझ्या वडिलांच्या कुटुंबापेक्षा आर्थिक आणि सामाजिक दृष्ट्या फार मागासलेले होते. वेदप्रकाशच्या कुटुंबात एका वाण्याच्या कुटुंबात पाळल्या जाणाऱ्या सर्व रूढी आणि परंपरा, एवढेच नव्हे तर स्पृश्य-अस्पृश्य भेद अगदी टोकाचे पाळले जायचे. तरीदेखील मी आपल्या अट्टहासाने आणि निश्चयाने त्या परिस्थितीशी स्वत:च संघर्ष करीत गेले आणि प्रश्नांना सामोरे जात राहिले. कुणाकडे तक्रार केली नाही. मी आपल्या घरात बुरखापद्धत आणि अस्पृश्यताही पाळली नाही. अस्पृश्यतेला विरोध दर्शविण्याच्या उद्देशाने मी माझ्या वडिलांच्या दवाखान्यात काम करणाऱ्या एका भंगी स्त्रीच्या ख्रिश्चन मुलाला आपल्या घरात स्वयंपाकी म्हणून कामावर ठेवले. त्या काळी ख्रिश्चन आणि मुसलमानांना 'म्लेंच्छ' म्हणून हिणवले जायचे. हिंदूंच्या घरात त्यांचे येणे-जाणे, खाणे-पिणे अमान्य होते.

लग्नानंतरदेखील मी शिक्षणासोबत कविता, नाटक आणि नृत्य हे उपक्रम सुरू ठेवले.

मी कधीतरी बॅले नृत्यांगना होण्याचे स्वप्न पाहिले होते. स्वरचित कथा आणि कवितांवर आधारित बॅले आणि नृत्य-नाटिकादेखील मी करीत होते. नंतर मी मुंबईत गोपीकृष्ण यांच्याकडून कथक आणि चेन्नई येथे जाऊन गौरी अम्माच्या एका शिष्येकडून भरतनाट्यम शिकले. पण बॅले नर्तकी होण्याचे माझे स्वप्न पूर्ण होऊ शकले नाही.

●●●

६.
स्वयंसिद्धा होण्याचा संकल्प

वेदप्रकाश सरकारी नोकरीत होते. माझ्याबरोबर लग्न केल्यानंतर ते सहायक सेवायोजन अधिकाऱ्याचे पद सोडून आपल्या पूर्वीच्या केंद्रीय श्रम मंत्रालयात कामगार निरीक्षकाच्या पदावर रुजू झाले. नंतर क्षेत्रीय कामगार आयुक्त पद मिळवून केंद्रीय उपमुख्य कामगार आयुक्त पदावर पोहोचले. त्याच पदावर ते सेवानिवृत्तदेखील झाले. याच दरम्यान ते वकिलीची परीक्षा पास झाले. सेवानिवृत्त झाल्यानंतर ते कामगार प्रशासकीय लवादासाठी दिल्लीत सरकारी कर्मचाऱ्यांचे दावे लढू लागले.

जालंधर, अंबाला, भुसावळ, अजमेर, दिल्ली, मुंबई, चेन्नई इ. ठिकाणी जाऊन आल्यानंतर १९६० मध्ये मी प्रकाशबरोबर धनबादला आले. येथे आल्यानंतर सक्रिय राजकारणात भाग घेण्याचा निर्णय घेतला. स्त्रीचे निर्णय घेण्याचे स्वातंत्र्य अबाधित ठेवण्यासाठी निर्णय घेतल्यानंतर मी ही सूचना प्रकाशला दिली. माझ्या दृष्टीने कुठलाही निर्णय घेताना स्त्रीने पतीची परवानगी मागणे म्हणजे स्वत:चा अधिकार गमावणे किंवा नाकारणे आहे. हां, आपापसात सल्ला-मसलत होऊ शकते. परंपरेनुसार माहेरी जाण्याची परवानगीदेखील स्त्रिया पतीकडून किंवा कुटुंबातील मोठ्या व्यक्तीकडून घेतात; मग कुठे दुसरीकडे जाण्याची गोष्ट तर दूरच राहिली. मी ही परंपरा आपल्या जीवनात नेहमीच नाकारली. एवढेच नव्हे, तर आपली स्वतंत्र ओळख निर्माण करण्याची भावना माझ्यात एवढी बळावली होती की, जर

एखाद्या समारंभाची निमंत्रणपत्रिका माझ्या नावावर आली नसेल, तर मी प्रकाशसोबत श्रीमती व्ही. पी. गुप्ता म्हणून जाण्यास नकार द्यायची. 'लोकांनी मला माझ्यामुळे ओळखावे; प्रकाशची पत्नी म्हणून नव्हे.' ही भावना माझ्या मनात कमालीची ठसली होती

धनबाद येथे एकदा असा प्रश्न निर्माण झालेला होता. मी मुलांना सोडून एकटी राहू, की प्रकाशची जेथे बदली झाली होती त्या कानपूरला जाऊ? तेथे भारत सेवक समाजाच्या अंतर्गत कित्येक संस्था स्थापन झाल्या होत्या. त्यात कनिष्ठ (खालच्या) वर्गातील गृहिणी आणि ग्रामीण महिला व मुले प्रशिक्षण घेत होती. अशी पाच केंद्रे आम्ही पाच गावांत चालवीत होतो. धनबाद येथे पोलीस सुपरिटेंडेंटसाहेबांच्या अगदी घराबाहेर आणि लक्ष्मीनारायण ट्रस्ट महिला कॉलेजसमोर गृहिणींसाठी शिवणकामाचे प्रशिक्षण केंद्र सुरू केले होते. त्याचबरोबर महिला सोसायटीच्या अंतर्गत त्यांना शिवणकाम देऊन पार्ट-टाइम रोजगारदेखील दिला जात होता. जवळजवळ १५० स्त्रिया आपल्या घरचे काम-धाम करून याद्वारे आपल्या पोटापाण्याची व्यवस्था करीत होत्या. मी या संस्थांची सचिव होते. एक बालवाडीदेखील मी चालवीत होते. त्या बालवाडीत तीन-चार शिक्षिका प्राथमिक शिक्षण देत होत्या. कानपूरला जाण्याचा अर्थ होता— माझ्या नियंत्रणाखाली चालणाऱ्या या सर्व संस्था बंद करणे. निर्णय घेणे नक्कीच कठीण होते. माझी लहान मुलगी तरंग फक्त तीन-चार वर्षांचीच असेल; पण प्रश्न होता संस्था सुरू ठेवण्याचा. मी धनबादमध्ये एकटीने राहण्याचा निर्णय घेतला. म्हणजे संस्था सुरू ठेवण्याचा निर्णय. कुटुंबासोबत कानपूरला जाण्यापेक्षा या संस्थांवर अवलंबून असलेल्या स्त्रियांच्या पोटापाण्याची व्यवस्था आणि स्वावलंबनाचा प्रयत्न माझ्यासाठी अधिक महत्त्वाचा होता. माझा स्वत:चादेखील स्वयंसिद्धा होण्याचा संकल्प मला या निर्णयामुळे पूर्ण होताना दिसत होता. आपल्या कुटुंबासाठी तर सर्व लोक सर्व काहीतरी करतात; जो दुसऱ्यांसाठी काही करतो, तोच खरा माणूस— असे माझे मत होते व आहे.

मी धनबादलाच राहिले. लोकांना माझा हा निर्णय क्रूर, कठोर आणि बेजबाबदारपणाचा वाटला. मी मात्र या निर्णयाकडे त्याग आणि कर्तव्य म्हणून पाहिले. ही १९६४ ची घटना आहे. धनबादमध्येच प्रकाशची केंद्रीय सहायक कामगार आयुक्त पदावरून क्षेत्रीय आयुक्त पदावर बढती झाली होती. त्याच पदावर ते कानपूरला गेले. दोन्ही मुली त्यांच्या सोबत कानपूरला गेल्या. त्यांना लखनौच्या लॉ मॉर्टेनियर शाळेच्या वसतिगृहात ठेवण्यात आले. मुलगा उमंग पावेल धनबादच्या डिगवाडी पब्लिक स्कूलमध्ये शिकत होता. त्याची आधीच निवड होऊन तो कुंजपुरा कर्नलच्या सैनिकी स्कूलमध्ये गेला होता.

खरे पाहता, लहानपणी स्वातंत्र्याची लढाई सुरू असताना माझ्या मनावर काँग्रेस पक्षाचा प्रभाव पडला होता. त्यामुळे मी काँग्रेसची सदस्य नसतानादेखील स्वत:ला काँग्रेसची मानत होते. असेदेखील म्हणता येईल की, माझ्या दृष्टीने मला देशभक्त आणि काँग्रेसीमध्ये त्या काळी कसलाच फरक दिसत नव्हता. देशातील प्रत्येकाने काँग्रेसजनच व्हावे, अशी काहीशी भावना माझ्यावर प्रभाव टाकून होती. तसे पाहता माझे भाऊ कम्युनिस्ट होते. बिहारमध्ये आल्यानंतर पहिल्यांदा मला काँग्रेसला होणाऱ्या प्रचंड विरोधास सामोरे जावे लागले. त्याच वेळी माझ्या अवती-भोवती असलेल्या मंडळींत राष्ट्रीयतेचा पर्याय म्हणजे काँग्रेस, हे सूत्र गळून पडत असल्याचे मी पाहिले.

सन १९६७ मध्ये संयुक्त विधायक दलाचे सरकार बिहारमध्ये आले आणि ते कोसळलेदेखील. सरकार कोसळल्यानंतर मी काँग्रेस सोडून संयुक्त समाजवादी पक्षात सहभागी झाले. जेव्हा समाजवादी पक्ष बिहारमध्ये सत्तेवरून पायउतार झाला तेव्हा मी काँग्रेस सोडण्याचा निर्णय घेतला. काँग्रेसचे बरेच नेते माझ्यावर चिडून होते, कारण मी त्यांची कधीच पर्वा केली नव्हती. तेथील लोक स्त्री कार्यकर्त्यांना आपला 'नाश्ता' मानत होते— भूक लागल्यानंतर खाण्याचा पदार्थ! पुरुषांनी यावर जन्मसिद्ध अधिकार प्राप्त करून घेतला होता. त्यांच्या दृष्टीने एखाद्या पुरुषरूपी वृक्षाचा आधार न घेता स्त्री नेतृत्वरूपी लता वाढू शकत नाही, रुजू शकत नाही. आणि मी लता (वेल) होण्यास तयार नव्हते. त्यामुळे मी जेव्हा पक्षाचा राजीनामा दिला, तेव्हा काँग्रेस अध्यक्ष आणि यशपाल कपूरना मी हेच लिहिले होते- 'मी काँग्रेसचा राजीनामा देत आहे. मी आपला मार्ग स्वत: काढण्यास सक्षम आहे. मी माझा स्वत:चा मार्ग शोधून काढेन, नाहीतर मार्गच मला शोधून काढेल.'

हा निर्णय मी फार विचारपूर्वक घेतला होता. त्या काळी सत्येंद्र नारायण सिंहाच्या पाठिंब्याने सरकार चालत होते. महेशबाबूदेखील सोबत होते. परंतु न जाणे का, बाबू सत्येंद्र नारायण सिंहांचे समर्थक मला पाहून भडकत होते. त्यांच्या एका नेत्याला त्यांच्या वैयक्तिक बाबीवरून मी खूप घालून-पाडून बोलले होते. त्यानंतरच बिहारमधील राजपूतांशी माझे बिनसले होते.

एकदा तर माझ्याशी वाईट वागण्याचा प्रयत्न केल्यामुळे मी त्यांच्या एका नेत्यास थोबाडीतदेखील मारली होती. राजपूत गटात याची चर्चा आणि प्रतिक्रिया उमटली होती. त्यांचा राजपुती स्वाभिमान माझा सूड घेण्यासाठी नेहमीच तडफडत होता. परंतु काही उदार व समाजवादी विचारांनी बांधले गेलेले राजपूत नेते— जरी ते संख्येने कमी होते तरी— माझ्या विचारांची कदर करीत होते.

●●●

७.
माझा कच्छचा दौरा

जेव्हा मी कच्छचा दौरा सुरू केला, तेव्हा मला दौरा हेच ध्येय अचानक मिळाल्यासारखे वाटले. बिहारच्या पाटण्यापासून कच्छपर्यंतचा दौरा मी कधी हिचहायकिंग करीत, कधी रेल्वेने, तर कधी नावेत बसून; कधी राजकीय विरोध सहन करीत, तर कधी जनतेचा पाठिंबा आणि स्वागत यामुळे सद्‌गदित होऊन अकरा सोबत्यांबरोबर पूर्ण केला. राजकारणात आल्यानंतरचा हा पहिला महत्त्वाचा दौरा होता.

हा दौरा इतिहासातील कित्येक महत्त्वाच्या नायकांशी जोडण्यास आणि त्यासोबतच प्रेमाच्या कित्येक महत्त्वाच्या घनिष्ठ आणि गंभीर, अति-संवेदनशील प्रसंगांनादेखील जोडणारा ठरला.

आम्ही १९६० मध्ये कुटुंबासोबत धनबादला आलो होतो. कारण प्रकाशची बदली चेन्नईहून धनबादला सहायक कामगार आयुक्त (केंद्रीय) म्हणून झाली होती. धनबादला मी माझ्या नृत्याचा सराव तर सुरू ठेवू शकले नाही. परंतु माझ्या लहानपणीचा राजकारणाचा मार्ग मी शोधून काढला. सुरुवात तर मी कवी संमेलन आणि नृत्याच्या कार्यक्रमाने व नाटकांनी केली. पण यासोबत समाजातील कमकुवत घटकांना आर्थिक विकासाशी जोडण्याच्या मोहिमेअंतर्गत समाजकल्याणाच्या कित्येक योजनांची सुरुवात मी केली. चीन आणि पाकिस्तानच्या युद्धाच्या वेळी यातील माझ्या

योगदानाची चर्चा धनबाद शहराव्यतिरिक्त साहित्यिक, सामाजिक, प्रशासकीय आणि राजकीय स्तरावर पूर्ण बिहारमध्ये पसरली होती. विशेषत: सिव्हिल डिफेन्सचे ट्रेनिंग घेणे, त्यात डिस्टिंक्शन प्राप्त करणे, रायफल आणि गाडी चालविणे, चॅरिटी शो, काव्यवाचन आणि नृत्याचे कार्यक्रम करून सैनिकांसाठी निधी गोळा करणे, यांचा समावेश होता. माझी कविता 'रंग बिरंगी चुडियाँ तोड हाथों में तलवार गहूँगी! मै भी तुम्हारे संग चलूंगी। मै भी तुम्हारे साथ चलूंगी।' (रंगीबेरंगी बांगड्या फोडून मी हातात तलवार घेईन. मी देखील तुमच्या बरोबरीने चालेन, मीदेखील तुमच्या बरोबरीने चालेन, मीदेखील तुमच्या सोबत चालेन.) फारच लोकप्रिय झाली होती.

कवी संमेलनाशिवाय सामाजिक कार्याची सुरुवात मी केली. जसे बालवाडी आणि हायस्कूल, शिवणकामाचे प्रशिक्षण केंद्र, महिला को-ऑपरेटिव्ह सोसायटी आणि गावात कल्याणकेंद्र इ. कामे सुरू केली; जे १९६७ च्या दुष्काळापर्यंत येत-येत दुष्काळाच्या मदतकार्यात बदलले. या दरम्यानची कथा पुढे कुठे तरी सांगेन. परंतु या दरम्यान एक मोठ्या कवी संमेलनाचे आयोजन केल्यानंतर मुख्यमंत्री के. बी. सहाय यांच्या शिफारिशीमुळे पंडित राजा मिश्रा यांनी बी.पी.सी.सी. (बिहार प्रदेश काँग्रेस कमेटी) ची सदस्य म्हणून माझी निवड केली. १९६७ मध्ये समाजवादीपक्षाच्या नेतृत्वाने माझ्यातील संघर्ष करण्याची वृत्ती पाहून मला पक्षात येण्याचा आग्रह धरला. १९६२ ते १९६७ पर्यंतच्या काँग्रेस पक्षाच्या अनुभवांचा एक वेगळाच असा माझा प्रवास आहे. ज्याचा शेवट यशपाल कपूर यांना लिहिलेल्या माझ्या एका पत्राने झाला. या पत्राचा आशय असा होता- 'काँग्रेस पक्षात केवळ वेलीच वृक्षाच्या शेंड्यापर्यंत पोहोचू शकतात. ज्या स्त्रिया स्वत: वृक्ष होण्याची क्षमता बाळगतात, त्यांना कापून टाकण्याची मोहीम या पक्षात चालविण्यात येते. आणि मी वेल होऊन राहण्यास तयार नाही. कारण मी स्वत: निर्णय घेण्यास समर्थ आहे. नवरा, वडील, पिता, भाऊ, मुलगा किंवा प्रियकराचा आधार घेऊन पुढे जाण्याची माझी सवय नाही. त्यामुळे काँग्रेसच्या प्राथमिक सदस्यत्वाचा माझा राजीनामा स्वीकारावा. मी माझा मार्ग स्वत: शोधेन किंवा मार्गच मला शोधेल.'

मी संयुक्त समाजवादी पक्षात आल्याने तरुण नेतेमंडळींनी आणि कर्पुरी ठाकूरजींनी माझे मोठे स्वागत केले. परंतु तेथेदेखील काँग्रेस पक्षाप्रमाणेच स्त्रीला स्त्रीच समजणारे– जरी ते कमी होते तरी – काही नेतेमंडळी (कार्यकर्ता नव्हे) होतीच. या पक्षात काही लोक तर अति स्त्री-समर्थक होते. या पक्षातील बहुतेक सर्व नेतेमंडळी (एक-दोन नेत्यांना सोडून) काँग्रेस पक्षातील मंडळींप्रमाणे स्त्रीला आपली मालमत्ता समजून तिच्याशी वाईट व्यवहार करीत नव्हते. परंतु समाजवाद्यांमध्ये, विशेषत: तेथील तरूणवर्गात सेक्सविषयी इतरांपेक्षा वेगळे असे काही विचित्र समज

होते. मुक्त- लैंगिक संबंधांचे ते समर्थक होते, पण जबरदस्तीच्या संबंधांचे विरोधक होते. (त्यांना मुक्त-लैंगिक संबंध तर मान्य होते, परंतु त्यासाठी जबरदस्ती करणे मान्य नव्हते.) त्यामुळे त्यांच्यात एकमेकांविषयी ईर्ष्या नक्कीच वाढत होती आणि ते स्वाभाविकही होते. काही वयस्कर नेते महाधूर्त होते. याची चर्चा मी अगोदरदेखील देवयानी नावाने लिहिलेल्या आपल्या 'बिसात' या लघुकथेत केलेली आहे. लैंगिकसंबंध– हे वैयक्तिक स्वरूपाचे असतात, या लोहियाजींच्या सिद्धांताचा चुकीचा अर्थ लावून त्याची विपरीत व्याख्या अनेक जण करीत असत. लोहियाजी स्त्रीच्या अनुमतीशिवाय कुठलाही संबंध योग्य मानत नव्हते– मग ती पत्नी का असेना! पक्षात तक्रार केल्यावर त्याची सुनावणी व्हायची.

याच काळात माझ्या कच्छच्या दौऱ्याची योजना ठरली. बिहारमध्ये संयुक्त समाजवादी पक्षाचे सरकार पडल्यानंतरच मी या पक्षात प्रवेश केला होता. कारण सत्तेवर असलेल्या पक्षात जाण्यासाठी मी काँग्रेस पक्ष सोडला, असे कुणी म्हटलेले मला आवडले नसते.

भारत सरकारने 'कंजरकोट' आणि 'छाडबेट'चा प्रदेश पाकिस्तानला देण्याचा निर्णय घेतला होता. संयुक्त समाजवादी पक्ष आणि जनसंघ एकत्रित येऊन त्याला विरोध करीत होते. कारण त्या वेळी लोहियाजींचा बिगरकाँग्रेसवादाचा सिद्धांत सिद्ध झालेला होता. बिहारमध्ये पहिल्यांदाच संयुक्त विधायक दलाचे सरकार येऊन गडगडलेदेखील होते. त्याच संयुक्त दलाच्या अंतर्गत राष्ट्रीय पातळीवर कच्छच्या आंदोलनाचा निर्णय घेतला गेला. त्यासाठी बिहारमध्ये कर्पुरी ठाकूर, मधू लिमये, जॉर्ज फर्नांडिस आणि राजनारायण यांनी दौरा केला. प्रत्येक जिल्ह्यातून तुकड्या पाठविण्यात येत होत्या. बिहारमधून समाजवादी युवा जनसभेतर्फे पंचावन्न लोकांची तुकडी हिच-हायकिंग पद्धतीने जाईल, असा निर्णय घेण्यात आला; जेणेकरून ही तुकडी वाटेत प्रचारदेखील करीत जाईल. त्या वेळी मी युवा जनसभेची सदस्यादेखील होते. किशन पटनायक त्याचे प्रमुख होते. रांचीच्या एका धर्मशाळेत बिहार युवा जनसभेची मीटिंग झाली, तिला मीदेखील गेले. त्या तुकडीत जाण्यासाठी बऱ्याच लोकांनी नावे दिली होती, परंतु नंतर गळती होत-होत पंचावन्नवरून ही यादी अकरावर आली. जाण्याच्या दिवसापर्यंत इतर सर्व पळून गेले होते. या गटाचा प्रमुख म्हणून शफीक आलमची निवड करण्यात आली आणि मला सहप्रमुख करण्यात आले. बोकारो आणि हजारीबागच्या एका युवा मजूर नेत्याने– ज्याला लोक 'दादा' म्हणायचे, त्याने– कच्छला जाण्यासाठी २२ लोकांची नावे दिली होती. परंतु तो स्वतः तर आलाच नाही; उलट दुसऱ्यांनी देखील जाऊ नये म्हणून प्रयत्न करू लागला. तरीदेखील आम्ही जाण्यासाठी हटून बसलो.

एक वेगळी तुकडी कच्छला पाठविण्याचा निर्णय आम्ही घेतला आणि जणू काही गांधीलमाश्यांच्या पोळ्यालाच हात लावल्यासारखे झाले. आम्ही मंडळींनी हिच-हायकिंगने वेगळे जाण्याचा निर्णय रद्द करावा आणि त्यांच्या नेतृत्वाखाली जावे, असे सर्व नेतेमंडळी आमच्यावर दडपण आणू लागली. पायी-पायी किंवा हिच-हायकिंगने वाटेत लागणाऱ्या गावांतून आणि शहरांतून प्रचार करीत कच्छला पोहोचावे आणि वाटेत खाणे-पिणे इ. साठी निधी गोळा करीत काम चालवावे, असे ठरले होते. तसे तर कामगार नेता दादासहित अनेक नेत्यांनी आर्थिक सहकार्याचे आश्वासन दिले होते, परंतु एकानेही एक पैसादेखील वर्गणी दिली नाही. धनबाद आणि रांचीहून जाणाऱ्या सोबत्यांना बरोबर घेऊन शफीक आणि मी कसेतरी पाटण्यास पोहोचलो आणि कर्पुरी ठाकूरजींकडे जाऊन उतरलो. एक-एक करून सर्वच वडीलधारी नेतेमंडळी आम्हाला समजावण्यासाठी आली. तुकडी घेऊन जाण्यास त्यांचा काहीच विरोध नव्हता; पण हिच-हायकिंग पद्धतीने प्रचार करीत आम्ही जाऊ नये, अशी त्यांची अट होती. परंतु आम्ही मंडळींनी त्यांचे ऐकायचे नाही, असे ठरवले होते. खरे पाहता, आम्हाला रोखण्याच्या मोहिमेत मंत्रीपुत्रच अधिक रस घेत होते. आम्ही गेल्याने त्यांची प्रतिष्ठा डावलली जाईल, अशी त्यांना भीती होती. या पद्धतीने जाण्यात जोखीम आणि त्रास दोन्ही होते. असा त्रास सहन करण्यास ते तयार नव्हते; आम्ही तयार होतो. रामानंद तिवारीजी तर आम्हाला धमकीदेखील देऊन गेले. तरीदेखील आम्ही त्यांचे ऐकले नाही. तेव्हा त्यांचे सुपुत्र शिवानंद तिवारीने आम्हाला खच्ची करण्याचा विडा उचलला. आम्ही अडून राहिलो. त्यांनी शेवटचा डाव टाकला आणि कुप्रसिद्ध गोपाल प्रसाद सिंह – ज्याच्यावर दरोडा टाकण्याचे आणि आणि बलात्काराचे आरोप होते आणि नंतर जो मांडूतून आमदार- देखील झाला होता— याला आमच्याकडे विशेषत: मला भीती दाखविण्यासाठी, जरब बसविण्यासाठी पाठविण्यात आले. मी स्त्री असल्यामुळे कदाचित घाबरेन, असे त्यांना वाटले. जेव्हा कुणाचीच डाळ शिजेना, तेव्हा रामानंद तिवारीजींनी कर्पुरी ठाकूरजींवर मला रोखण्यासाठी दडपण आणले. कारण त्यांना माहीत होते की, मी जर जाण्यास नकार दिला, तर सर्व साथी परत जातील किंवा मोठ्या नेत्यांच्या तुकडीत सामील होऊन पुढे जातील. तसे पाहता, आमची संख्या आधीच पंचावन्नवरून घसरून अकरा झाली होती.

एक दिवस कर्पुरीजी आमच्याकडे आले आणि प्रेमभराने दटावत म्हणाले, "रमणिकाजी, वाटेत तुम्हाला गुंड-बदमाश भेटतील. तुम्ही स्त्री असून या तरुण मुलांबरोबर एकट्याच चालला आहात. तुम्ही जाऊ नका. तुम्ही माझ्यासोबत चला. हिच-हायकिंग पद्धतीने किंवा पायी जाऊन तुम्ही तेथे नियोजित वेळेवर पोहोचू

शकणार नाहीत. तुम्ही वेडेपणा करू नका.''

''कोण वेडे आहेत, हे काळच ठरवेल ठाकूरजी! प्रश्न आहे तो फक्त आधी किंवा नंतर पोहोचण्याचा. तेव्हा जो आधी पोहोचेल, तो नंतर येणाऱ्याचे अभिनंदन करेल. आणि हो, ठाकूरजी! एवढे लक्षात ठेवा की, मी स्त्री म्हणून जात नाहीये, तर एक कार्यकर्ता म्हणून जात आहे— तुम्ही मला स्त्री गटात समाविष्ट करून स्त्रियांना दुबळ्या सिद्ध करण्याचा प्रयत्न करू नका. वाटेत जे काही होईल, ते आम्हा सर्वां-बाबत होईल. आणखी एक गोष्ट— मी तुमच्यासोबत गेले, तर तुमच्या व्याख्येप्रमाणे तेव्हादेखील मी 'स्त्री'च राहीन ना? आश्चर्य आहे, तुम्हीदेखील स्त्री-पुरुषांच्या संदर्भात असा विचार करता! जर पैजच लावायची असेल, तर लागली पैज! खरं सांगते ठाकूरजी, मी आपल्या तुकडीसोबत तुमचे स्वागत करण्यासाठी तुमच्या आधी तेथे उपस्थित राहीन.'' मी ठाम विश्वासाने म्हणाले.

कर्पुरीजींनी हसत-हसत पैज लावली. त्यांच्यावर दडपण आल्यामुळे ते मला तसा आग्रह करीत होते, हे मला माहीत होते. रामानंद तिवारींना खूश ठेवण्यासाठी सर्वांसमोर मला निरुत्साही करण्याचे नाटक त्यांनी केले होते. परंतु मी अडून राहिले. खरे पाहता, कर्पुरीजींसारखे काही अपवाद वगळता इतर सर्व नेत्यांना अशी भीती वाटत होती की, आम्ही अशा पद्धतीने गेल्याने आमची प्रतिमा उंचावेल. गावात प्रचार होईल किंवा पक्षाला याचा फायदा होईल, याची त्यांना चिंता नव्हती; आम्हाला प्रसिद्धी मिळेल, मान मिळेल, याचीच त्यांना चिंता होती. या ईर्ष्येमुळे प्रत्येक राजकीय पक्षात प्रसिद्धी मिळविण्याच्या हव्यासाची स्पर्धा असते, हेच खरे आहे. कमी-अधिक प्रमाणात प्रत्येक पक्षाच्या कार्यकर्त्यांत अशी ईर्ष्या असतेच.

निघण्याच्या दिवशी पक्षाचा कुठलाच नेता आम्हाला निरोप देण्यास आला नाही. संध्याकाळीच शहीद स्मारकावर फुले वाहून वीरचंद पथावर असलेल्या कर्पुरीजींच्या फ्लॅटवरून आम्ही अकरा सोबती निघालो. रस्त्याच्या दोन्ही बाजूंनी आमच्या पक्षाचे आमदार आणि माजी मंत्र्यांचीदेखील घरे होती. सर्व मंडळी दारे-खिडक्यांच्या फटीतून चोरट्या नजरेने आम्हाला पाहत आहेत, असे आम्हाला जाणवत होते. सर्वांच्या इच्छा आणि आशेच्या विरुद्ध विरोध पत्करून आमची तुकडी नेत्यांच्या तुकडीच्या आधी पोहोचण्याचा दृढ संकल्प करून निघाली होती आणि आधी पोहोचलीदेखील. नंतर कर्पुरीजींनी कच्छला पोहोचल्यावर माझ्या त्या पैजेची चर्चा करीत आम्हा लोकांच्या उत्साहाचे कौतुक केले आणि आमच्या तुकडीचे अभिनंदन केले. या दौऱ्यामुळे आमचा वैयक्तिक प्रचार होईल आणि आम्हाला वर्तमानपत्रांतून प्रसिद्धी मिळेल, विशेषत: स्त्री असल्यामुळे मला याचा फायदा मिळेलच, म्हणून काही नेते आमच्या या दौऱ्यामुळे कुढत होते. एका स्त्रीला

प्रसिद्धी मिळावी, हे त्यांना कसे सहन होणार? राजकीय नेत्यांना आणि त्यांच्या खुषमस्कऱ्या अनुयायांना वर्तमानपत्रांत नाव छापून येण्याची हाव एवढ्या मोठ्या प्रमाणात असते की, तीच त्यांच्या सोबत्यांच्या विरोधास कारणीभूत ठरते. आम्हाला विरोध असण्याचे कारणदेखील नाव छापून येण्याची ही हाव होती. आमचा प्रचार झाला असता किंवा नसता, परंतु आमच्या दौऱ्यामुळे कच्छ-विवादाचा प्रसार खूप झाला आणि आमचादेखील प्रचार झाला. खरे तर वडिलांचे राजकारण सांभाळणारे त्यांचे सुपुत्र-नेते आमच्या दौऱ्याला आमच्या वैयक्तिक प्रचाराचा एक प्रकार संबोधून आम्हा लोकांची संभावना करीत होते. राजकारणात प्रस्थापित नेतेमंडळी बऱ्याचदा नवीन येणाऱ्या क्रियाशील कार्यकर्त्यांची गणना नेत्याच्या श्रेणीत केली जाऊ नये म्हणूनदेखील वैयक्तिक प्रसिद्धीची हाव असल्याचा आरोप त्यांच्यावर करून त्यांना निरुत्साही करीत असतात. अशा महाभागांची मी कधी पर्वा केली नाही.

काही मंडळींना – विशेषत: नवीन पिढीच्या नेतृत्वास – कुठल्याही कामाशिवाय प्रसिद्धीची हौस असते आणि अशी मंडळी काम करणाऱ्यांवर एवढ्याचसाठी चिडतात, कारण त्यांना वाटते की, या कामामुळे या मंडळींना प्रसिद्धी तर मिळणार नाही ना? आणि तसे झाले तर आपल्याला कोण विचारणार? पायी-पायी आणि हिच-हायकिंगने जाण्याचा आमचा एवढाच उद्देश होता की, वाटेत लागणाऱ्या शहरांतील, गावांतील आणि छोट्या शहरांतील नागरिकांना आम्ही कच्छच्या प्रश्नांसंबंधी जाणीव करून द्यावी आणि कच्छला जाणाऱ्या सत्याग्रहींची संख्या वाढावी. तसेच वाटेतील खर्चासाठी काही निधी गोळा करून पुढे जावे. आणि झालेदेखील तसेच. लोक ठिकठिकाणी आम्हाला थांबवून आमचे स्वागत करीत होते. आमच्या बैठका होत होत्या. आमच्या खर्चासाठी निधीदेखील देत होते. वर्तमानपत्रे आमच्या मार्गाची प्रसिद्धी करीत होती आणि आम्ही लोकांना सत्याग्रहात सहभागी होण्यासाठी प्रेरित करीत पुढे जात होतो.

अशा रीतीने मग आम्ही शहीद स्मारकावर श्रद्धांजली अर्पण करून संध्याकाळी जवळपास पाच वाजण्याच्या सुमारास बेली रोडवरून दानापूरकडे निघालो. आमच्या जथ्यात शफीक आलम आणि माझ्याशिवाय लेखानंद झा (रांची), फौजदार आणि चौकीदारांचे युवा-नेता अवधेश सिंह (जे नंतर लोकसभेचे सदस्य झाले आणि आता प्रवक्ते आहेत) देखील होते. धनबादचे दोन विद्यार्थी आमच्या या पदयात्रेत आमच्या सोबत होते. त्यांच्यापैकी एक साधारण सोळा-सतरा वर्षांचा होता. याशिवाय इतर पाच सोबतीदेखील आमच्या सोबत या पदयात्रेत सहभागी होते. गार वारा वाहत होता आणि आम्ही कच्छच्या दलदली प्रदेशाची कल्पना करीत रस्त्यावरून कधी वेगाने, तर कधी मध्यम गतीने पुढे जात होतो. सर्वांच्या हातात झेंडे होते आणि

कंठात होती 'कच्छ चलो' ही घोषणा— जी प्रत्येक वळणावर, मुक्कामाच्या ठिकाणी किंवा चौकात अकरा साथीदारांच्या कंठातून आपोआप बाहेर पडत होती.

दानापूरला पोहोचायला रात्रीचे आठ वाजले. वाटेत दोन-तीन सभा घेतल्यानंतर डेहरी-ऑप-सोनकडे कसे जायचे, या विचारात आम्ही सापडलो. त्या काळी तिकडे काही टॅक्स्यादेखील प्रवासी घेऊन जात होत्या. याशिवाय रात्रीच्या वेळी माल घेऊन जाणारे आणि येणारे ट्रकदेखील जात-येत होते. आजदेखील ते जातात. डेहरी-ऑन-सोनला सिमेंटचा कारखाना आहे. त्या काळी तेथे कै. बसावन सिंह आणि त्यांची पत्नी कमला सिन्हाच्या नेतृत्वाखाली युनियन अस्तित्वात होती. ट्रकवाल्यांना देखील त्यांचे नाव माहीत होते. बसावन सिंह तर क्रांतिकारी नेता म्हणून त्या भागात प्रसिद्ध होते.

आम्ही काही टॅक्सीवाल्यांना पैसे न घेता आम्हाला घेऊन चलण्याची विनंती केली. तेव्हा दोन टॅक्सीवाले आम्हाला टॅक्सीच्या मागील डिक्कीत बसवून घेऊन जाण्यास तयार झाले. परंतु आम्ही सर्वजण अशा पद्धतीने जाऊ शकत नव्हतो. काही टांगेवाल्यांनी आम्हाला एका गावापर्यंत घेऊन जाण्याचा मोठेपणा दाखवला. तेव्हा आम्ही ट्रकवाल्यांशी बातचित करण्यास सुरुवात केली. एक ट्रकवाला, जो दानापूरमध्ये सिमेंटचे पोते दिल्यानंतर रिकामा परतत होता, तो आम्हाला डेहरी-ऑन-सोनपर्यंत घेऊन जाण्यास तयार झाला. मी आणि शफीक चालकाच्या बाजूस बसलो आणि इतर मंडळी पाठीमागे. त्यामुळे अवधेशजी संतापले. ''रमणिकाजी का म्हणून पुढे बसणार? मी का नाही?''

''मी मागे बसते, तुम्हीच पुढे बसा.'' मी त्यांना शांत करीत म्हणाले.

त्या रिकाम्या ट्रकमध्ये एवढे धक्के बसत होते की, उत्तम प्रकृतीचा माणूसदेखील आजारी पडेल. ट्रकमध्ये पोत्यातून पडलेले सिमेंट सर्वत्र पसरलेले होते. त्यामुळे आम्हाला आणखी त्रास होत होता. परंतु पाटणा ते दानापूरपर्यंत पायी चालण्याचा थकवा आणि दानापूरपासून शेकडो किलोमीटर दूर कच्छच्या रखरखीत जमिनीवर चमकणाऱ्या वाळूची कल्पना आणि आकर्षण; तसेच कर्पुरी ठाकूर आणि रामानंद तिवारीजींच्या आधी पोहोचण्याची लावलेली पैज यामुळे ट्रकचे धक्के, सिमेंटची धूळ आणि वेगाने वाहणाऱ्या वाऱ्याचा जणू आम्हाला विसरच पडला होता. त्या धक्क्यांमुळे आम्ही गार वाऱ्याचा आनंददेखील घेऊ शकलो नाही. आम्हाला पोहोचायचे आहे, फक्त ही एकच नशा आमच्या डोक्यात सळसळत होती. वाटेत लेखानंददेखील आमच्यासोबत मागे बसण्यासाठी आले आणि त्यामुळे आम्ही दुसऱ्या एका साथीदाराला चालकाच्या पाठीमागच्या सीटवर पाठविले. अशा प्रकारे जागेची अदला-बदल करीत, घोषणा देत आम्ही पुढे जात होतो. केव्हा झोप लागली, कळलेदेखील नाही.

सकाळी सात वाजण्याच्या सुमारास ट्रकवाल्याने सिमेंटच्या कारखान्यासमोरच ट्रक थांबवून आम्हाला उठविले. आम्ही डोळे चोळीत उठलो, तेव्हा एकमेकांच्या चेहऱ्यांकडे पाहून सर्वच्या सर्व हसू लागलो. सर्वांचे चेहरे, डोक्यावरील केस आणि कपडे सिमेंटने माखले होते. तसे भुतासारखे चेहरे घेऊन आम्ही ट्रकमधून उतरलो आणि सर्वांत आधी पाण्याच्या शोधात निघालो; जेणेकरून आमचे चेहरे तरी स्पष्ट दिसावेत. तेवढ्यात कुणीतरी ओरडून सावध केले, "पाण्याने तोंड धुऊ नका; आधी झटका, नाहीतर चेहऱ्यावर प्लास्टर होईल!"

असो. स्वत:ला माणसासारखे करून आम्ही समाजवादी पक्षाच्या संघटनेच्या कार्यालयाचा पत्ता विचारीत-विचारीत तेथे पोहोचलो. लोकांना आम्ही येण्याची कुणकुण लागली होती, परंतु वेळ निश्चित माहीत नव्हता. समाजवादी पक्ष आणि संयुक्त समाजवादी हे दोन्ही पक्ष कच्छ आंदोलनात सहभागी होते. परंतु दोन्हींच्या कार्यपद्धतीत कमालीचा फरक तर होताच; पण त्याबरोबरच वैयक्तिक पातळीवर मतभेद आणि मनभेददेखील होता. तरीदेखील लोकांनी आम्हाला न्याहारी दिली आणि पुढे जाण्याचा मार्ग सुचविला. डेहरी-ऑन-सोनमध्येच आम्ही काही सभा घेतल्या आणि निधी जमा केला; जेणेकरून साबण वगैरे विकत घेता येईल. तसे पाहता, एक-दोघांना सोडून सर्वांजवळ कपड्याचे एक किंवा दोन जोड होते; जेणेकरून वाटेत ते धुऊन कपडे बदलता यावेत. अंथरण्या-पांघरण्यासाठी एक-एक चादरदेखील आम्ही आपल्याजवळ ठेवली होती. तसे आमचे अंथरूण कधी जमिनीवर, तर कधी ट्रकच्या छतावर किंवा ट्रकच्या मागच्या डोलाऱ्यात किंवा एखाद्या टांग्याच्या फळीवर असायचे. उन्हाळ्याचे दिवस होते. त्यामुळे आकाशाचे पांघरूण पुरेसे होते.

डेहरी-ऑन-सोन येथे एक जुना मित्र भेटला. तो आग्रहाने आम्हाला आपल्या घरी घेऊन गेला. त्याची पत्नी कुसुमने आम्हाला मोठ्या प्रेमाने सकाळचे जेवण जेवू घातले. तिने कच्छला जाण्याचे कारण विचारल्यावर जेव्हा मी तिला स्त्रियांचा सहभाग कसा आवश्यक आहे, हे सांगितले आणि तिलादेखील बरोबर येण्याचा आग्रह केला; तेव्हा ती आपल्या कपड्यांचे गाठोडे बांधून आमच्या सोबत येण्यास ताबडतोब तयार होऊन आली, हे पाहून आम्ही आश्चर्यचकितच झालो. मी कधी तिच्या नवऱ्याच्या तोंडाकडे, तर कधी तिच्या तोंडाकडे पाहू लागले. कुसुम आणि तिचा पती दोघेही दलित होते, परंतु कारखान्यातील नोकरीमुळे त्यांचे राहणीमान कनिष्ठ-मध्यम वर्गासारखे झाले होते. तिच्या नवऱ्यानेदेखील हसत म्हटले, "ठीक आहे, जा. मुलांना मी आणि आई सांभाळू."

आमच्या तुकडीत ती स्त्री सहभागी झाल्याने आमचे मनोधैर्य तर वाढलेच,

त्याचबरोबर आमच्या सोबत आलेले जे सोबती वाटेतील अडचणी पाहून घाबरले होते आणि परत जाऊ इच्छित होते, त्यांना लाज वाटली आणि त्यांनी आमची साथ सोडण्याचा आपला विचार आता बदलला. या तुकडीत मी, शफीक, अवधेश सिंह आणि लेखानंद झा या दौऱ्याच्या उद्देशाचे माहीतगार होतो आणि याच्या कार्यपद्धती -विषयीदेखील आम्ही बांधील होतो. आता आमच्यासोबत कुसुमदेखील सहभागी झाली होती. या वेळी आम्ही टॅक्सीच्या डिक्कीमध्ये बसून मोहनियापर्यंत पोहोचलो. मोहनियाच्या तपासणी नाक्यावर नियुक्त असलेल्या शिपायांना आणि अधिकाऱ्यांना आम्ही आमचा उद्देश सांगितला. बरेचसे ट्रकवालेदेखील तेथे जमा झाले होते. दोन-तीन ट्रकवाले चालकाच्या वरच्या छतावर किंवा चालकाच्या बाजूच्या जागेवर दोन-दोन, तीन-तीन करून आम्हा लोकांना बसवून घेऊन जाण्यास तयार झाले. बहुतेकदा ते प्रवाशांना अशा पद्धतीने घेऊन जातात आणि त्यांच्याकडून पैसेदेखील घेतात.

ते म्हणाले, "तुम्ही देशासाठी ट्रकमध्ये बसून जाण्यास तयार आहात, तर मग आम्ही एक दिवसाची आमची कमाई सोडू शकत नाही का? चला बाईसाहेब, आम्ही तुम्हा सर्वांना बनारसपर्यंत घेऊन जातो. परंतु आम्ही बनारस शहराच्या आत जाणार नाही; तुम्हाला बाहेरच सोडू. तेथून तुम्हाला पायी जावे लागेल.''

आंधळ्याला काय, दोन डोळेच हवे असतात. आम्ही आमच्या पथकाला तीन भागांत विभागले— शफीक आलमच्या नेतृत्वात दोन सोबती, लेखानंदच्या नेतृत्वात तीन सोबती आणि मी आपल्यासोबत कुसुम आणि इतर दोन साथीदारांना घेऊन ट्रकच्या छतावर जाऊन बसले. रात्री ट्रकच्या छतावर झोपण्याचा आनंद असतो, तो कदाचित कुठेच मिळणार नाही. वेगवान थंड वाऱ्यात मी आणि कुसुम दोघीही छतावर आरामात झोपू शकत होतो. एक सोबती एकीकडे पाय पसरून बसला आणि एका सोबत्याला चालकाच्या बाजूच्या जागेवर बसविण्यात आले. ट्रकवाल्याने एवढी मात्र काळजी घेतली की, छतावर आमच्यासोबत इतर कुठल्याही प्रवाशाला चढू दिले नाही. परंतु अन्य सोबत्यांबरोबर आणखी काही प्रवासी बसविण्यात आले होते. जोरदार गार वाऱ्याच्या झोताने आणि झोपेच्या डुलक्यांनी सर्व थकवा दूर झाला. कच्छची दलदली जमीन आणि वाळवंटी हवा आम्हाला जवळ येताना दिसत होती.

आम्ही बनारसला पोहोचण्यापूर्वीच जनतेला वर्तमानपत्रांतून माहिती मिळाली होती की, बारा लोकांची ही तुकडी, ज्यात स्त्री-नेत्यादेखील सहभागी आहेत, कुठल्याही वेळी बनारसला पोहोचेल. त्यामुळे आम्ही जी. टी. रोडवरून शहरात पायी प्रवेश केला, तेव्हा शेकडो लोकांच्या नजरा आमच्याकडे प्रेमाने पाहत होत्या.

आम्ही घोषणा देण्यास सुरुवात केली आणि कोपरा सभा घेतल्या. काही लोक आमच्यासोबत आले. आम्ही बाहेरील मुख्य रस्त्यावरून निगम-घाटाकडे निघालो. लोकांचे सहकार्यदेखील मिळाले. या आंदोलनात जनसंघाचे लोकदेखील सहभागी असल्याने कित्येक शेठजींनी आपल्या बैठकांवर बसण्याचा मान देऊन आम्हाला नाश्ता दिला आणि कित्येक मिठाईवाल्यांनी जेवणदेखील दिले. पानवाल्यांनी पानदेखील फुकट दिले. संध्याकाळ होत असताना काही पत्रकारबंधूंनी आम्हाला शोधून काढलेच. आमचा पुढचा मुक्काम आणि बनारसमध्ये झालेल्या सर्व सभांचा वृत्तांत घेऊन ते बातम्या देण्यासाठी निघून गेले. नंतर संध्याकाळी आम्ही जी. टी. रोडवर पोहोचलो. तेथे आम्ही अलाहाबादला जाण्यासाठी काही वाहन मिळते काय याचा शोध घेण्यास सुरुवात केली.

तेथून आम्ही वेगवेगळ्या ट्रकमध्ये चढलो. काही जणांना ट्रकमध्ये जागा मिळाली नाही, तेव्हा कारच्या एका ताफ्याने त्यांना लिफ्ट दिली. परंतु हे सर्व ट्रक सरळ अलाहाबादला न जाता वाटेतच थांबले.

ज्या ट्रकमध्ये मी, कुसुम आणि लेखानंद बसलो होतो; त्या ट्रकचालकाच्या देहबोलीवरून जाणवले की, त्याची नजर वाईट आहे. लेखानंद चालकाच्या बाजूस कडेला बसले होते, डाव्या बाजूस कुसुम आणि मी. वाटेत कुसुम काहीतरी अस्वस्थ असल्यासारखे मला जाणवले. चालकदेखील काही तरी विचित्र चाळे करताना दिसला. तो कधीकधी कुठला तरी डायलॉग म्हणत होता. मी एक-दोनदा त्याला गप्प राहण्यास सांगितले. पण त्याने न ऐकल्यासारखे केले. मी मनातल्या मनात निश्चय केला आणि लेखानंदला इशाऱ्याने सांगितले की, रस्त्यात जो पहिला ढाबा येईल, तेथे गाडी थांबवून उतरायचे आहे. एक-दोन तासांच्या प्रवासानंतर एक मोठा ढाबा दिसला. मी चालकाला गाडी थांबवून आम्हाला उतरविण्यास सांगितले; जेणेकरून आम्हास जेवता येईल. माझा इशारा समजून कुसुमनेदेखील पोट दुखण्याचे निमित्त करून विश्रांतीची इच्छा दर्शविली. ती फार भांबावलेली दिसत होती. ट्रकचालकाने गाडी थांबवली. आम्ही आपले सामान भराभर गोळा करून उतरलो आणि ड्रायव्हरचे आभार मानीत म्हणालो, "आम्ही आता येथेच आराम करतो."

तो म्हणाला- "ओ नई बीबी, ये ढाबे बड्डे खतरनाक होते है। मेरे तो थोनू क्यूँ डर लगदा है?" तो म्हणाला- "ए बाई, हे ढाबे फार धोकादायक असतात. तुम्हाला माझी भीती का म्हणून वाटते?"

लगेचच कुसुम म्हणाली- "नाही-नाही, आम्ही या गाडीतून जाणार नाही."

असो. आम्ही हट्टास पेटून उतरलो आणि इतर साथीदारांच्या येण्याची वाट पाहू लागलो. तो चालकदेखील तेथेच थांबला आणि आपल्या क्लीनरसोबत एका

खाटेवर जाऊन बसला आणि म्हणाला- "अच्छा देखदें है कब तक नईं जांदियाँ, असाँ ने बी नई जाना, असी लैके जावाँगे ऐना नूँ! देखदें हैं केडा गड्डीवाला ऐना नूँ लै जाँदा है" ... 'ठीक आहे, बघू किती वेळ हे लोक तेथून जाणार नाहीत? आम्हीदेखील जाणार नाही. आम्ही तर आता यांना सोबत घेऊनच जाऊ. बघू कुठला गाडीवाला यांना घेऊन जातो!'

कुसुम भीतीने मला बिलगत होती. लेखानंद आणि मी तिला धीर देत होतो. ढाब्याच्या दुसऱ्या टोकाला जाऊन आम्ही बाजेवर बसलो. तेव्हा तो चालकदेखील तेथेच शेजारच्या बाजेवर येऊन बसला. प्रकरण गंभीर होत चालले होते. परंतु आम्ही डगमगलो नाही. मी लेखानंदला म्हणाले- "जा, रस्त्याच्या कडेला तळ ठोका आणि येणाऱ्या आपल्या साथीदारांना येथेच उतरवून घ्या."

काही अर्ध्या तासानंतर, तर काही एक तासानंतर... हळूहळू सर्व सोबती ट्रकमधून उतरून आम्हाला येऊन भेटले. आता आम्ही पुन्हा बाराजण झालो. तेथे तर अनेक ट्रकवाले होते. मघाचा तो ड्रायव्हर इतरांना आपल्याकडे वळविण्याचा प्रयत्न करीत होता. धनबादचा मुलगादेखील एका ट्रकमधून उतरला. तोदेखील ट्रकमधून रडतच उतरला आणि त्याने आम्हाला सांगितले की, रस्त्यात ट्रकचालकाने त्याच्याशी खोडसळपणा केला. आता आम्ही तरी काय करू शकत होतो? त्याचे बोलणे ऐकून कुसुम रडू लागली आणि म्हणाली, "ताई, रस्त्यात तो ड्रायव्हर माझी सारखी छेड काढत होता."

तेव्हा मी तिला म्हणाले, "बघ हे, आधी तर तू रडणे थांबव आणि आपण कुणाला घाबरणाऱ्या नाहीत, असे दाखव. तेव्हाच आपण यांच्या वाईट हेतूचा सामना करू शकू. दुसरे म्हणजे, जरी यांनी आपल्याशी खोडसाळपणा केला, तरी देखील तू ते त्या प्रकारे घेऊ नकोस. आपल्यासोबत घडलेली ही घटना देशासाठी आपले बलिदान मानली जाईल. आपण एका उद्देशाने चाललो आहोत. मार्गातील हे अडथळे आहेत, जे सहन करावेच लागतील. अशा परिस्थितीत जे काही घडेल, त्यामुळे आपली बदनामी तर होणार नाहीच; उलट त्यांच्याशी सामना करण्याने आपले मोठेपण सिद्ध होईल. रशियावर जेव्हा हिटलरने आक्रमण केले होते आणि जर्मन सैन्य बऱ्याच आतपर्यंत पोहोचले, तेव्हा तरुण रशियन मुली आपल्या अब्रूची पर्वा न करता शत्रूंच्या गुप्त बातम्या आपल्या देशवासीयांना आणून देण्यासाठी पूर्ण रात्र जर्मन अधिकाऱ्यांच्या छावणीमध्ये घालवीत होत्या. जर्मन अधिकाऱ्यांनी भलेही त्यांच्या शरीराचे शोषण केले असेल, परंतु वास्तवात त्या मुली आपल्या देशाला वाचविण्याच्या महत्त्वाच्या कामासाठी आपल्या देहाचा वापर होऊ देत होत्या. आपणदेखील कुठल्याही प्रसंगाला भिऊन चालणार नाही."

मी तिला खूप उदाहरणे देऊन समजावून सांगितले. आता आमच्या सोबत्यांचे मनोधैर्य वाढले. आम्ही सर्व मिळून हातात हात घालून बसलो. काहीही झाले तरी त्या ट्रकमधून कुणीच जाणार नाही. तो ट्रकवाला दुसऱ्या ट्रकवाल्यांना आम्हाला घेऊन जाण्यास मनाई करीत होता. संध्याकाळ होत आली होती. रात्री काहीही होऊ शकत होते. परंतु तेवढ्यात अँबॅसिडर कारचा एक ताफा तेथे आला. त्यांच्यात एक ड्रायव्हर मला थोडा शिकला-सवरलेला वाटत होता. मी त्या ड्रायव्हरला त्या ट्रकचालकाचा वाईट हेतू सांगितला. मग तो ड्रायव्हर आम्हाला घेऊन जाण्यास तयार झाला. ते ट्रक ड्रायव्हर आता दोन गटांत विभागले. एक आमच्या बाजूने आणि दुसरा गट त्या गलिच्छ ट्रक ड्रायव्हरच्या बाजूने. तेवढ्यात कुसुम आणि लेखानंदला बरोबर घेऊन मी एका कारमध्ये जाऊन बसले आणि कार निघाली. तो ट्रक ड्रायव्हर बघतच राहिला. आमच्या कारचा पाठलाग करण्याची त्याची हिम्मत झाली नाही. इतर सोबतीदेखील दुसऱ्या कारमध्ये बसून आले. कारचा हा ताफा अलाहाबादला आल्यावरच थांबला.

कुसुम आणि धनबादचा तो मुलगा खूप उदास होते. मी त्यांना वारंवार हेच समजावत होते की, हे सर्व तर या खेळाचा 'Part of the game' एक भाग आहे. आमचे ध्येय कच्छला पोहोचण्याचे आहे. वाटेत कुठलेही संकट आले, तरी त्याचा सामना करावा लागेल. त्याला रडत-रडत तोंड देण्यापेक्षा त्याच्याशी झुंज देत हसत-हसत सामना करणे चांगले. अलाहाबादेतदेखील आमच्या येण्याची बातमी वर्तमानपत्रांत प्रसिद्ध झाली होती. पक्षाच्या कार्यालयात आणि कित्येक वस्त्यांत लोक आमच्या स्वागतासाठी तयार होते. जवळजवळ सात-आठ चौकसभा घेऊन आणि वाटखर्चाची रक्कम जमा झाल्यानंतर आम्ही कानपूरला निघालो. जी. टी. रोडवर पायी आलो. एका गाडीत दोन, तर एका गाडीत तीन जण अशा रीतीने बसलो. कानपूरच्या बाहेर ढाब्यामध्ये आम्ही तुकडीतील इतर सदस्यांची वाट पाहत होतो. कारण ट्रकवाले आपली लहर, वेळ आणि सोईनुसार निघत होते. असो. कानपूरनंतर आमचा मुक्काम गाझियाबादलाच होता. एक प्रकारे हा दिल्लीच्या आधीचा शेवटचा मुक्काम होता.

जी. टी. रोडपासून कानपूर शहर फार दूर आहे. एकही रिक्षावाला आम्हाला फुकट घेऊन जाण्यास तयार नव्हता आणि पैसे देऊन कुठल्याही वाहनात न बसण्याचा आम्ही निर्धार केला होता. त्यामुळे आम्ही पायीच निघालो आणि बऱ्याच वेळानंतर बाजारात पोहोचलो. प्रकाश (माझे पती) त्या वेळी कानपूरमध्ये क्षेत्रीय क़ामगार आयुक्त (केंद्रीय) पदावर नियुक्त होते. त्यामुळे मी सर्वांना आपल्या घरी घेऊन गेले. थकल्या-भागल्यांना थोडा आराम मिळाला. घरात मोलकरीण होती.

मुले शाळेत गेली होती. घरमालकीण मला ओळखत होती. मोलकरणीने माझा घरात टांगलेल्या फोटोतील चेहरा माझ्या चेहऱ्याशी मिळता-जुळता पाहून मला ओळखले. फोनवरून मी प्रकाशला आपल्या पथकासहित आल्याचे सांगितले. घरात जे तयार होते, ते खाऊन आम्ही बैठकीसाठी निघालो.

आम्ही बाजारात पोहोचलो. काही दुकानदार म्हणाले- "संध्याकाळ झाली आहे. निधी मागण्यास उद्या या." रिवाजानुसार लोक संध्याकाळी पैसे देत नाहीत. कारण तसे करणे म्हणजे लक्ष्मीला हाकलून लावल्यासारखे समजतात. मग आम्ही बैठक उरकून परतलो. रात्री लोक आमच्याच घरी कसे तरी–कुणी खोलीत, कुणी व्हरांड्यात झोपले. प्रकाश मला सारखे रागवत होते. मी सरकारविरोधी आंदोलनकर्त्यांना त्यांच्या घरात आणले आहे, त्यामुळे त्यांची नोकरी धोक्यात येईल की काय, अशी भीती त्यांना वाटत होती. मी त्यांना सारखे सांगत होते की, पत्नीला स्वतंत्र विचार करण्याचा अधिकार आहे. त्यामुळे माझा घरी येण्याचा अधिकार सरकार रोखू शकत नाही. तेव्हा ते उपहासाने म्हणाले, "पण तू एकटी कुठे आली आहेस? एवढ्या फौजेसोबत आली आहेस ना?"

मी उत्तर दिले, "तुम्ही म्हणाल तर मी या फौजेसहित घराबाहेर जाते. आम्ही रस्त्याच्या कडेला विश्रांती घेऊ. का त्यालादेखील तुम्ही किंवा तुमचे सरकार अडवेल?"

रात्रभर मी आणि प्रकाश याच विषयावर भांडत होतो. दुसऱ्या दिवशी सकाळीच अंघोळ करून पक्षाच्या कार्यालयात गेल्यानंतर तेथून आम्ही शहरातील निरनिराळ्या भागांत बैठका घेतल्या. कानपूर शहरात एक विलक्षण अनुभव आला. बैठकांनंतर जेव्हा आम्ही निधी मागत होतो, तेव्हा पानवाला दहा रुपये देत होता. फेरीवाला पाच रुपये आणि जाणारे-येणारे एक किंवा दोन रुपयेदेखील देत होते. त्याच वेळी मिरचीचे मोठ-मोठे घाऊक व्यापारी आणि धन्नासेठ आपल्या दुकानातून चालत येत आणि आम्हाला पाच किंवा दहा पैशाचे नाणे देत. आम्ही तर ते सर्वच घेत होतो, परंतु देशभावनेबद्दलचा त्यांचा हा कंजूषपणा मनात कटुता निर्माण करीत आंबट व तुरटपणा निपटून टाकत होता. शेवटी एवढा फरक का? देशाबद्दल किती संकुचित मनोवृत्तीचे आहेत हे सेठ? त्या सर्वांच्या दुकानांवर जनसंघाचे झेंडे लावले होते. ही तीच मंडळी होती, जी राष्ट्रप्रेमाच्या घोषणा देताना थकत नव्हती.

जवळपास तीनच्या सुमारास आम्ही कानपूरहून जी. टी. रोडकडे निघालो. तेव्हा रस्ता विसरलो. आता काय करावे, याचा निर्णय घ्यायचा होता. तुकडीचा नेता तर शफीक आलम होता. मी तर उपनेता होते. परंतु कुठलाही महत्त्वपूर्ण निर्णय सर्व जण माझ्यावरच सोपवीत होते. बरेच दिवस झाले होते आणि पत्रकारांना आम्ही

उद्यापर्यंत दिल्लीला पोहोचणार असल्याचेदेखील सांगितले होते. त्यामुळे रात्र असो की दिवस, आम्हाला आमचा प्रवास सुरूच ठेवावा लागेल— असा आम्ही निर्णय घेतला. आमचे कपडे खूप मळले होते. कारण डेहरी-ऑन-सोननंतर कुठेतरी थांबून कपडे धुण्यासाठी वेळ मिळाला नव्हता. तरीदेखील मी सर्वांना दिल्लीमध्ये तीन दिवस थांबून सर्व कामे आटोपण्याचा सल्ला दिला. आम्ही रात्री नऊच्या सुमारास जी. टी. रोडवर पोहोचलो. तेथून आम्हाला ज्या गाड्या मिळाल्या, त्यांनी आम्हाला सरळ दिल्लीला न नेता रस्त्यातच एका ढाब्यावर उतरविले. त्यांना दिल्लीला जायचे नव्हते.

दुसऱ्या दिवशी संध्याकाळी काही ट्रकवाले आम्हाला गाझियाबादपर्यंत घेऊन जाण्यास तयार झाले. आम्ही सर्व जण गाझियाबादला एकाच वेळी एकदाचे सुखरूप पोहोचलो. आम्हाला जेथे उतरविण्यात आले होते, तेथून गाझियाबाद आणि दिल्लीच्या तपासणी नाक्याकडे पायीच चालू लागलो. काही लोकांना आम्ही तपासणी नाक्याचा रस्ता विचारला. एका सरदारजीला मी पंजाबी भाषेत रस्ता विचारला आणि आम्ही बिहारमधून येत असल्याचे तसेच कच्छला जात असल्याचे त्याला सांगितले.

"तर मग तुम्ही पंजाबी कसे बोलता? तुम्ही तर बिहारी आहात!" सरदार शंकित होऊन म्हणाला.

"मला तर तमिळदेखील बोलता येते, बंगाली आणि इंग्रजीदेखील. यात काय अवघड आहे?" मी मोठपणाच्या तोऱ्यात आपले ज्ञान हिंदीत पाजळले.

"मग तर तुमची नक्कीच एखाद्या चोरट्या व्यापाराची टोळी आहे; ज्यांना एवढ्या भाषा येतात! मी आता गाझियाबादच्या सीमा सुरक्षा पोलिसाला कळवितो. बघतो तुम्ही दिल्लीला कसे जाता!" सरदार रुबाबात म्हणाला.

आता सरदारदेखील आमच्या सोबत आला. त्याचा हेतू चांगला नव्हता. तो आमच्या पथकाला चोरट्या व्यापाराची टोळी संबोधून गाझियाबाद सीमा सुरक्षा पोलिसाशी संगनमत करून काही तरी कट करण्याच्या उद्देशाने आमच्या सोबत येत होता. आम्ही गाझियाबाद सीमा सुरक्षा पोलिसाच्या मदतीने दिल्लीची बस पकडण्यासाठी त्याच्याबरोबर जात होतो, कारण रस्ता त्यालाच माहीत होता. गाझियाबादला पोहोचल्यावर सरदारजीच्या वागणुकीची तक्रार पोलिसांकडे करून त्याला पोलिसांच्या स्वाधीन करणे, हादेखील आमचा उद्देश होता. सरदार आमच्या थोडे पुढे जाऊन आम्ही पोहोचण्यापूर्वीच गाझियाबादच्या पोलिसाशी कानगोष्टी करू लागला. शेजारी असलेले दिल्ली तपासणी नाक्याचे पोलीसदेखील त्याच्या बाजूने झाले आणि तेदेखील आम्हाला उलट-सुलट बोलू लागले. आता आमचे साथीदार घाबरले. मी

जेव्हा प्रकरण चिघळत असल्याचे पाहिले, तेव्हा गाझियाबादच्या पोलिसांकडे दुर्लक्ष करून सरळ दिल्ली पोलीस अधिकाऱ्याकडे गेले आणि आम्ही आल्याची सूचना फोनवरून ताबडतोब रामसेवक यादव (जे त्या काळी संयुक्त समाजवादी पक्षाचे खासदार होते) यांना देण्यास त्यांना सांगितले. तसेच आम्हाला दिल्लीला त्यांच्या घरापर्यंत जाणाऱ्या एखाद्या बसमध्ये बसवून देण्यासाठी त्यांना सांगितले. मी त्यांना आपल्या येण्याचा उद्देशदेखील सांगितला आणि सर्व सोबत्यांची ओळख करून दिली. त्यांनी आपल्या शिपायांना रागावूनच खोलीत बोलविले आणि ते म्हणाले, "तुम्हाला माणसं ओळखता येत नाहीत?"

नंतर त्यांनी दिल्लीला जाणारी एका बस थांबवून त्यात आम्हाला बसविले आणि म्हणाले, "साऊथ ॲव्हेन्यूच्या सर्वांत जवळच्या वळणावर यांना सोडा. शक्य झाल्यास यांना तेथे पोहोचवा किंवा दुसरे वाहन करून द्या."

आम्ही त्यांना सांगितले, "आम्ही वाहन करणार नाही, कारण प्रवासभाडे देखील न देण्याचा संकल्प आम्ही केलेला आहे. त्यामुळे बस ड्रायव्हरने आम्हाला घराजवळच कुठे तरी उतरवावे; पुढे आम्ही पायी जाऊ."

आम्ही बसमध्ये बसून दिल्लीला निघालो. बसमध्ये आमच्याशिवाय फक्त पाच प्रवासी होते. यमुना नदी ओलांडल्यानंतर तेदेखील उतरले.

आता बसवाला म्हणाला- "बाईसाहेब, तुम्ही दिल्लीच्या जुन्या स्टेशनला उतरा, याच्या पुढे तर आमची बस जाणार नाही. ऑटोरिक्षावाल्यांचा देखील आज संप आहे. सायकलरिक्षा तिकडे जात नाही. म्हणून येथेच कुठेतरी थांबा. सकाळी जा किंवा बसमध्येच झोपा."

आम्हाला बसमध्ये झोपणे योग्य वाटले नाही आणि थोडीशी भीतीदेखील वाटली. वारा फार गार होता, परंतु चांदणे पडले होते. आम्ही पायीच जाण्याचा निर्णय घेतला. रस्ता बरोबर माहीत नव्हता, तरीदेखील आम्ही अंदाजाने चालत होतो. रस्ते निर्मनुष्य होते. रस्ता विचारण्यासाठी कुणी माणूसदेखील दिसत नव्हता. चांदणी चौक, दरियागंज आणि कॅनॉट प्लेसचे नाव ऐकले होते. थोडी-थोडी माहितीदेखील होती. आधी जामा मशीद, नंतर दरियागंजमधील प्रसिद्ध मोती महल हॉटेलचा बोर्ड पाहून आमच्या जीवात जीव आला. कारण रस्ता बरोबर होता. मी दिल्लीत तीन-चार वर्षे राहिले होते. त्यामुळे काही प्रमाणात दिशाज्ञान होते. संसद भवनापर्यंत तर आम्ही पोहोचलो. परंतु साऊथ ॲव्हेन्यू आणि नॉर्थ ॲव्हेन्यू यामध्ये घोटाळा झाला. कसेबसे साऊथ ॲव्हेन्यूमध्ये रामसेवकजींच्या फ्लॅटवर आम्ही पोहोचलो. त्यांचे निवासस्थान खालच्या मजल्यावरच होते. घराला कुलूप लागले होते. रात्रीचे अडीच-तीन वाजून गेले होते. आता काय करावे? आम्ही बारा जण

त्यांच्या व्हरांड्यात एकमेकांना चिकटून बसलो.

कितीही गैरसोय असली तरी झोप आपले कर्तव्य सोडीत नसते आणि माणसाची तर प्रवृत्तीच असते की, थोडीशी जरी संधी मिळाली की तो डोळे झाकतोच. तशीही झोप तर बंद डोळ्यांवर फिदा असते. त्यामुळे ही झोप न जाणो केव्हा येऊन आम्हा सर्वांच्या डोळ्यांत आरामात सामावली, ते आम्हाला कळालेच नाही. जवळपास सात वाजण्याच्या सुमारास रामसेवकजींनीच येऊन आम्हाला जागे केले. ते कुठेतरी बाहेर गेले होते. असो. गरम-गरम चहा मिळाला. त्यानंतर आम्ही त्यांना दिल्लीच्या अधिकाऱ्याला वगळून दिल्ली आणि गाझियाबादच्या पोलीस शिपायांच्या वाईट वागणुकीचा किस्सा सांगितला. त्यांनी आम्हाला शेजारच्या एम. पी. कँटीनमध्ये नाश्त्यासाठी पाठविले. ते स्वत: एकटेच राहत होते. त्यांनी आम्हाला त्या दिवशी पूर्णपणे आराम करण्यास बजावले आणि घराची एक चावी देऊन ते संसद भवनात गेले. त्या काळात टी. व्ही. नव्हता. काही जण दिल्ली पाहण्यास गेले. अवधेश सिंहजींजवळ निधीचे पैसे होते, जे आम्ही कच्छला पोहोचण्यासाठी राखून ठेवले होते. संध्याकाळी जेव्हा सर्व परतले, तेव्हा अवधेशजींनी स्वत:साठी कपड्याचे दोन जोड विकत आणल्याचे आम्हाला दिसले. लेखानंद झा आणि मी त्यांच्याकडे प्रश्नार्थक नजरेने पाहिले. ''वा! निधीच्या पैशातून कपडे आणणार नाही, तर कुठून आणणार? आम्ही कुठे काही कमावतो का?''

तेव्हा लेखानंद म्हणाले, ''हा नियम केवळ तुम्हालाच कसा लागू पडेल? सर्वांनाच लागू पडेल ना?''

मी म्हणाले, ''सर्वांत आधी धनबादच्या विद्यार्थ्याला कपडे हवेत. इतर लोकांजवळ तर काही-ना-काही तरी आहे. खरे तर कुणाचाही सल्ला न घेता अशा प्रकारे पैसा खर्च करणे योग्य नाही. माझ्या मते, तो पैसा खर्च करायलाच नको होता.''

परंतु आता अवधेशबाबूंनी स्वत:साठी पैसा खर्च केलाच होता, त्यामुळे सर्वांसाठी कपड्याचा एक-एक जोड विकत घेण्याचा निर्णय झाला.

दुसऱ्या दिवशी सकाळी वर्तमानपत्रात मुखपृष्ठावर माझ्या फोटोसहित बातमी छापल्याचे आम्ही पाहिले. पोलिसांनी आम्हाला दिलेल्या वाईट वागणुकीचा प्रश्न रामसेवक यादवजींनी लोकसभेत मांडला होता. वर्तमानपत्रात याचा विस्ताराने आढावा आणि आमच्या दौऱ्याचा उद्देशदेखील छापून आला होता. पोलिसांच्या महानिरीक्षकांनी रामसेवकजींच्या घरी येऊन आमची माफीदेखील मागितली. ही बातमी एवढी मोठी होईल, याची आम्हाला कल्पना नव्हती. असो. त्या दिवशी बरेच पत्रकार आम्हाला भेटण्यासाठी आले आणि ते लोक माझी, शफीक आलम,

लेखानंद आणि कुसुमची मुलाखत घेऊन परत गेले.

संयुक्त समाजवादी पक्षाचे राष्ट्रीय अध्यक्ष एस. एम. जोशी आम्हाला येऊन भेटले आणि त्यांनी आमच्या प्रवासातील सर्व अडचणींचा आढावा ऐकला. या दरम्यान पक्षाचे कित्येक वरिष्ठ खासदार आणि सहकारी आळीपाळीने आमच्या जेवणाची व्यवस्था करीत होते. त्यात आसामचे बेजबरण बरुआ (खासदार) देखील होते. कुठल्याही परिस्थितीत ट्रकमध्ये बसून न जाण्याची ताकीद जोशीजींनी आम्हाला दिली. त्यांनी सर्व खासदारांना आम्हाला मदत करण्यासाठी आवाहन केले आणि आम्हाला रेल्वेने जाण्याचा सल्ला दिला. या दरम्यान मी दिल्ली ट्रक असोसिएशनवाल्यांकडे जाऊन बोलले होते. ते आम्हाला अहमदाबादकडे जाणाऱ्या ट्रकमध्ये घेऊन जाण्यास तयार होते. कदाचित मी रेल्वेने जाण्याचे स्वीकारले नसते, परंतु आमचे इतर साथीदार जोशीजींची सूचना म्हणजे 'पडत्या फळाची आज्ञा' मानून रेल्वेने जाण्याचा आग्रह करू लागले. आम्ही पास घेऊन संसद भवनाला गेलो आणि तेथे खासदारांना निधी मागितला. मी पतियाळाच्या महाराणींनादेखील भेटले. मी लेफ्टनंट कर्नल डॉ. प्यारेलाल बेदींची मुलगी असल्याचे त्यांना सांगितले. माझे वडील पतियाळामध्ये महाराणींच्याच सेनेत होते. त्यांना फार आनंद झाला. त्यांनी मला शंभर रुपयांचा निधी दिला. इतर सर्वांकडून आम्ही दहा-दहा रुपयांचा निधी घेत होतो.

याच दरम्यान माझा भाऊ रवी बेदी, विमलवहिनी आणि त्यांच्या मुलांना टिळक मार्गावर त्यांच्या घरी जाऊन मी भेटले. माझा भाऊ टाइम्स ऑफ इंडियाचा चीफ फोटोग्राफर होता. रात्री येऊन मी माझ्या साथीदारांच्या सोबतच रामसेवकजींच्या फ्लॅटमध्ये राहत होते. दिल्लीमध्ये आम्ही बऱ्याच कोपरा व चौक सभा घेतल्या आणि कच्छच्या आंदोलनात भाग घेण्यास लोकांना आवाहन केले. बरेच पत्रकार आमची मुलाखत घेण्यासाठी आले आणि त्यामुळे आमच्या आंदोलनाचा वर्तमानपत्रांतून बराच प्रचार-प्रसारदेखील झाला. आम्ही इतरांच्या टीकेकडे दुर्लक्ष करीत आणि रस्त्यातील संकटांना तोंड देत-देत इथपर्यंत आलो होतो. एस. एम. जोशी आणि पक्षाच्या इतर नेत्यांच्या दबावापुढे आम्हाला नमावे लागले. कारण त्यांच्या दबावात कुठलाच पूर्वग्रह नव्हता. कुठलाच स्वार्थ नव्हता. त्यांना फक्त आमची चिंता होती. आमच्याबद्दल सद्भावना होती. आणि आमचा उद्देश पूर्ण व्हावा, अशी मनोकामना होती. आम्ही पत्करलेला धोका आणि धैर्यामुळे आणखीन जास्त प्रसिद्धी मिळावी म्हणून त्या सर्वांनी मिळून आमची एक पत्रकार परिषद आयोजित केली.

सभासदांनी दिलेल्या निधीतील पैशामुळे आम्ही रेल्वेत बसलो आणि रेल्वेच्या खिडकीतून आपला ध्वज फडकावीत निघालो. पक्षाने अहमदाबादमधील पक्षकार्यकर्त्यांना

आमच्या येण्याची सूचना दिली होती. पक्षाचे लोक प्लॅटफॉर्मवर आम्हाला भेटतील, असे आम्हाला सांगण्यात आले होते. अहमदाबाद स्टेशनवर आम्ही रेल्वेगाडीच्या दारात उभे राहिलो. स्टेशनवर लाल झेंडे, घोषणा आणि वर उंचवणाऱ्या मुठींतील जोश पाहून प्रवासातील आमचा सर्व थकवा दूर पळाला. आरक्षण न झाल्याने हा प्रवास आम्ही खाली बसूनच केला होता. एकमेकांना उठवून-बसवून आम्ही आळीपाळीने झोपत होतो. आम्ही बारा जण होतो. त्यामुळे नऊ जणांना बसवून तिघे आराम करीत होते. तरीदेखील मनात अपराधी भावना होती. स्त्रियांना प्राधान्य दिल्यावर विशेषत: अवधेशजी फार चिडत होते. अहमदाबाद स्टेशनवर पक्षकार्यकर्ते आम्हाला कार्यालयापर्यंत रिक्षाने घेऊन गेले. अहमदाबादला आम्ही एक-दोन सभा घेतल्या, परंतु वेळेच्या अभावामुळे आम्ही ना निधी गोळा करू शकलो, ना वाटखर्चासाठी काही जमवू शकलो. पक्षकार्यकर्ते कदाचित तेथे पक्षाची स्थिती एवढी चांगली नव्हती की, ते आम्हाला काही मदत करू शकतील. तरीदेखील त्यांनी आम्हाला नाश्त्यासाठी गाठी-शेव आणि पोहे देऊन बसमध्ये बसविले. काही केळीदेखील दिली. बसमध्ये फार गर्दी होती. प्रवास लांबचा होता.

गुजरातमध्ये गांधी-टोपी घालण्याची पद्धत मोठ्या प्रमाणावर आहे. गम्मत म्हणजे, त्या काळी बिहारमध्ये गांधी-टोपीविषयी घृणा निर्माण झाली होती. बिहारमध्ये समाजवाद्यांच्या पोषाखाला मोठा सन्मान प्राप्त झाला होता. बसमध्ये बहुतेकांनी गांधी-टोपी घातली होती. जणू आम्ही काँग्रेसच्या बसमध्ये बसलो आहोत, असे आम्हाला वाटत होते. माझ्याशेजारी धोतर-शर्ट आणि गांधी-टोपी घातलेले सद्‌गृहस्थ बसले होते. जिथे बस थांबत होती, तिथे आम्ही आमच्या जागेवर बसूनच घोषणा देत होतो. बस जेव्हा थांब्यावरून पुढे निघाली, तेव्हा ते सदगृहस्थ म्हणाले, ''मी तर या जिल्ह्याचा काँग्रेस पक्षाचा अध्यक्ष आहे. परंतु तुमच्या या आंदोलनात मी मनापासून तुमच्या सोबत आहे. आम्ही तुम्हाला जाहीररीत्या समर्थन देऊ शकत नाही, कारण पक्षशिस्तीचा प्रश्न आहे. परंतु आम्ही मनाने तुमच्या सोबत आहेत.''

मी त्यांचे आभार मानले आणि म्हणाले, ''तुम्ही मनाने आमच्यासोबत आहात, त्याबद्दल आम्ही तुमचे आभारी आहोत. तुम्ही आम्हाला उघडपणे मदत करू शकत नाहीत, याची आम्हाला खंत नाही, कारण तुमचा नाइलाज आहे. परंतु तुम्ही जर पैशाची मदत केलीत, तर आम्हा सर्वांचे आजचे जेवण नक्कीच होईल.'' त्यांनी पन्नास रुपये माझ्या हातात हळूच सरकावले.

रस्त्यात जेव्हा माझ्या साथीदारांना भूक लागायची, तेव्हा घोषणा दिल्यानंतर आणखी एक घोषणा ते द्यायचे, ''रमणिकादीदी, भूक लागली आहे, जेवण द्या.''

तेव्हा आम्ही हसतच निधी गोळा करण्याच्या तयारीस लागायचो किंवा पैसे

जर असतील तर काही तरी घेऊन खात होतो. त्या दिवशी जेवणाचे पैसे मिळाल्याबरोबर मी घोषणा दिली, "झाली रे झाली, जेवणाची व्यवस्था झाली!" आणि नंतर 'पहुँचेंगे भाई पहुँचेंगे, कच्छ-भुज पहुँचेंगे...' ...'पोहोचू रे पोहोचू, कच्छ-भूजला पोहोचू!' अशा घोषणा देत आम्ही आमच्या प्रवासाचा थकवा घालवत बसमधील प्रवाशांनाही आमच्या आंदोलनाबद्दल सांगत होतो. ज्या बस स्टँडवर बस बराच वेळ थांबत होती, तेथे उतरून कधी लेखानंद तर कधी शफीक आलम किंवा कधी अवधेश सिंह आणि मी असे आळीपाळीने भाषण देत होतो. गर्दी जर जास्त असली, तर मला किंवा लेखानंदला भाषणाच्या मैदानात पाठविण्यात येत होते. दुसऱ्या दिवशी सकाळी आम्ही नदीच्या त्या घाटावर पोहोचलो, जेथून आम्हाला नावेतून गांधीधामला पोहोचायचे होते. नावेच्या तिकिटांसाठी द्यावे लागणारे पैसे आम्ही बसमध्येच निधी गोळा करून जमविले होते. नावेचे तिकीट घेतल्यानंतर माझ्या खिशात फक्त पाच रुपये शिल्लक राहिले होते. आम्हाला माहीत होते की, अवधेशजींकडे निधीतील काही पैसे शिल्लक होते; परंतु ते मान्य करण्यास तयारच नव्हते. सारखे म्हणत होते- "भूजला पोहोचल्यावर हिशेब देईन."

नाव फार मोठी होती. त्यातून आम्ही गुजरातची सीमा ओलांडून सौराष्ट्राच्या सीमेत प्रवेश करीत होतो. आमच्याजवळ थोडीशी गाठीशेव शिल्लक होती. नावेत बसल्यावर आम्ही गाठी शेव खाल्ली. परंतु नदीवरील गार वाऱ्याने आम्हाला आणखीच भूक लागली. आता काय करावे? खिशात फक्त पाच रुपये होते आणि आम्ही बारा जण होतो. नाही तरी नावेत प्रत्येक वस्तू महागच मिळत असते. आम्ही चहा घेतला, परंतु बारा जणांना तो पुरेसा नव्हता. आम्ही काही रिकामे कप घेतले व प्रत्येकाच्या कपातून थोडा-थोडा चहा काढून तो बारा जणांमध्ये पुरविला. तेथे एक सद्‌गृहस्थ कच्छच्या मुद्द्यावरून आमच्याशी वाद घालू लागले. दोन्ही बाजूंनी आपापली बाजू मांडली जात होती. तेव्हा एक सद्‌गृहस्थ उभे राहून म्हणाले- "वाद नंतर करा, आधी यांच्या खाण्या-पिण्याची व्यवस्था करा. दिसत नाही, एक कप चहा तिघा-तिघांनी वाटून प्यायलाय? यांची निष्ठा बघा."

बस! एकाएकी वातावरण बदलले. लगेचच प्रत्येकाला एक-एक कप चहा दिला गेला आणि पेपरवर भरपूर फरसाण आणून ठेवण्यात आले. तणाव निवळला. सर्व जण हसू लागले आणि नंतर जोरदार घोषण सुरू झाल्या – "कंजरकोट-छाडबेट आमचा आहे, आमचा आहे!"

जॉज फर्नांडिस, कर्पुरी ठाकूर, मधू लिमये यांच्याबाबत घोषणा झाल्या आणि नाव गांधीधाम घाटावर पोहोचली. त्या काळी गांधीधामच्या लोकसभेच्या जागेवर अडवाणी होते. गांधीधामला पोहोचल्यावर शेकडो साथीदारांनी आमचे

स्वागत केले. कित्येक लोक माझी आणि कुसुमची स्वाक्षरी घेण्यासाठी पुढे सरसावले आणि त्यांनी आम्हाला भूजच्या बसमध्ये बसविले. प्रवासात खाण्यासाठी भरपूर फरसाण आणि काही फळे दिली. बस जेथे-जेथे थांबत होती, तेथे आधीच स्वागतासाठी आलेले लोक आमच्या पथकाचा जयजयकार करीत होते. एवढा लांब प्रवास, धक्के बसणाऱ्या बसचा प्रवास, घोषणा देऊन-देऊन सुकणारा घसा, या कशाचाच त्रास राहिला नाही. आठवण राहिली याचीच – आमच्या ध्येयाविषयी जनतेची निष्ठा, सहभाग आणि यश मिळण्याचा विश्वास.

रात्री बाराच्या सुमारास आम्ही सर्व भूजला पोहोचलो. पक्षाच्या कार्यालयात आमचे स्वागत करण्यात आले. पोहोचल्याबरोबर जॉर्ज फर्नांडिस आणि लाडली मोहन निगमला भेटण्याची इच्छा मी व्यक्त केली. लोकांनी मला सांगितले की, आम्ही सभेला पोहोचू शकतो, असा उल्लेख जॉर्ज, अटलबिहारी वाजपेयी आणि लाडली मोहन यांनी वारंवार केला होता. बारा वाजेपर्यंत त्यांनी आमची वाट पाहून सभा संपल्याचे घोषित केले होते. कच्छची जनता आम्हाला पाहण्यास आतूर होती. चालून-चालून आमचे पाय सुजले आहेत, ही सूचनादेखील जनतेला दिली गेली होती. मी कशी आहे, हे जाणण्यासदेखील लोक आतूर झाले होते. एवढे अनपेक्षित स्वागत व सत्कार पाहून आणि ऐकून आम्ही सर्व जण दिङ्मूढ झालो. जेथे समाजवादी सत्याग्रही थांबले होते, त्या कँपमध्ये आम्हाला जीपमधून नेण्यात आले. देशातील कानाकोपऱ्यातून सत्याग्रही तेथे जमले होते. आमच्यासाठी दुसऱ्या दिवशीचा कार्यक्रम आधीच निश्चित करण्यात आला होता. गावात सर्वत्र फिरल्यानंतर जवळच्या खेड्यात जाऊन यायचे आणि रोज रात्री सभा घ्यायची.

मी पहिला प्रश्न विचारला, "कर्पुरी ठाकूरजी पोहोचलेत की नाहीत?"

उत्तर मिळाले, "ते एका आठवड्यानंतर पोहोचतील."

आम्ही एकमेकांकडे पाहून हसलो. लेखानंद टाळी वाजवीत म्हणाले, "ताई, आपण पैज जिंकली."

रात्रीचे दीड वाजले असतील. आम्ही पहुडलो होतो, परंतु झोपू शकलो नाही; कारण कोणी-ना-कोणी आम्हाला काही-ना-काही प्रश्न विचारतच होते. गटाचे नेते शफीक आलम होते. परंतु का कोण जाणे, बहुतेक स्त्री असल्यामुळे मला किंवा कुसुमलाच प्रश्न विचारले जात होते. काहींचे उत्तर कुसुम देत होती आणि काहींसाठी माझ्याकडे खुणावत होती. त्यामुळे आमच्यातील एक-दोन सोबत्यांच्या चेहऱ्यावर त्यांना हेवा वाटल्याचा भाव दिसत होता. परंतु मी काय करू शकणार? धनबादचा विद्यार्थी अजून लहान होता, त्यामुळे त्याला आमच्या प्रशंसेमुळे फार अभिमान वाटत होता.

शेवटी अवधेशजींना राहवले नाही. ते म्हणाले, ''रमणिकाजींना स्त्री असण्याचा फायदा मिळत आहे.''

मलादेखील राहवले नाही. मी म्हणाले, ''मी मातीचा पुतळा नाही; मला बुद्धीदेखील आहे. मातीच्या पुतळ्याची पूजा करतात. तर्कशुद्ध विचार करणाऱ्या व्यक्तीचे कौतुक केले जाते. येथे माझी पूजा केली जात नाही, तर आपल्या सर्वांचे कौतुक केले जात आहे. मला फक्त प्रतीक केले जात आहे.''

परंतु अवधेशजींबरोबर वाद घालणे कठीण होते. कदाचित ते स्त्रियांविषयी एखाद्या पूर्वग्रहाने पछाडले असावेत किंवा त्यांच्यात हीन-भावना तरी आली असावी, ज्यामुळे त्यांचा अंहकार दुखावला जात होता. माझ्या मते, प्रत्येक पुरुष स्त्रीसमोर अशाच हीन-भावनेने ग्रासलेला असतो आणि ती दूर करण्याच्या उद्देशानेच पुरुषमंडळी स्त्रियांवर आरोपांचा हल्ला करीत असतात.

असो. मी वाहवत गेले. रात्री दीड-दोन वाजता लाडली मोहन निगम आले आणि माझ्या पायाकडे बसून माझे पाय चेपीत म्हणाले, ''फार थकली आहेस ना?'' पाय आखडून घेत मी उठून बसले अन् म्हणाले, ''नाही नाही, तुम्ही पाय चेपावेत एवढी मी थकलेली नाही.''

तरीदेखील ते माझे पाय आपल्याकडे ओढून दाबीत म्हणाले, ''या गटाला इथे आणण्यासाठी तुला बिहारमध्ये किती त्रास सहन करावा लागला आहे, ते सर्व माझ्या कानांवर आले आहे. रस्त्यात तुला किती संकटांना तोंड द्यावे लागले, ती बातमीदेखील मला दिल्लीहून मिळाली आहे. तुमच्या पथकाच्या कार्यक्रमाच्या बातम्या आम्ही दररोज वर्तमानपत्रात वाचत आहोत. मला रोखू नकोस.''

त्यांच्या प्रेमाचा आग्रह मी मोडू शकले नाही. मी झोपी गेले. दुसऱ्या दिवशी गावाला जाण्यासाठी जीप आली. त्या जीपबरोबर भूजच्या मुलींची टीमदेखील होती. दुपारी आम्हाला त्यांच्या सोबत भूज शहरात फिरायचे होते.

आमच्या गटाला खेड्यांत प्रचारासाठी पाठविण्यात आले. माझ्या राहण्याची व्यवस्था भूजच्या एका कुटुंबात केली होती. लाडलीजीदेखील तेथेच राहत होते. माझे इतर सहकारी दुसरीकडे राहू लागले. आम्ही त्या घरी एकत्र जमून त्या कुटुंबातील मुलींना सोबत घेऊन प्रचारासाठी जात होतो. काही दिवसांनंतर आमच्या गटातील सदस्यांना अटक करवून घेण्याची वेळ आली. आम्ही न्यायालयात हजर झालो. शेवटच्या गटासोबत अटक करून घ्यावी, अशी आमची इच्छा होती. परंतु आमच्या गटातील काही लोक लवकर परत जाऊ इच्छित होते. आम्ही सर्वांनी मिळूनच जेलमध्ये जाण्याचा निर्णय घेतला. परंतु मी किंवा अन्य लोक जे थांबू इच्छित होते, ते शेवटच्या गटात जॉर्ज आणि कर्पुरीजींसोबत दुसऱ्यांदा स्वतःला

अटक करवून घेऊ इच्छित होते. जॉर्जसोबत मुंबईहून फार मोठा कार्यकर्त्यांचा ताफा आला होता. भूज येथील तुलसीजी आणि सुधाताई सत्याग्रहासाठी गट पाठविण्याचे काम करीत होत्या. जनसंघ आणि इतर पक्षाचे लोकदेखील होते. मध्य प्रदेशातून आरिफ बेगदेखील पोहोचले होते आणि त्यांच्या जोरदार भाषणाने भूज-कच्छचा तरुण रस्त्यावर आला होता. लाडलीजींच्या भाषणाचा एवढा खोल प्रभाव पडत होता की, स्त्रिया आपले दागिनेदेखील निधीत दान करीत होत्या. आम्ही संयुक्त सोशालिस्ट पक्षाचे होतो. आणि जॉर्ज, मधू लिमये, राजनारायण आणि कर्पुरीजींच्या नेतृत्वाखाली काम करीत होतो. एस. एम. जोशी आमचे अध्यक्ष होते. परंतु लोहियावादी त्यांना जयप्रकाशजींच्या समाजवादी पक्षाचे समर्थक मानत होते. सुधाताई आणि तुलसीजी गुजरातमध्ये काम करीत होते. ते समाजवादी गटाचेच होते. जॉर्ज आणि आम्हा मंडळींना जहाल गटाचे मानले जात होते. त्यात लाडली मोहन अग्रणी होते. (नंतर झालेल्या बॉम्ब खटल्यात जॉर्ज यांच्याबरोबर लाडली मोहन यांनाही आरोपी करण्यात आले.) आम्हा लोकांना मॅजिस्ट्रेटसमोर हजर करण्यात आले. आम्ही आमच्या लेखी आणि तोंडी स्पष्टीकरणात सांगितले की- 'आम्ही देशाची सीमा पाकिस्तानला सोपवू देणार नाही आणि सीमा ओलांडून कंजरकोटला जाऊ.'

मांडवी हे समुद्रकिनारी वसलेले छोटेसे शहर आहे. तेथील एका शाळेत आम्हाला ठेवण्यात आले. तेथे आधीच अटक झालेल्या बऱ्याच लोकांना ठेवण्यात आले होते. आमच्यासोबत भूजमधील सुंदरगडच्या संयुक्त समाजवादी पक्षाचे सचिव होते, त्यांनीदेखील अटक करून घेतली होती. ते जैन संप्रदायाचे अनुयायी होते. एका मोठ्या हॉलमध्ये लोक चादरी अंथरून बसले. आम्हाला जेवण्यासाठी ताट, वाटी व ग्लास मिळाले होते. आमचा गट येणार, ही बातमी ऐकून मांडवीचे बरेचसे नागरिक आम्ही नजरकैदेत असताना आम्हाला भेटण्यास येऊ लागले. तेदेखील आम्हाला खाण्यासाठी काही-ना-काही आणून देऊ लागले.

नियमाप्रमाणे जेवल्यानंतर आम्ही आपापली भांडी घासून-पुसून ठेवली, परंतु पहिल्याच दिवशी अवधेशजी अडून बसले. त्यांनी भांडी घासण्यास नकार दिला आणि बिहार जेलच्या नियमानुसार अधिकाऱ्यांजवळ भांडी घासण्यासाठी एक कैदी देण्याची मागणी केली; जो त्यांची भांडी साफ करेल. आम्ही त्यांना खूप समजावले की, इथे कोणता कैदी मिळेल? इथे तर सर्व सत्याग्रही आहेत. आम्ही इथे सुविधा उपभोगण्यासाठी आलेलो नाहीत. जेवणात काही उणीव असली, तर बोलता येईल. परंतु भांडी घासण्यासाठी कैदी मागणे योग्य नाही, कारण हे नियमित जेल नाही. इथे तर मुंबई प्रांतिक कायदा लागू आहे. सुंदरगडचे सचिव महादेव

यांनीदेखील त्यांना समजावले. अधिकाऱ्यांनीदेखील सांगितले. परंतु ते कोणाचेही ऐकण्याच्या मन:स्थितीत नव्हते. शेवटी मी म्हणाले, "ठीक आहे, मीच सर्वांची भांडी घासेन. परंतु असे प्रश्न काढून तुम्ही बिहारला बदनाम करू नका."

जोपर्यंत आम्ही मांडवीत होतो तोपर्यंत मी अवधेशजींची भांडी घासत होते. त्या मुद्द्यावर ते शेवटपर्यंत हटून होते.

आम्हाला दहा दिवसांऐवजी सातव्या दिवशीच बसमध्ये बसवून पाठविण्यात आले. सोबत पोलीसदेखील होते. आम्हाला कुठे घेऊन जाण्यात येत आहे, हे आम्हाला सांगण्यात आले नव्हते. गाडी चहू बाजूंनी बंद होती. प्रचंड उकाडा होता. रस्त्यात गाडी थांबवून कुठल्या तरी इमारतीच्या आवारात झाडाखाली बसवून जेवण देण्यात आले. तेदेखील पोटभर नाही. पाणीदेखील अपुरे होते. बाहेरचे दृश्य आम्ही पाहू शकत नव्हतो. पुढे-पुढे एक जीप जात होती, ज्यात अधिकारी बसले होते. आम्ही घोषणा देऊन थकल्यावर गप्प बसत होतो. जेव्हा आम्ही वस्तीच्या ठिकाणावरून जात होतो, तेव्हा घोषणा द्यायला सुरुवात करीत होतो- "कंजरकोट आमचे आहे- छाडबेट आमचा आहे- भारत सरकार निष्क्रिय आहे... तुमचं जेल किती मोठं, आम्ही पाहिलं-पाहूच." अशा प्रकारे तीन दिवस आम्ही बसमधून प्रवास करीत राहिलो.

शेवटी आम्ही सकाळी पाच वाजता भावनगरच्या जेलमध्ये पोहोचलो. ज़ेलच्या कार्यवाहीच्या औपचारिकतेत दोन तास गेले. आम्ही वॉर्डात गेलो आणि ताबडतोब आम्हाला सोडून देण्याचा आदेशदेखील मिळाला, कारण शिक्षेचे दहा दिवस पूर्ण झाले होते. बहुतेक आणखी काही लोकांना अटक करून मांडवीहून पाठविण्यात आले होते आणि संभवत: जागेच्या कमतरतेमुळे आम्हाला तीन दिवस बसमधून फिरवण्यात आले. त्यानंतर दहाव्या दिवशी भावनगरच्या जेलमध्ये नेण्यात आले. तेथे नाश्ता खायला देऊन आम्हाला सोडण्यात आले. कुसुम आणि मला स्त्रियांच्या वॉर्डात पाठविण्यात आले होते.

धनबादचा तरुण धनबादला परत जाऊ इच्छित होता. कुसुमलादेखील परत जाण्याची इच्छा होती. ज्यांना-ज्यांना परत जाण्याची इच्छा होती, त्यांना त्यांच्या गावापर्यंतचा रेल्वेचा पास आणि प्रवासाचा खर्च देऊन सोडण्यात आले. मी आणि लेखानंद झा तसेच आणखीन एक-दोन सहकाऱ्यांनी परत भूजला जाण्यासाठी तिकीट घेतले आणि पुन्हा सत्याग्रहात सहभागी होण्यासाठी भूजला आलो. अवधेशजी जेलमध्ये कोणत्या तरी कारणावरून जेलच्या अधिकाऱ्यांशी भांडले होते. त्यामुळे त्यांना नंतर सोडण्यात आले. त्यांच्यावर लाठीमारदेखील झाला आणि पोलिसांनी या प्रकरणात त्यांच्यावर बराच 'हात धुऊन' घेतला. दोन-तीन दिवसांनंतर तेदेखील

भूजला परत आले. आम्ही सर्व भूजला पोहोचल्यानंतर कर्पुरीजींची वाट पाहू लागलो.

दरम्यानच्या काळातदेखील सत्याग्रहींना रोज गटा-गटाने अटक करण्यात येत होती. परंतु आम्ही शेवटच्या गटासोबत जाण्याची वाट पाहू लागलो. त्यात जॉर्जसोबत कर्पुरीजीदेखील सहभागी होणार होते. एक दिवस आम्ही प्रचार करून परतलो, तेव्हा कळाले की, भूजच्या राजवाड्यात भेटण्यासाठी यावे, असा निरोप माझ्यासाठी पाठविण्यात आलेला आहे. राणीसाहेब आणि राजेसाहेब मला भेटू इच्छित होते. भूज एक छोटे संस्थान होते. दुसऱ्या दिवशी राणीसाहेब मला भेटण्यासाठी आल्या. माझा आदर-सत्कार त्यांनी केला. आम्ही सीमा प्रदेश सुरक्षित ठेवण्यासाठी अटक करून घेण्यास आलो आहोत, याची राजवाड्याला चांगली कल्पना होती. बोलता-बोलता राणीसाहेबांनी मला विचारले- ''रमणिकाजी, तुम्ही क्षत्रिय आहात, असे ऐकले आहे?''

''हो, माझे आई-वडील क्षत्रिय आहेत.'' मी म्हणाले.

''तुम्ही जातीबाहेर लग्न केलेत, असे एकले आहे?'' थोड्याशा संकोचाने राणीसाहेबांनी विचारले.

''हो, मी जातीबाहेरच नव्हे, तर कुटुंबातील सदस्यांच्या मनाविरुद्ध जाऊन गुप्ताजींबरोबर प्रेमविवाह केला आहे.''

''तर मग याचा परिणाम तुमच्या मुला-बाळांवर होणार नाही का?'' त्यांनी हळूच विचारले.

''म्हणजे?''

''हेच की, तुम्ही उच्च कुळातील आहात, क्षत्रिय आहात आणि तुमचे पती वैश्य आहेत. क्षत्रियांसारखी हिम्मत त्यांच्यात तर नसते. तुमची मुलं जर वडिलांच्या स्वभावावर गेली तर?''

''अशीदेखील शक्यता आहे ना, की आमच्या मुलांना माझ्यासारखी हिम्मत आणि वडिलांची हुशारी मिळेल?'' मी आपल्या आवाजातील उपहास लपविण्याचा प्रयत्न करीत त्यांच्या नजरेस नजत भिडवीत म्हणाले.

''मानलं तुम्हाला! तुम्हा नेत्यांबरोबर वाद घालणे कठीण आहे आणि तुम्ही तर फार विद्वान आहात.''

मी त्यांना हसतच बर्नाड शॉचा किस्सा सांगितला की, एका सुंदर स्त्रीने लग्नाचा प्रस्ताव बर्नाड शॉंसमोर कसा मांडला. तो असा दाखला देत ठेवला की त्यांची मुलं आईसारखी सुंदर आणि वडिलांसारखी बुद्धिमान होतील. यावर बर्नाड शॉने उलट प्रश्न केला होता— आणि जर नेमके याच्या उलट झाले तर? यावर

राजेसाहेब खदखदून हसले आणि आई-वडिलांच्या जातीवरून मुलांची बुद्धिमत्ता ठरविण्याचा तो मुद्दा त्या हसण्यात वाहून गेला.

त्यांनी आम्हाला सत्याग्रहासाठी फार प्रोत्साहन दिले आणि राजेसाहेबांची आई मोठ्या प्रेमाने मला आशीर्वाद देत म्हणाली, "जा, जिंकून या."

मी भूजमध्येच थांबले होते. बाकी मंडळी परत गेली. मांडवीच्या जेलमधून परत आल्यानंतर जॉर्जने मला आजूबाजूच्या वस्तीतील लोकांना संघटित करण्यास सांगितले. जॉर्ज, लाडली आणि मी भूजबाहेर शेवटच्या दिवशीच्या सत्याग्रहासाठी आवाहन करण्यास जात होतो. रात्री आम्ही भूजमध्ये त्याच कुटुंबात राहत होतो. बरेच वाद-विवाद होत होते. लाडली आणि मी एकमेकांच्या फार जवळ आलो होतो. याच दरम्यान आम्ही लष्कराच्या लोकांसोबत छाडबेटच्या सीमेपर्यंत फिरून आलो आणि वाळवंटातील मृगजळदेखील पाहून आलो. कर्नल राज आम्हाला तिथे घेऊन गेले होते. लोकसभा सदस्य असल्यामुळे जॉर्जला ते एस्कॉर्ट करून घेऊन गेले. मीदेखील गेले होते आणि भूजमध्ये आम्ही ज्या कुटुंबात राहत होतो, त्या कुटुंबातील त्या दोघी तरुणीदेखील आमच्यासोबत आल्या होत्या. नंतर कच्छ जन परिषदेची याचिका देत असताना लोकसभेत याच दोन तरुणींनी चपला फेकल्या होत्या.

शेवटच्या दिवशी भूजहून फार मोठा गट अटक करून घेण्यासाठी निघाला. खावडापर्यंत पायीच पोहोचायचे होते. भूजपासून ते कित्येक किलोमीटर दूर आहे. त्यामुळे ४८ तास आधी प्रवासास सुरुवात केली. रात्री आम्ही रस्त्यावरच मुक्काम करीत होतो. तेथेच स्वयंपाक व्हायचा आणि सर्व जण जेवायचे. मी आणि लेखानंद व इतर सोबती जॉर्जच्या गटात सर्वांत पुढे होतो. कर्पुरीजी आणि बिहारची अन्य नेतेमंडळीदेखील तेथेच होती. एस. के. पाटलांना पराजित केल्यामुळे मुंबईची जनता जॉर्जवर फिदा झाली होती आणि त्यांचा गट सर्वांत मोठा होता. महाराष्ट्रातील मुली मोठ्या संख्येने सत्याग्रहात आल्या होत्या. जनसंघाचे लोकदेखील सोबत होते. शेवटच्या दिवशी खावड्यात जेव्हा मोर्चा निघाला तेव्हा मी, सुधाताई आणि जनसंघाची एक महिला-प्रमुख मोर्चाच्या पुढे-पुढे झेंडा घेऊन चालत होती. तीन जणांची ओळ करून कित्येक मैल लांब असा मोर्चा चालला होता. भूजमध्ये सत्याग्रहींचा जो नवीन गट येत होता, त्याला खावड्याकडे जाणाऱ्या रस्त्याने पाठविण्यात येत होते. खावड्याच्या सीमेवर गटाला थांबविण्यात आले. जॉर्ज आणि त्यांचे सोबती रस्त्यावरच बसले. मीदेखील आपल्या बिहारच्या साथीदारांसोबत बसले. वर कडकडीत तळपते ऊन, खाली चटके बसणारा रस्ता— परंतु कुणाला त्याचे भान अन् जाणीवही होत नव्हती.

पोलिसांनी आम्हाला उठवून बसमध्ये चढविण्याचा प्रयत्न केला; परंतु

आपण बसमध्ये चढण्याला विरोध करायचा, असे मी आणि लेखानंद झा यांनी अगोदरच ठरविले होते. जनसंघाचे कार्यकर्ते तर पोलीस येताच जमिनीला स्पर्श करून नमस्कार करायचे, घोषणा द्यायचे आणि पोलिसांनी हात लावण्यापूर्वीच बसमध्ये चढत होते. परंतु आम्ही सर्वांनी तीव्र संघर्ष करण्याचा निर्धार केला होता. जॉर्जदेखील हटून बसले होते.

एक उच्चपदस्थ पोलीस अधिकारी सरदारजी, कदाचित ते सहायक महानिरीक्षक असावेत, ते कित्येकदा म्हणाले, "तुम्हाला अटक केली आहे, तुम्ही बसमध्ये बसा."

परंतु आम्ही बसलो नाही. पोलीस आम्हाला फरपटत घेऊन जाऊ लागले. मी त्यांना मला हात लावण्यास विरोध केला आणि महिला पोलीस बोलावण्याची मागणी केली. यातच एक तास गेला. मी, लेखानंद आणि शफीक आलमने एकमेकांच्या हातात हात पकडून एक त्रिकूट तयार केले होते. आता पोलीस तिघांना एका वेळी कसे उचलणार? माझ्यासाठी महिला पोलिसाला पाचारण करण्यात आले. त्यांनी आम्हाला पोत्याप्रमाणे उचलून बसमध्ये आदळले. मी खिडकीची सळई वाकविली आणि बसमधून उडी मारणार, तेवढ्यात तेव्हा पोलिसांनी आम्हास मारण्यास सुरुवात केली. मी बेशुद्ध पडले. दुपारनंतर एका दवाखान्यात मी शुद्धीवर आले. त्यानंतर ते आम्हा सर्वांना बसने परत भूजला घेऊन आले. आता संध्याकाळ झाली होती, परंतु काळोख पडला नव्हता. आम्ही बसमधील सर्व सहकाऱ्यांबरोबर चर्चा केली आणि निर्णय घेतला की, या लोकांनी आम्हाला एक तर जेलमध्ये तरी घेऊन जावे किंवा जेथे जॉर्ज आहेत तेथे घेऊन जावे; अन्यथा आम्ही बसमधून उतरणार नाही. आमच्या बसमागे आणखीन काही बसेस येऊन थांबल्या. त्यांत सत्याग्रहीच होते. आम्ही उतरत नाही, हे पाहून तेदेखील पुन्हा बसमध्ये जाऊन बसले. अहमदाबादच्या समाजवादी पक्षाचे बारोट मला भेटण्यास आले. (बारोट काँग्रेसचे सरकार आल्यानंतर केंद्रीय अर्थ खात्याचे राज्यमंत्री देखील झाले होते.) त्यांनी विचारले, "काय झाले रमणिकाताई?"

मी त्यांना सांगितले, "हे लोक म्हणताहेत की, आम्हाला सोडून दिले आहे; परंतु हेच लोक खावड्यात म्हणाले होते की, तुम्हाला अटक केली आहे. आता आम्ही यांना विचारीत आहोत की, जॉर्जनादेखील आमच्यासारखीच अटक केली होती— ते कुठे आहेत? त्यांना जर जेलमध्ये पाठविले आहे, तर आम्हा सर्वांना तेथेच पाठविण्यात यावे, कारण जो कायदा त्यांनी तोडला आहे, तोच आम्ही तोडला आहे. जर आम्हाला अटक केली असेल, तर कोणत्या कायद्याच्या अंतर्गत सुनावणी न करता आता आम्हाला एवढा वेळ या लोकांनी बेकायदा का म्हणून

अटकेत ठेवले आहे, हेदेखील यांनी आम्हाला सांगावे. आम्हाला या सर्व प्रश्नांचे लेखी उत्तर हवे आहे; नाहीतर आम्ही बसमधून उतरणार नाही.''

रमणिकाबेन बसमधून उतरत नाही, ही बातमी भूज शहरात वाऱ्यासारखी पसरली. बस स्टँडवर शहरातील लोकांची खूप गर्दी झाली. पोलीस उपायुक्त आल्यावर लोकांनी त्यांच्या गाडीला वेढले. दगडफेकदेखील झाली. जमाव संतप्त झाला. लाठीमार झाला. गोळ्यादेखील झाडण्यात आल्या. आम्हाला बसमधून ओढत-ओढतच उतरविण्याचा प्रयत्न केला गेला, परंतु ते आम्हाला बसमधून खाली उतरवू शकले नाहीत. शेवटी नाइलाजाने अधिकाऱ्यांना लिहून द्यावे लागले. माझा असा विश्वास होता की, आम्हा बेकायदारीत्या डांबून ठेवण्यात आले होते आणि आता असेच सोडून देण्यात येत आहे. तेव्हा जॉर्ज आणि इतर सत्याग्रहींना ज्यांनी तोच गुन्हा केला होता, त्यांना जेलमध्ये का पाठविण्यात आले? हीच कागदपत्रे आम्ही जॉर्जला दिली, जी प्रशासनाने मला लिहून दिली होती. जॉर्जच्या प्रकरणामध्ये उपायुक्तांच्या त्या लेखी निवेदनावर चर्चादेखील झाली. तुलसीजी, सुधाजी आणि इतर समाजवादी नेते आंदोलन ताबडतोब मागे घेऊ इच्छित होते. आम्ही जॉर्जला जेलमध्ये विचारले आणि त्यांचा सल्ला घेऊन सात दिवसांपर्यंत कोणत्याही केंद्रीय नेतृत्वाशिवाय आंदोलन सुरू ठेवले.

आंदोलनानंतर जेव्हा जॉर्ज जेलमध्ये होते; तेव्हा त्यांनी पूर्ण भूज, सौराष्ट्र आणि अहमदाबादचा दौरा करून जनमत तयार करण्याची जबाबदारी माझ्यावर सोपविली. त्यांची केस लढण्यासाठी त्यांनी मला वकिलांची एक समिती बनविण्यासाठी आपल्या एका वकील मित्राचा संदर्भ दिला. ते वकील मला ओळखत होते. योजनेप्रमाणे आम्ही आपापसात विचारविनिमय करून वकिलांची एक सभा बोलाविली आणि त्यांची एक समिती स्थापन केली. जॉर्जच्या केससंबंधी झालेल्या वादविवादाच्या वेळी ही समिती सक्रिय होती. जॉर्ज आणि लाडली यांना कित्येक दिवस जेलमध्ये राहावे लागले. या दरम्यान मी बारोट यांच्याकडे अहमदाबादला गेले. तेथे कित्येक बैठका घेतल्या. नंतर सुंदरगढला गेले. तेथेही मी अनेक बैठका घेतल्या आणि कित्येक ऐतिहासिक स्थळांना भेटी दिल्या. सूर्यमंदिरदेखील पाहिले. पालितानादेखील फिरून आले. येथे नरेंद्र देवजींनी कधी तरी ५००० लोकांना घेऊन समाजवादी पक्षाचे संमेलन भरविले होते. येथे डोंगरात एक मोठी शिळा कापून एक मोठे सभागृह तयार करण्यात आले आहे. त्याला एकही खांब नाही. याच्या तळघरात दोन मोठ्या खोल्या आहेत. या खोल्यांमध्ये पूर्वीच्या काळी तेलाच्या कढया उकळत असत आणि शिक्षा झालेल्या लोकांना उकळत्या तेलाच्या कढईत वरून ढकलण्यात यायचे. या सभागृहात ५००० लोक राहू शकतात. पालितानाचे आणखीही बरेच

किस्से आहेत. हे क्षेत्र मुळात कापूस उत्पादकांचे आहे. जमीन काळ्या मातीची आहे. येथील शेतकरी फक्त नगदी पिके घेतात.

जेलमधून सुटल्यानंतर जॉर्जने तेथे संघटना स्थापन करण्याच्या उद्देशने भूजमध्ये नागरिकांची बैठक बोलविली आणि कच्छ जन परिषदेची स्थापना केली. मी त्यात सक्रिय होते. कच्छच्या काही तरुण-तरुणींना बरोबर घेऊन मी बिहारचा दौरा केला. त्यांना सोबत घेऊन मी पाटणा, धनबाद आणि रांचीला गेले. इंदूरलादेखील गेले. नंतर आम्ही भूजला परत आलो आणि एक लाख लोकांच्या स्वाक्षरी अभियानास सुरुवात केली. याच दरम्यान मी दक्षिण भारताच्या दौऱ्यावर बंगळूर आणि केरळला देखील गेले. कर्नाटकात तेव्हादेखील वीरेंद्र पाटील समाजवादी पक्षाचे प्रमुख होते, जे नंतर कर्नाटक राज्याचे मुख्यमंत्रीदेखील झाले. केरळमध्ये वीरेंद्र कुमार यांनी माझ्या दौऱ्याचा कार्यक्रम आयोजित केला. म्हैसूरमध्ये मोठ्या मैदानावर माझी पहिली सभा कच्छच्या मुद्द्यावर झाली. या दौऱ्यातील सर्वांत मजेदार बाजू ही होती की, चेन्नईला पोहोचताच गाडीत माझे कपडे, डायऱ्या, कविता आणि लाडली यांना लिहिलेली जवळपास सर्व पत्रे आणि त्यांनी मला लिहिलेली सर्व पत्रे चोरीस गेली. कर्नाटकाचे सोबती तेथे पोहोचले. घालण्यासाठी माझ्याजवळ फक्त एक गाऊन उरला होता आणि एक स्लीपर— जी मी घातली होती. कर्नाटकाच्या सोबत्यांनी खादी भंडारातून माझ्यासाठी कपडे विकत आणून दिले आणि मला चेन्नईहून बंगळूरला घेऊन गेले.

मी पुन्हा भूजला परतले. तेथे आम्ही गावा-गावांत जाऊन कच्छ जन परिषदेसाठी सभा घेतल्या, सदस्य बनविले आणि नंतर संसदेत याचिका सादर करण्यासाठी स्वाक्षरी अभियान सुरू केले. जॉर्जने ज्यांना एका समितीच्या रूपात संघटित केले होते, त्या स्थानिक लोकांवर ही सर्व जबाबदारी सोपवून आम्ही परतण्याचा निर्णय घेतला.

मी आणि लाडली माऊंट अबूला जाऊन दिल्लीला परत आलो. या दरम्यान मी न जाणे किती कविता केल्या होत्या; परंतु सर्व चेन्नईमध्येच चोरीस गेल्या होत्या. केवळ तीन-चार कविताच मी आठवणींच्या जोरावर पुन्हा लिहू शकले.

दिल्लीहून मी कानपूर मार्गे बिहारला परतले. दिल्लीत मी रमा मित्राजींना भेटले. त्या वेळी मी फार मानसिक तणावाखाली होते.

या दरम्यान स्वाक्षऱ्या झालेली याचिका भूज-कच्छहून आली होती. त्याच दिवशी जॉर्जला लोकसभेत याचिका सादर करायची होती. पाटलांचा पराभव करून जॉर्ज विजयी झाले होते. त्यामुळे देशभरात त्यांचे चाहते भरपूर होते. विशेषत: मुंबई आणि गुजरातमध्ये. तसेही ते फार छान बोलतात आणि धोकाही पत्करतात.

त्या दोन मुलींना लोकसभेच्या गॅलरीत पोहोचविण्याची जबाबदारी माझी होती. खाली जेव्हा जॉर्ज लोकसभेत याचिका सादर करतील, तेव्हा कच्छ विकास परिषदेतर्फे त्या दोन मुली वरच्या गॅलरीतून घोषणा देतील आणि भवनात चपला भिरकावतील, असे ठरले होते.

काँग्रेसच्या सदस्यांच्या मदतीने त्या दोन मुलींचे पास तयार करण्यात आले होते. मीदेखील ठरल्याप्रमाणे वर पोहोचले आणि अजाणतेपणाचा भाव घेऊन बसले. तेवढ्यात चप्पल फेकली गेली. गोंधळ झाला. पळापळ झाली. ठरल्याप्रमाणे मी चुपचाप खाली आले. त्या दोघींना अटक झाली. नंतर त्यांना दिवसभर पकडून ठेवून सोडण्यात आले. परंतु देशाचे लक्ष कच्छच्या प्रश्नाकडे गेले. कच्छ जन परिषदेसाठी मी सत्याग्रहानंतर जवळजवळ तीन महिने भूज, सौराष्ट्र आणि अहमदाबादमध्ये घालविले होते. तेथे थोडी गुजराती भाषादेखील शिकले. तसेच जॉर्ज आणि लाडली यांच्यासोबत राहून आक्रमक आंदोलन करणेदेखील शिकत होते. बोलण्याची व भाषणाची कला आणि शैली वा ढबदेखील मी या दोघांकडूनच शिकले. आमच्यात विशेषत: लाडलीसोबत वाद-विवाद खूप व्हायचे. कधी-कधी टोकाचे वाददेखील होत असत. नेहमी ते जॉर्जनाच सोडवावे लागायचे.

•••

८.
अपराधीपणाची जाणीव आणि
आत्मदयेचा गंड

घटना तर बऱ्याच घडल्या, अत्याचारदेखील खूप सहन केला; परंतु मी इथे अशाच घटनांचा उल्लेख करीत आहे, ज्यांत मला, लोकांच्या दृष्टीने प्रतिकूल निर्णय घ्यावे लागले आणि मी आंदोलनांना दिशा दिली. कारण फार पूर्वीच मी अग्नी दीक्षा घेतली होती, त्यामुळे अग्निपरीक्षेला मी नेहमीच नाकारत आले. ती अनावश्यक ठरवल्याने त्यातून जाण्याचा मार्ग मी स्वीकारला नाही.

माझ्या वागण्याचे स्पष्टीकरण मी कधी दिले नाही. मी जी काही आहे, जशी आहे, तशी उघड्या पुस्तकाप्रमाणे तुमच्यासमोर आहे. तुम्ही मान्य करा अथवा करू नका; पण माझे अस्तित्व निश्चित आहे आणि राहील, या विश्वासाने जगत आहे. म्हणूनच मी सर्व प्रकारच्या हल्ल्यांना तोंड देऊ शकले.

सर्वसाधारणपणे स्त्रिया— विशेषत: भारतीय समाजातील स्त्रिया— अपराधीपणाच्या जाणिवेने आणि स्वत:बद्दलच्या करुण भावनेने जगत असतात. खरं पाहता, बहुतेक सर्वच स्त्रियांना आपल्या समाजाविरुद्ध किंवा परंपरा किंवा रूढीविरुद्ध किंवा पुरुष आणि कुटुंबाच्या इच्छेविरुद्ध काहीही केले किंवा करण्याचा विचार जरी केला तरी अपराधीपणाची भावना बोचत राहते. त्या आपले आचरण चुकीचे समजून स्वत:ला दूषणे देत बसतात. ही 'चुकीची' जाणीवच त्यांना असुरक्षित आणि भित्री बनवत असते.

कधी-कधी तर त्या दुसऱ्या टोकाला जातात आणि स्वैर वागणुकीला लैंगिक स्वैराचाराचा परवाना समजून आतापर्यंत पाळलेली बंधने धुडकावतात; परंतु मुक्त होऊ शकत नाहीत. आणि एवढे करूनही त्या एक दिवस परततात. आत्मदयेची भावना त्यांना स्वतःला शहीद मानण्यास आणि शहीद होण्यास प्रवृत्त करीत असते. बलिदानाची संधी, बलिदानाचे ध्येय केवळ त्याच व्यक्तीसाठी असते; ज्याच्यावर ती प्रेम करते किंवा ज्याच्यापासून काही मिळण्याची अपेक्षा असते. काही मदतीची अपेक्षा असेल, तर त्या स्वतःच आपल्याला खालच्या स्तरावर नेतात. आत्मदया किंवा आत्मकरुणा त्यांना कल्पनेतच तथाकथित शौर्यावर बहादुरीवर हसण्यास आणि आपल्या पराजयाच्या स्थितीत रडण्यासाठी उद्युक्त करते.

मीदेखील अपराधीपणाची आणि आत्मदयेची भावना या दोन्हीस अपवाद नव्हते. शक्यता आहे की, रूढीवादी, सरंजामशाहीच्या वातावरणातून आलेल्या स्त्रियांना जेव्हा जीवनातील वास्तवतेचा सामना अचानक करावा लागतो, तेव्हा या भावनांचा त्यांच्यावर परिणाम होतो. कारण लहानपणीच हे गंड त्यांच्यात ठासून-ठासून भरले जातात आणि त्याचे एक अभेद्य कवचच जणू त्यांच्याभोवती बांधले जाते. त्यांचे बाह्यमन आणि अंतर्मन लहानशा आघातानेही धडधडते— थोड्याशा आवेगाने वाहते, क्षणात बहकते आणि कुठल्याही सल्ल्याने क्षणात बदलते.

मी वाहवत गेले, फार वाहवत गेले; परंतु हे सर्व माझ्या वैयक्तिक जीवनासंदर्भातच सीमित होते. सामूहिक जीवनाच्या बाबतीत माझी जिद्द आणि माझे निर्णय नेहमी ठाम राहायचे. या परस्परविरोधी व्यक्तिमत्त्वामुळे मी वैयक्तिक बाबतीत वेळोवेळी माघार घेतली आणि पराभूतदेखील झाले. एवढे असूनदेखील माझे बाह्य मन वारंवार माझ्यावर वर्चस्व प्रस्थापित करून मला प्रोत्साहन देत राहायचे.

१९६८ मध्ये कच्छहून परत आल्यानंतर राजकारणात माझा प्रवेश, राष्ट्रीय पातळीवर हस्तक्षेप-क्षमता झाली आणि वेगवेगळ्या राजकीय नेत्यांसोबत रात्रं-दिवस उठणे-बसणे सुरू झाले. त्यामुळे माझे कौटुंबिक संबंध दिवसेंदिवस दुरावत गेले. माझ्या राजकीय मित्रांसोबत असलेल्या माझ्या संबंधांविषयी निर्माण झालेले प्रश्न किंवा शंका-कुशंका, यावर माझी तीव्र प्रतिक्रिया प्रकाशला आवडत नव्हती. तसेच प्रकाशची प्रश्नार्थक नजर किंवा तिरस्कृत वागणूक सहन करण्यास मीदेखील तयार नव्हते. त्यामुळे प्रकाशला घटस्फोट देण्याचा एक मोठा निर्णय घेऊन मी परतले होते. हा निर्णय माझे कौटुंबिक, सामाजिक आणि राजकीय जीवन पणाला लावू शकत होता. मी बलिदान देऊ इच्छित होते— कुणासाठी तरी सर्वस्व पणाला लावून. याच वेळी माझे मोठे भाऊ स्व. सत्यव्रत बेदीने मला उपदेश न देता किंवा माझ्या निर्णयावर कुठलीही टिप्पणी न करता दोन गोष्टी सांगितल्या. त्या वेळी मी

फार हळवी आणि अस्वस्थ झाले होते. ते म्हणाले, "तुला जो निर्णय घ्यायचा आहे, तो घे. तुला जे करायचे आहे, ते कर. परंतु स्वत:ला अपराधी समजू नकोस आणि आपला निर्णय चुकीचा समजू नकोस. निर्णय चुकीचा आहे की बरोबर, हे लोकांच्या नजरेतून पाहू नकोस. तू दुसऱ्यांना स्वत:पेक्षा कमी त्यागी समजू नकोस. असे अनेक लोक आहेत, ज्यांनी तुझ्यापेक्षा जास्त त्याग केला आहे किंवा करू शकतात. स्वत:च्या प्रत्येक कामाकडे करुणा किंवा दयादृष्टीने पाहिल्याने तू दुसऱ्यांच्या दृष्टीने कधीही मोठी होऊ शकणार नाहीस." त्या दिवशी मला जाणवले की, मी उगाचच स्वत:ला त्यागी, बलिदानी किंवा शहीद समजून स्वत:ची कीव करीत होते. मी मनातल्या मनात स्वत:ची पाठ थोपटणे बंद केले आणि वास्तवतेला सामोरे जाण्यास स्वत:ला सज्ज केले. त्या दिवशी मला जाणवले की, एखादे काम करून स्वत:ला मोठे समजणे किंवा आपल्या इच्छेविरुद्ध काही झाल्यास स्वत:ची कीव करणे, हा पळपुटेपणा आहे.

तिकडे पक्षाच्या नेतृत्वातदेखील माझ्या कौटुंबिक ताण-तणावाची आणि घटस्फोटाच्या प्रश्नासंबंधी चर्चा होत होती. रमा मित्राजींशी देखील माझे बोलणे झाले. बऱ्याच नेत्यांनी लोहियाजींचे उदाहरण देऊन मला समजाविले की, "कुटुंबापासून वेगळे न होता आणि लग्न न करतादेखील मित्राप्रमाणे राहता येऊ शकते. लग्न ही मैत्री टिकविण्याची अट नसते, त्यामुळे घटस्फोटाची गरज नाही. किंबहुना, आपले नाते दृढ करणे आणि समंजसपणे वागणे गरजेचे आहे. भावनेच्या भरात वाहून जाऊ नकोस; व्यावहारिक हो. तुझे ध्येयच जर परिवर्तन घडविण्याचे असेल, तर घटस्फोट घेणे किंवा दुसरे लग्न करणे, हा त्यावरचा उपाय होऊ शकत नाही."

मी घटस्फोट घेण्याचा आणि आपल्या मित्रासोबत लग्न करण्याचा माझा हट्ट सोडला आणि विरोध करण्याची पद्धतदेखील बदलली. आपल्या वैयक्तिक संबंधांतदेखील मी तटस्थ होऊन निर्णय घेण्याचा प्रयत्न करू लागले. पूर्वी मी ज्यात गुरफटत होते; आता त्या स्थितीपासून अलिप्त राहू लागले. हे फार अवघड होते. सर्वांत आधी मी आपल्यातील अपराधीपणाची भावना काढून टाकण्याचा प्रयत्न केला. नंतर मी जशी आहे तशी आहे, नाही ती नाही; याप्रमाणे वागण्याचे ठरविले. जोपर्यंत आहे तोपर्यंत सुख उपभोग, नसेल तर दु:खी व्हायचे नाही— या दृष्टिकोनामुळे मला बऱ्याच अडचणी, विरोधांपासून मुक्तता मिळाली. आजदेखील मला कधीकधी स्वत:ची दया येतेच आणि मी न घडलेल्या घटनांची कल्पना करून रडत बसते. आता ही सवय पूर्वीपेक्षा फार कमी झाली आहे. तसे पाहता, राजकारणात कित्येक नेत्यांशी वैयक्तिक संबंधांवरून माझे बरेच मतभेद होत होते. मीदेखील मोठ्या धैर्याने त्या परिस्थितीला तोंड दिले. मी आपल्या लैंगिक-शोषणाचा आरोप कधी

कुणावर केला नाही. कारण एक तर माझा त्यात सहभाग तरी असायचा किंवा मी विरोध तरी करायचे. काही घडलेच तर मी स्वत:ला हतबल होऊ दिले नाही. या दुष्टाला पुढे धडा शिकवू, अशी भूमिका स्वीकारली. केवळ डावपेचांसाठी जरी मला काही परिस्थितीजन्य तडजोडी कराव्या लागल्या तरी स्वत:ला असहाय समजून नव्हे; तर केवळ डावपेचांखातर उच्चस्तरीय राजकारणात निर्णय घेण्याच्या बाबतीत मी भाग घेत होते. त्यामुळे विरोधदेखील फार सहन केला, परंतु आत्मविश्वासाचा अभाव कधीच जाणवला नाही. मी अन्यायाचा कसून विरोध केला आणि तो क्वचितच कधीतरी सहन केला. अन्यायाला विरोध करणे, हादेखील माझ्या सवयीचा भाग होता. त्यामुळे वैयक्तिक पातळीवर मला फार नुकसान सहन करावे लागले. राजकारणात आणि समाजसेवेत आत्मविश्वास, धैर्य, धाडस, निर्भयपणा आणि जिद्द या गोष्टी आवश्यक आहेत. राजकारणात एका स्त्रीला पुढे जाण्यासाठी धीट असणे, डोके थंड ठेवणेदेखील आवश्यक आहे. याचा अर्थ संवेदनशून्य होणे नव्हे, तर पूर्णपणे संवेदनशील राहून प्रतिकूल परिस्थितीस धैर्याने सामोरे जाणे आहे. आरोप, बदनामी आणि घटना-दुर्घटना सहन करीत, आपल्या मार्गाने चालत राहणे. संकल्पशक्ती व इच्छाशक्तीचे बळ कायम ठेवणे हाच यावर उत्तम उपाय होय. याचा अर्थ स्वकीयांची नाराजी सहन करण्यासाठी तयार राहणे, हसत-हसत कुत्सित उपहास, कुटिल हास्य, द्व्यअर्थी वाक्ये सहन करण्याचीदेखील सवय लावणे आणि कधी-कधी त्यांच्याच वाक्याचा उपयोग त्यांच्याच विरोधात मोहीम करण्यास वापरणे. राजकारणात पाठ थोपटून शाबासकी देणारेदेखील खूप भेटतात - विशेषत: स्त्रियांना. त्यांची नीयत ओळखणे आणि सर्व समजून-उमजून, आपल्या निर्णयावर अडून राहणे जर 'शांतपणा' असेल, तर तो राजकारणात स्त्रियांसाठी गरजेचा आहे. 'ऐकावे जनाचे, करावे मनाचे' या म्हणी– प्रमाणे जगणे आवश्यक आहे.

●●●

९.
मांडूची निवडणूक

संयुक्त समाजवादी पक्षातर्फे १९६८ मध्ये निवडणूक लढण्यासाठी मी या मतदारसंघात म्हणजे मांडूत आले. मांडूत केदला, कुजू, चुरचू आणि गोमियाचा समावेश होतो. एन. सी. डी. सी. ची. गिद्दी, रैलीगढा आणि राय-बचरा इ. खाणी आणि गोमियाच्या स्वाँग, कथारा खाणीदेखील याच क्षेत्रात येतात. परंतु या सर्वांमध्ये प्रामुख्याने इंटकची कामगार संघटना होती किंवा काही ठिकाणी एटकची. समाजवादी पक्षाची एक संघटना अरगड्डात होती व ती बसावन सिंह सोबत होती आणि गोमिया फॅक्टरीची संघटना समाजवादी पक्षाचे नेते मिथिलेश सिंहांसोबत. दोन्हींचा संबंध एच. एम. एस. बरोबर होता. हे दोघे नेते कर्पुरी ठाकुरांचे प्रतिस्पर्धी होते. कर्पुरीजी मुळातच संयुक्त समाजवादी पक्षाचे होते आणि ही मंडळी समाजवादी पक्षाची. आम्ही मंडळी एच. एम. पी. (जॉर्ज फर्नांडिस) च्या केंद्रीय संघटनेशी संलग्न होतो. हीच 'एच. एम. पी.' म्हणजे 'हिन्द मजदूर पंचायत' नंतर एच. एम. के. पी. म्हणजे 'हिन्द मजदूर किसान पंचायत'च्या नावाने नोंदवली गेली.

सन १९६८ मध्ये संयुक्त समाजवादी पक्षाचे नेते कर्पुरीजींनी जेव्हा मला विचारले की, तू कुठून निवडणूक लढवू इच्छिते, तेव्हा मी म्हणाले होते- "जेथे संघटनेचे नावदेखील नाही, तेथे पाठविले तरी मी निवडणूक जिंकेन.'' मला संयुक्त समाजवादी पक्षाने मांडू मतदारसंघासाठी उमेदवारी

दिली.

निवडणुकीपूर्वी एक महिना आधी मला या क्षेत्रात पाठविण्यात आले. तेव्हा हजारीबागमधून काँग्रेसच्या विरोधात मोहनसिंह ओबेराय लोकसभेची निवडणूक लढवत होते. तेव्हा संविदचे सरकार होते, ज्यात संयुक्त समाजवादी पक्षाचा समावेश होता. राजेसाहेब कामाख्या नारायण यांनी पैसे घेऊन 'जनता पक्षाची' आपली उमेदवारी ओबेरायना विकली होती. ते नेहमीच असे करीत होते. त्या काळी राजेसाहेबांच्या पक्षाचा समावेश संविद सरकारमध्ये होता. त्यामुळे आम्ही सर्व जण काँग्रेसच्या विरोधात निवडणुकीच्या प्रचारासाठी हजारीबागला गेलो होतो. मी आणि भोलाप्रसाद सिंहदेखील त्यांचा प्रचार करण्याच्या उद्देशाने हजारीबाग सोशलिस्ट पक्षाच्या हजारीबाग शाखेतर्फे गेलो होतो. तेव्हा मला मांडू क्षेत्रात जाण्याची संधी मिळाली होती. पद्मा संस्थानाचे राजे म्हणून प्रसिद्ध असलेल्या कामाख्या नारायण सिंहांनी आपली मांडूची जागा रिकामी केली होती. तेथे विरोधी उमेदवाराची अनामत रक्कम कायम जप्त होत होती. नंतर राजेसाहेबांनी स्वत: स्थापन केलेल्या जनता पक्षातर्फे देवाण-घेवाण करून स्वत: मात्र काँग्रेस पक्षात सामील झाले होते. काँग्रेसचे बाबू सत्येंद्र नारायण सिंह हे त्यांना राजपूत मानण्यास तयार नव्हते. खरं म्हणजे काँग्रेसी मंडळी भित्री होती. ते राजेसाहेबांचा पक्षात किंवा पक्षाबाहेर जाहीरपणे विरोध करण्यास घाबरत होते. राजासाहेबांच्या विरोधी गटाला मदत करून ते आपला राग शांत करीत असत. जसे मांडूच्या निवडणुकीत राजाला कनिष्ठ दर्शविण्यासाठी त्यांनी मला मदत केली होती.

राजेसाहेब नेहमी म्हणत असत- ''माझा कुत्रा देखील उभा राहिला, तरी जिंकून येईल.'' मी याच सूत्राचा अवलंब केला आणि म्हणाले, ''जनतेला कुत्रा समजणाऱ्यामध्ये कुत्र्याप्रमाणेच शेपूट हलविणाऱ्यांनाच जिंकून आणण्याची मानसिकता असते, त्यामुळे राजेसाहेब आपल्या पक्षाच्या उमेदवारांना आपल्या सोबत कधी घेऊन जात नाहीत.'' ते स्वत: निवडणूक लढवीत आहेत, असेच ते म्हणायचे. राणीसाहेब घरोघरी जाऊन कुंकवाचे करंडे दान करीत होत्या. उलट, मी गावातील मुलांना कडेवर घेऊन त्यांचे नाक साफ करीत होते आणि पिण्याच्या पाण्याच्या प्रश्नासाठी लढण्याचे त्यांना आवाहन करीत होते. या जागेसाठी रामानंद तिवारी आणि भोलाबाबूदेखील उम्मेदवार होऊ इच्छित होते. आतल्या आत ते मला विरोधदेखील करीत असत. भोला प्रसाद सिंह कुर्मी असल्यामुळे ते या जागेवर हक्क सांगत होते. मांडू मतदारसंघाची ६० टक्के जनता कुर्मी आहे. या निवडणुकीनंतर काही वर्षांनी नीतिशकुमारदेखील येथूनच निवडणूक लढवू इच्छित होते. येथील कुर्मी बिहार वा नालंदाच्या कुर्मीपेक्षा फार वेगळा आणि मागासलेला आहे. त्याचे

राहणे-वागणे, खाणे-पिणे आदिवासींशी फार मिळते-जुळते आहे. इंग्रजाच्या काळातच मानभूमच्या कुर्मी नेत्यांनी कुर्मी-महतोना आदिवासींच्या यादीतून काढून सवर्णांच्या यादीत समावेश करण्यासाठी लेखी रूपात निवेदन दिले होते आणि त्यासाठी एक मोहीमदेखील राबविली होती.

मधू लिमये आणि कर्पुरी ठाकूर माझ्यासाठी घरोघरी फिरत होते. श्रीकृष्ण सिंह (समाजवादी पक्षाचे माजीमंत्री) जातीने राजपूत असल्याने शालिग्राम सिंह—जे मांडूचे उमेदवार होते, त्यांच्या सोबत रात्री गुपचुप कुटील कारस्थान रचत होते. मी आणि तानेश्वर आझाद-एक स्त्री आणि एक दलित- मांडूत रात्री रस्त्याच्या कडेने चटई अंथरून झोपत असू आणि सर्व बाबी लक्षात ठेवून निवडणूक प्रचाराची योजना मांडत असू. तानेश्वर आझाद नेहमी म्हणत, ''लोहियाजी योग्यच म्हणत होते की, कोणत्याही जातीची स्त्री असो, ती मागासलेलीच असते आणि कुठलाही पुरुष तिचे नेतृत्व स्वीकारण्यास तयार नसतो.'' संविद सरकारमध्ये तानेश्वर आझाद मंत्रीदेखील राहिले होते.

समाजवादी पक्षामध्येदेखील काहीसा असाच प्रकार सुरू होता. स्त्री— मग ती कितीही सक्षम, शिकली-सवरलेली असली तरी— आधी तिला स्त्रीच समजले जाते. आमच्या सहकाऱ्यांनी जमा केलेला पैसा श्रीकृष्ण सिंहांनी निवडणुकीत खुल्या हाताने उधळणे सुरू केले होते, याची आम्हाला जाणीव झाली. मग आम्ही निवडणुकीच्या प्रचाराची धुरा स्वत:च्या हातात घेतली आणि गावोगावी जायला सुरुवात केली. मी कुठल्याही प्रकारच्या संघटनेची पार्श्वभूमी नसलेले तीन कार्यकर्ते धनबादहून सोबत आणले होते. त्यांच्यापैकी एक धनबादमधील उर्दूचे शायर कमर मखदूमीदेखील होते. दुसरे दोघे नित्यानंद सिंह आणि पटेल सिंह हे होते. निवडणुकीच्या दोन-तीन महिन्यांपूर्वीच मी एक सेकंडहँड स्टेशनवॅगन विकत घेतली होती. ती नेहमीच धक्का देऊनच सुरू व्हायची आणि नेमकी जंगलात नेहमी बिघडायची. त्या गाडीचा वेग असा होता की, आम्ही पायी किंवा बैलगाडीत किंवा सायकलवर बसून गोमिया किंवा मांडूला त्याआधी पोहोचत होतो. खेडूत माझी ही गाडी ढकलत गोमियाच्या मेकॅनिककडे पोहोचवत होते. आम्ही गावा-गावांतून संपर्क साधला. पश्चिम बोकारो, घाटो, बंजी आणि गोमियात मला भरपूर मते मिळाली. राजासंबंधीची परंपरा तोडण्यात मला यश मिळाले होते. तसेच जनतेचा मोठ्या प्रमाणात पाठिंबा आणि प्रेमदेखील मिळाले होते. निवडणुकीच्या काळात मी प्रचार मोहीम सोडून गोमियात पाण्यासाठी आंदोलन सुरू केले होते, ज्याला तरुण आणि स्त्रियांनी फार मोठी साथ दिली. येथूनच माझ्या जीवनाला एक नवीन वळण लागले. तिकडे गावात गावाचे प्रमुख जटाधारी आणि भीम सिंह नावाचे जुने समाजवादी कार्यकर्तेदेखील

भेटले. निवडणुकीनंतर आम्ही सुरू केलेल्या जंगल आंदोलनात त्यांनी आम्हाला फार मोठे सहकार्य केले होते. हे लोक पायी-पायी फिरून गावात आमच्या निवडणुकीचा प्रचार करीत होते. खरं म्हणजे, या दूरवरच्या गावांत कधी कुणी उमेदवार जातच नव्हता. फक्त आठवडा बाजारात सभा घेऊन पक्षाची नेतेमंडळी भेटी-गाठी घेत होती. राजेसाहेब आपल्या हेलिकॉप्टरने आठवडा बाजारात आणि मोठमोठ्या गावात उतरत होते, त्यामुळे त्यांच्या हेलिकॉप्टरचा मोठा प्रभाव होता. मी पहिली अशी उमेदवार होते की, जी गावा-गावांत गेले आणि कधी कधी रात्रीदेखील गावातच मुक्काम केला.

शाळिग्राम सिंह जे काँग्रेसचे उमेदवार होते, ते निवडणुकीत जिंकले. मी केवळ ७०० मतांनी पराभूत झाले. माझी ३२२ मते रद्द झाली होती. कारण 'नोट और व्होट दोनों चाहिए' या माझ्या घोषणेमुळे लोकांनी मतपत्रिकेसोबत नोट लावली आणि त्यावर लिहिले होते, 'व्होट और नोट दोनों दे रहे हैं।' नोटा खजिन्यात गेल्या आणि मते केराच्या टोपलीत. अति उत्साहामुळे मी हरले. राजेसाहेबांकडून विरोधकाची अनामत जप्त करण्याची परंपरा मोडली. हा तो काळ होता, जेव्हा राजाचे हेलिकॉप्टर वर उडताना खाली जंगलामध्ये आदिवासी जनता त्यांना साष्टांग दंडवत करून 'जोहार' घालत होती. मी मात्र आदिवासींच्या घरात जाऊन त्यांची भाषा शिकले. पालेभाजी आणि मक्याच्या कण्या त्यांच्या सोबत बसून खाल्ल्या. तेथील जनता मला 'राणी माँ' किंवा 'गुप्ताराणी' म्हणू लागली होती.

'हरले तरी मी इथेच राहीन', या जनतेला दिलेल्या वचनाप्रमाणे मी निवडणुकीच्या काळातच मांडूत राहू लागले होते आणि ज्या दिवशी मी निवडणूक हरल्याचा निकाल लागला, त्याच दिवशी हजारीबाग कोर्टाच्या आवारात मोठ्या जमावासमोर जीपवर चढून टाटा कंपनीच्या विरोधात हायस्कूलच्या स्थापनेसाठी आंदोलन करण्याची घोषणा मी केली. मगन सिंह, भगवान सिंहांकडे मी घाटोत तळ ठोकला. घाटोतून निजामभाई, अशरफ, बालेश्वर सिंह, अखिलेश्वर सिंह, मुरारी तिवारी आणि श्रीवास्तवसाहेब यांसारखे बांधिलकी पत्करलेले अनेक साथी सोबत आले.

•••

कोळसा
खाणींतील
संघर्ष

१०.
राजाची खाण

छोटा नागपूरमध्ये पारसनाथनंतर सर्वांत मोठा पर्वत—पर्वतांचा शिरोमणी, सातपुडा पर्वताच्या रांगांचा प्रतिनिधी—लुग्गू डोंगर आहे! हा डोंगर साधुसंत आणि तांत्रिकांना आपल्या गुफांमध्ये ध्यानस्थ बसण्यासाठी आकर्षित करणारा, घरातून पळून आलेल्या लोकांना आपल्या गुहांत शरण देणारा, आपल्या पायथ्याच्या जमिनीत, आपल्या सभोवताली कोळशाचे अनंत साठे लपवून, आकाशात उंच तरंगणाऱ्या ढगांमध्ये किंवा धूळ आणि धुराच्या लोटांमध्ये आपले शिर लपवून, घनदाट जंगलाच्या गर्दीत डोक्यापासून पायापर्यंत लोंबकळणाऱ्या डझनावारी नदी-नाल्यांना नागासारखा विळखा घालून सातपुडा पर्वतरांगांची ओळख दर्शवीत दृढ-निश्चल उभा आहे.

या सर्व गुफा, दऱ्या-खोऱ्या, डोंगर-माथी आणि भूगर्भात संपत्ती दडवून ठेवलेल्या भूमीवर मोठी भव्य अशी दामोदर नदी बाराही महिने उड्या मारीत वाहत असते. आपल्या गावांना अन्न-धान्याने समृद्ध करीत असते. ही दामोदर नदी आजदेखील वाहते; परंतु बांध टाकून तिला आकुंचित करण्यात आले आहे आणि ती काळी पडली आहे. या जमिनीवर चुटका नाला, दुधी, कोनारासारख्या बाराही महिने वाहणाऱ्या अनेक नद्या-नालेदेखील खळखळत वाहत असतात. इथला एक राजा होता, जो बिरहोर आदिवासीचा मुलगा होता. तो राजा असल्यामुळे आदिवासी

असूनदेखील त्याला राजपूत म्हणजे उच्च जातीचा मानण्यात येत होते. हजारीबाग जिल्ह्यातील 'पद्मा' नामक खेडेगाव ही त्याची राजधानी होती. राजेसाहेबांचे नाव कामाख्या नारायण सिंह होते. त्यांचे भाऊ बसंत नारायण सिंह होते. या राजेसाहेबांना पद्माचे राजे म्हणत असत. पद्मा गाव हजारीबाग-बरही रोड (राज्य महामार्ग ३१) वर वसले आहे. तेथेच त्यांचा महाल आहे. नेपाळच्या राजघराण्यातील सुपुत्री त्यांची राणी आहे. राजा कामाख्या नारायणांच्या बाबतीत बऱ्याच दंतकथा सांगण्यात येतात. जसे— हे 'बिरहोर' आदिवासी परिवारातले होते. इंग्रजांनी यांना राजे बनविले. घटवार, खरबार जातीचे लोक यांना आपल्या जातीतील समजतात. छोटा नागपूरमध्ये एक म्हणदेखील प्रचलित आहे— 'घटले घटवार, वाढले टिकैत.' यांच्या राज्याच्या सीमेत छोटा नागपूरच्या उत्तरेकडील धनबाद, हजारीबाग— ज्यामध्ये आधी गिरिडीह, बोकारो, चतरा, कोडर्माचादेखील समावेश होता- या व्यक्तिरिक्त रांचीचा मांडर जिल्हादेखील येत होता. या राजाचेच कर्मचारी पूर्ण जंगल आणि जमिनीची देखरेख जनतेसोबत करीत होते. आदिवासी त्यांना फार मान देत होते. राजा कामाख्या नारायण सिंह यांनी स्वातंत्र्य मिळाल्यानंतर राजकारणातदेखील भाग घेण्यास सुरुवात केली होती. त्यांनी 'जनता पक्षा'च्या नावाने एक राजकीय पक्ष स्थापन केला आणि काँग्रेसच्या विरोधात स्वत: किंवा आपल्या कुटुंबातील व्यक्तीद्वारे निवडणूक लढवून सरकार पक्षाशी सामना करण्यासाठी आपल्या राज्याच्या अधिकाऱ्यांची एक लॉबी तयार केली. त्यासाठी एकीकडे त्यांनी मोठ्या भांडवलदारांकडून पैसे घेऊन संसद किंवा विधानसभेच्या जागा विकल्या. ज्या जागा ते आपल्या प्रभावातून काँग्रेसच्या विरोधात निवडणूक लढवून जिंकून देत होते. तर, दुसरीकडे आपले बहुमत तयार करण्यासाठी ते आपला ड्रायव्हर, न्हावी धोब्यालादेखील उमेदवारी देऊन जिंकून आणत होते. त्यांनी निवडणुकीसाठी एक हेलिकॉप्टरदेखील विकत घेतले होते. वरून हेलिकॉप्टर जाताना पाहून जंगलातील आदिवासी जमिनीवर पडून त्यांना 'जोहार' म्हणून साष्टांग नमस्कार करायचे. के. बी. सहाय मुख्यमंत्री असताना जेव्हा सरकारने त्यांच्या राज्यातील जंगले आणि जमिनी आपल्या अखत्यारीत घेतल्या, तेव्हा ते न्यायालयाची भाषा बोलू लागले. बरीच वर्षे हे खटले चालले. ते तर राजे होते, परंतु अत्यंत यशस्वी व्यावसायिक आणि व्यापारीदेखील होते. पद्मा गावात त्यांचा दरबार भरायचा. ते दर वर्षी लोकांना बक्षिसी आणि जहागिरीदेखील वाटायचे. जेव्हा केंद्र आणि राज्य सरकारने जंगलांच्या ताब्यासाठी खटला दाखल केला, तेव्हा त्यांनी आपली नोंदवही देऊन जनतेला जंगल आणि जमीन वाटप सुरू केले. खरं तर आता त्यांचे जंगलही नव्हते आणि जमीनदेखील त्यांची राहिली नव्हती.

इंग्रज सरकारने १९२६ मध्ये लोहमार्ग टाकण्यासाठी याच गावांमधून केदलापासून लइयोपर्यंतची जमीन संपादन केली होती. त्या काळी रेल्वेच्या अंतर्गतच त्यांच्यासाठी उत्खननाच्या उद्देशाने खाणी चालत होत्या. दुसरी कुठलीच सरकारी कंपनी नव्हती. कोळशाच्या शोधासाठी ड्रिलिंग झालेले होते आणि कोळशाच्या साठ्याचा शोध इंग्रज सरकारनेदेखील लावला होता. परंतु नंतर लोहमार्ग टाकण्याची योजना बंद पडली आणि खाणीदेखील चालविल्या गेल्या नाहीत. संपादन केलेली जमीन नियमाप्रमाणे शेतकऱ्यांना परत करायला हवी होती; परंतु एका इंग्रज कलेक्टरने ती जमीन एका कराराअंतर्गत त्याच गावातील लोकांना— ज्यांची ती जमीन होती— वर्ष-दोन वर्षांसाठी ब्लॉकद्वारे शेती करण्यासाठी लीजवर देण्याची व्यवस्था केली. त्या अधिग्रहित जमिनीच्या विक्रीवर त्याने बंदी घातली, परंतु गावकऱ्यांचा शेती करण्याचा अधिकार कायम ठेवला. काळाच्या ओघात ही जमीन सरकारने अधिग्रहित केली होती, हेच पुढची पिढी विसरूनच गेली. त्यांनी 'कसेल त्याची जमीन' या अधिकाराचा उपयोग करून त्या जमिनीला लागून असलेली पडीक जमीन हडपली आणि तिच्यावरदेखील शेती सुरू केली.

राजेसाहेबाना हे सर्व माहीत असूनदेखील ते माहीत नसल्यासारखे दर्शवीत होते.

लुग्गू आणि चुरचू डोंगरांच्या पायथ्याशी वसलेले केदला, झारखंड, लइयो, राहो, पचमो, बसतपूर, बंजी, बारूघुट्टू, घाटो, झरना परसोबडा, नावाडीह, घोसी, तापिन, कजरीच्या जंगलांत राजा कामाख्या नारायण यांना काळ्या हिऱ्याच्या खजिन्याची किल्ली मिळाली. ज्याप्रमाणे एखाद्या तळघरात लपवून ठेवलेल्या धनाचा नकाशा मिळाल्यावर अवर्णनीय आनंद, आश्चर्य आणि गर्वाची जाणीव होते; त्याचप्रमाणे राजेसाहेबदेखील आपल्या जमिनीत कोळसा असल्याची बातमी ऐकून उल्हसित झाले. १९५२ मध्ये जुने ड्रिलिंग आणि झालेल्या सर्वेक्षणाचा फायदा घेऊन त्यांनी सरकारचे सर्व कायदे धुडकावून किंवा असेही म्हणता येईल की, कायद्यातून पळवाट काढण्याची योजनाबद्ध तयारी करून कित्येक निनावी कंपन्यांच्या माध्यमातून खाणींचे उत्खनन सुरू केले आणि कुजू क्षेत्रात बाहेरच्या कंपन्यांना— बहुतांश बंगाली, मारवाडी व पंजाबी कंपन्यांना— खाणी खोदण्याच्या अधिकारासहित लीजवर जमिनी दिल्या, जे त्यांच्या अधिकारकक्षेच्या बाहेर होते. कित्येक मोठमोठ्या कंपन्यांना धनबाद, झरियावरून बोलावून जमिनीचे उतारेदेखील नावावर करून देण्यात आले. विभागीय स्तरावर खाणी चालविण्यासाठी भांडवलासोबतच मानवी श्रम आणि श्रम व्यवस्थापनदेखील मोठ्या प्रमाणात जरुरीचे होते. यात खूप कष्ट करावे लागत होते. त्यामुळे आपल्या राजेशाही थाटामाटात एका कुशल व्यापाऱ्याची

व्यावसायिक हुशारी असणाऱ्या राजेसाहेबांनी तत्काळ आपल्या दरबारात ठेकेदारांची मांदियाळी जमवली. आपल्या जमीनदारीतील नोकरापासून ते सरकारी आणि कोर्ट-कचेरीचे नोकरदार व न्यायाधीशांपर्यंत सर्वांनाच प्लॉट देऊन त्यांनी आपल्या बेकायदा कारभारात त्यांना सामील करून घेतले. आपल्या राज्याच्या मोठ्या शहरांतील श्रीमंत नागरिकांपासून ते गावातील सरंजामी, जमीनदार, गावातील प्रतिष्ठित, सरपंच, विद्यापीठाचे कुलगुरू आणि आपल्या महालातील नेहमीचे नोकर-चाकर, परीट-पिंजाऱ्यांपासून ते कलेक्टरांच्या शिपायापर्यंत त्यांच्या ऐपतीप्रमाणे त्यांना प्लॉट वाटण्यात आले. त्यांनी आपल्या निनावी कंपनीच्या अंतर्गत मोठ्या लोकांसोबत रेंजिंग-कम-सेलिंग ठेकेदारीचे करार करून उत्खनन नियमांची कायदेशीर पूर्तता केली. यात रेंजिंग-कम-सेलिंग म्हणजे उत्पादन आणि विक्री करण्याच्या अधिकारासोबत मोठ्या ठेकेदारांच्या अंतर्गत लहान कंत्राटदारांची वेगळी एक मोठी फौज उभी केली. यांच्या हाताखाली लाठी चालवणाऱ्यांची टोळी असायची, जी मजुरांचा आवाज दडपून राजाची तिजोरी भरण्याच्या उद्देशाने त्यांचे शोषण करून आपले पोट भरीत होती. अशा प्रकारे राजेसाहेबांनी घरी बसून कोळशावर रॉयल्टीचा हक्क वाजवून घेतला. एक पैसादेखील भांडवल न गुंतवता स्वत:साठी दरमहा लाखों रुपये उत्पन्नाची व्यवस्था त्यांनी करून घेतली. त्यांनी परेज बंगल्यात आपले तपासणी नाके उभारले, त्यावर त्यांनी आपला अधिकार प्रस्थापित केला. याच नाक्यावर कोळसा घेऊन जाणाऱ्या ट्रकच्या वाहतुकीची नोंदणी करून वजनासाठी पावती दिली जायची. त्याच पावतीच्या आधारे राजेसाहेबांकडून उभारण्यात आलेल्या काट्यावर कोळशाने भरलेल्या ट्रकचे वजन करण्यात यायचे. त्या वजनाच्या आधारावर राजेसाहेबांची विश्वासू माणसे रॉयल्टी वसूल करायची. राजेसाहेबांनी माइनिंग मॅनेजरलादेखील खूश ठेवले होते. सुरक्षा नियमांचे पालन करण्यासाठी नव्हे, तर ते नियम तोडण्यासाठी आणि उत्खनन सुरक्षा विभागाच्या डोळ्यांत धूळ फेकण्यासाठी त्याला ठेवण्यात आले होते. यासाठी ना भांडवल लागले, ना मेहनत. कसलेच श्रम न करता काम होऊ लागले. 'हपापाचा माल गपापा' होऊन संपूर्ण माल पद्माच्या महालात पोहोचू लागला. काही हिस्सा राजाचे हस्तक आपल्या प्रामाणिकपणाच्या मोबदल्याच्या रूपात लुटू लागले. गावातील दादागिरी करणाऱ्या वाचाळ लोकांनादेखील रुपयात चार आणे मिळायचे.

खाणी वाढू लागल्या. जंगले नष्ट होऊ लागली. त्या खाणी खेडुतांच्या शेती गिळंकृत करू लागल्या. विरोध आणि विद्रोह निर्माण होऊ नये म्हणून व्यवहारकुशल राजाने गावातील वटवट करणाऱ्या अप्रिय लोकांना जमिनीच्या मोबदल्यात खाणीमध्ये चार आणे भागीदारीचा हिस्सा ठेकेदारांकडून दिला. गावातील भूमिहीन तसेच

दुसऱ्यांच्या शेतात काम करणाऱ्या लोकांसाठी आठ आणे रोजंदारीवर कोळशाच्या खाणीत काम करण्याचा जीवघेणा प्रस्ताव ठेवण्यात आला. सवर्णांतील समृद्ध पाटील, प्रमुख शेतकरी व सावकार हे या ठेकेदारांचे भागीदार होते; ते आता जमिनीचे मालक झाले. याउलट सवर्णांतील गरीब आणि मागासलेल्या जमाती, त्या खाणीत घाम गाळणाऱ्या हंगामी मजूर झाल्या. पावसाळ्यात हेच लोक श्रीमंत साहेबांच्या, पाटलांच्या किंवा सावकाराच्या शेतात पेरणी, खुरपणी, कापणी करीत होते. तसे पाहता, या गावामध्ये समृद्ध सवर्ण आणि गरीब सवर्ण यांच्यामध्ये आर्थिक किंवा सामाजिक स्तरावर फार मोठे अंतर नव्हते. परंतु राजपूत आणि भूमिहार किंवा ब्राह्मण कुटुंब आणि इतरांमध्ये सामाजिक व आर्थिक स्तरातील दरी फार स्पष्ट होती. अशा प्रकारे चार स्तरीय व्यवस्था निर्माण झाली. (१) कंपनी राजेसाहेबांची, (२) दलाल, काम करणारे अधिकारी हे सर्व राजपूत आणि ठेकेदार व मोठे व्यापारी, (३) भूमिहार- (बिहार, झारखंडमधील एक जमात, जे स्वतःला ब्राह्मण समजतात)— वैश्य व ब्राह्मण, लहान ठेकेदार आणि पैलवान राजपूत, ब्राह्मण, कायस्थ आणि बनियासहित कोळी आणि दुसाधदेखील (डुकरे पाळणारी शूद्र जात), (४) मजूर, सर्व मागासलेले दलित, आदिवासी. सवर्ण जातीतील मंडळी लाठ्याकाठ्या घेऊन फिरत, विनाकारण मारपीट करून आपला दरारा निर्माण करीत. परंतु कष्ट किंवा मजुरी कधी करीत नव्हते. मजुरी करणे, शेती करणे म्हणजे जातीतून बहिष्कृत होणे. विशेषतः छोट्या नागपूरमध्ये १०० एकर शेतीचा मालकदेखील शिपायाची नोकरी आनंदाने करायचा. परंतु आपली पडीक पडलेली शेती केल्याने त्याची प्रतिष्ठा मातीमोल होत असल्याची भावना त्याच्यात होती. नॉन-मॅट्रिक, मॅट्रिक, इंटर आणि पदवीधर असलेले तरुण आपापल्या गावातील ठेकेदारांमध्ये नात्याने काका, मामा, आत्याचा नवरा, मेव्हणा, बहिणीचा नवरा यांना हुडकून-हुडकून मासिक शे-पन्नास रुपयांवर मुंशीगिरी करीत होते. मजूर गोळा करण्यासाठी दलाल निर्माण झाले. मजुरांना गटाने एकत्रित आणण्यासाठी आणि घाम गाळण्यासाठी गावगुंड तयार झाले. ठेकेदारांनी आपल्या नातलगांना जीवनावश्यक वस्तूंची दुकाने उघडून दिली आणि आपापल्या मजुरांना त्याच दुकानातून उधारीवर सामान घेण्याची सक्ती केली. अशा प्रकारे तराजू मारून, वजन कमी करून आणि उधार घेतलेल्या सामानाच्या रकमेवर व्याज आकारून ठेकेदारांनी आपल्या उत्पन्नाच्या वाढीची एक वेगळीच व्यवस्था केली. दादामंडळी कसलेही श्रम न करता १० टक्के कमिशन मिळवू लागली.

सुरुवातीच्या काळात गावातील किंवा आदिवासी लोक खाणीत काम करण्यास घाबरत होते. त्यामुळे ते खाणीत काम करीत नव्हते. तसे पाहता, शेतजमिनीवरील

उत्पन्न आणि जंगलातील मोहाच्या व वृक्षांच्या साली तसेच बिया किंवा जंगलातील इतर उत्पादनातून ते चांगल्या प्रकारे जगू शकत होते. परंतु ते काम वर्षभरात तीन महिनेच असायचे. त्यांना वर्षभराचे धान्य याच एका हंगामात गोळा करावे लागत होते. पाऊस पडला नाही, तर काम करण्यासाठी लोकांना बाहेर पडावे लागायचे. मजुरी कमी असल्याने खाणीत काम करणे त्यांना परवडत नव्हते. तसे पाहता, या खाणीच्या सभोवतीच्या गावांत— विशेषत: मांडू, गोमियामधील बहुतेक शेतकऱ्यांना खातेवहीत जमिनीबाबत कसण्याचा अधिकार प्राप्त झाला होता. या अधिकाराअंतर्गत कुटुंब वाढल्यास किंवा आवश्यक भासल्यास गावातील नागरिक जंगल कापून खात्यावर निश्चित केल्याप्रमाणे नवीन शेती किंवा घरे बांधू शकत होते. अशा शेतापासून त्याला वंचित करण्याचा अधिकार सरकारलादेखील नव्हता. मात्र, सरकार त्यावर शेतसारा आकारू शकत होते. काही सात-बाराच्या उताऱ्यात तर असेदेखील लिहिले होते की- 'जनता कुठल्याही प्रकारची परवानगी न घेता नांगरण-मशागत करून त्या जमिनीवर शेती करू शकते.' काही नोंदवहीत तर कलेक्टरच्या परवानगीची अटदेखील नमूद होती. परंतु दोन्ही बाबतींत मग जनता सरकारला सूचना देवो किंवा न देवो, त्याला वंचित करण्याचा, त्यात फेरफार करण्याचा अधिकार सरकारला नव्हता. अशा प्रकारे जमिनीच्या बाबतीत शेतकरी निश्चिंत आणि सुरक्षित होता. १९०८ मध्ये सर सिफ्टनने हजारीबाग जिल्ह्याचे सर्वेक्षण केले होते. तेव्हा गिरिडीह हजारीबागमध्ये सब-डिव्हिजन होती. तेथील गरिबी पाहून आणि राजा व जमीनदारांच्या त्रासापासून त्यांना वाचविण्यासाठी किंवा खेडुतांमधील असंतोषामुळे त्यातून होऊ शकणाऱ्या विद्रोहाची शक्यता टाळण्यासाठी म्हणून त्याने या जमिनीवरील शेतसारा फार कमी आकारला होता. शेतकरी 'खुंटकट्टा'च्या अधिकाराअंतर्गत जंगल साफ करून किंवा नदी-नाल्यांवर बांध बांधून, पाणी अडवून आपल्या शेतीला पाणी देण्यास मुख्त्यार होते. अशा प्रकारे वर्षभर खाण्यासाठी अन्न-धान्याचे उत्पादन आणि इतर गरजांची पूर्तता ते जंगलातील उत्पन्नापासून करू शकत होते. त्यांची मिळकत खाणीच्या मिळकतीपेक्षा अधिक होत होती. तसे पाहिले तर खाणीचे काम अधिक जोखमीचे, अधिक कष्टाचे, घाणेरडे, कंटाळवाणे आणि कठीण होते. त्यामुळे जंगलात उन्मुक्तपणे वावरणाऱ्या आदिवासी किंवा बिगर-आदिवासी जमाती सुरुवातीस खाणीमध्ये काम करण्यासाठी येत नव्हत्या.

दररोज नवनवीन खाणी खोदल्याने एकीकडे त्यांचे जंगल नष्ट झाले, शेतात कोळशाची धूळ पसरल्याने पिके नष्ट होऊ लागली, हळूहळू शेतीचा कस कमी होऊ लागला, उत्पन्न घटले. आणि आधीच कमी पाणी असलेल्या विहिरी स्फोटामुळे कोरड्या पडू लागल्या, पाण्याचा प्रवाह बदलू लागला आणि दुसरीकडे सरकारने

जंगलासंबंधी नवीन कायदे-नियम करून जंगलांमध्ये त्यांच्या प्रवेशावर बंदी घातली. त्यामुळे पाणी, जंगल आणि जमिनीचे त्यांचे वडिलोपार्जित अधिकारदेखील संपुष्टात येऊ लागले. जंगलतोडीमुळे जंगलातील उत्पादन— ज्यावर ते वर्षातील नऊ महिने जगत होते— कमी झाले होते. त्यामुळे गावातील लोकांनीदेखील पावसाळा आणि मोहाच्या बहराचा काळ सोडून खाणीत येऊन काम करणे सुरू केले. परंतु हे लोक कधी ठेक्याने काम करीत नव्हते. ते लोक नेहमी रोजंदारीवरच काम करायचे. दूर-दूरच्या जंगलातून ते येत होते. त्यामुळे झोपड्यांत राहून ठेक्याने काम करणाऱ्या इतर मजुरांपेक्षा उशिरा कामावर येत होते आणि संध्याकाळ व्हायच्या आत आपल्या गावी परत जात होते. त्यामुळे त्यांना मजुरीदेखील फार कमी मिळत होती. यांना कमीत कमी पगार तर मिळतच नव्हता. यांच्यातील स्त्रियांना पुरुषांपेक्षा कमी रोजंदारी दिली जात होती. खाणींना कायमस्वरूपी चालविण्यासाठी कायम मजुरांची आवश्यकता असते. त्यासाठी दलाललोक दूर-दूरच्या प्रदेशात व क्षेत्रात जाऊन मजुरांना घेऊन येत होते. जेथे नेहमी दुष्काळ पडायचा किंवा दर दोन वर्षांनी कोरडा दुष्काळ पडत होता, तेथून मोठ्या संख्येने मजूर येत होते. मध्य प्रदेशातील बिलासपूर, रायगढ, बंगालचा पुरुलिया, बिहारचा गया, छोटा नागपूरचा पलामू आणि रांची, चायबासा, सिंहभूम, दुमका हे जिल्हे मजुरांच्या पुरवठ्याचे बालेकिल्ले मानले जात होते. उत्तर प्रदेशातील बलिया, गोरखपूरमधून मजुरांचा पुरवठा करणाऱ्या कंपन्यांमार्फत मजूर मोठ्या संख्येने आणले जात. त्यांची व्यवस्था कँपमध्ये करण्यात यायची. यांना गोरखपुरी किंवा पच्छमाहा मजूर म्हटले जायचे. त्यांना रोख पैसे न देता त्यांच्या येण्या-जाण्याचे भाडे वजा करून उरलेले पैसे त्यांच्या घरी मनिऑर्डरद्वारे पाठविले जायचे. कँपचा सुपरवायझर त्यांचा 'गॉडफादर' असायचा. तो त्यांना शिक्षादेखील देऊ शकत होता. बाहेरच्या जगाशी संपर्क ठेवण्याची त्यांना परवानगी नव्हती. अशा कंपन्यांना सरकार परवाने द्यायची. थोडक्यात, वेठबिगार मजूर तयार करण्याचेच परवाने दिले जायचे.

ओरिसाचा गंजम जिल्हादेखील मजुरांच्या निर्यातीसाठी नावाजलेला होता. त्यांच्या सरदारांचा दबदबा मोठा होता. मजुरांच्या गटाचा सरदार इच्छा होईल त्याला काम द्यायचा, नाही झाली इच्छा तर काम नाही. मजुरांची पूर्ण कमाई सरदार उचलायचा आणि आपले कमिशन कापून उरलेला पैसा तो मजुरांमध्ये वाटायचा. हे प्रमाण उत्पन्नाच्या बहुतेक १० टक्के असायचे. काही ठिकाणी १० टक्क्यांपेक्षा अधिकदेखील असायचे. ओरिसातील मजूर 'सडाफटिंग' म्हणजे एकटेच कष्ट करण्यासाठी यायचे. रांची, चायबासामधून केवळ स्त्रियाच मजुरी करण्यासाठी यायच्या. येताना एखाद्या पुरुषाला टोपल्या उचलण्यासाठी किंवा स्वयंपाकासाठी

आपल्या सोबत आणायच्या. बिलासपूर, रायगढमधून रविदास किंवा सतनामी जोडपी श्रम करण्यासाठी येत. पलामूचे कोळी आणि चौधरी नेहमीच एकटे यायचे; परंतु गयाचे नुनियाँ, भुइयाँ आणि चौहान जोडीने येत. गोरखपूर आणि बलियामधूनदेखील पुरुष एकटेच घाम गाळण्यासाठी यायचे. भूगर्भ-योजनेतदेखील मोठ्या प्रमाणावर ते काम करायचे. बिलासपुरी मजूर भूगर्भ खाणीत जाण्यास फार घाबरायचे. ते 'पोखरिया' (पोखरून काढायच्या) खाणीत नेहमीच जोडीने श्रम करीत असत. त्यांना कोळशातील किडा, म्हणजे तज्ज्ञ समजण्यात येत होते.

नुनियाँ आणि उडिया मजुरांना मातीतील किडा समजण्यात यायचे. कारण ते मातीकाम व दगडकाम मोठ्या वेगाने करीत. बिलासपुरी मजूर कोळशावर खूष असायचा आणि त्यासाठी तो मरायचा. पलामूचे कोळी आणि चौधरी लोडिंगमध्ये आणि जमिनीखाली खूप कष्ट करायचे. परंतु रांची आणि चायबासाच्या उराँव, मुंडा आणि हो, स्त्रियाही लोडिंग करण्यात निपुण होत्या. गोरखपुरी मजूर— जो 'पच्छमाहा' मजूर म्हणून ओळखला जात होता, तो फार कष्टाळू समजला जायचा. तो कँपमध्ये न राहता सरळ मालकातर्फे काम करायचा. मालकातर्फे लाठीधाऱ्यांचे कामदेखील करायचा. त्यामुळे इतर मजुरांपेक्षा त्याची मजुरी जास्त असायची. त्याचे जेवण मेस– मध्ये तयार होत होते. या जिल्ह्यातील टाटा कंपनी किंवा कर्मचंद थापरची कंपनी अशा मजुरांना जास्तकरून कामावर ठेवत होती. शिवराम सिंह ॲन्ड कंपनीने कँपमध्ये नसलेल्या पच्छमाहा मजुरांना लाठी चालविणे व मजुरी करणे या दोन्ही कामांसाठी झारखंडमध्ये नेमले होते.

स्वातंत्र्यानंतर जेव्हा भारत सरकारने राजाचे अधिकार रद्द केले, तेव्हा राजा कामाख्या नारायण यांचा संपत्तीवरील अधिकार संपुष्टात आला. त्यांच्या जमिनी जनतेच्या नावाने करण्याची व्यवस्था करणे व उत्खनन करण्यासाठी परवानगी देणे, महसूल किंवा रॉयल्टी वसुली करणे किंवा जंगलाचे लीज किंवा ठेक्याने देण्याचा अधिकार बिहार सरकारला मिळाला. राजाची स्थिती दिवाळखोरासारखी झाली. एका चलाख, चतुर व धूर्त दिवाळखोर व्यापाऱ्याप्रमाणे राजा बहादूरांनी आपल्या जमिनी आणि जंगले— जी आता त्याची राहिली नव्हती— त्याचे सात-बाराचे उतारे त्यांनी जनतेच्या नावाने करून दिले. त्यामुळे त्यातून जनता आणि सरकार यांच्यामध्ये वादविवाद, भांडण सुरू झाले. "राजेसाहेबांनी तर आपल्या प्रिय जनतेला सर्व काही दान दिले, परंतु सरकार सर्व हिसकावून घेऊ इच्छिते", असा प्रचार सुरू झाला. अशा प्रकारे त्यांनी प्रजेला आपलेसे करून घेतले.

राजेसाहेबांनी केलेल्या करिष्म्याच्या कथा मन मानेल तशा तयार करून पसरविण्यात येऊ लागल्या. राजेसाहेबांना याचा दुहेरी फायदा मिळाला. त्यांनी

'जनता पक्षा'च्या नावाने आपला वेगळा पक्ष स्थापन केलेलाच होता. त्यांनी घोषणा केली- 'जमीन अन् जंगल जनतेचे!' राजेसाहेबांनी सरकारवर कित्येक खटलेदेखील दाखल केले. सरकारनेदेखील त्यांच्यावर खटले दाखल केले. दोन दशकांपर्यंत भोळ्या-भाबड्या, मागासलेल्या जनतेला भ्रमात ठेवून मतांच्या राजकारणात राजाने केवळ आपली उच्च प्रतिमाच तयार केली नाही, तर मतांची पेढीदेखील आपल्या कब्ज्यात घेतली. राजेसाहेबांच्या कर्तृत्वाची चर्चा तर एवढी पसरली, की ते मरू शकतात, यावर त्यांच्या मृत्यूनंतरदेखील लोकांचा विश्वास बसत नव्हता. कित्येक वर्षे त्यांना 'इथे पाहिले-तिथे पाहिले', अशी चर्चा सर्वत्र सुरू होती. राजाच्या कर्मचाऱ्यांनी त्यांची मोहर (सील) आणि सात-बाराच्या उताऱ्याची कागदपत्रे व नोंदवह्या ते हयात असतानाच चोरल्या होत्या. आजपर्यंत ते भोळ्या-भाबड्या शेतकऱ्यांना त्यांच्याकडून पैसे घेऊन जुन्या काळातील तारखा टाकून केलेली करारपत्रे दाखवून जमिनींबाबत फसवत आहेत. हे लोक सरकारविरुद्धच्या खटल्यांमध्ये जनतेला अडकून आपला कार्यभाग साधत आहेत.

१९५२ मध्ये केदला, झारखंडमधील खाणी सुरू झाल्या. अनेक ठेकेदार कौलाच्या झोपड्या बांधून राहू लागले. तसेच अनेक वेगवेगळ्या भाषांचे, प्रदेशांतले मजूर गवत-पानांच्या झोपड्या बांधून राहू लागले. पानांची झोपडी एका विशिष्ट प्रकारची असायची. मुश्किलीने सात फूट लांब आणि चार फूट रुंद एवढीच झोपडी असायची. खाटेवर बसलात तर छताला डोके लागायचे. लहानग्या खाटेखाली कोंबडी, शेळी किंवा शेळीचे कोकरू आणि काही ठिकाणी डुक्करदेखील ठेवले जायचे. झोपड्या बहुतेक रांगेतच बांधण्यात येत असत. प्रत्येक झोपडीबाहेर एक सारवलेला चबुतरा असायचा, ज्यावर एक मोठी चूल असायची. उष्णता असो की थंडी, उन्हाळा असो की पावसाळा; ती नेहमी पेटलेलीच असायची. झोपडीच्या भिंती पाने किंवा मातीच्या असायच्या. आदिवासींच्या झोपड्या मातीच्या असायच्या. बाहेरून आलेले नवीन मजूर आधी पानांच्या भिंती तयार करायचे, नंतर त्यावर मातीचा थर लिंपायचे. या भिंतींना राखेने वेलबुट्टी, सुंदर फुले व नक्षी काढून सजविण्यात यायचे. बिलासपुरी आणि नुनियाँ लोकांपेक्षा आदिवासींच्या झोपड्या थोड्याशा मोठ्या आणि उंच असायच्या. केदलाच्या आजूबाजूला बंजीच्या शेजारी काही बिरहोरदेखील राहायचे. त्यांची घरे सुतार पक्षाच्या घरट्यासारखी असायची. ही घरे वेगळीच दिसायची. बिरहोर एकाच ठिकाणी कधी टिकून राहत नव्हते. ते पक्क्या घरात किंवा दुसऱ्या झोपड्यांत राहू शकत नाहीत. (टाटा कंपनीने यांच्यासाठी नुकतीच फार चांगली घरे बांधली; परंतु शेजारीच ह्यांची सुतार पक्ष्याच्या घरट्यांसारखी घरे पुन्हा तयार झालीत.) ह्यांची घरे खालून गोल आणि वर गोलाकार उंचावत

जाऊन देवळाच्या कळसाप्रमाणे वर टोकदार होत जातात. खाली रुंद आणि वर अरुंद गोल टोकदार घर— ज्याला एकही खिडकी नाही. आत जाण्यासाठी जमिनीच्या थोडा वर गोलाकार दरवाजा असतो, तेवढाच. या क्षेत्रातील इतर घरांनादेखील खिडकी ठेवण्याची प्रथा नव्हती.

खेड्यांतील लोकांचा— विशेषत: आदिवासींचा धंदा जंगलातून मोहाची फुले गोळा करणे आणि त्यापासून दारू गाळणे, हादेखील आहे. माडापासून तयार झालेली, एक विशिष्ट जडी-बुटी टाकून भातापासून केलेली देशी दारूदेखील हे लोक तयार करतात आणि विकतात. या दारूला हडिया म्हणतात. तुरी लोक दलित असतात. ते जंगलातून बांबू तोडून आणतात आणि बांबू किंवा बांबूपासून टोपल्या तयार करून त्या विकतात. खेड्यांतील लोकांचा विशेषत: करमाली (आदिवासी जात) लोकांचा मुख्य व्यवसाय जंगलातील लाकूड तोडून विकणे किंवा त्या लाकडापासून बाज (खाट) किंवा इतर सामान तयार करून विकणे, हा आहे. त्याचबरोबर कोयता (विळा), कुदळ, खुरपे, पहार यांना धार लावणे हादेखील व्यवसाय ते करतात. हे लोक खाणीतून जुने लोखंड गोळा करून त्यापासून अवजारेसुद्धा तयार करतात. जंगलतोड झाल्यानंतर त्यांचा दारू विकण्याचा धंदा सुरू राहिला, तरी देखील त्यांना नाइलाजाने खाणीत काम करणे भाग पडले.

नुनियाँ आणि भुइयाँ, जे चतरा व गयावरून कुटुंबासहित येत होते, त्यांना खाणीत 'मातीतील किडा' म्हणण्यात येत होते; कारण हे लोक माती खोदण्यात प्रवीण होते. मात्र, हे लोक दारू पिऊन किडा-मुंगीप्रमाणे मरतदेखील होते. या लोकांमध्ये एखादेच कुटुंब असे असेल की, ज्याला दारू पिऊन-पिऊन टी. बी. झाला नसेल! घरात स्पिरीटची दारू गाळणे, दारू विकणे, पिणे, खाणीत घाम गाळणे आणि टी. बी. ने मरणे, हे खुशीने नव्हते; तर ती त्यांची असहायता होती. हे लोक या सर्व धंद्यांत मात्र तरबेज झाले होते.

ह्या कोळशाच्या खाणीत माती, दगड आणि कोळसा खोदण्यासाठी वेगवेगळे मजूर ठेवण्यात येत नव्हते. सर्व मजूर सर्व प्रकारचे काम करायचे. खाणींचे राष्ट्रीयीकरण झाल्यानंतर त्यांना योग्य काम आणि पद मिळवून देण्यासाठी मला वीस वर्षे लागली. तसे पाहता, लोडिंगसाठी दुसरे मजूर असायचे. कारण लोडिंगचे काम रात्रभर चालायचे. कापड तेलात भिजवून आणि नंतर ते पेटवून लोक उजेड करायचे. भट्टी विझविण्याचे काम बहुतेक आजूबाजूच्या गावांतील लोक करायचे. कारण कोळशाच्या भट्टीची देखरेख रात्रभर करावी लागते आणि पाणी आणून वेळेवर ती विझवावीदेखील लागते. बिलासपूरचा मजूर कोळसा खोदण्यासाठी नेहमी आतूर असायचा. दगड-माती खोदून कोळसा खोदण्याच्या चुरशीमुळे हे

लोक खाणीच्या नियमित वेळेपूर्वीच कामाला सुरुवात करायचे. बहुतेक हे लोक भल्या पहाटेच तिथे पोहोचत होते. कारण काम कंत्राटावर असायचे. म्हणजे जेवढा टन कोळसा काढतील, तेवढ्या टनांच्या हिशेबाने तेवढे पैसे मिळायचे. खाणीत मलकट्टा जमातीचे लोक कोळसा खोदायचे आणि स्त्रिया तो उचलून वर आणायच्या आणि ढीग करायच्या, ज्याचे मोज-माप १'x १०'x१०' फुटांच्या लाकडी किंवा लोखंडी चौकटीने व्हायचे. दगड-माती खोदल्यानंतर कुणाला कोळसा खोदू न देणे म्हणजे शिक्षाच दिली, असे समजले जात होते.

बिलासपूरचे लोक दारू नक्कीच पीत होते, परंतु ते दारू गाळीत नव्हते. हां, जुगाराची आणि व्याजावर पैसे घेण्या-देण्याची वाईट सवय त्यांच्यात प्रचलित होती व आजही आहे. यात ते आपल्या पत्नीलादेखील डावावर लावायचे. हे पाहून ही सवय इतर मजुरांमध्येदेखील वेगाने पसरू लागली, आदिवासींनादेखील ही सवय लागली. बिलासपूरच्या मजुरांमध्ये सरदार-प्रथा होती. हे लोक आपापसात– देखील व्याजाने पैसे देतात. व्याजदेखील असे तसे नाही; तर शेकडा १०० ते २०० रुपये दरमहापर्यंत दराने व्याज देतात. कोळशाच्या खाणीत जे मजूर पैसे कमवीत होते, त्यांच्यापैकी बरेचसे लोक आपल्या गावी जाऊन जमीन विकत घेत होते. बिलासपूर किंवा रायगढमध्ये यांच्या जमिनीत पाण्याचा तुटवडा असल्याने अन्न-धान्याचे उत्पन्न फार कमी प्रमाणात येत होते. त्यामुळे यांना घर सोडून खाणकाम करण्यासाठी बाहेर पडावे लागत होते. अधिक पैसा कमाविला की लगेचच ते जमीन खरेदी करीत. मात्र पैशाची कमतरता भासली किंवा जुगारात पैसे हरले किंवा दुसरी बायको करायची इच्छा झाली; तर लगेचच घेतलेली जमीन विकायचे. कवडीमोलाने जमीन खरेदी करायची आणि तशाच भावात विकायची. बस, याच जुळवा-जुळवीत यांचे आयुष्य संपत होते. जमिनीबरोबरच जर पैसा असेल, तर नवी बायको आणणे देखील यांच्यामध्ये मानाचे समजले जात होते.

बायको बदलून आणणे म्हणजे काय? तर, खाणीत काम करणारी बायको जुनी झाली, सुस्त झाली किंवा वयस्कर झाली; तर तिला गावाकडे सोडून येणे आणि तेथूनच नवीन तरुण बायको खाणकामासाठी घेऊन येणे, ही सर्वसाधारण प्रथा होती. यांच्या बायकांनादेखील पुरुष बदलण्याचे स्वातंत्र्य होते. जो पती होण्याचा दावा करतो, अशा प्रेमी किंवा नवीन पुरुषाला, पंचलोक फार-फार तर २० ते २५ रुपयांचा दंड भरायला लावायचे किंवा दंड म्हणून रामायणाचा आठ दिवसांचा 'अखंड' पाठ ठेवण्याचा आदेश द्यायचे. ही प्रथा थोड्या-फार प्रमाणात अजूनदेखील सुरू आहे. खाणी सरकारी झाल्यामुळे बायको बदलण्याचे प्रमाण मात्र कमी झाले आहे. आधीच्या बायकोला सोडणे शक्य नाही, त्यामुळे दुसरी-तिसरी

बायको आणण्याची प्रथा वाढली आहे. मुंशीला लाच देऊन तिला खाणकामासाठी बदलीवर किंवा रोजंदारीवर ठेवून तिच्याकडून श्रम करून घेतले जातात. आपल्या वैऱ्याला धडा शिकविण्यासाठी त्याच्या पत्नीला हडळ ठरविणे, ही प्रथादेखील या लोकांमध्ये प्रचलित आहे. त्यासाठी मांत्रिकाला लाच दिली जाते. हडळ ठरविलेल्या स्त्रीचे शोषण भयानक केले जाते. कधी-कधी एवढे असते की, तिची हत्यादेखील होते.

ठेकेदारीच्या वेळी जे मजूर आपल्या गावाकडे परत जात होते, त्यांच्या बदल्यात मजूर गटाचा सरदार नवीन मजूर आणायचा आणि गावाकडे गेलेल्या मजुरांच्या नावावरच त्यांच्याकडून काम करून घ्यायचा. कायद्यापासून बचाव करण्यासाठी म्हणून सर्व ठेकेदार मजुरांची नावे बदलायचे आणि मुलांच्या नावावर आई-वडिलांकडून काम करून घ्यायचे; जेणेकरून कुणी कायम होऊ नये. खाणीचा असा नियम आहे की, वर्षभरात खाणीच्या वर सलग २४० दिवस आणि भूमिगत खाणीत १८० दिवस करणारा मजूर सेवेत कायम होतो. या नियमाअंतर्गत मजुरांचा समावेश होऊ नये म्हणून त्यांची हजेरी लागत नव्हती की बी- फॉर्म रजिस्टर भरले जात नव्हते आणि पगारवहीत नावेही नोंदवली जात नव्हती. खोट्या रजिस्टरमध्ये खोटी नावे नोंदवून आणि खोट्या अंगठ्यांचे ठसे घेऊन कायद्याची पूर्तता केली जात होती किंवा अत्यंत प्रामाणिक मजुरांकडून हाताच्या अंगठ्यांचे ठसे, तसेच पायाच्या अंगठ्यांचे ठसेदेखील घेतले जायचे. १०० मजूर कामावर असताना रजिस्टरमध्ये केवळ ३०-३५ दाखविले जायचे; जेणेकरून जर कामगार-निरीक्षकाने किंवा खाण विभागाच्या निरीक्षकाने रजिस्टर जप्त करून नेले तर त्याला सर्व मजुरांची नावे माहीत होऊ नयेत आणि मजुरांना कायम करण्याचा दावा सिद्ध केला जाऊ नये.

खेड्यांतील मजुरांना कमी पैसे मिळत होते आणि कामदेखील कमी दिले जायचे. सुरुवातीस मजुरांचे ऐक्य तोडण्यासाठी स्थानिक ठेकेदार या गरीब मजुरांचा उपयोग मेंढरांच्या रूपात करायचे, म्हणजे संप मोडून काढण्यासाठी करायचे. नंतर खेड्यातील मजूर शहाणे झाले आणि आम्ही मंडळी याच खेडुतांना मजुरांच्या लढाईत सहभागी करून घेण्याची महत्त्वाची भूमिका पार पाडू लागलो. राष्ट्रीयीकरणानंतर हे ऐक्य खूप बळकट झाले.

आरा, छपरा, पाटणा, बलिया आणि बंगालचे शिकले-सवरलेले लोक मुन्शीबाबू, सर्व्हेअर, चेनमन, मायनिंग सरदार आणि ओव्हरमनच्या कामावर येत असत. ही मंडळी उपकंत्राटदारीदेखील करायची. याच जागेवरील निरक्षर मंडळी रक्षक किंवा चौकीदार म्हणून काम करायची. ते मालकातर्फे गुंडगिरी-दादागिरीचे

कामदेखील करू लागले. गया, नालंदा, औरंगाबाद, छपरा, आरा, बलियाचे कोयरी, कुर्मी, यादव, दुसाध हे नेहमी आपल्या क्षेत्रातील कोणा ना कोणा सरंजामदाराच्या नियंत्रणाखाली किंवा त्यांच्या वर्चस्वाखाली जगत होते. हे सरंजामदार नेहमी उच्चवर्णीयच असत. त्याच सरंजाम, जमीनदार किंवा त्यांच्या नातलगांच्या नेतृत्वात खाणीमध्ये संघटनेच्या विरोधात लढण्यासाठी वरील जमातीतील लोकांना आणले जात होते. ही सरंजामदार, जमीनदार मंडळी आपल्या गावातदेखील यांच्याच जोरावर आपले राजकारण आणि आर्थिक स्थिती भक्कम करीत होते आणि खाणीमध्येदेखील आपले हित जोपाण्यासाठी यांना घेऊन येत होते.

आजूबाजूस युनियन स्थापन होत होत्या, वाढत होत्या. टाटा कंपनीच्या पश्चिम बोकारो घाटोत एका युनियनने फार मोठे आंदोलन सुरू केले. मॅथ्यूने एन. सी. डी. सी. च्या खाणीत एन. सी. ओ. ई. ए. च्या नेतृत्वाखाली संप आणि धरणे आंदोलन सुरू केले होते. १९५७-५८ मध्येच कोळशाच्या खाणीत पुनर्नियुक्तीसाठी संघर्ष सुरू झालेला होता. त्यामुळे राजेसाहेबांनी सर्व ठेकेदारांना युनियन होऊ न देण्याचा आदेश दिला होता. अर्थात, हे ठेकेदारांच्या हिताचेदेखील होते. कारण त्या क्षेत्रामध्ये युनियन एक तर काँग्रेसच्या इंटकची तरी होती किंवा कम्युनिस्ट पक्षाशी संबंधित एटकची. एखाद्या ठिकाणी जयप्रकाश नारायणजींच्या समाजवादी पक्षाची युनियनदेखील होती. परंतु राजेसाहेब या सर्वांच्या विरोधात होते. युनियन होऊ न देणे, हा त्यांचा अस्तित्वाचा प्रश्न होता. त्यामुळे त्यांच्या खाणीत आम्ही येण्यापूर्वी कधी कुठली युनियन स्थापन होऊच शकली नव्हती.

हजारीबाग, रामगढ, कोडर्मा शहरातील व्यापारीवर्ग किंवा इतर लहान गावातील छोटे-छोटे व्यापारी पगाराच्या दिवशी म्हणजे रविवार आणि सोमवारी सामान आणून लइयो, घाटो, राहो आणि कुजूमध्ये बाजार भरवीत होते. वाटेल त्या किंमतीत मजुरांना सामान विकून ते परत जायचे. तिथे ये-जा करण्यासाठी वाहतुकीचे साधन उपलब्ध नव्हते. बैलगाड्या किंवा ट्रकवर सामान यायचे.

बाजाराची परंपरा आजदेखील आहे; परंतु आता टॅक्सी, टमटम, मॅक्सीकॅब ट्रॅक्टर आणि बसची वाहतूक सुरू झाली आहे. पूर्वी आठवड्यातून एक दिवस बाजार भरत होता; आता बाजाराचे दिवस वाढले आहेत.

जेव्हा १९६७ मध्ये संविदचे सरकार आले, तेव्हा राजा कामाख्या नारायण यांच्या संपत्तीबाबत सरकारी नियंत्रणाच्या चर्चेला पुन्हा ऊत आला. एकदा तर राजेसाहेबांचा स्वत:चा जनता पक्षच सरकारमध्ये सामील झाला. त्यांनी आपल्या पक्षासाठी खाण व वन मंत्रालय मागून घेतले आणि आपल्या संपत्तीसंबंधी सर्व फायली दडपून ठेवल्या. संयुक्त समाजवादी पक्षाचे अध्यक्ष प्रणव चटर्जी आणि

कर्पुरी ठाकूर यांनी या मुद्द्याचा सारखा पिच्छा पुरविला आणि हजारीबाग जिल्ह्याचे खाण अधिकारी नमोनारायण झा देखील त्यासाठी प्रयत्नशील होते. सरतेशेवटी १९६८ मध्ये राजेसाहेबांच्या खाणी आणि इतर संपत्तीवर हजारीबागच्या न्यायालयाने निर्णय दिला. बिहार सरकारच्या एका वरिष्ठ अधिकाऱ्याला खाणीवर रिसीव्हर म्हणून नियुक्त करण्यात आले आणि त्याच रात्री राजेसाहेबांची सर्व संपत्ती बिहार सरकारने आपल्या ताब्यात घेतली. हे काम इतक्या वेगाने, एवढ्या गुप्ततेने आणि इतके अचानक केले गेले की, कुणाला कळलेदेखील नाही. एवढेच नव्हे, तर राजेसाहेबांनादेखील! असे झाले नसते तर राजेसाहेब, जे कायदेपंडित म्हणून नावाजलेले होते, त्यांनी दुसऱ्या न्यायालयाकडून आदेश आणून आपल्या संपत्तीवर राज्य सरकारचा कब्जा होऊ दिला नसता आणि कदाचित आजपर्यंत कोर्ट-कचेरी सुरूच राहिली असती. सुब्रम्हण्यम यांची (आय. ए. एस.) रिसीव्हर म्हणून नेमणूक झाली आणि नमोनारायण झा यांची एजंट म्हणून. राजेसाहेबांच्या इतर संपत्तीवर देखील कब्जा करण्यात आला. केवळ पद्मा महालाचा काही भाग, जेथे राजेसाहेबांची आई राहत होती, तो वगळण्यात आला. महालाचा उर्वरित भागदेखील सार्वजनिक कार्यासाठी घेण्यात आला. तिथे नंतर बी. एम. पी. चे प्रशिक्षण केंद्र सुरू करण्यात आले.

जोपर्यंत त्या क्षेत्रात राजेसाहेबांचा अधिकार होता, तोपर्यंत कुणाला युनियन स्थापन करण्याचा अधिकार नव्हता, तसेच कोणत्याही युनियन नेत्याने त्या क्षेत्रात घुसण्याचे धाडसदेखील केले नव्हते. एकदा इंटकचे नेते सिद्धेश्वर प्रसाद— जे नंतर बिहारमध्ये काँग्रेस सरकारात मंत्रीदेखील झाले— त्यांनी युनियन स्थापन करण्याचा प्रयत्न केला होता. तेव्हा त्यांना राजेसाहेब व त्यांच्या ठेकेदारांकडून निरोप पाठविण्यात आला होता की— 'एक तर मरण्यास तयार राहा किंवा स्वत:ला विकण्यास अथवा हे क्षेत्र सोडून चालते व्हा.' सिद्धेश्वरबाबू परत गेले होते.

अशाच प्रकारे शेजारी टाटा कंपनीची पश्चिम बोकारो खाण— घाटोटांड येथे देखील हीच प्रथा सुरू होती. टाटा कंपनीत केवळ इंटकच्या युनियनलाच मान्यता दिली जात होती. व्यवस्थापनाकडून इतर युनियनला नियमाअंतर्गत चिरडून टाकण्यात येत होते. टाटामध्ये राजू नावाच्या एका नेत्याच्या नेतृत्वाखाली एक मोठे आंदोलन झाले होते, ते मोडून काढण्यात आले. परंतु मजुरांच्या मनात त्या नेत्याविषयी ममता, प्रेम, श्रद्धा कायम होती आणि आपल्या असहायतेबाबत चीड होती. संप १०० दिवस चालला, परंतु निष्फळ ठरला. मजूर या दीर्घ संघर्षातही मान ताठ करून चालत होते. मजूर नाइलाजास्तव इंटक नेत्याकडे जात होते, पण मनातून त्यांचा द्वेष करीत होते.

बेरमो फिल्डची खाण धुरीच्या राजेसाहेबांची होती. त्या खाणीत एक मोठी

दुर्घटना झाल्यामुळे जवळजवळ ३०० मजूर मारले गेले होते. परंतु रेकॉर्डमध्ये मजुरांची नावे लिहिलेली नव्हती. या दुर्घटनेमुळे राजेसाहेबांची बदनामी तर झालीच पण ते जनतेच्या नजरेतूनदेखील उतरले. तसे पाहता, त्या क्षेत्रात इंटकची युनियन होती; जी मुख्यत्वे ठेकेदार, उपठेकेदार आणि पैलवान यांचीच युनियन असायची.

त्या काळी केदला, झारखंड आणि झरना येथीलच खाणी सुरू होत्या. परंतु युनियन बनविण्याची कुणाची हिंमत झाली नव्हती. झारखंडमध्ये बाबू शिवराम सिंह, तीन नंबर ब्लॉकमध्ये गोपाल प्रसाद (व्हाइस चॅन्सलर-मगध विद्यापीठ, गया), एक व दोन नंबरमध्ये पी. डी. अग्रवाल हे उपठेकेदारांच्या फौजेसोबत रेजिंग-कम-सेलिंग कंत्राटदार होते. उपठेकेदारांची फौज संख्येने फार मोठी होती. पी. डी. अग्रवाल झरियात खाणी चालवत होते. विभागीय खाणी स्वत: न चालविता छोट्या कंत्राटदारांकडून रॉयल्टी वसूल करून आपला हिस्सा ठेवून उर्वरित रॉयल्टी राजेसाहेबांकडे जमा करीत होते. म्हणजे निव्वळ सरकारी मान्यताप्राप्त दलाली करीत होते. शिवराम सिंह कतरासचे निर्दयी आणि युनियनला लुबाडणारे ठेकेदार म्हणून ओळखले जात होते. ते गोरखपूरचे मजूर आणून आपल्या विभागातील खाणी चालवीत होते. याच मजुरांकडून ते इतर ठेकेदारांकडील मजुरांच्या विरुद्ध गुंडाचे काम करून घेत होते. गोपाल प्रसाद पिढीजात जमीनदार होते. त्याचे सेवकगण स्वत: छोट्या प्रमाणात ठेकेदाऱ्या करीत होते आणि ते गया व औरंगाबादहून मजूर आणि गुंड दोन्ही आणत होते. त्यांच्याकडे बिलासपूरचे मजूरदेखील होते. खाणीतदेखील गावाची सरंजामी कायम होती.

'खाणीत त्रास दिलास बाबू, तर गावात येऊन घर उद्ध्वस्त करीन!', ह्याच धमकीच्या जोरावर ठेकेदारलोक नुनियाँ, भुइयाँ मजुरांना आपल्या वर्चस्वाखाली ठेवत होते. झरनामध्ये एक-दोन छोटे-मोठे ठेकेदार होते. शिवराम सिंह यांनी एक खाणच घेऊन ठेवली होती. या खाणी हंगामी नसूनदेखील खाणी विभागाशी संगनमत करून पावसाळ्यात त्या बंद केल्या जात होत्या. रस्त्याची वानवा होती. दनियामध्ये कोळशाची रेल्वे साइडिंगची जागा होती. ज्यात शिवराम सिंहांचे मुख्य प्रभुत्व होते. गोपाल प्रसादच्या खाणीतूनदेखील काही कोळसा त्या साइडिंगवरून जात होता. झारखंडच्या शेजारची लइयो खाण धनबादच्या एका पंजाब्याची होती. त्याने याची पूर्ण जबाबदारी आपला ओव्हनमन एस. डी. शर्मावर सोपविली होती. लइयोचा कोळसादेखील साइडिंगने जात होता. तेथे गया, पुरुलिया व दनियाच्या जवळपासचे बहुतेक मजूर होते. लइयोच्या शर्माजींचे शिवराम सिंहच्या कंपनीशी नेहमी भांडण होत होते. कित्येकदा दोघांनी एकमेकांवर आक्रमणदेखील केले होते. शर्माजींना लोक मालकच समजत होते. कारण त्यांचे मालक तेथे कधी येतच नव्हते

किंवा असेही म्हणता येईल की, ते तिथे टिकू शकत नव्हते. या भागात नेहमी असेच होत होते. येथे नेहमी कर्मचारी किंवा लाठ्या चालविणारे गुंडच मालकापेक्षा वरचढ होत होते आणि मालकांना पळवून लावीत होते. धनबादमध्ये तर ही बाब नेहमीचीच होती. सतदेव सिंह, शंकरदयाल सिंह, सूरजदेव सिंह हे असेच गुंड होते; ज्यांनी मालकांना पळवून कोळशाच्या खाणी हडपल्या होत्या. मी येण्यापूर्वी केदला क्षेत्रात कधी कोणाची, कोणतीही युनियन होऊ शकली नव्हती. शेजारी कुजू क्षेत्र होते. तेथील बहुतेक मालक बंगाली होते. हे मालक नंतर पुन्हा उत्पादक व छोट्या ठेकेदारंना प्लॉटचे वाटप करीत होते. कुजू क्षेत्रात इंटकच्या कांती मेहताच्या समर्थक गटाची युनियन वशिष्ठ नारायण सिंह चालवीत होते. पण त्यांचे केवळ नाव होते, कारण या युनियनची सर्व सूत्रे छोट्या ठेकेदारांच्याच हातात होती. वशिष्ठ नारायण सिंहांचे भाऊ आरा कोळशाच्या खाणीत मॅनेजर होते आणि खाणीत दोघा भावांचा हिस्सादेखील होता. व्यवस्थापनाचे पूर्ण समर्थन या युनियनला होते. राजा कामाख्या नारायण काँग्रेसविरोधी होते, त्यामुळे त्यांनी आपल्या राजकीय हिताच्या संरक्षणासाठी इंटकच्या युनियनला घुसू दिले नाही. त्यामुळे त्यांचे आर्थिक नुकसान होत नव्हते. त्या काळी कुजू-केदलाचे क्षेत्र 'नो मॅन्स लँड' (माणसाला प्रवेश निषिद्ध) समजण्यात येत होते.

रिसीव्हरची नियुक्ती झाल्यानंतर एकीकडे जिथे आमच्या युनियनमध्ये कोळसा कामगारांचे संघटन झाले, तिथे रिसीव्हरने खाणक्षेत्राचा विकासदेखील सुरू केला. आधी तापिन उत्तर (नॉर्थ), तापिन दक्षिण (साऊथ) आणि नंतर झरना क्षेत्रात कित्येक प्लॉट खणण्यासाठी व्यवस्थापक ठेकेदारांना वाटून देण्यात आले; तिथे उत्खनन सुरू करण्यात आले. आधी तेथे एकूण तीन ठेकेदार होते. पी. डी. अग्रवाल, गोपाल प्रसाद आणि शिवराम सिंह. तेथे त्याने व्यवस्थापक ठेकेदारांना चाळीस प्लॉट वाटले आणि उत्खनन सुरू केले. या ठेकेदारांनी नंतर उत्पादक ठेकेदार आणि उपठेकेदारांची फौज उभी केली. आमच्या युनियनला नियंत्रणात ठेवण्यासाठी पैलवानांच्या संख्येत वाढदेखील झाली.

यादरम्यान आणखीन एक महत्त्वाची घटना घडली. ज्या उपठेकेदारांच्या मदतीने आम्ही हजारीबाग येथे पी. डी. अग्रवाल आणि इतरांच्या विरोधात निदर्शने केली होती, त्या ठेकेदारांनी रॉयल्टी कमी करण्याच्या प्रश्नावरून पी. डी. अग्रवाल यांच्यापासून वेगळे होऊन ज्योडेटिक कोल कंपनीच्या नावाने आपली एक नवीन कंपनी नोंदविली. त्यांनी पी. डी. अग्रवाल यांच्या प्लॉटचाच एक मोठा हिस्सा रिसीव्हर (I.A.S.) कडून आपल्या नावावर करून घेतला. अखिलेश्वर प्रसाद सिंह या कंपनीचे मॅनेजिंग डायरेक्टर झाले. त्यांना सर्व जण 'मामाबाबू' म्हणत होते. ही

कंपनी मामाबाबू आणि बाबू जीतनाथ सिंह यांच्या बुद्धीचा आविष्कार होती. जीतनाथ सिंह छतराचे जमीनदार होते आणि त्यांचे भाऊ शालिग्राम सिंह जयप्रकाशजींना घेऊन हजारीबाग जेलमधून पळाले होते. १९६८ च्या विधानसभा निवडणुकीत यांच्याशीच माझा सामना होता. राजेसाहेब निवडणुकीच्या प्रचारसभेत यांना कधी प्रदर्शित होऊ देत नव्हते. आधी आम्हाला एका ठेकेदाराशी बोलणी करावी लागत होती; परंतु ही कंपनी झाल्यावर या केवळ एकाच कंपनीत आम्हाला चाळीस ठेकेदारांशी सामना करावा लागत होता. संघर्ष कठीण होत चालला होता. या चाळीस ठेकेदारांमध्ये आपापसात भांडण लावण्यासाठीदेखील आम्हाला कित्येक प्रकारचे उपाय योजावे लागले. कुठे काम कमी करून, तर कुठे काम जास्त करून मजूर आता सौदा करण्यास शिकत होते.

●●●

११.
टाटांशी टक्कर

सन १९६८ मधील निवडणुकीनंतर लगेचच घाटोतील मजुरांना दिलेल्या आश्वासनाप्रमाणे मी एका महिन्यानंतर घाटोत शाळा उघडण्याचे आवाहन टाटा कंपनीला केले. त्यामुळे शाळा घडण्याच्या मुद्द्यावरून टाटा कंपनीशी लढाई सुरू झाली. टाटा कंपनी मजुरांच्या मुलांसाठी शाळा उघडण्याच्या विरोधात होती. तिथे इंटकची युनियन होती, परंतु ती अधिक व्यवस्थापनाच्या इशाऱ्यावरच चालत होती. शाळेच्या नावावर इंटकच्या युनियनजवळ मजुरांच्या वर्गणीचे जवळपास सतरा हजार रुपये जमा होते. परंतु ते टाटा कंपनीच्या परवानगीशिवाय शाळा उघडण्यास तयार नव्हते. शाळेची जागा बदलून दुसऱ्या ठिकाणी टाटा कंपनी जमीन देऊ इच्छित होती, परंतु मजुरांना त्याच ठिकाणी शाळा हवी होती. अखिलेश्वर सिंह, मगन सिंह (जे नंतर भगवान सिंह नावाने ओळखले जाऊ लागले) आणि निजाम यांनी शाळा उघडण्याच्या मागणीसाठी एका मोर्चाचे आयोजन केले. निवडणुकीच्या काळात जाहीर सभेमध्ये शाळा उघडण्यासाठी मदत करण्याचे आश्वासनदेखील त्यांनी माझ्याकडून घेतले होते. मी गावोगावी जाऊन लोकांना भेटले. शाळा उघडण्यासाठी मजूर आणि खेडुतांच्या बैठका ठिकठिकाणी घेतल्या. त्यांना एकत्र आणून टाटा कंपनीला शाळा उघडण्यासाठी एका महिन्याचा अवधी दिला. एक महिना पूर्ण होताच आम्ही शाळेचा पाया उभारण्यासाठी

शेतकऱ्यांना आणि मजुरांना आवाहन केले; तर दहा-बारा हजार शेतकरी व मजूर घाटोत शाळेच्या जागेवर जमा झाले. आम्ही स्वत: तेथील झाडे-झुडपे साफ करून इमारतीचा पाया घातला. हायस्कूलच्या निर्मितीसाठी झालेल्या सभेत मला घातलेल्या फुलांच्या हारांची बोली लावण्यात आली. हार विकून जो पैसा येईल, तो इमारत बांधण्यासाठी वापरण्यात येईल, असा निर्णय घेण्यात आला. जेवढ्या बोली लागतील, त्या सर्वांचे पैसे निधीत जमा होत जातील, असेदेखील ठरले. शेवटी सर्वांत अधिक ज्याची बोली असेल, तो हार घेऊन जाईल आणि कमी बोलीवाले आपापसात फुले वाटून घेतील. कमी आणि जास्त दोन्ही बोलीचे पैसे देणगी समजण्यात येईल; या प्रस्तावाचे जोरदार समर्थन करण्यात आले. आमची अपेक्षा नसतानादेखील त्याच दिवशी सोळा हजार रुपये रोख जमा झाले आणि काही आश्वासने मिळाली. सर्वांत जास्त बोली पंधराशे रुपयांची लागली होती. हार उचलण्यात आला. या यशाने मी स्वत: नि:शब्द झाले.

येथूनच आमचे टाटा कंपनीशी भांडण सुरू झाले. यानंतर आम्ही इमारत बांधकाम सुरू केले. इमारतीच्या भिंती बांधल्या गेल्या. टाटा कंपनीने न्यायालयातून स्थगितीचा आदेश आणला. आम्ही तात्पुरत्या दोन खोल्या बांधून रामानंद तिवारींच्या हस्ते इमारतीचे उद्‌घाटन करून घेतले होते. त्याचे फोटोदेखील आमच्याजवळ होते. या फोटोत दारे-खिडक्या नसलेली पूर्ण इमारत तर दिसत होती; परंतु छत घातले आहे किंवा नाही, हे दिसत नव्हते. मी गावकऱ्यांना सोबत घेऊन मजुरांच्या मदतीने रातोरात सर्व खोल्यांवर छत घालून घेतले. कोट-पँट, घड्याळ-मोजे घातलेल्या गावातील मुलांनीदेखील वाळू-सिमेंट-खडी भरण्याचे काम रात्रभर केले. मीदेखील त्यात सामील झाले. अशा प्रकारे शाळेचे छत घातले गेले. त्यानंतर न्यायालयाचा अवमान केल्याबद्दल माझ्यावर खटला दाखल झाला. परंतु उद्‌घाटनाच्या दिवशीचा फोटो दाखवून हा खटलादेखील आम्ही जिंकला. शाळेत मुलांचे शिक्षण सुरू करण्यात आले. शाळेचे नाव मीच ठेवले— 'राममनोहर लोहिया श्रमिक उच्च विद्यालय.' टाटा कंपनीने मजुरांच्या मुलांना हजारीबागच्या शाळेत घेऊन जाण्यासाठी दोन-दोन नवीन बसेस विकत आणून दिल्या होत्या, तरी मजूरदेखील जिद्दीला पेटले. त्यांनी आपल्या मुलांना हजारीबागऐवजी घाटोत आमच्या नवीन शाळेत भरती केले. कंपनीच्या बसेस धूळ खात पडून राहिल्या.

त्यानंतर आम्ही टाटा कंपनीच्या विरोधात 'ठेकेदारी बंद करा', 'ठेकेदारीतील मजुरांना कायम आणि नियमित करा' आणि 'स्थानिक बेरोजगारांना नोकरी द्या' यासाठी आंदोलन सुरू केले. त्यामुळे श्रीवास्तवजी आणि मगन सिंह यांना कंपनीतून काढून टाकण्यात आले. टाटा कंपनीच्या या कारवाईमुळे मजुरांना रोष वाढला

आणि गावकऱ्यांचे डोळे उघडले. रोजगाराच्या प्रश्नाबाबत टाटा कंपनीची ही प्रतिक्रिया त्यांनी एक आव्हान म्हणून स्वीकारली.

****

पाण्यासाठी लढा

आपल्या निवडणूक प्रचाराच्या काळातच आम्ही प्रचार सोडून गोमिया आणि खुदगड्डा वस्तीत पाण्यासाठी लढा सुरू केला होता. त्या वेळी गोमियाच्या स्त्रिया आणि तरुणांना बरोबर घेऊन एस. डी. ओ. पुढे निदर्शने केली. त्यामुळे एस. डी. ओ. ला गोमियात टँकरने पाणीपुरवठा करावा लागला. खुदगड्डामध्ये मी स्वांग खाणीवर दडपण आणून स्वांग आणि खुदगड्डा सीमेपर्यंत एका पाईपद्वारे पाणी देण्याची व्यवस्था केली होती. नंतर सरकारमार्फत पाण्याची योजना तयार करून गोमियातील घरोघरी नळ बसविण्यात आले. गोमिया, खुदगड्डाचे लोक मला 'पानी की रानी' संबोधित होते. निवडणूक प्रचाराच्या वेळी लोक राजेसाहेबांना 'पद्माची राणी जिंदाबाद'चे उत्तर 'पाण्याची राणी जिंदाबाद'ने देऊ लागले होते. बंजी गावात देखील पाणी नव्हते. बंजीचे गावकरी केदला आणि घाटो या दोन्ही ठिकाणी काम करीत होते. तेथील स्त्रियांना घेऊन आम्ही २२ किलोमीटर अंतर पायी चालून मांडू ब्लॉकला घेराओ घातला आणि टाटा कंपनीच्या व्यवस्थापनाला टँकरद्वारे गावाला पाणी देण्यास भाग पाडले. तसेच बंजी वस्तीत हातपंप बसविण्यासही भाग पाडले. मांडू क्षेत्रात लावलेला हा पहिला हातपंप होता. या सर्व हिताच्या गोष्टी मजुरांच्या आणि गावकऱ्यांच्या लक्षात येऊ लागल्या होत्या. त्या काळात पत्रकार (कै.) रघुवीर सहाय यांनी दिल्लीच्या इंग्रजी-हिंदी वर्तमानपत्रांतून आणि 'दिनमान'मधून आमच्या पाण्यासाठीच्या संघर्षाची भरपूर चर्चा घडवून आणली होती. त्यामुळे देशाच्या नकाशावर मांडू क्षेत्र झळकू लागले.

****

जागोजागी जमिनीसाठी लढाया

निवडणुकीच्या निकालाच्या दिवशी माझे यश सुनिश्चित समजून लोक मिरवणूक काढण्याच्या तयारीने आले होते, त्यांना उद्देशून भाषण करताना जीपच्या बोनेटवर चढून मी जाहीर केले होते— "निवडणुकीत मी पराभूत झाले आहे, पण जनतेकडून पराभूत झालेली नाही. पराभवानंतर मी हा मतदारसंघ सोडून जाणार नाही, हे जनतेला दिलेले वचनदेखील मी विसरलेली नाही. त्यामुळे आजपासून सरकारविरुद्धची लढाई— झोपडी उभारण्यापासून जळणासाठी लाकडे मिळावीत तसेच जंगल-जमीन अन् पाण्यासाठी— सुरू होत आहे. जंगलातील शिपयांच्या विरोधात आमची घोषणा राहील— 'लाच नाही, आता ठोसा देऊ!'' गावात जेथे

राजपुतांचे वर्चस्व होते, तेथे शेतमजुरांवर अत्याचार होत होते. त्या जमीनदारांच्या अत्याचाराच्या विरोधात हा लढा सुरू करण्याची अपेक्षादेखील लोक माझ्याकडून करीत होते. आजही मला एक प्रसंग आठवतो. निवडणुकीत पराभूत झाल्यानंतर लगेचच चुम्बा वस्तीतील एका दलित शेतमजुराने मला चुम्बामध्ये येऊन तेथील जमीनदारांच्या विळख्यातून दलितांच्या जमिनी सोडविण्याची विनंती केली. हा मजूर निवडणुकीत आमचा सक्रिय कार्यकर्ता होता. मी त्याला आश्वासन दिले आणि श्रीबाबूंकडे चुम्बाला जाण्यासाठी वेळ मागितली. ते रागावून म्हणाले,

"अशाच कोणा सांगण्यावरून आपण चुम्बाच्या बाबूसाहेबांशी शत्रुत्व घ्यायचे का? हे लोक बदमाश आहेत आणि तुझी दिशाभूल करून त्यांच्या विरोधात उभे करू इच्छितात. ती मंडळी तर आपले मित्र आहेत."

त्यांचे या प्रकारचे बोलणे ऐकून मी स्तंभितच झाले. माझ्या डोळ्यांत टचूकन अश्रू तरळले. त्या दलित कार्यकर्त्यास मी म्हणाले, "ठीक आहे, मी एकटीच कधी तरी तुझ्या गावाला येईन. तू तुझ्यासारख्या पीडितांची एकी तयार कर." अंबिकादादा त्या वेळी तेथेच बसले होते. ते म्हणाले, "बेटा, हा श्रीकृष्ण सिंह राजपुतांनाच मदत करेल. तुला स्वत:लाच या गरिबांसाठी लढावे लागेल. यांच्यासारख्या नेत्यांकडून तू कसलीही अपेक्षा करू नकोस. ते तुला दगा देतील."

श्रीबाबूंचा कुठल्याही प्रकारच्या संघर्षास विरोध होता, परंतु मी मात्र संघर्षास कटिबद्ध होते. त्यामुळे त्यांचा विरोध असूनदेखील मी संघर्षाची घोषणा केली. आमचे सर्व कार्यकर्ते खूष झाले. त्यांना लढणारा नेता हवा होता. पण त्यामुळे आमचे नेते नाराज झाले होते. त्यांना प्रश्न पडला होता— आता आपले अस्तित्व कसे टिकणार? तिकडे जंगलातील शिपायांच्या जाचाला त्रासलेले गावकरी आमच्या कार्यालयात येऊ लागले होते आणि ताबडतोब आंदोलन सुरू करण्याचा आग्रह करू लागले. आम्ही हजारीबागमधून उत्तर छोटा नागपूरचे आदिवासी आणि मूळ रहिवाशांना उद्देशून आवाहन प्रसिद्ध केले. हजारीबागमध्ये उपविभाग म्हणून गिरिडीह आणि चतराही सामील होते. सर्वांना हजारीबागला बोलाविले. प्रत्येक गावातील लोकांशी आम्ही संपर्क साधला. घाटोतील मजुरांनी फार मोठी साथ दिली. आमचे आवाहन पत्रक घेऊन मजूर सहकारी कधी सायकलीने, तर कधी पायी-पायी प्रत्येक गावात गेले. मीदेखील पटेल सिंह, नित्यानंद सिंह आणि मुरारीसोबत दौऱ्यावर जाणे सुरू केले. या अभियानात कित्येक नवीन तरुण सहभागी झाले. दुबराज मांझी आणि महादेव मांझी त्याच काळात आमच्या सोबत आले. जवळपास १५०० आदिवासींची एक फार मोठी रॅली धनुष्यबाण आणि सहा आसनी रिक्षा घेऊन हजारीबागला निघाली. केवळ राजेसाहेबांनी आवाहन केल्यावरच आदिवासींची

अशी यशस्वी रॅली निघत होती, असे लोकांचे म्हणणे होते. त्यांच्या आवाहनाशिवाय आपल्या हिमतीवर आदिवासींची ही पहिली यशस्वी रॅली निघाली होती. आम्ही काही घोषणा दिल्या— 'लाच नाही, आता ठोसा देऊ', 'लठाछावन आणि जलावन (झोपडी शाकारण्याची लाकडे आणि जळण) फुकट द्या', 'कसलेली जमीन मोजणीतून वगळा,' 'कसेल त्याची जमीन', 'जल-जंगल-जमीन आमची आहे'. मांडूत धरणे आंदोलन करण्याचे निश्चित केले गेले. सात दिवसांचे जेल-भरो आंदोलन आम्ही केले होते. शिपायांनी जंगलात जाणे घाबरून बंद केले होते. साधनांच्या अभावामुळे तडजोडीच्या निर्णयाची बातमी सर्व संबंधित गावांना पाठविता आली नाही. त्यामुळे लोक जेल भरण्यासाठी ठरलेल्या दिवशी आणि वेळेनुसार ढोल, मान्दर, कुऱ्हाडी, बाण घेऊन मांडूत येत होते. खरं म्हणजे, आम्ही जेल भरण्यासाठी आठवड्यातील दिवस गावांना वाटून दिले होते. अमुक-अमुक गावातील लोक क्रमशः सोम, मंगळ, बुध, गुरू, शुक्र, शनी या वारांप्रमाणे अटक करून घेतील. पूर्ण आंदोलन आम्ही तिघे— मी, पटेल सिंह आणि नित्यानंद सिंह नियंत्रित करीत होतो. परंतु आम्ही या आंदोलनाने एका मोठ्या क्षेत्रात कित्येक कार्यकर्त्यांना तयार केले. निधीत मका मागण्यात आला होता. आम्ही आणि आमचे कार्यकर्ते व सत्याग्रही मक्याच्या कण्या खाऊन संघर्ष करीत होतो. 'लाच नाही, आता ठोसा देऊ' या घोषणेच्या भीतीने जंगलातील शिपायांनी जंगलात जाणे बंद केले होते. राज्य सरकारने तिसऱ्या दिवशी आम्हाला बोलावून समझोता केला. स्वस्त धान्य उपलब्ध करण्यासाठी नवीन डेपो उघडणे; झोपडी व जळणासाठी लाकडाच्या वितरणासाठी नवी केंद्रे सुरु करणे, गावकऱ्यांना, आम्हा मंडळींच्या प्रतिनिधींना सोबत घेऊन जमिनीचे संयुक्त निरीक्षण करणे आणि ते मोजणीतून काढून जमीन कसणाऱ्याला देण्याचा करार झाला. त्यामुळे रोता, बरसम, कजरी, पिंडरा, जरबा, तापिन, दुरू, कसमार, बसतपूर, राहों, पचमो, करमा, जगेसर इत्यादी अनेक गावांत वसलेले आदिवासी आणि गावातील प्रमुख यांना जमिनीचा अधिकार प्राप्त झाला. या आंदोलानाचा प्रभावदेखील मजुरांवर पडला आणि संघटना तयार करण्यासाठी पश्चिम बोकारो, केदला, झारखंडचे मजूर आमच्याकडे येऊ लागले.

****

गुंडाचे मन द्रवले

जंगलासाठीच्या आंदोलनाच्या सभा आम्ही खेड्यांतील बाजारांत जसे— राहो, लइयो, घाटोत— घेत होतो. तेथे केदला, झारखंडचे मजूरदेखील आपल्या पहिलवानांच्या देखरेखीत येत होते. एकदा मी अशीच एक सभा घेण्यासाठी राहोला जात होते. वाटेत बाबू बालासिंह पहिलवान भेटले. त्यांनी मला धोक्याची कल्पना

देऊन राहोला जाण्यासाठी मनाई केली.

ते म्हणाले, ''आज तुम्हाला मारण्याचा प्लॅन आहे. राजेसाहेबांचा आदेश आला आहे. मीदेखील एक गुंड आहे आणि तुम्हाला विरोध करण्यासाठी तेथेच जात आहे. तुम्ही तिथे जाऊ नका.''

मी त्यालाच उलट विचारले, ''तर मग तुम्ही मला हे गुप्त कारस्थान का सांगितले? आता तर मी येथेच भेटले आहे; मारायचे असेल तर मारा.''

तो म्हणाला, ''काय करावे बाईसाहेब? भूक वाईट आहे! पोटासाठी हे सर्व करावे लागते. तुम्ही तर आम्हा गरिबांसाठीच संघर्ष करीत आहात ना? त्यामुळे मी तुम्हाला सावध केले आहे.''

मी म्हणाले, ''तर मग तुम्ही जा आणि आपल्या मालकाच्या आदेशाचे पालन करा. तिथल्या अन्य लोकांच्या मनातदेखील तुमच्यासारखी दयेची भावना येऊ शकते. मला तर तेथे कोणत्याही परिस्थितीत जायचेच आहे आणि मी नक्की जाणार.''

मी राहो बाजाराकडे पायीच जाण्यास निघाले. घाटोचे मगन सिंह व इतर सोबतीदेखील माझ्यासोबत होते. तेथे राजेसाहेबांच्या पाळीव ठेकेदारांनी काही गुंडांना आणि मजुरांना काळे झेंडे देऊन पाठविले होते. त्यांनी आम्हाला केदलातून जाण्यास सक्त मनाई केली होती. त्यामुळे जंगलातील वाटेने पायीच गेले. आमच्या परतीच्या प्रवासाची योजना केदलावरूनच होती. कारण प्रवास करताना माझी गाडी कोणालाही ओळखता येऊ नये, म्हणून आम्ही तेथे टॅक्सी मागविली होती. जेव्हा माझ्या विरोधात घोषणा देण्यात येऊ लागल्या तेव्हा राहो आणि पचमोंच्या गावकऱ्यांना हा आपला अपमान वाटला, कारण जंगलाचा लढा लढण्यासाठी त्यांनीच मला बोलाविले होते. घरी आलेल्या पाहुण्यावर झालेले आक्रमण त्यांना स्वत:वर झालेले आक्रमण वाटले. ते सहन न होऊन राजेसाहेबांच्या गुंडांना गावकऱ्यांनी आव्हान दिले. त्यामुळे संघर्ष टळला. या क्षेत्रातील गावकरी परंपरेने राजाभक्त आणि काँग्रेसविरोधी होते. त्यांनी लाठ्या चालवणाऱ्या गुंडांना स्पष्ट बजावले, ''राजेसाहेबांना जर आमच्याशी वैर घ्यायचे असेल, तर ते रमणिकाजींबरोबर लढू शकतात. आमच्या हक्काच्या लढाईत त्यांनी आडकाठी आणू नये. आम्ही राजेसाहेबांसोबत काँग्रेसमध्ये जाऊ शकत नाही.''

गावकऱ्यांनी गुंडांना बाजारात रोखले आणि मला चुटुआ नदी ओलांडून टॅक्सीत बसविले. तेथे ठेकेदारांचे ट्रक आणि काही गुंड लाठ्या घेऊन उभे होते. केदलाची सीमा ओलांडून मुख्य रस्त्यावर बंजी गावाच्या वळणावर पोहोचेपर्यंत गावकऱ्यांनी त्यांना थांबवून ठेवले. बंजी गाव आमचे सुरक्षित स्थान— बालेकिल्लाच

होता म्हणा ना! तेथील तरुण, म्हातारे आणि स्त्रिया माझ्यासाठी प्राण ओवाळून टाकायला सदैव तयार असत.

●●●

१२.
कामगार संघटनेची बांधणी

राहोच्या बाजारात निर्माण झालेल्या वाद-विवादाच्या दिवशी केदलातील मजुरांनी मला पाहिले होते आणि माझे भाषणदेखील ऐकले होते. आता केदलाचे मजूर जेव्हा घाटोत बाजारहाट करण्यासाठी यायचे, तेव्हा ते आपल्या सरदारांची आणि गुंडांची नजर चुकवून मगन सिंहच्या घरी मला शोधण्यासाठी यायचे. घाटोतील मजूर टाटा कंपनीतदेखील कामगार संघटना (युनियन) स्थापन करण्याचा आग्रह करू लागले. तिकडे रेलीगढ व गिद्दी (एन. सी. डी. सी.) चे मजूरदेखील आमच्याकडे येऊ लागले आणि युनियन करण्याचा आग्रह धरू लागले. धनबादला माझ्या पतीच्या तोंडून— प्रकाशकडून (तेथे ते क्षेत्रीय केंद्रीय कामगार आयुक्त म्हणून काम करीत होते) मी कित्येक मजूर नेत्यांचे किस्से ऐकले होते आणि तेव्हा मला युनियनचा फार तिरस्कार वाटत होता. शेवटी बऱ्याच विवादानंतर आम्ही इतरांपेक्षा वेगळी युनियन स्थापण्यास तयार झालो. अशी युनियन— जी मजुरांच्या हक्कांचा सौदा करणार नाही. जी केवळ रोजी-रोटीच्याच प्रश्नासाठी संघर्ष करणार नाही; तर राजकीय संघर्षात मजुरांबरोबरच शेतकरी, तरुण, स्त्रिया यांचादेखील सहभाग घेईल. जॉर्ज फर्नांडिस नेहमीच अशा प्रकारचे विचार आपल्या सभेत मांडायचे.

युनियनची बांधणी ही माझ्या जीवनातील एक महत्त्वाची घटना होती. नंतर मी त्या क्षेत्रात पूर्णपणे आपले पाय

भक्कम रोवले आणि एकानंतर एक अशा कित्येक आंदोलनांची सुरुवात केली.

येथूनच जीवनातील त्या दीर्घ संघर्षाची सुरुवात झाली. हा संघर्ष वैयक्तिक सुखासाठीचा नसून समूह, समाज आणि व्यवस्थेच्या परिवर्तनाशी संबंधित होता. त्यात एकटी 'मी' नव्हते, तर समाजही होता. त्याचे प्रतीक, एका व्यापक दृष्टीचे रूप 'मी'. मी त्या समूहात एकरूप झाले होते आणि समूह माझ्यात व्यापला होता. आम्ही आता एकत्रितपणे विचार करू लागलो होतो. ट्रेड युनियनचा संघर्ष हा कधीही न संपणारा असतो. यातून काही तरी घडविल्याचा, मिळविल्याचा आनंद मिळत असतो. काही तरी मिळाल्याचे सुख, काही तरी उत्तम निर्माण करण्याची इच्छा खदखदत असते. आणखीन काही मिळवण्याची इच्छा संघर्षासाठी प्रेरणा देत असते आणि निराशेला ती जवळपासदेखील फिरकूही देत नाही. संघर्ष जसजसा वाढत जातो तसतशी जिद्ददेखील वाढत जाते- जिव्हाळा दृढ होत जातो. विश्वास केवळ दृढच होत नाही, तर आणखीन वाढू लागतो.

त्यानंतर अनेक संघर्षांना मी तोंड देत राहिले. यशामुळे मला संकटे अंगावर घेण्याची प्रेरणा मिळाली आणि अपयशाने संतुलन ठेवले. केदला, झारखंड, कुजू, रेलीगढ इ. कोळशाच्या खाणींत संघर्ष झाले. तिथे माझ्यावर हल्लेदेखील झाले. मी जखमी झाले. अनेकदा मला अटक झाली, परंतु मी माघार घेतली नाही. प्रत्युत्तरात आम्ही कधी हिंसाचार होऊ दिला नाही. जेथे मी स्वत: नव्हते, तेथेच हाणामारी झाली. खटलेदेखील लढवावे लागले. जेथे मी सोबत होते, तेथे एकतर विरोधकांनी माघार घेतली किंवा माझ्यावर हल्ला केला. प्रलोभन, भीती, मारहाण असे सर्व प्रकारचे प्रयोग त्यांनी माझ्यावर आणि आमच्या साथीदारांवर केले. परंतु अशा प्रकारांची यत्किंचितही दखल न घेता मी कधी मागे वळून पाहिले नाही. जे नेते त्या क्षेत्रात युनियन स्थापन करण्यासाठी जात होते, त्यांना ठेकेदारांचा आणि त्यांच्या गुंडांचा इशारा होता की- 'एकतर विकायला तयार व्हा किंवा मरा.' काही आले आणि विकले गले. काही घाबरून परतले. परंतु, मी निरोप पाठविला होता— 'आम्ही विकले जाणार नाही आणि सहजासहजी मरणारही नाही; वेळ पडलीच तर मारू! तयार राहा.' आम्ही आक्रमक कधीच झालो नाही, परंतु मारेकऱ्यांना कधी दयादेखील दाखविली नाही. आम्ही हिंसक नव्हतो, परंतु वेळ आल्यास अहिंसेचे पथ्यदेखील पाळत नव्हतो. सरकारी संस्थेत सत्याग्रह व धरणे आंदोलनाने कामे होतात, परंतु लोभी ठेकेदार आणि त्यांचे भाड्याचे गुंड अशी अहिंसेची कृती म्हणजे भ्याडपणा समजतात. अशा ठिकाणी 'ठकास महाठक' राहणे आवश्यक असते. मग ते हिंसक का असेना!

कोळशाच्या खाणीत जाण्याची आम्हाला मनाई होती आणि मजुरांवर गुंडांचा

पहारा दिवसेंदिवस वाढत होता. मात्र, मजुरांचा मोठा पाठिंबा आम्हाला मिळत होता. मी त्या भागात न जातादेखील निवडणुकीत मला केदलाच्या बूथवरून ५०० पैकी ३४० मते मिळाली होती. घाटोत २२०० पैकी २१०० च्या वर मते मिळाली होती. त्यामुळे राजेसाहेब मोठ्या चिंतेत होते. त्या काळी प्रत्येक बूथवरील मतांची संख्या जाहीर केली जात होती.

रिसीव्हरची नेमणूक झाल्यानंतर परेज बंगल्यात राजाच्या आदेशानुसार रिसीव्हर आणि त्यांचे प्रतिनिधी नमोनारायण झा यांना कमी लेखण्यासाठी राजाचे कर्मचारी कारस्थाने करू लागले. या कट-कारस्थानाचे प्रमुख बाबू ललित सिंह आणि छबिला सिंह होते. उपठेकेदारदेखील मोठ्या कंपन्यांवर नाराज होते. आता राजेसाहेबांचे नियंत्रण तर नव्हते. बिहार सरकारने रॉयल्टीचा दर वाढविला होता. मोठ्या ठेकेदारांकडून रिसीव्हरद्वारे अधिग्रहित तपासणी नाक्यावर रॉयल्टी जमा केली जात होती. वाढलेल्या रॉयल्टीचे ओझे रेजिंग-ठेकेदारांनी उपठेकेदारांवर टाकले; आपल्या हिश्श्यात कपात केली नाही. पी. डी. अग्रवालकडील सर्व उपठेकेदार मिळून एक को-ऑपरेटिव्ह सोसायटी स्थापन करून रिसीव्हरकडून खाणीसाठी वेगळा ब्लॉक घेण्याच्या विचारात होते. तिकडे मोठे ठेकेदारदेखील उपठेकेदारांना हिसका दाखविण्याचे कारस्थान करीत होते. ठेकेदारांनी संप केल्यावर ते बेरोजगारांची नवीन ठेकेदार म्हणून भरती करीत होते. उपठेकेदारदेखील जाणून होते की, संप केला तर त्यांचेच मुन्शी आणि इतर सहकारीच पी. डी. अग्रवालकडे जाऊन आपल्या नावावर वेगळ्या ब्लॉकची उपठेकेदारी घेतील.

केदलाच्या मजुरांना शोषणमुक्त करण्यासाठी युनियनव्यतिरिक्त दुसरा मार्ग नव्हता. आणि तिथे युनियन करणे म्हणजे सरळ टक्कर, याचा अर्थ ठेकेदार आणि सरकार दोघांच्या हिंसाचाराचा सामना. लहान-मोठे ठेकेदार संपूर्ण प्रशासनाला आपल्या मुठीत ठेवत होते. ठेकेदारांत फूट पडल्यानंतरच तेथे प्रवेश करणे शक्य होते. खेड्यांतील ठेकेदार 'गाव-घराकडे काय होईल' याची गर्भित धमकी देऊन आपल्या गावाकडील मजुरांना युनियनमध्ये येऊ देत नव्हते.

परिस्थिती अनुकूल होत होती; परंतु आम्ही स्वत:हून राजाच्या लोकांशी किंवा ठेकेदारांशी बोलू इच्छित नव्हतो. आधी ती मंडळी आमच्याकडे येण्याची आम्ही वाट पाहत होतो. मजुरांच्या मध्यस्तीने ती मंडळी आपले निरोप पाठवीत होती की, जर उपकंत्राटदारांनी मदत केली, तर त्यांच्या रॉयल्टीचा दर कमी करण्यासाठी किंवा रेंजिंगचा दर वाढविण्यासाठी आमची युनियन त्यांना काही मदत करेल काय? यादरम्यान आम्ही केदलामध्ये आपले कार्यकर्ते पाठविण्यास सुरवात केली होती. त्यांनी नियमाप्रमाणे मजुरी देणे आणि रजिस्टरमध्ये हजेरी लावण्याची

मागणी केली होती. केदला चौकात कीरतरामच्या घरावर एक झेंडा लावण्यात आला होता. तो एके रात्री ठेकेदारांनी काढून फेकला. कुणी काढला, याची माहितीदेखील नोंदविली. आमचा पवित्रा बघून ललितबाबू चिंतेत पडले. जातीच्या आड आमच्या राजपूत साथीदारांसोबत एकत्र येऊन त्यांना आपल्या इच्छेनुसार माझा निर्णय हवा होता. परंतु ते स्वत: मला भेटत नव्हते. मीदेखील समोरासमोर चर्चा होईपर्यंत या विषयासंबंधीची चर्चा थांबवण्याचा सल्ला आपल्या सोबत्यांना दिला होता. झेंडा काढून टाकल्यानंतर ते आले आणि म्हणाले, "आमच्या माध्यमातून या, बघू या कोण कसा झेंडा उखडून काढतो."

ठरविलेल्या योजनेनुसार कठोर होऊन मी म्हणाले, "आम्हाला तर मजुरांच्या माध्यमातून जाणे आवडेल. तुम्ही स्वत:ला मजूर समजून आमच्यासोबत आलात, तर तुमचे स्वागत आहे. आमच्या युनियनमध्ये ठेकेदारांना प्रवेश नाही."

ते विचारात पडले आणि म्हणाले, "जर ठेकेदारांमध्ये फूट पडली, तर तुमचे मजूर कोणाला साथ देतील? मोठ्या ठेकेदारांना की लहानांना?"

आम्ही स्पष्ट केले, "आम्ही मजुरांच्या हितासाठी लढत आहोत; दुसऱ्या कोणाला साथ देण्याचा प्रश्नच उद्‌भवत नाही!"

सगळं हातातून निसटू पाहतंय, असं जाणवून आणखी स्पष्ट करीत म्हणाले, "उपठेकेदारांना एवढा पैसा कुठे मिळतो की ते मजुरीचा दर वाढवू शकतील?'

मी त्यांना सांगितले, "उपठेकेदारांना तर कायद्यात स्थानच नाही. वास्तवात तो तर एक सुपरवाझर किंवा देखरेख करणारा वरिष्ठ कर्मचारी आहे. परंतु तो स्वत:ला मालकाचा बाप समजतो. तो स्वत:ला मजुरांचा सहकारी समजत असेल, तर काही होऊ शकते. आम्ही मजुरांच्या मजुरीदराविषयी बोलू शकतो. त्यात जर त्याचा दर वाढला, तर आम्ही रोखायला जाणार नाही. नाही तर आम्ही खाणींना विभागीय करण्याची मागणीदेखील करू शकतो."

ते घाबरतच म्हणाले, "तुम्ही मजुरी वाढविण्याची मागणी मांडा; आम्ही तुम्हाला समर्थन देऊ. मजुरांना हजारीबागला घेऊन जावे लागले तर त्यांना घेऊन जाण्यासाठी ट्रकदेखील देऊ. परंतु खाणींना विभागीय करण्याची मागणी मांडू नका."

त्यांची अस्वस्थता आम्हाला जाणवत होती. रात्री सर्व सहकाऱ्यांशी चर्चा करून केदलात एक मोठी बैठक घेण्याचा निर्णय घेतला आणि असे ठरविले की, आता ही सुरुवात आहे- 'दाणे टाकून पक्ष्यांना भुलवितात' तसे आधी या उपठेकेदारांना मोठ्या ठेकेदारांच्या विरोधात उभे करून दोघांच्याही बाजू अन् गट कमकुवत करावे लागतील. आधी एकाला पराभूत करावे, नंतर दुसऱ्याला संपवण्याची योजना आखावी. आम्ही खाणींना विभागीय करण्याची मागणी स्थगित केली आणि मजुरांना

वेतन बोर्डाच्या नियमानुसार वेतन देण्यास मंजुरी देण्यात यावी, यासाठी संघर्ष करण्याचा निर्णय घेतला. त्या लोकांनी आम्हाला १०० ट्रक देण्याचे आश्वासन दिले. आम्ही दुसऱ्या दिवशी केदला चौकात युनियनचा झेंडा रोवण्याचा निर्णय घेतला. युनियनचे नामकरण 'कोळसा श्रमिक संघटना' ठेवण्यात आले. तिचे अध्यक्ष म्हणून श्रीकृष्ण सिंह आणि महासचिव नित्यानंद यांना निवडण्यात आले. पटेल सिंह, नित्यानंद सिंह, मगन सिंह, अखिलेश्वर सिंह आणि निजामभाई यांनी केदलात उघडपणे येणे-जाणे सुरू केले. ललितबाबू आणि छबिला सिंहदेखील आता बिनधास्त येऊ-जाऊ लागले. त्यामुळे दुसऱ्यांदा मात्र झेंडा उखडून टाकण्याची कुणाची हिम्मत झाली नाही.

•••

१३.
केदला कोळसा खाणीत पहिली मीटिंग

सभा ५ डिसेंबर १९६८ रोजी होणार असल्याची घोषणा करण्यात आली. पूर्व बंगालचे एक समाजवादी नेता (ज्यांचे नाव मला आता आठवत नाही) देखील सभेसाठी माझ्यासोबत येणार होते. हजारीबागचे पत्रकार राजेंद्र राणा (सर्चलाईट), बद्रीबाबू (टाइम्स ऑफ इंडिया), अभिजित सेन (पी. टी. आय.), ब्रजमोहनबाबू (आर्यावर्त) आणि गौडबाबू (अमृत बझार पत्रिका) हे सर्व सभेसाठी आले. आम्ही जंगलासाठी केलेला संघर्ष केदलाच्या मजुरांनी पाहिला होता. टाटा कंपनीच्या पश्चिम बोकारो, घाटो येथील कोळशाच्या खाणीच्या व्यवस्थापनाविरोधात केलेले शाळेसाठीच्या आंदोलनाचे यशदेखील पाहिले होते. तिथे १४४ कलम लागू केल्यानंतरदेखील घोषित केलेल्या तारखेलाच शाळेची पायभरणी करण्यात मी यशस्वी झाले होते. तेथे २०-२५ गावांतील लोकदेखील मजुरांना पाठिंबा दर्शविण्यासाठी आले होते. मजुरांचा स्वभावच असा असतो की ते नेत्याची शक्ती, त्याचा प्रामाणिकपणा आणि संघर्ष पुढे नेण्याची क्षमता व चिकाटी पाहून त्याच्यावर विश्वास ठेवतात. एकदा विश्वास बसल्यावर तो एवढा ठेवतात की, त्याच्यासाठी जीव देण्यासदेखील ते तयार होतात. आपल्या या अशा नेत्याला ते विसरूदेखील शकत नाहीत.

जी मीटिंग ५ डिसेंबरला ठेवण्यात आली होती, ती आमच्यासाठी निर्णायक होती. आमच्यासमोर फक्त तीन

पर्याय होते— एक तर तेथे मीटिंग घ्यायची किंवा मरायचे; काहीच नाही झाले तर सरळ पळून जायचे. मीटिंग होणे म्हणजे युनियन होणे. मारले जाणे किंवा पळून येणे म्हणजे पुन्हा त्या क्षेत्रात कधी कुठल्याही संघटनेचा शिरकाव होऊ शकण्याची सुतराम शक्यता नसणे. म्हणजेच कोणतीही संघटना होण्याची शक्यता शून्य. संध्याकाळचा काळोख वाढत होता. आम्ही व्यासपीठावर होतो. चौकात मजूर तिन्ही बाजूंकडे पसरले होते. हे तिन्ही रस्ते बंद होते. ठेकेदारांच्या भीतीने कुठलाही दुकानदार कंदीलही देण्यास तयार नव्हता. हिवाळ्याची रात्र... गार वारा... लहान-लहान 'तान्हुल्यांना' मांडीवर घेतलेल्या मजूर स्त्रिया व्यासपीठासमोर बसल्या होत्या. व्यासपीठ खूप लहान होते. मागे पुरुष बसले होते. थोड्या अंतरावर काही मजूर उभे होते. जवळजवळ २००० लोकांची गर्दी जमा झाली. मजूर आपल्या सोबत कुदळी घेऊन आलेले होते. झोपड्यांच्या मागे किंवा दुकानात किंवा एका बाजूला मजुरांच्या मागे भाले, काठ्या, कुऱ्हाडी घेऊन गुंड सज्ज उभे होते. पोलीसदेखील आले होते. रामगढहून इन्स्पेक्टर कोनार हे बंदुकधारी पथक घेऊन मॅजिस्ट्रेटसोबत त्या ठिकाणी उपस्थित होते. मजुरांचा दृढ निर्धार पाहून पत्रकारही आश्चर्यचकित झाले होते. आजूबाजूच्या झोपड्यांच्या बाहेर कोळशाच्या चुली धगधगत होत्या. त्याचाच थोडासा प्रकाश त्या अंधारात राहून-राहून काहीसा उजेड देत होता. दूर खाणीत पेटलेल्या भट्ट्यांच्या ज्वाळांचा प्रकाशदेखील ठिकठिकाणी येत होता. पोलीसदेखील मध्ये-मध्ये गुंडांचा आणि गर्दीचा अंदाज घेण्यासाठी किंवा त्यांचे मनोबल चाचपण्यासाठी व पुढच्या चालीचा अंदाज घेण्यासाठी बॅटरीचा प्रकाशझोत मध्येच टाकून अंधाराची भयाणता वाढवीत होते. बॅटरीचा प्रकाश ज्यांच्या-ज्यांच्या तोंडावर पडत होता, ते डोळ्यांवर हात ठेवून तो अडवीत होते.

दुकानाच्या आत चिमण्या जळत होत्या. वारा असल्यामुळे त्या बाहेर ठेवता येत नव्हत्या. एका दुकानात कंदील होता. त्याच्या प्रकाशाची सावली राहून-राहून सभोवती फिरत होती. ती कधी कधी लांबदेखील होत होती.

मजुरांमध्ये कित्येक वर्षांपासून असलेली भीती, अनेक वर्षांची वेठबिगारीची मानसिकता आज मनाचे बांध ओलांडून त्या गुडुप अंधारात सामावली होती. त्यामुळे अंधार अधिकच भीतीदायक झाला होता. पाच डिसेंबरची ती रात्र त्यांच्या निर्धाराच्या परीक्षेची रात्र होती. गुलामीतून मुक्त होणे, संघटना उभी करणे किंवा पुन्हा गुलामी करणे— याचा निर्णय त्या रात्री होणार होता. त्यामुळे दहा हजार मजुरांपैकी दोन हजारच येऊ शकले होते. परंतु दोन-तीनशे लाठीधाऱ्यांपेक्षा हे दोन हजार संख्येने जास्त तर होतेच; निर्धारातदेखील त्यांच्यापेक्षा वरचढ होते. त्यामुळे त्या सभेत मी आपल्या भाषणातील शब्दांना असे बांधले– ''तुम्ही सर्व मजूर

पोटासाठी झगडणारे गुंड आहात आणि हे जे काठ्या, भाले घेऊन उभे आहेत, ते सर्वच्या सर्व भाड्याचे गुंड आहेत. तुमची बरोबरी ते करूच शकणार नाहीत. बघा, हे भाड्याचे गुंड पळून जातील आणि पोटासाठी झगडणारे गुंड ठाम उभे राहतील.''

थंडीमुळे गुडघ्यावर हनुवटी टेकवून, गुडघ्याला हाताची मिठी घालून माझ्याकडे डोळे लावून भाषण ऐकण्यास ते सर्व आतुर होते. पाठीमागे उभ्या असलेल्या गुंडांच्या कुऱ्हाडीची धार जेव्हा चमकायची तेव्हा एक तीक्ष्ण थंड धार आपल्याच मानेला भिडली असल्याचा भास त्यांना व्हायचा. ते मान वारंवार झटकून सरळ ताठ बसत होते. जणू मनातील भीती झटकत होते! कधी कधी त्यांना असे वाटत होते की, मारेकऱ्यांच्या बर्च्या, भाल्याची टोके त्यांच्या छातीकडे किंवा त्यांच्या मुलांच्या छातीकडे सरसावत आहेत. तेव्हा स्त्री-पुरुष दोघेही हात पुढे करून त्या भाल्याच्या त्या टोकांना कल्पनेतच पिरगाळून टाकत. जणू एखादा कागद मुठीमध्ये चुरगाळून टाकत असल्यासारखे ते सरळ, ताठ बसायचे. मुलांना छातीशी घट्ट आवळावयाचे. भीती आणि निर्धाराचा लढा सुरू होता. जराही हालचाल झाली तर सर्व माना उंचावून तिकडेच नजर टाकायचे—अगदी मारण्यास सज्ज! ते लोक जरी नि:शस्त्र होते, तरी त्यांच्या जवळ त्यांच्या पोटापाण्याचे हत्यार कुदळ तर होतीच. प्रत्येक स्त्रीने आपल्या झोळीत दगड भरले होते.

एका पोलिसाने व्यासपीठावर येऊन मॅजिस्ट्रेटचा संदेश ऐकविला- ''१४४ कलम लागू झाले आहे. तुम्ही जमाव गोळा करू शकत नाही. मीटिंग होऊ शकत नाही, बाजूला व्हा.''

तरीही लोक तेथेच थांबले. जराही हलले नाहीत, व्यासपीठावर बसलेले लोक, तसेच समोर बसलेले लोक— कुणीही हलले नाही. घाटोतील काही सोबती मात्र घाबरले.

मी व्यासपीठावरूनच प्रशासनाला उत्तर दिले, ''१४४ कलम केवळ आमच्यासाठी नाही; शस्त्र घेऊन जे गुंड उभे आहेत, त्यांना आधी अटक करा; नंतर आम्हाला! आम्ही तर सार्वजनिक जागेवर शांततेने बसलो आहोत. हा चौक आहे, जो चहूकडून झोपड्यांनी वेढलेला आहे. येथे मजूर नेहमी जमा होतात. गरिबी असल्यामुळे ते पक्की घरे घेऊ शकत नाहीत. आम्ही सभा घेणारच. शांततेला तडा गेल्यास कारवाई करा. व्यासपीठावर पाच नाही, चारच तर लोक आहेत. त्यांना अटक करायची असेल तर करून बघा!''

इन्स्पेक्टर ओशाळला. अटक करण्याचा अर्थ त्यालादेखील माहीत होता. पोलीस आणि गुंड एक झाले तरी संख्येने आम्हीच अधिक होतो. मजुरांच्या चेहऱ्यावरील निर्धाराचा भाव ते वाचत होते. एक घोषणा जोरात झाली. सर्व

मजुरांनी मिळून आवाज दिला– "सभा होईल." मॅजिस्ट्रेटचा आवाज बंद झाला.

पोलीस मागे जाऊन उभे राहिले. पत्रकारांनी मला वेढले होते. ते मजुरांना विचारीत होते, "एवढ्या कडक्याच्या थंडीत मुलांना सोबत का आणलेत?"

स्त्रियांनी उत्तर दिले, "ठेकेदारांनी धमकी दिली आहे की, जे सभेला जातील, त्यांना तेथेच मारण्यात येईल. त्यामुळे मुलांना घेऊनच मरावे म्हणून यांना सोबत आणले आहे. पण आम्हीदेखील झोळीत दगड भरून आणले आहेत; मरण्यापूर्वी एक-दोघांना तर नक्कीच मारू."

आणि त्या रात्री अकरा वाजेपर्यंत जोरदार सभा झाली. मी मजुरांना एक प्रश्न विचारला होता; "उंदराप्रमाणे बिळात खुरडत-खुरडत मरायचे आहे की, बाहेर येऊन लढत मरायचे आहे?" मजुरांनी बाहेर येऊन मरण्याचा निर्णय घेतला होता.

सभेनंतर केदलातून सुरक्षित बाहेर निघण्याचा प्रश्न माझ्यासमोर होता. पोलीस आपल्या सुरक्षाव्यवस्थेत मला केदलातून बाहेर परेज बंगल्यापर्यंत घाटो-चरही रस्त्यावर सोडण्यास तयार होते; परंतु मजुरांचा पोलिसांवर विश्वास नव्हता. शेवटी त्या कडाक्याच्या थंडीच्या रात्री सर्व मजूर, मुलांसहित सात किलोमीटरवरील परेजच्या रस्त्यापर्यंत मला पोहोचवून नंतर परत पायी गेले. धोक्याच्या क्षेत्रातून मला बाहेर आणल्यानंतरच ते लोक निश्चिंत झाले. पत्रकारदेखील माझ्यासोबतच परत आले. न बोलवताच पाहुण्याप्रमाणे पोलीस मागे-मागे येत होते. ते मजुरांच्या दृढ निर्धाराने हतप्रभ आणि भयभीतही झाले होते.

केदलाच्या मजुरांच्या इतिहासात ५ डिसेंबर १९६८ ची रात्र ऐतिहासिक होती. त्यानंतर मात्र आम्ही पुन्हा मागे वळून पाहिले नाही. काही काळापर्यंत संघर्ष-संप, आक्रमण, बचाव, हिंसा आणि हत्या, फूट पाडण्याचे षडयंत्र इत्यादी प्रकरणांची मोठी साखळी सुरूच राहिली; परंतु मजूर आपल्या संघटित शक्तीच्या बळावर पुढे जात राहिला. मजूर लढत राहिला आणि एका मागोमाग एक लढाई जिंकत राहिला. संप, निदर्शने, कोर्टाला घेराव, जज्जसाहेबांना घेराव, राज्यसभेच्या याचिका समितीपुढे साक्ष, बळी, उपोषण, सर्वोच्च न्यायालयापर्यंत याचिका, निषेध, खाणींना बंदी, भूकबळी, गोळीबार आणि मृत्यू— मजुरांनी सर्व काही सहन केले; परंतु वाकले नाहीत. त्यांनी आजू-बाजूच्या गावांतील झाडांची पाने उकडून खाल्ली, उंदराच्या बिळांतून धान्य वेचून अन्न मिळविले, प्रेतवस्त्रासाठी पैसे गोळा केले.

निधीसाठी मजूर परप्रांतात गेले; परंतु माघार घेतली नाही. माझ्यावरचा किंवा आपल्या साथीदारांवरचा विश्वास त्यांनी ढळू दिला नाही. त्याचबरोबर आपले किंवा आमचे मनोबल तुटू दिले नाही. हा दीर्घ संघर्ष खुद्द एक इतिहास आहे. वेतन बोर्डाच्या नियमाप्रमाणे निर्धारित मजुरी देणे, हजेरी लावणे, बोनस मिळणे, वर्षभर

कामाची शाश्वती, ओळखपत्र मिळणे, सी. एम. पी. एफ. चे सदस्य करणे आणि शेवटी या खाणींना घरगुती जळाऊ कोळशाच्या खाणी घोषित करून त्यांचे सरकारीकरण करणे, त्यासाठी कोर्टकचेरी करणे आणि देशभरातील बिगरघरगुती वापराच्या कोळशाच्या खाणींच्या राष्ट्रीयीकरणाच्या यादीत केदलाच्या खाणींचा पुन्हा समावेश करणे इ. फायदे मिळत राहिले. मजुरांना एका पाठोपाठ एक विजय मिळत राहिला.

या खाणींच्या राष्ट्रीयीकरणानंतरदेखील मजुरांना कायम करण्यासाठी आम्हाला मोठा संघर्ष करावा लागला. ठेकेदार या सर्वांच्या नोंदी, कागदपत्रे घेऊन पळाले होते किंवा खोट्या नोंदी रेकॉर्ड तयार करून त्यावर आपल्या नातलगांची नावे टाकून त्यांना नोकरी देण्यासाठी ते प्रयत्न करू लागले. त्यांचे नवीन नेतेदेखील उदयाला आले, जे त्या बनावट मजुरांसाठी आंदोलन करण्यास तयार होते. १९६८ ते १९७६ पर्यंत केदलाचा संघर्ष हा त्या क्षेत्रातील श्रमिक संघटनांचा इतिहास आहे, ज्याचा काहीं भाग मी पुढे लिहिणार आहे. हा अध्याय तर मजुरांद्वारे त्या नापीक भूमीवर संघर्षाचे बीज रोवण्याच्या संघर्षाचे उत्तम उदाहरण आहे किंवा ज्या भूमीवर गुंडांचे राज्य होते, त्या भूमीच्या वैशिष्ट्याचे मानचिन्ह आहे. त्यातून मिळणारे पीक तर या मजुरांच्या घरी फार उशिरा आले. ५ डिसेंबरला मजुरांनी शेतात निर्धाराचे नांगर रोवले होते आणि त्यासोबतच पेरले होते लढ्याचे बी.

त्यानंतर सुरू झाला संघर्षाचा प्रवास... अविरत... अखंड... सतत... संघर्ष आणि नंतर...!

●●●

१४.
एका दिशेने शेकडो लोकांची वाटचाल

या अगणित संघर्षांच्या प्रवासातील काही प्रसंग अविस्मरणीय आहेत. ही १९६९ ची घटना आहे. आमच्या युनियनची स्थापना झाल्यानंतर केदला येथे कार्यालय उघडण्यात आले. पी. डी. अग्रवाल आणि गोपाल प्रसाद (जे त्या वेळी मगध विद्यापठाचे कुलगुरू होते) यांच्या तीन नंबर ब्लॉकच्या खाणीतील मजूरदेखील आमच्या संघटनेत आलेले होते. केदला तपासणी नाक्यावर कीरतरामच्या घरात युनियनचे कार्यालय उघडले होते आणि युनियनचा झेंडा लावलेला होता. परंतु झारखंडमधील शिवराम सिंह कंपनीच्या मजुरांना युनियनचे नाव घेण्याचीही बंदी होती; माझे नाव घेणे तर दूरच राहिले. युनियनचा शिरकाव होऊ नये यासाठी रामकृपाल सिंह यांची नवीन एजंट म्हणून नियुक्ती केली होती. घरोघरी गुंडांचा पहारा बसविण्यात आला होता; जेणेकरून युनियनचा नेता मजुरांच्या झोपड्यांमध्ये त्यांना भेटण्यास जाऊ नये. झारखंडमध्ये संघटन करण्यासाठी तेथील मजूर राहोच्या बाजारातून केदलाच्या मजुरांमार्फत आमच्या कार्यालयात निरोप पाठवीत होते. एकदा केदलाच्या ऑफिसमध्ये अर्ध्या रात्री मीटिंग बोलविण्यात आली. वीज तर नव्हतीच, दिव्याची ज्योतदेखील बारीक करण्यात आली. ठेकेदारांना योजनेचा सुगावा लागू नये म्हणून हळू आवाजात चर्चा झाली. झारखंडवर आक्रमण करण्याचा मजुरांनी निर्णय घेतला. मिलूराम आणि त्याची पत्नी मोलामतीबाईने शपथ घेतली की, मजूर

झारखंडमध्ये पोहोचताच योजनेप्रमाणे ते आपल्या झोपडीवर झेंडा फडकावतील आणि झेंडा उतरवण्याचा प्रयत्न करणाऱ्यांवर सर्व मिळून दगड-गोटे मारतील.

ठरलेल्या दिवशी आणि वेळेवर आम्ही पूर्ण तयारीनिशी केदलाच्या मजुरांना सोबत घेऊन निघालो. मी माझ्या गाडीत होते. संपूर्ण मैदानात लाल-लाल झेंडे लावण्यात आले होते. त्यामुळे काळ्या कोळशाची खाण जणू लाल झेंडेरूपी ज्वाळांनी धगधगत असल्याचे भासत होते. तिकडे पळसाचे जंगलदेखील लाल फुलांनी बहरले होते. केदलापासून झारखंडचे रस्ते काळ्या अर्धनग्न स्त्री-पुरुष मजुरांनी गच्च भरले होते. शेकडो लोकांचे पाय झोपड्यांतून निघून रस्त्यावरून, पायवाटेवरून एकाच दिशेने जात होते— नवीन वाट काढीत अन् काही नवीन मिळविण्यासाठी. समूहाचे रूपांतर संघात झाले होते आणि हा 'संघ' आता शक्तीचे प्रदर्शन करीत होता.

माझ्या गाडीच्या पुढे-पुढे रामानंद नोनियाँची शिपायांची तुकडी काठी आपटत-आपटत सुरुंगांचा शोध घेत चालली होती. माझी गाडी उडविण्यासाठी ठेकेदारांनी रस्त्यात सुरूंग पेरण्याचा बेत आखला आहे, ही बातमी मजुरांमध्ये कानोकानी पसरली होती. सोबत पत्रकार राणाजी, अभिजित सेन आणि गौडदादेखील चालत होते.

आम्ही झारखंड खाणीच्या तपासणी नाक्यावर पोहोचलो. मी जीपच्या छतावर चढून बोनेटवर पाय ठेवून बसले होते. आमच्या युनियनचे अध्यक्ष श्रीकृष्ण सिंहदेखील सोबत होते. ते बिहारच्या संविद सरकारमधील माजी मंत्री होते.

तपासणी नाक्याच्या आत पाच ओळींत काठ्या, भाले, बर्चा घेऊन तयारीनिशी गुंड उभे होते. त्यांच्या सोबत एजंट रामकृपाल सिंह, मॅनेजर एस. एन. सिंह आणि पांढरा धोतर-सदरा किंवा पांढरा पायजमा-सदरा घातलेले उपठेकेदार आणि मुन्शी उभे होते. पोलीस इन्स्पेक्टर कोनारदेखील पोलिसांच्या तुकडीसोबत तपासणी नाक्याच्या आत बसले होते.

गुंडांच्या पाच ओळींच्या पाठीमागील रस्त्याच्या आजूबाजूस मजुरांच्या झोपड्या होत्या. हे मजूर बाहेर येऊन आम्हाला भेटू नयेत, म्हणून प्रत्येक घराबाहेर एक-एक गुंड शस्त्र घेऊन उभा होता.

हे आपले मजूर असल्याचे सांगून रामकृपाल सिंह गुंडांना अधिकारी आणि पत्रकारांसमोर उभे करीत होते आणि त्यांच्याकडून युनियनच्या विरोधात साक्ष देऊ इच्छित होते.

तपासणी नाक्यावर आमची गाडी थांबविण्यात आली. तिकडून निरोप आला— 'रमणिका गुप्ता तपासणी नाक्याच्या आत येऊ शकत नाहीत; फक्त

श्रीकृष्ण सिंहांनी आत यावे.'

रामकृपाल सिंहांनी मोठ्या आदराने आणि प्रेमाने त्यांना आत नेले. शेवटी जातीचा प्रश्न होता. एका साहेबाचा आदर दुसरा साहेब का बरे करणार नाही? मला थांबविण्यात आले. समोर काठ्या, भाले, कुऱ्हाडी घेऊन गुंडांच्या पाच रांगा भिंतीसारख्या उभ्या होत्या. मला निर्णय घ्यायचा होता— 'टू बी ऑर नॉट टू बी!' मी बाहेर उभ्या-उभ्याच विचार करीत होते— 'श्रीबाबूबरोबर चाललेला तमाशा पाहू की तिथे काही सौदा होण्यापूर्वीच आखाड्यात उडी घेऊन कुठल्याही प्रकारची देवाण-घेवाण होण्याआधीच मजुरांची लढाई जिवंत ठेवू?' मजूर चिडले होते. लोक श्रीकृष्ण सिंहांना श्रीबाबू म्हणून संबोधत होते.

एका मजूर स्त्रीने येऊन माझ्या कानात हळूच सांगितले- "तुम्ही आदेश दिलात, तर तपासणी नाक्याचा दांडा तोडून टाकण्याचा सर्व मजूर विचार करीत आहेत."

मला माहीत होते की, मी सांगताच तपासणी नाक्याचा दांडा तुटेल आणि तिकडे सज्ज असलेले पाच ओळींतील गुंड आमच्यावर तुटून पडतील; शिवाय पोलीस देखील आमच्यावरच गोळ्या झाडतील. त्यामुळे, "थोडे थांबा तरी, झेंडा पकडून राहा" असे म्हणून मी गाडीतून उडी मारली आणि तपासणी नाक्याच्या दांड्याखालून विजेच्या वेगाने पळत जाऊन तपासणी नाके पार केले आणि जेथे श्रीबाबू उभे होते, तेथे पोहोचले. रामकृपालबाबू त्यांच्याशी गोड-गोड बोलून मोर्चा परत नेण्यास सांगत होते. एका उपठेकेदाराने, जो बाबूसाहेबच होता, काही अश्लील शब्द उच्चारित माझा हात पकडून मला तपासणी नाक्याबाहेर काढण्याचा प्रयत्न केला. मी फाडकन त्याच्या थोबाडीत मारली. मजूर खूप मोठ्याने हसले आणि टाळ्या कडाडल्या! एक आनंदाची लाट उसळली. त्या वेळी मी थोबाडीत मारून त्याला निष्क्रिय केले नसते, तर ठेकेदारांचे मनोबल आणखीन वाढले असते आणि मजुरांचा माझ्यावरचा विश्वास उडाला असता. श्रीबाबू तर ठेकेदरांबरोबर हसत-हसत गोड-गोड बोलून स्वतःच आपली प्रतिमा बिघडवीत होते. एवढ्या दिवसांत मजुरांचे मन मी ओळखले होते. गुंडांची भीती दाखवून बोलणी करणे मजुराला आवडत नाही; त्या गुंड शक्तीला आव्हान देण्यास आपला नेता सक्षम आहे की नाही, हे तो पाहू इच्छितो. मग परिणाम काहीही होवो. त्यामुळे जर मी काही केले नसते, तर संघटनेला शंका आली असती. बोलणी टेबलावर होत असतात; आखाड्यात नाही. या अनपेक्षितपणे थोबाडीत मारल्यामुळे गुंडांसहित सर्वच्या सर्व आश्चर्यचकित झाले. तेवढ्यात अचानक एक मारेकरी कुऱ्हाड घेऊन माझ्याकडे सरसावला. कुऱ्हाड आणि माझी मान यामध्ये फक्त दोन इंचांचे अंतर

उरले होते. तेवढ्यात इन्स्पेक्टर कोनारने त्या गुंडाच्या मनगटावर आपल्या छडीचा फटका मारला. त्याबरोबर कुऱ्हाड खाली पडली. क्षणभर एक भयमिश्रित शांतता पसरली. नंतर तर मजुरांमध्ये क्षोभ उसळला. जणू विजेचा झटका लागला. मी पवित्रा बदलला. मी गुंडांच्या प्रत्येक ओळीसमोर धावत-धावत जायची आणि म्हणायची- ''या, हिम्मत असेल तर मारा! आईचे दूध प्यायले असाल तर उगारा कुऱ्हाड! तुमच्यापुढे उभी आहे; बघते मला अडविण्याची कुणात हिम्मत आहे ते! ज्यांना तुम्ही कैद करून ठेवले आहे, त्या मजुरांच्या झोपड्यांमध्ये मी जातेय.'' रामकृपाल सिंह घाबरले. श्रीकृष्ण सिंह हात जोडून माझ्या वाटेत उभे राहिले आणि मला समजावू लागले. त्यांनी पवित्रा बदलला आणि म्हणाले, ''अशा परिस्थितीत बोलणी होणार नाहीत.'' त्या क्षणी कंपनीच्या आदेशानुसार माझा जीव घेणे शक्य नव्हते. कारण भीषण नरसंहार होण्याची शक्यता होती. त्या सर्व गोष्टीस जबाबदार मजूर नसून कंपनीचे मालकच ठरले असते. पोलिसांशिवाय पत्रकारदेखील तेथे उपस्थित होते.

याच दरम्यान एक बाण मध्ये येऊन पडला. त्यामुळे गुंडांमध्ये दहशत पसरली. ते बाणाला फार घाबरतात. विषात बुडवलेला बाण माणसाला बरेच दिवस तडफडून-तडफडून मारतो. नंतर मजुरांनी दगडफेक केली आणि पोलिसांनी लाठीमार. पहाऱ्यामध्ये कैद असलेले झारखंडचे मजूर गुंडांची रांग तोडून आम्हाला येऊन भेटले. रामकृपाल सिंहांना आता माझ्या सुरक्षिततेची चिंता वाटू लागली. डाव आमच्या बाजूला झुकला होता.

गुंडांची भिंत तोडण्यात आम्ही यश मिळविले होते. आम्ही परत जाण्याचा निर्णय घेतला. मी जीपमध्ये येऊन बसले. श्रीबाबूदेखील मागे-मागे येऊन माझ्या शेजारी बसले. मजुरांनी घोषणा दिली- ''टूट गया भाई टूट गया, झारखंड गेट टूट गया! टूट गया भई टूट गया, लोहा गेट टूट गया.'' झारखंड तपासणी नाक्याचे हे तेच गेट होते, तिथून जाण्यास कोणत्याही संघटनेच्या नेत्याला किंवा मजुराला जाण्यास मनाई होती. त्याच्या पुढे जाणे म्हणजे मार खाणे किंवा मरणे! जे गेट कधी तुटले नव्हते, ते तुटलेले पाहून मजुरांना आनंद झाला. आम्ही त्या दिवशी परतलो; परंतु पुन्हा येण्याचा संकल्प करूनच. माझ्या झालेल्या अपमानाला द्रौपदीच्या वस्त्रहरणाची उपमा देऊन मजूर त्याचा सूड घेण्याचा पण करून परतत होते. ठेकेदाराने मला वापरलेल्या अपशब्दामुळे त्यांचे रक्त उसळत होते. गुंडाने माझा हात पकडल्यामुळे त्यांच्या डोळ्यांत हिंसक सूडाची झाक दिसत होती. परंतु त्या दिवशी आम्ही परतलो.

झारखंड कोळसा खाणीत मजुरांना आपल्या घरावर युनियनचा झेंडा लावण्याची

परवानगी मिळाली नव्हती, परंतु बाहेर येण्या-जाण्यावरील बंदी थोडी शिथिल झाली होती. युनियनच्या सदस्यतेवर बंदी होती. राहो बाजारात येऊन मजूर आमचे सदस्य होत होते. शिवराम सिंह कंपनीच्या गडाच्या बुरुजांना तडा तर गेल्या होत्या, परंतु ते ढासळले नव्हते. या बुरुजांना आणखी एका धक्क्याची गरज होती. कंपनीची ऐट अजून कायम होती. त्यांनी एस. डी. ओ. च्या न्यायालयात माझ्या विरोधात आणखी एक खटला नोंदविला. असे कित्येक खटले माझ्या विरोधात नोंदविले गेले होते. यात दंगा, चोरी, लूटमार, हत्येचा प्रयत्न आणि अबेटमेंट म्हणजे हत्या करण्याचा आदेश देण्याचे कलम इ. आरोप ठेवण्यात आले होते. कलम १३, १०७, ११६ तर आम्हा लोकांवर रोज लावण्यात आले होते. परंतु हा खटला कलम ३२६ मध्ये नोंदविला गेला. एस. डी. ओ. न्यायालयात मला हजर करण्यात आले. आणि जेव्हा त्या दैत्यासारख्या गुंडाच्या वकिलाने आरोप ठेवला की, मी त्या गुंडाची अब्रू लुटण्याचा प्रयत्न केला, तेव्हा कोर्टात जोरदार हशा उसळला. न्यायाधीशांनीदेखील हसत विचारले, ''स्त्रीने अब्रू लुटली, असे सांगायला तुम्हाला लाज नाही वाटत?'' आणि केस रद्द करण्यात आली. श्री. खत्री एस. डी. ओ. च्या खुर्चीवर बसून न्याय देत होते. त्या दिवशी झारखंडच्या गुंडांना न्यायालयाकडून उत्तर मिळाले, तर मजुरांना न्यायालयाची सम्मती. शिवराम सिंह कंपनीची केस चुकीची सिद्ध झाली. त्यांची गुर्मी उतरली.

●●●

१५.
लोकसभेत याचिका

केदला, झारखंड कोळसा खाणीच्या मजुरांतर्फे आम्ही जॉर्ज फर्नांडिस यांच्या माध्यमाने समितीपुढे तीन हजार मजुरांच्या स्वाक्षऱ्या घेतलेली याचिका सादर केलेली होती. लोकसभेच्या समितीपुढे रिसीव्हर सुब्रह्मण्यम आणि माझी साक्ष झालेली होती. केंद्रीय कामगार मंत्रालयाच्या मुख्य कामगार आयुक्तांचीदेखील हजेरी लागली होती. समितीच्या सदस्यांच्या शिफारशीमुळे सरकारी हस्तक्षेपासाठी आदेशदेखील पाठविण्यात आला होता. परंतु प्रकरण लांबतच चालले होते. ते पाहून १९७० मध्ये मी झारखंडमध्ये प्रवेशाचे आणि युनियन बनविण्याचे अधिकार, तसेच वेतन बोर्डाच्या नियमानुसार पगारपत्रकामध्ये वेतन देण्याच्या मुद्द्यावरून परेज बंगला येथे आमरण उपोषण सुरू केले होते. उपोषणाचा एक-एक दिवस मजुरांचा रोष भडकावीत होता.

आमरण उपोषण

माझ्या आमरण उपोषणाच्या बातमीमुळे दिल्ली आणि पाटणा या दोन्ही सरकारचे कामगार अधिकारी घाबरले. हजारीबागचे पोलीस आणि प्रशासन व केदला खाणींचे रिसीव्हर यांच्या सोबत कामगार अधिकाऱ्यांच्या कित्येक गुप्त बैठका झाल्या. आमच्यासोबत बोलणी करण्याचे प्रयत्नदेखील झाले. परंतु आमच्या मागण्या पूर्ण झाल्याशिवाय मी उपोषण सोडण्यास तयार नव्हते. या आधी केंद्रीय उप-मुख्य कामगार

आयुक्त डिमेलो यांनी स्वत: हजारीबागला येऊन रिसीव्हर आणि आमच्या युनियनची बैठक घेऊन ट्रक भरणाऱ्या आणि कोळसा फोडणाऱ्यांना नोकरीत कायम करण्याचा निर्णय घेतलेला होता. हा निर्णय रिसीव्हरने पूर्णपणे लागू केला नव्हता. विशेषत: ट्रक भरणाऱ्यांना कायम करण्याचा आणि पगारपत्रकाप्रमाणे वेतन देण्याचा निर्णय. त्यामुळे या वेळी मजूर या लढ्याचा निकाल लावण्यास आतूर होते. रोज हजारो मजूर मिरवणुकीने येऊन परेज बंगल्यास घेराव घालायचे आणि घोषणा द्यायचे. शेकडो लोक तेथेच माझ्याभोवतीने बसून राहायचे. एक दिवस रिक्षांचा आवाज दुमदुमला. नगाऱ्याचा आवाज आकाशाला भिडत चालला होता. वातावरण तापले. काळीज धडधडू लागले.

मजुरांना वेतन बोर्डाच्या नियमानुसार मोबदला देण्यासंबंधीचा आणि ठेकेदार व रिसीव्हरद्वारे युनियनवर लादण्यात आलेले प्रतिबंध उठविण्याचा आदेश आला. दोन दिवस बोलणी चालली तेव्हा कुठे आमच्यासोबत तडजोडी झाल्या. रिसीव्हरने रामकृपाल सिंहाला बोलावून समज दिली— ''बघा रामकृपालबाबू! जिद्द धरू नका! रमणिका गुप्ता तर लोकशाही पद्धतीने युनियन चालवीत आहेत. तुम्ही तिला अडवीत आहात. उद्या नक्षलवादी शस्त्रे घेऊन झारखंडवर आक्रमण करतील, तेव्हा तुम्ही काय करू शकाल? काळाचे महत्त्व ओळखा! रमणिकाजींच्या मागण्या मान्य करा.'' रामकृपाल सिंहाने स्वत: येऊन आम्हाला झारखंडमध्ये युनियनचे ऑफिस सुरू करण्याचे निमंत्रण दिले. युनियनचा सदस्य होण्यासाठी झुंबड उडू लागली. सदस्यतेसाठी कित्येक दिवस रांग लागली होती. केदला आणि झारखंडमध्ये पहिल्यांदाच मजुरांचा बी. फॉर्म भरला गेला. त्यात त्यांचे पूर्ण रेकॉर्ड, पत्ता व पद नोंदविले गेले. त्यांची पगारपत्रके तयार झाली. कोळसा फोडणाऱ्या आणि दगड-माती फोडणाऱ्या मजुरांना वेतन बोर्डाच्या दराने मोबदला मिळाला. जो दर त्या वेळी क्रमश: सहा आणि पाच रुपये प्रतिदिन होता. त्यांना बोनसदेखील मिळाला. भले त्यांना टोकन म्हणून प्रतिमजूर दहा रुपये दरानेच बोनस दिला गेला; पण या निमित्ताने मजुरांचे सर्व रेकॉर्ड तयार झाले. याच निर्णयाला अनुसरून त्यांना ओळखपत्रदेखील देण्यात आले. या ओळखपत्रामुळे ते कायम मजूर असल्याचा पुरावा मिळाला.

****

ओळखपत्राचा किस्सा

ओळखपत्राचादेखील एक वेगळाच किस्सा आहे. एकदा जॉर्ज फर्नांडिस मजुरांच्या एका सभेत बोलण्यासाठी केदला चौकात आले. मी मजुरांच्या समस्यांची चर्चा करीत त्यांना सांगितले की, इथे तर मजुरांची हजेरी लागत नाही आणि त्यांना त्यांचा पगार किती आहे किंवा ते कोणत्या पदावर आहेत, हेही त्यांना माहीत नसते. म्हणजे त्यांचे कुठलेच रेकॉर्ड ठेवण्यात येत नाही. जर एखादी दुर्घटना झाली आणि मजूर दबून

मेला, तर तो याच खाणीत काम करीत होता आणि काम करताना मेला होता, हे सिद्ध करण्यासाठी आमच्याजवळ असा कुठलाच पुरावा नाही. जॉर्जसाहेबांनी सभेत आपल्या भाषणाचा शेवट करताना आंदोलनासाठी या घोषणा दिल्या— "आम्ही कोण आहोत, ते लिहून द्या- आमचे नाव काय आहे; लिहून द्या- आम्ही कोणते काम करतो; लिहून द्या- आमचा पगार किती आहे, लिहून द्या- आम्ही कुठे श्रम करतो; लिहून द्या!"

मला आठवते, या घोषणांनी सर्व खाणी निनादल्या होत्या. खाणीमध्ये चालविल्या जाणाऱ्या आमच्या पुढच्या आंदोलनांचे मुद्दे म्हणजे या घोषणाच होत्या. मी ओळखपत्राच्या संकल्पनेची तुलना सत्यवान-सावित्रीच्या वरदानाशी करीत होते. सावित्रीने यमराजाला मागितले होते— 'सोन्याच्या वाटीने दूध पिताना मी आपल्या नातवाला पाहू इच्छिते.' म्हणजे तिने सौभाग्यही मागितले, मूलदेखील मागितले आणि समृद्धीदेखील मागितली. म्हणजे सावित्रीने एकाच मागणीत सर्व मागण्या मागितल्या. त्याचप्रमाणे एक ओळखपत्र मिळाल्याने सर्व काही त्यात नोंदविले जाईल— नाव, कामाची जागा, कामाचा प्रकार, पगार— सर्व काही, जे मजुराचे अस्तित्व आणि वास्तव्याचा पुरावा देणारे असेल.

अशा प्रकारे ओळखपत्र मिळाल्याने मजुरांचा फार मोठा प्रश्न सुटल्याची आम्हाला आशा वाटली. कारण त्याशिवाय आम्ही मजुरांचे अस्तित्वच सिद्ध करू शकत नव्हतो. संपूर्ण हजारीबाग जिल्ह्यात, जो त्या वेळी गिरिडीहपर्यंत पसरला होता—, जेथे-जेथे आमचा संघटना होती तेथे-तेथे मजूर सकाळ, दुपार, संध्याकाळ तिन्ही वेळेस या घोषणा देत होते. त्या वेळी ठेकेदार, त्याचे मुंशी आणि गुंडांचा चेहरा काळा ठिक्कर पडत होता. जणू मजुरांना ओळखपत्र मिळाले आहे, असे त्यांना वाटत होते. राष्ट्रीयीकरणानंतर कागदाचा हा तुकडा किती महत्त्वाचा ठरला, हे तेच लोक समजू शकतात; ज्यांनी सरकारी खाणीत नोकरीसाठी कित्येक वर्षे वाट पाहिली आणि या कागदाच्या आधारावरच ते नोकरी मिळवू शकले. ज्यांच्याजवळ हा कागदाचा तुकडा नव्हता, त्यांना काढून टाकण्यात आले. परेज बंगला येथे केलेल्या उपोषणामुळे ओळखपत्र देण्याचा निर्णयदेखील झाला आणि टोकन म्हणून का होईना, पण प्रत्येक मजुराला दहा रुपयांप्रमाणे बोनस स्लिपसोबत बोनसदेखील मिळाला. या बोनसमुळे आणि बी. फॉर्म रजिस्टर भरले गेल्यामुळे मजुरांसाठी हे वरदान सिद्ध झाले. कारण त्यांचे रेकॉर्ड तयार झाले, जे पूर्वी कधीच तयार झाले नव्हते. याच रेकॉर्डच्या आधारावर नंबरसोबत मजुरांना ओळखपत्रदेखील मिळाले. राष्ट्रीयीकरणानंतर खाणीमधील त्यांच्या नोकरीचा हा पुरावा मानण्यात आला.

●●●

१६.
मी मागच्या बाजूने पळणार नाही

ही १९७० ची गोष्ट आहे. तेव्हा मजुरांची लढाई थांबणार नसल्याची आणि याला वेगळेच वळण लागण्याची जाणीव ठेकेदारांना झाली होती. त्यांनी मजुरांमध्ये फूट पाडण्याची रणनीती आखली आणि संघटनेचे एक वरिष्ठ नेते जनिदासचे जावई बादलदासला— जे थोडे-फार शिकले-सरवलेले होते— आमच्या विरोधात भडकाविले. नित्यानंद आणि बाबू श्रीकृष्ण सिंहानी ह्यांना मजुरांनी संघटनेतून याआधीच काढून टाकले होते. त्यामुळे नित्यानंदाने खाणीतील राजपूत कर्मचाऱ्यांना आणि ठेकेदारांना पुढे करून एक रणनीती आखली. परेज बंगला येथे राजारामचे रेशनिंगचे दुकान होते आणि तो खाणीत ठेकेदारीदेखील करीत होता. या भागातील ठेकेदारांसाठी त्याने गुंडगिरी करावी म्हणून त्याला आणण्यात आले होते. त्याचे गावातल्याच एका स्त्रीशी संबंध होते. त्याने त्या स्त्रीची जमीन तिला फसवून आपल्या नावावर लिहून घेतली होती. या गुंडाने ती स्त्री आणि तिची मुलगी दोघींनाही आपल्याजवळ ठेवून घेतले होते. त्याच्यापासून त्या मुलीला मूलदेखील झाले. नंतर त्याने माय-लेकी दोघींनाही मुलासहित हाकलून लावले. गावातील लोकांनी या माय-लेकींना मदतीसाठी म्हणून माझ्याकडे पाठविले. त्यांच्या राहण्याची व्यवस्था आम्ही मजुरांकडून करून घेतली आणि त्यांची केस लढविण्यासाठी एका वकिलाचा सल्ला घेतला. राजारामला या गोष्टीचादेखील

राग होता आणि त्यामुळेच तो आमच्या विरोधकांना जोरदार पाठिंबा देऊ लागला. याचदरम्यान ठेकेदारांनी पावसाळ्याला उत्तर केदलाच्या, जेथे संघटनेची सर्वांत जास्त ताकद होती, अशा बहुतेक सर्व खाणी हंगामी जाहीर करून बंद केल्या. अशाच प्रकारे झारखंडचे बाबू शिवराम सिंह आणि दक्षिण केदलाच्या ठेकेदारांनी आपल्या कित्येक खाणी बंद केल्या. या निर्णयाविरोधात आम्ही जोरदार आंदोलन सुरू केले होते.

खाण विभागाच्या अधिकाऱ्यांजवळ या चुकीच्या निर्णयाविरोधात आम्ही तक्रार नोंदविली. खाण अधिकारी खाणीचे निरीक्षण करण्यासाठी येणार होते. कारण बंद केलेल्या खाणी खरोखरच हंगामी आहेत, की आमच्या आरोपाप्रमाणे ही कार्यवाही ठेकेदारांनी जाणून-बुजून मजुरांना निराश करून संघटनेच्या विरोधात भडकाविण्यासाठी केली आहे, हे अधिकाऱ्यांना पाहायचे होते. या पाहणीच्या वेळी आम्हाला त्यांच्यासोबत राहायचे होते. मी संघटनेच्या ऑफिसमध्ये बसले होते, जे कीरतरामचे घर होते. मजुरांनी श्रमदान करून घराच्या भिंती थोड्या उंच केल्या होत्या आणि गवताऐवजी त्यावर कौलारू छत घातले होते. आधी हे मातीचे घर होते. गावातील लोकांनी छतासाठी लाकडे दिली होती. कसा तरी निधी गोळा करून आम्ही घराला पत्र्याचा एक दरवाजा लावला होता. ठेकेदारांनी कारस्थान रचून राजारामला पुढे करून काही गुंडांसोबत आमच्या ऑफसमध्ये पाठविले. दुबराज मांझीदेखील गेल्या सात दिवसांपासून आमच्यासोबत एकसारखा शेजारच्या आदिवासी टोळ्यांमध्ये बेकायदारीत्या खाणी बंद केल्याच्या विरोधात प्रचार करीत होता; जेणेकरून मजुरांच्या आणि शेतकऱ्यांच्या मदतीने खाणी उघडल्या जाव्यात. खेड्यातील मजूर पावसाळ्यात खाणीत येणे बंद करायचे आणि शेतात राहायचे. परंतु वेळ पडल्यास आमच्या आंदोलनात आपल्या स्त्रियांसहित भाग घेत होते. राजारामने बोलण्यासाठी मला बाहेर बोलविले. मी त्याच्याशी बोलण्यासाठी ऑफिसच्या दारात बाहेर आले, तेव्हा तो मला धमकावीत म्हणाला- ''या तपासणीच्या वेळी जर तू खाण विभागाच्या अधिकाऱ्यांसोबत गेलीस, तर बघ काय होईल! पावसाळ्यात खाणी बंदच राहतील. ऐकलंस ना तू?''

राजारामला पाहून संघटनेच्या ऑफिसभोवती मजूर जमा होऊ लागले. मजुरांची गर्दी वाढू लागली.

मी म्हणाले, ''आम्ही त्या अधिकाऱ्यांना बोलाविले आहे. आम्ही का जाऊ नये? तुम्ही कोण आम्हाला अडविणारे?''

तो म्हणाला, ''स्त्रियांसाठी मोठ्या पंचगिरी करतेस आणि आता निघाली आहेस खाण उघडण्यासाठी! चुपचाप ऑफिसमध्ये बसून राहा, नाही तर परिणाम

वाईट होतील!''

असे म्हणत त्याने माझे केस पकडून मला फरफटण्यास सुरुवात केली. त्याने माझा ब्लाऊजदेखील फाडला. मी त्याला प्रतिकार करीत फरफटत चालले होते. तेवढ्यात त्याने एकाएकी मला ऑफिसच्या आत ढकलून बाहेरून दाराची कडी लावून कुलूप लावले आणि आपल्या साथीदारांना झोपडीला आग लावायला सांगितली. कदाचित ते लोक आग लावायला घाबरत होते. त्यामुळे तो त्यांनादेखील शिव्या देऊ लागला. आमचे मजूर तिथून पळून गेले होते. ऑफिसच्या मागे येऊन भिंत फोडून मला बाहेर काढण्याचा ते प्रयत्न करीत होते.

मी त्यांना थांबविले आणि म्हणाले, ''मी मागच्या बाजूने पळून जाणार नाही, हिम्मत असेल तर पुढून येऊन बाहेर काढा. नाही तर मला जळून मरू द्या.''

यादरम्यान काम करणाऱ्या स्त्रिया गोळा होऊ लागल्या आणि आपल्या नवऱ्यांना त्यांच्या भेकडपणावरून धिक्कारू लागल्या. त्या आई-मुलीवरून आपले नवरे-भाऊ, बाप आणि मुलांना भयंकर शिव्या देऊ लागल्या. सवयीप्रमाणे त्यांनी कासोटा घातला, आपल्या ओटीत दगड भरले आणि पुढे येऊन त्यांनी राजाराम सिंह आणि त्याच्या साथीदारांवर दगडांचा वर्षाव सुरू केला. डझनवारी लोक त्या दगडफेकीने जखमी झाले. जवळपासचे दुकानदार, ट्रकवालेदेखील जखमी झाले. तेदेखील ठेकेदारांना मदत करणारे किंवा नातलग होते. दाराला लावलेले कुलूप तोडून मजुरांनी मला बाहेर काढले. राजाराम आणि त्याचे साथीदार पळून गेले; परंतु याच दरम्यान जनिराम आपला संताप आवरू शकला नाही. तो बादलदासच्या घरी जाऊन धडकला. बादलदास त्याचा जावई होता आणि राजारामसोबतच आमच्या ऑफिसमध्ये आला होता. दार न उघडल्याने तो छतावर चढला आणि छत तोडून बादलदासच्या घरात घुसला. बादलदासने त्याला एवढे मारले की त्याचा मृत्यू झाल्याची बातमी पसरली. नंतर तो खरं तर लंगडादेखील झाला. दोन्ही घटना घडल्यानंतर घाटो ठाण्यावरून फौजदार शिवप्रसाद सिंह आले. हे पूर्वी कधीतरी समाजवादी पक्षात होते आणि राजपूत असल्यामुळे आमच्या युनियनचे अध्यक्ष श्रीकृष्ण सिंह (माजी मंत्री बिहार सरकार) यांच्याबरोबर त्यांचा संबंध होता. मी ऑफिसच्या बाहेर बसले होते आणि दुबराज मांझीचा शोध घेण्याची वाट बघत होते. माझ्यावर झालेल्या हल्ल्यानंतर तो बेपत्ता झाला होता. फौजदाराने येताच विचारले, ''बादलला का मारले? ट्रकवाले कसे जखमी झालेत?''

मी लगेचच उत्तर दिले- ''असे वाटते की, तुम्ही दुसऱ्या तक्रारीची चौकशी करण्यासाठी आला आहात. याच्या आधी जी घटना घडली, तिची तक्रार आम्ही ठाण्यावर पाठविली होती; त्यासाठी आला नाहीत. या स्त्रिया होत्या, म्हणून मी

जिवंत राहिले. या स्त्रियांनी दगडफेक केली नसती, तर मीच वाचले नसते. जा, आधी तुम्ही पहिल्या घटनेची चौकशी करा. त्यासोबतच तुम्हाला दुसऱ्या घटनेची माहितीदेखील मिळेल.''

तेव्हा ते म्हणाले, ''ठीक आहे! तुम्ही आता एफ. आय. आर. लिहून द्या.''

त्यांनी एवढी इमानदारी दाखविली की, ठाण्यात परत गेल्यानंतर प्रथम आमची तक्रार नोंदविली आणि नंतर त्यांची. त्यामुळे ही गोष्ट आम्हाला केस जिंकण्यास सोईस्कर झाली. बादलदासने नंतर आमच्या समूहाच्या विरोधात साक्ष दिली नाही. मजुरांचा दबाव तर त्याच्यावर होताच; परंतु तोपर्यंत त्याने ठेकेदारांचा डावदेखील ओळखला होता. ठेकेदार त्याचा प्यादासारखा वापर करत होते. जेव्हा फौजदार संध्याकाळी ६ वाजण्याचा सुमारास माझ्याकडे बसले होते, तेव्हा दुबराज मांझी जवळपास नग्न अवस्थेत, केवळ एक लंगोटी नेसलेला, पायापासून डोक्यापर्यंत चिखलाने माखलेल्या अवस्थेत आमच्यासमोर येऊन उभा राहिला. त्याने फौजदारासमोरच सांगितले की, जेव्हा राजाराम मला झोपडीत बंद करून आगपेटीने आग लावण्यास जात होता, तेव्हा त्याने त्याच्या हातातली आगपेटी हिसकावून घेतली होती. त्यामुळे राजारामचे साथीदार त्याच्यावर तुटून पडले आणि त्याला फरफटत झोपडीच्या पाठीमागे पाण्याने भरलेल्या भाताच्या शेतीत घेऊन जाऊन त्याला पाण्यात बुडवून त्यावर दगड टाकले होते. दगड कसे तरी बाजूला सारून तो बाहेर आला होता; परंतु ते तेथे असताना घाबरून समोर आला नाही. आता थोडासा अंधार झाल्यामुळे आणि ते नाहीत हे पाहून तो आला. त्याने सांगितले, ''मला त्यांनी खूप मारले आणि धमकीदेखील दिली.''

असो. आम्ही त्याला तळ्यांवर जाऊन अंघोळ करण्यास सांगितले. तो वाचला होता, यातच आम्हाला आनंद होता. फौजदारालादेखील लगेचच साक्ष मिळाली होती. अनेक मजुरांनीदेखील येऊन फौजदारासमोर साक्ष दिली आणि घटनेची सविस्तर माहिती सांगितली.

मजूर आपल्या संघर्षात आणि लढ्यात त्रास देणाऱ्या व्यक्तीला कधीच माफ करीत नाहीत; मग तो त्यांचा जवळचा नातलग का असेना. त्या दिवशी पाहणीसाठी आम्ही जाऊ शकलो नाही. तसाही पाहणीचा अहवाल मजुरांच्या विरोधातच होता. काही दिवसांनंतर मालवीयजी, जे केंद्र सरकारचे कोळसामंत्री होते, ते धनबादला आले. आम्ही जवळपास ८०० मजुरांना धनबादला घेऊन गेलो आणि जेथे ते थांबले होते, त्या विश्रामगृहावरच आम्ही मोर्चा नेला. त्यांच्याकडून आश्वासन घेतले की, खाण अधिकारी दुसऱ्यांदा पाहणी करण्यास येतील आणि त्या वेळी ते मला आणि संघटनेच्या प्रतिनिधींना सोबत घेतील. त्यानंतर राजपूत, लहान शेतकरी,

ठेकेदार सर्व मिळून पाटण्यास गेले आणि काही समाजवादी नेत्यांशी बोलून समाजवादी पक्षाच्याच बेगुसरायच्या एका कनिष्ठ स्त्री-नेत्यास माझ्या विरोधात घेऊन आले. त्या क्षेत्रात मी आणि ती महिला कधी एकमेकींसमोर आलो नव्हतो, तरी ती ठेकेदारांनी माझ्या विरोधात बोलाविल्या गेलेल्या मजुरांच्या लहान-मोठ्या सभेत किंवा त्यांच्या घरी जाऊन माझ्या विरोधात प्रचार करायची. ठेकेदारांनी तिला माझ्या विरोधात आणले आहे, हे मजुरांनी जाणले होते. त्यामुळे ती आमच्या आंदोलनात फूट पाडू शकली नाही. बऱ्याच वर्षांनंतर जेव्हा मी आमदार म्हणून पाटण्यास गेले, तेव्हा ती फार अडचणीत असल्याचे मला समजले. तिच्या नवऱ्याची हत्या करण्यात आली होती. मी हत्याकांडाचा तपास करण्यासाठी आणि पाटण्याच्या राजकारणात तिला पुढे आणण्यासाठी फार मदत केली. त्या वेळी तिने मला सांगितले की, केदलामध्ये माझ्या विरोधात प्रचार करण्यासाठी म्हणून काही ठेकेदारांना घेऊन नित्यानंद सिंह, ललित सिंह तिच्याकडे गेले होते.

●●●

१७.
कुजूकडे कूच

दुसरी घटना सप्टेंबर १९७० ची आहे. कुजूमधील मजूर आमच्या या विजयी मोहिमेची यशोगाथा ऐकून संघटना स्थापण्यासाठी म्हणून आमच्याकडे आले. रामेश्वर प्रसाद सिन्हा युनियनमध्ये आमचे सहकारी होते. त्या वेळी ते संयुक्त समाजवादी पक्षाचे नेते व माजी मंत्री सच्चिदानंद सिंहांचे मित्र होते. त्यांना मी तेथे सर्व काही पाहून-ऐकून येण्यासाठी पाठविले. आम्ही जेव्हा केदलाहून हजारीबागला परत येत होतो, तेव्हा मगध हॉटेलातच थांबत होतो. तशी आम्ही शेजारच्या छोटुमल होमरूलच्या घरात ऑफिससाठी वेगळी खोली बांधून घेतली होती; परंतु जेवण वगैरे मगध हॉटेलमध्येच घेत होतो. रामेश्वरबाबू मगध हॉटेलातच उतरत होते. माझ्याजवळ एक खटारा स्टेशनवॅगन होती, जिचे टायर नेहमीच पंक्चर होत होते आणि ती नेहमीच धक्का मारून सुरू करावी लागत होती. ड्रायव्हरही फार वयस्कर होता. तो क्षयरोगी होता.

रामगढच्या राजाच्या कोळशाच्या खाणी केदला- झारखंडमध्ये होत्या. त्यांच्यावर बिहार सरकारच्या रिसीव्हरची नेमणूक झाली होती. या खाणीतील आमच्या संघर्षाचे आणि यशाचे किस्से हजारीबाग जिल्ह्यातील कोळशाच्या खाणींत सर्वदूर पसरले होते. आमचा संघर्ष हाच मजुरांमध्ये एक चर्चेचा विषय झालेला होता. या खाणींना लोक राजाच्या खाणी असेदेखील म्हणायचे. शेजारी घाटोटांग येथे टाटाची

वेस्ट बोकारो खाण होती. तेथील सर्व मजूर त्या विभागातीलच होते. त्यांना वेतनबोर्डाच्या नियमाप्रमाणे पैसे मिळायचे. घाटोनंतर सारूबेडा, आरा, कुजू, मुरपा, हेस्सागढ आणि एन. एच. ३१ च्या पलीकडे तोपा, पिंडरा, तोयरा इ. खाणी होत्या. पुढे गिद्दीमध्ये एन. सी. डी. सी. च्या सरकारी खाणी होत्या. एन. सी. डी. सी. गिद्दीच्या बाजूलाच बर्ड कंपनीची रेलीगढ खाण होती. ती आधी रसिकभाई बोरा चालवीत होते. बर्ड कंपनीने त्यांना काढून टाकले होते. आरा, सारूबेडा या शिबूकाली बॅनर्जींच्या खाणी होत्या. तोपा आणि तोयरा या खाणी आणखी एका बंगाली मालकाच्या, मणी चटर्जींच्या होत्या. या सर्व खासगी खाणी होत्या आणि ठेकेदार, उपठेकेदार यांच्या माध्यमाने चालत होत्या. ठेकेदार व उपठेकेदार मालकांना रॉयल्टी देत असत. मालक बहुतेक दिवस कलकत्त्यात (सध्याचे कोलकता) येथेच राहायचे. पण ते खाणींच्या परिसरात आपल्यासाठी एक-दोन बंगले बांधून ठेवीत असत. त्यांचे कारभारी रॉयल्टी वसूल करायचे. नंतर ठेकेदारदेखील उपठेकेदारांना खाणी देऊन त्यांच्याकडून रॉयल्टी वसूल करण्यासाठी यायचे. या खाणींमध्ये मालकांकडून बहुतेक इंटकच्याच युनियन चालविल्या जात असत आणि त्यांचे नेते नेतागिरी करण्यासोबतच त्याच खाणीत ठेकेदारीदेखील करायचे. सुरक्षा नियमांनुसार चार-पाच खाणींवर एक खाण व्यवस्थापक नेमण्यात यायचा. तसेच ओवरमन, मायनिंग सुपरवायझरदेखील कागदोपत्रीच असायचे. मालक किंवा ठेकेदार त्यांनादेखील ठेक्यात हिस्सा द्यायचे; जेणेकरून सुरक्षा कायद्याकडे त्यांनी दुर्लक्ष करून जास्त उत्पादन काढावे आणि दुसऱ्या कुठल्या पक्षाशी संबंधित युनियनच्या भानगडीत पडू नये. म्हणजे मजुरांना इंटकशिवाय दुसरी कुठली युनियन काढायची इच्छा असेल, तर या लोकांनी म्हणजे मायनिंग स्टाफने दुसरी युनियन काढण्यासाठी मदत करू नये. खाणीत मुन्शी किंवा हजेरी लावणाऱ्या क्लार्कनंतर मजुरांचा सर्वांत अधिक संबंध मायनिंग स्टाफशीच येत होता. तेच त्यांना काम देत होते. मजुरांची कमी किंवा जास्त कमाईदेखील त्यांच्या मर्जीवरच अवलंबून होती. उत्पादनात वाढ देखील यांच्यावरच अवलंबून होते.

सन १९७० मध्ये झालेला झारखंड संघर्ष आणि त्याच्या मुक्तीविषयी ऐकून कुजू क्षेत्रात असलेल्या खाणीतील करमा वस्तीतील मजूर मला तेथे घेऊन जाण्यासाठी आले होते. सारूबेडा आणि आरा येथे करमा वस्तीतील मजुरांचे जे गट काम करीत होते, त्यांनी आपला मुकादम - हमीदसोबत दोन-चार मजूर सोबती देऊन केदलात असलेल्या आमच्या युनियनच्या कार्यालयात मला भेटण्यासाठी त्याला पाठविले होते. ते लपत-छपत आम्हाला भेटले देखील होते. सर्वांसमक्ष मला भेटणे याचा अर्थ नोकरी घालविणे; एवढेच नव्हे, तर गुंडांकडून मार खाणेदेखील

गृहीत होते. त्यांचा एजंट आर. पी. सिंह नावाचा एक राजपूत मॅनेजर होता. हे गृहस्थ कॉंग्रेसचे एक नामवंत स्वातंत्र्यसेनानी रामनारायणबाबूंचे चिरंजीव होते. या क्षेत्रातील राजपूत जमीनदारीशिवाय जंगल व खाणीमध्ये ठेकेदारी किंवा गुंडगिरीचा धंदाच मुख्यत्वे करीत होते. ते बळजबरीने किंवा धाक दाखवून ठेकेदारी मिळवीत होते. नंतर उपठेकेदार नेमून कष्ट न करता रॉयल्टी घेत-देत होते. या प्रकारची देवाण-घेवाण करून चांगलेच पैसे कमावीत होते. उपठेकेदारी, गुंडगिरी किंवा सुरक्षारक्षक वा चपराशाचे काम करूनदेखील गरीब राजपूत बरीच कमाई करीत आणि प्रतिष्ठा प्राप्त करून घेत.

आम्ही या सर्व गोष्टी जाणून, लक्षात घेऊन एका योजनेनुसार दिल्लीत जॉर्ज फर्नांडिस यांच्याशी संपर्क साधला व त्या अंतर्गत लाडली मोहन निगम (समाजवादी नेते) यांची सभा आरा खाणीच्या तपासणी नाक्यापाशी ठेवली. आरा वळणावरून जवळजवळ दीड किलोमीटर आत असलेल्या आरा खाणीच्या ऑफिसशेजारी तपासणी नाके आहे. ग्रामीण मजुरांचा मोर्चा आमच्यासोबत आराच्या वळणावरूनच निघणार होता आणि झोपडीतील मजूरदेखील तेथेच भेटणार होते. पण ठरलेल्या दिवशी आम्ही पोहोचण्यापूर्वीच आरा वळणावर पोलीस येऊन थांबले होते. लाठीमार करून त्यांनी सर्वांकडून झेंडे बांधलेल्या काठ्या व कुऱ्हाडी हिसकावून घेतल्या होत्या. छोटा नागपूरमधील प्रत्येक खेडूत आपल्यासोबत कुऱ्हाड घेऊन निघतो. तरीदेखील काही मजुरांनी हिम्मत खचू दिली. ते कसून प्रयत्न करीत होते. लाठीमाराच्या बातमीमुळे खाणीच्या मजुरांत दहशत पसरली होती. आम्ही भाड्याची गाडी घेऊन गेलो होतो. संघर्षाची शक्यता असल्यामुळे आम्हाला घेऊन जाणारा ड्रायव्हर एवढा घाबरला की, तो खाणीत जाण्यास तयारच झाला नाही. ठेकेदारांनी हजारीबाग किंवा रामगढमध्ये टॅक्सी स्टँडवर आम्हाला टॅक्सी किंवा गाडी देण्यास मनाई करून ठेवली होती. आम्ही तपासणी नाक्यापाशी पोहोचू शकू, यावर तेथील मजुरांचा विश्वास नव्हता. ठेकेदारांच्या भीतीमुळेच आमची युनियन खाणीत शिरकाव करू शकत नाही, हा ठेकेदारांचा भ्रम कशाही परिस्थितीत या खाणीत जाऊन हमीद आणि मी तोडू इच्छित होतो. युनियन म्हणजे युनियनचे नेते किंवा नेतेमंडळी, असा अर्थ प्रचलित होता. त्यामुळे मी लाडली मोहन निगमला सोबत घेऊन आरा तपासणी नाक्यापाशी पायी पोहोचले. पोलिसांनादेखील आमच्या सोबतच पायी-पायीच यावे लागले. आरामध्ये तपासणी नाके होते. पलीकडे रांगेत ठेकेदार व इंटकचे नेते वशिष्ठ सिंह आणि इतर गुंडांसारखे दिसणारे नेते खादीचे पांढरे कपडे घालून उभे होते. नेते आणि ठेकेदार यांच्यातील फरक ओळखणे कठीण होते. त्यांच्या मागे कोपऱ्यात कुदळ, फावडे, खुरपे, गळ घेऊन काही मजूर उभे तर

काही बसले होते. ठेकेदारांनी आमच्यावर शिव्यांचा भडिमार सुरू केला आणि आम्हाला जवळ जाण्यास मनाई केली. माझी जिद्द आणि पोलिसांच्या हस्तक्षेपामुळे आम्ही तपासणी नाके ओलांडले आणि सोबत आलेल्या मजुरांना बसवून माइक लावून सभा घेतली. आम्हाला माहीत होते की, झोपड्यांमध्ये दार बंद करून बसलेल्या मजुरांचे कान इकडेच लागलेले आहेत. आम्ही दुप्पट ताकदीने पुन्हा येण्याचे मजुरांना कबूल करून त्या दिवशी परत आलो. त्या दिवशी तर काहीच घडले नाही; मात्र ते जय्यत तयारीनिशी आले होते. आम्ही जाणून-बुजून नि:शस्त्र गेलो होतो. कारण काही घडले असते, तर ती घटना मजुरांना भयभीत करू शकली असती. पोलीस सोबत होते आणि आमचे अखिल भारतीय नेते लाडली मोहन निगमदेखील आमच्यासोबत होते. त्यामुळे त्या दिवशी ते मला मारण्याची किंवा माझा जीव घेण्याची योजना अमलात आणू शकले नाहीत.

बादल डे ने आम्हाला सांगितले की, एजंट आर. पी. सिंहाने करमा वस्तीतील हमीदसहित १८ मजुरांना आमच्या युनियनला आरामध्ये आणल्याचा आरोप ठेवून दुसऱ्या दिवशीच काढून टाकले होते. या मजुरांना पुन्हा कामावर घेण्यासाठी आम्ही आरा खाणीच्या व्यवस्थापनाला एक पत्र लिहिले. ठरलेल्या वेळात त्यांना काम न दिल्यास आरा खाणीतच उपोषण करण्याची नोटीसदेखील आम्ही त्यांना दिली. त्याची एकेक प्रत कामगार आयुक्त, केंद्रीय सहायक, प्रशासन, पोलीस आणि केंद्र व बिहार सरकारच्या मंत्र्यांनादेखील पाठविली. त्या आधी शक्ती-प्रदर्शनाची पूर्ण तयारी करण्याच्या उद्देशाने आम्ही कुंदरिया येथे (कुंदरिया हे आरा वळणासमोरील आदिवासींचे एक गाव आहे) गावकऱ्यांची आणि खाणीतील मजुरांची एक संयुक्त बैठकदेखील बोलावली; जेणेकरून एका मोठ्या समूहासहित खाणीत प्रवेश केला जाऊ शकेल. मला कुंदरियाला घेऊन जाण्यासाठी बादल डेला सकाळीच यायचे होते. पण एक-दोन दिवसांपूर्वीच कुणी-ना-कुणी हजारीबागमध्ये लपत-छपत येऊन आम्हाला हळूच सांगून जात होता की, 'या वेळी तुम्हाला मारण्याची पूर्ण तयारी शिबूकालीने केली आहे.'

रामेश्वरबाबू आमच्या युनियनचे उपाध्यक्ष होते. जातीने भूमिहार असल्यामुळे राजपूत एजंट आणि ठेकेदारांसोबत त्यांचे सूत जुळणे शक्य नव्हते. ते एका अनोळखी माणसाला घेऊन माझ्या कार्यालयात आले. तो माणूस म्हणाला, "पाहा, मी तुमचा शुभचिंतक आहे. तुम्ही आरा खाणीत मीटिंग घेण्यासाठी जाऊ नका. शिबूकाली बॅनर्जीने बंगालमधून नक्षलवादी बोलविले आहेत. तुम्हाला जीवे मारण्याची पूर्ण तयारी करण्यात आलेली आहे."

मी त्यांचे बोलणे ऐकत राहिले. त्यांच्या सूचनेवर हां-हूं करीत राहिले आणि

मनात हसत राहिले. कारण मला वाटत होते की, मजुरांविरुद्ध लढण्यासाठी नक्षलवादी का बरे येतील? त्या काळी पोलीस, प्रशासन आणि सत्ताधारी काँग्रेसचे लोक नक्षलवाद्यांना वागणूक गुन्हेगारासारखी देत होते. असो. ते सद्‌गृहस्थ निश्चिंत होऊन परत गेले.

दुसऱ्या दिवशी १७ सप्टेंबरला आम्हाला सकाळी कुंदरिया गावाला जायचे होते. सकाळी-सकाळी मगध हॉटेलचे मालक बाबू नगेंद्र सिंह हे बाबू भरत सिंहाला घेऊन माझ्याकडे आले. भरत सिंह ठेकेदार होता. खाणीतील सर्व क्लार्क आणि साहेबांचा अड्डा हजारीबागमधील मगध हॉटेलातच असायचा. भरत सिंह म्हणाला, "पोलीसदेखील त्यांना सामील आहेत, त्यामुळे गुप्ताजी तुम्ही जाऊ नका. तुम्हाला जीवानिशी मारण्याचा निर्णय घेण्यात आला आहे. आजूबाजूच्या खाणींतील सर्व ठेकेदारदेखील त्यांच्या बाजूने वळले आहेत."

मी त्यांना मोठ्या धैर्याने सांगितले, "जर मी आज गेले नाही, तर कधीच जाऊ शकणार नाही, भरतबाबू! जे तुम्ही सांगत आहात, ते जर सर्व खरे असेल तर माझे जाणे आणखीनच गरजेचे आहे. तेथे जाण्यात कितीही का धोका असेना; मी न जाणे म्हणजे मी घाबरले आहे, असा त्याचा अर्थ होईल आणि घाबरणे म्हणजे मजुरांचा आपल्यावरील विश्वास गमावणे. त्याचाच अर्थ आंदोलन बंद पडणे, असा होतो. त्यामुळे माझे जाणे गरजेचे आहे. मी तेथे गेल्यामुळे मजुरांचे धैर्य संपुष्टात येणार नाही. नेतृत्वावरील त्यांची श्रद्धा ढळू नये आणि आंदोलन सुरू राहावे, थांबू नये, अशी माझी इच्छा आहे. तुम्हाला माझी चिंता आहे; त्याबद्दल आभार. परंतु मजुरांच्या दृष्टिकोनातून तुम्ही विचार करा आणि सांगा की, माझे जाणे योग्य ठरेल की चुकीचे? आज मी जरी मारले गेले, तरी त्यामुळे मजुरांच्या आंदोलनाला एक नवी दिशा मिळेल."

ते माझ्या प्रश्नाचे उत्तर देऊ शकले नाहीत. त्यांच्या नजरेतील कौतुक मी त्यांच्या डोळ्यांत नक्कीच पाहिले. मी रामेश्वरबाबूंना तयार होण्यास सांगितले. ते 'आता येतो' असे म्हणून जे गेले, ते परत आलेच नाहीत. त्या दिवसानंतर मजुरांनी त्यांच्यावर पुन्हा कधीच विश्वास ठेवला नाही. एक तास त्यांची वाट पाहून अमीर खान आणि बादल डेला घेऊन मी कुजूला जाण्यासाठी निघाले. अमीर खान केदला शाखेचा सचिव होता. मोठा धैर्यवान होता. बिलासपुरी होता. आज जर चकमक झाली, तर त्यात तोदेखील मारला जाऊ शकतो, हे माहीत असूनदेखील तो माझ्यासोबत निघाला. कुंदरिया गावात मी पोहोचण्याची सूचना दवंडी पिटून दिली गेली होती. करमा, रतवै, सुगिया, कुजू, मुरपा, चैनपूरपासून आदिवासी, दलित गावकरी इतर जमले होते. सर्व जण काठी, भाला आणि कुऱ्हाडीला झेंडा बांधून,

धनुष्यबाण आणि गोफण घेऊन सज्ज होऊन आले होते. स्त्रियांनीदेखील सुरक्षिततेसाठी पदरात दगड बांधलेले होते. तो १७ सप्टेंबर १९७० चा दिवस होता. त्या दिवशी कुंदरियात जोरदार मीटिंग झाली. तीन दिवसांनंतर २० सप्टेंबरला आरामध्ये उपोषणासाठी बसण्याची आणि सर्व लोकांनी हत्यारांनिशी सज्ज होऊन नगारा आणि दवंडीचे ढोलके वाजवीत तेथे जाण्याची आणि गरज भासल्यास तेथेच बाहेर मैदानात थांबण्याची घोषणा करण्यात आली. आज शांततेने मिरवणुकीसोबत फक्त कुजूपर्यंतच जायचे आहे, हेदेखील सांगण्यात आले होते की, ठेकेदारांनी कितीही प्रयत्न केला, तरी आपल्याकडून संघर्ष टाळायचा आहे. फक्त शक्ती-प्रदर्शन करायचे आहे. आम्ही त्यांना समजावून सांगितले होते की, आम्ही अजिबात भांडण-तंटा करू इच्छित नाही, कारण शांती राखल्यानेच आमचे आंदोलन आणि संघटन यशस्वी होऊ शकते. व्यवस्थापन आणि प्रशासनाला आपल्या ताकदीची जाणीव करून देण्यासाठी आपण हत्यारे घेऊन मोठ्या संख्येने जमा होणे, मिरवणूक आणि शक्ती-प्रदर्शन करणे आवश्यक आहे, हे मजुरांना समजू लागले होते. आम्ही जाणून होतो की, दोघांच्याही बाजूने शक्ती तोलामोलाची असेल तर, प्रशासनाला नाइलाजास्तव मध्यस्थी करून निर्णय घ्यावा लागेल; अन्यथा व्यवस्थापन मालकांच्या बाजूने जाईल आणि मजुरांच्या दुर्बलतेचा फायदा घेऊन त्यांना लाचार करेल. त्या दिवशी आम्ही आमची शक्ती प्रशासन आणि पोलिसांनाच दाखवू इच्छित होतो. कारण ते विकले जाणार आहेत, हे आम्ही ओळखले होते. त्या दिवशी पत्रकारदेखील आमच्यासोबत आले नव्हते. आम्हाला कायमच शांतता हवी होती. परंतु मालकांनी शांततेचा अर्थ दुबळेपणा असा लावू नये, याकडेदेखील आम्ही लक्ष देत होतो. शस्त्राने सज्ज असूनदेखील, आक्रमण न करण्याचा मोठेपणा हीच आमची ताकद होती. तापलेल्या लोखंडावर आघात करणे आणि प्रथम पुढाकार, हीच आमची रणनीती होती.

कुंदरियापासून मोर्चा घेऊन आम्ही कुजूकडे निघालो. वाटेत आरा वळणावर एजंट आर. पी. सिंह आणि त्यांचे ठेकेदार व गुंड हत्यार घेऊन उभे होते. आम्हाला पाहताच त्यांनी मला उद्देशून घाणेरड्या शिव्यांचा भडिमार सुरू केला. सिंहने हातात बंदूक धरली होती. आमच्या युनियनने सूचना दिली असतानासुद्धा त्या दिवशी पोलीस बेपत्ता होते. सर्व काही योजनाबद्ध होते. त्यांच्या शिव्यांकडे व हत्यारांकडे दुर्लक्ष करीत, माझ्या गाडीला मध्यभागी ठेवून, मोर्चा दोन्ही बाजूंनी रांगा करून काठी, धनुष्यबाण, कुऱ्हाड, गोफण इ. नी सुसज्ज, दवंडीचे ढोलके वाजवीत चालला होता. कुणीतरी जंगलात लपून हल्ला करू नये, म्हणून आम्ही आजूबाजूच्या जंगलावरदेखील पूर्णपणे लक्ष ठेवून चाललो होतो. आम्हाला कुजूला पोहोचण्यासाठी

सात किलोमीटर पायी चालायचे होते.

आपल्या पूर्वयोजनेनुसार ठेकेदारांनी तेथे आमच्यावर हल्ला केला नाही. लोकांची एवढी गर्दी पाहून कदाचित त्यांची हिम्मत झाली नसावी. खरं म्हणजे त्यांनी आम्हाला भडकावल्यावर आम्ही त्यांच्यावर हल्ला करावा, अशी त्यांची इच्छा होती; जेणेकरून नंतर त्यांच्या दडपशाहीची सर्व कारवाई स्व-संरक्षणासाठी केल्याचे सिद्ध व्हावे आणि काही लोकांना जीवे मारण्यात यावे, काहींना अटक करण्यात यावी आणि त्यानंतर होणाऱ्या दडपशाहीच्या चौकशीत आपण स्व-संरक्षणासाठी हे सर्व केले, असे सिद्ध व्हावे; असा त्यांचा डाव होता. त्यामुळे तीन दिवसांनंतर होणारे उपोषण आपोआपच रद्द होईल, असा त्यांचा होरा होता. बादलने मला सर्व काही सांगितले होते आणि हा सर्व अंदाज घेऊनच मी वस्तीपासून पूर्ण मोर्चा कुजूपर्यंत घेऊन जाण्याची योजना आखली होती. त्या दिवशी कुजूमध्ये मोठा बाजार भरला होता. जंगलात दूरपर्यंत नजर ठेवीत आम्ही पुढे चालत राहिलो. मी मजुरांना घोळका करून माझ्या गाडी सोबत चालण्यास सांगितले; जेणेकरून त्यांना चिथावण्यात आल्यास त्यांनी हल्ला करू नये.

बादल डेचे घर कुजूच्या वाटेत लागत होते. संकट टळले, असे समजून आम्ही सर्व शस्त्रे बादलच्या घरात ठेवून मजुरांना बाजारहाट करण्याची परवानगी दिली. इथेच आमचे चुकले. माझी अशी समजूत होती की, एन. एच. ३१ मध्ये असलेल्या कुजूच्या बाजारात उघडपणे कोण हल्ला करू शकतो? कुजूमध्ये पोहोचल्यानंतर हेदेखील माहीत झाले होते की, त्या दिवशी आम्ही पोहोचण्याच्या थोड्या वेळापूर्वीच हजारीबागचे पोलीस महानिरीक्षक (एस. पी.) कुजू बाजारातून गेले होते.

बादल डे, अमीर खान आणि मी शस्त्र न घेता गाडीने कुजूकडे निघालो. कुजूच्या वळणावरच एका शिपायाने गाडी थांबवून मला विचारले, "काही धोका तर नाही देवीजी? सर्व ठीक-ठाक आहे ना?"

"भरलेल्या बाजारात काय धोका असू शकतो बरं? धोका तर आम्ही ओलांडला. आणि तुम्ही लोकदेखील येथे आहातच." मी संशयाने म्हटले.

"चला, थोडं मला हॉटेलपर्यंत न्या की-" तो म्हणाला आणि आमच्या गाडीत बसला.

त्याला गाडीत बसवून आम्ही नॅशनल हायवे 'एन. एच. ३१' वर आलो आणि एका सरदारजीच्या हॉटेलजवळ गाडी थांबवून आत गेलो. सकाळपासून कुणीच काही खाल्ले नव्हते. अमीर खान आणि ड्रायव्हर दातवण घेऊन तोंड धुण्यासाठी बाहेर बसले. मी, बादल आणि शिपाई आत जाऊन बसलो आणि

हॉटेलवाल्याला चहा करायला सांगितला.

हॉटेलचा मालक सरदार होता. तो आत आला आणि मला पाहून हसू लागला. त्याचे हसणे मला थोडे विचित्र वाटले. आम्ही त्याला चहा देण्यासाठी पुन्हा सांगितले. तेव्हा तो मान हलवून पुन्हा हसू लागला आणि बाहेर निघून गेला. तो सारखा आत-बाहेर करत होता. मग त्याने माझी विचारपूसदेखील केली, परंतु चहा केला नाही. त्याच वेळी बाहेर एक कार आली. थोडा वेळ थांबली, नंतर निघून गेली. शिबूकाली, वीरेंद्र पांडे (जे नंतर मांडूचे आमदार झाले) त्यातून उतरले. ठेकेदार शर्मादेखील येथे आला होता. तो आत आला. माझी विचारपूस केली. येण्याचे कारण विचारले. त्याचे वागणे काहीसे रूक्ष वाटले. नंतर तोदेखील बाहेर निघून गेला. तो दातओठ खात रागाने बोलतो आहे, असे मला वाटले. थोड्या वेळानंतर अचानक हॉटेलमध्ये काम करणारी लहान मुले हॉटेलमधून बाहेर निघून गेली. आम्ही तिघे तिथेच बसून होतो. काहींचे डोकावणे सुरू होते. धोका जवळ आला आहे, असे मला वाटले. बादलदेखील सटपटला होता. नंतर बाहेर रस्त्यावर एक ट्रक येऊन थांबला. आम्ही चोहोबाजूंनी वेढले गेले आहोत, हे ओळखले. लोक आमच्या अधिक जवळजवळ येत होते. बादल सावध झाला आणि मला खेटून बसला.

''आपण वेढले गेलो आहोत गुप्ताजी!'' तो कुजबुजला होता.

मात्र, तो पळून गेला नाही. हॉटेलमध्ये चहाचे सामान होते, चूल पेटलेली होती; परंतु लोक गायब झाले होते. मी हॉटेलच्या दाराजवळ चौरंगावर एका कोपऱ्यात बसले होते. शेजारी बादलदेखील बसला होता. त्याच्या बाजूला तो शिपाई. मी नि:शस्त्र आहे, हे मला ठाऊक होते. मी नेहमीच शस्त्र न घेता फिरत होते. पण बटव्यात किंवा साडीत खोचून पिस्तूल बाळगते, अशी लोकांची धारणा होती.

हॉटेलच्या तिन्ही दारांतून एकाएकी कित्येक माना आत डोकावू लागल्या, कित्येक डोळे आम्हास रोखून पाहू लागले आणि कित्येक काठ्या त्या झोपडीसारख्या हॉटेलात घुसल्या. नंतर कोणीतरी एक घाणेरडी शिवी हासडली.

''हा वशिष्ठ सिंह आहे, इंटकचा नेता आणि खाणीचा ठेकेदार.'' बादल पुटपुटला.

वशिष्ठ सिंहाने माझ्याकडे एक काठी भिरकावली. हॉटेलचे छत खाली असल्यामुळे काठी सरळ मारणे कठीण होते. त्यामुळे ती तिरपी मारावी लागत होती. छोटे सिंह ठेकेदाराने माझ्या डोक्याचा नेम धरून काठी भिरकावली. बादलने माझ्यापुढे येऊन ती आपल्या डोक्यावर झेलली. मी तर त्या मारापासून बचावले; परंतु बादलच्या डोक्यातून रक्ताची धार वाहू लागली. तो 'आईऽऽ' म्हणत माझ्या

पायाजवळ कोसळला.

"हाच काय तुमचा सज्जनपणा? एकटे असताना मारायचे? जेव्हा आमच्या सोबत शेकडो मजूर होते तेव्हा कुठे होतात? असे, एकटे असताना हल्ला करता?" मी संतापून विचारले.

मी एवढे बोलण्याचा अवकाश की, माझ्यावर काठ्यांचा धडाधड वर्षाव सुरू झाला. शिव्यांचा भडिमाराबरोबरच एक काठी जी वशिष्ठ सिंहने मला मारण्याच्या उद्देशाने फेकली होती, ती मी पकडली. त्या काठीचे मी दोन-तीन वार चुकविले; परंतु नंतर एक काठी माझ्या मनगटाला लागली. काठी माझ्या हातातून खाली पडली. हाताचे हाड तुटले होते. एक भाला सरसरत माझ्या डोळ्याच्या वर भुवईला लागून माझ्या पुढे येऊन पडला. रक्त गालावरून ओठापर्यंत ओघाळत आले. शिपाई उठत म्हणाला, "पळा बाईसाहेब, मी तुम्हाला वाचवू शकत नाही."

"मी पळणार नाही. तुम्ही जे घडवीत आहात, ते मला समजते." मी म्हणाले.

शिपाई बाहेर निघून गेला. मी भिंतीला टेकून बसून राहिले. माझ्या डाव्या बाजूवर काठ्यांचा मार पडत होता. माहीत नाही, किती काठ्या बरसल्या! मी गप्प राहिले. आता ते लोक एकेकटे आत यायचे, मला काठी मारायचे, बाहेर शिपायाकडे द्यायचे आणि निघून जायचे. बाहेर अमीर खान आणि ड्रायव्हर घडणाऱ्या प्रकाराकडे थक्क होऊन पाहत होते. परंतु काही बोलू शकत नव्हते. कारण त्यांचे बोलणे म्हणजे पर्यायाने मार खाणे होते.

अचानक सर्वत्र अंधार पडू लागला. सर्वांचे चेहरे लंबूळके होत चालले होते. जमीन आणि भिंती नजरेपुढे फिरू लागल्या. आता शिव्या अस्पष्ट आवाजात ऐकू येत होत्या आणि सर्व गडबड-गोंधळ थांबला होता. आसपास वाक्य किंवा शब्द ऐकू येत नव्हते. माश्यांच्या घोंगावण्यासारखा एक गोंगाट कानात घुमू लागला. ते शेवटचे वाक्य हळू आवाजात ऐकू आले— "बस कर, मेली आहे. सोडून दे, मेलेल्याला काय मारायचे?"

नंतर वेगाने पडणारी पावलं... नंतर दूर कुठेतरी ट्रकची घरघर... बंदुकीच्या गोळीचा एक आवाज... जोराने सामूहिक हसणे आणि नंतर सर्व शांत झाले.

अमीर खान आणि ड्रायव्हरने मला व बादलला उचलून गाडीत झोपवले. अमीर खानने मला सांगितले की, मी बेशुद्ध असताना ओरडत होते- "भेकडांनो, वाट पाहा, सूड घेण्यासाठी परत येईन."

अमीर खान रस्त्यात 'खून का बदला खून से लेंगे' अशा घोषणा देत होता. मी शुद्धीवर यायचे, पुन्हा बेशुद्ध व्हायचे. अर्धवट शुद्धीवर असतानादेखील मी घोषणा देत होते.

आमच्या गाडीच्या पाठोपाठ एक ट्रक येताना पाहून ड्रायव्हर अमीर खानला म्हणाला, "हा तर तोच गुंड आहे!"

ड्रायव्हरने गाडीचा वेग वाढविला. ट्रक आमच्या गाडीला मागून टक्कर देऊन, ती दरीत ढकलण्याच्या इराद्याने येत होता. आमची हत्या करण्यात आलेली नसून तो एक अपघात आहे, असे दाखविण्यासाठी ती त्यांची चाल होती. कारण मी मेले आहे, असे त्यांना वाटत होते. परंतु त्या दिवशी आमच्या खटारा गाडीने फार साथ दिली. गाडीच्या फाटक्या-घासलेल्या टायर्सनीदेखील. आम्ही मांडू ओलांडले. त्या वेळी मांडूमध्ये इन्सपेक्टर खरे होता. त्याच्या ठाण्याची सीमा चरहीमध्ये संपत होती. त्या कारस्थानी लोकांचा संबंध मांडू ठाण्याशीच होता. त्यामुळे ते मांडूची हद्द संपताच परत गेले. क्षयरोगाने ग्रस्त असलेल्या आमच्या ड्रायव्हरच्या हिमतीमुळे त्यांचे सर्व कट उधळले गेले. ते लोक दुधी नदीच्या पुलावरूनच परत गेले.

त्याच स्थितीत अमीर खान मला उपायुक्तांच्या बंगल्यावर घेऊन गेला. ते नव्हते. नंतर तो एस. पी. कडे गेला. तेदेखील नव्हते. मला डॉ. मिश्रांच्या देखरेखीखाली दवाखान्यात दाखल करण्यात आले. डॉ. मिश्रांवर मजुरांचा पूर्ण विश्वास होता. ठेकेदार त्यांना विकत घेऊन माझे बरे-वाईट करू शकणार नाहीत, असा मजुरांचा विश्वास होता. तेथील बहुतेक अधिकारी हे ठेकेदारासोबत हातमिळवणी करण्यात पटाईत होते. त्यामुळे वकील आणि डॉक्टरांचा त्यांच्याशी संबंध असणे, ही तशी सर्वसामान्य गोष्ट होती! याच डॉक्टर मिश्रांचा मुलगा नंतर दिल्लीला एस. पी. म्हणून गेला.

दुसऱ्या दिवशी जवळपास वीस हजार मजुरांनी संपूर्ण शहराला घेराव घातला. रेलीगढ, गिद्दीपासून लोक आले. अमीर खान, पन्नाबाई, पटेल राम, सियाराम, तुलाराम आणि बुधरामच्या नेतृत्वाखाली केदला, झारखंड आणि घाटो-वंजी येथील सर्वच्या सर्व मजूर हजारीबागमध्ये आले होते. मजूर आणि शेतकरी चक्क चाळीस किलोमीटर पायी चालून आले होते. रेलीगढ, गिद्दी सौंदातूनही मजूर आले होते.

दुसऱ्या दिवशी जेव्हा मी शुद्धीवर आले तेव्हा श्री. जैन (हजारीबागचे एस. पी; जे नंतर बिहारचे आय. जी. झाले.) माझ्यासमोर बसले होते.

"तुमच्या खात्यातील इन्स्पेक्टर खरेच्या उपस्थितीत हे सर्व घडले. तो मारेकऱ्यांच्या कटात सहभागी होता, याचेच मला वाईट वाटते जैनसाहेब! रक्षकदेखील मारेकरी झाला!" मी प्रश्न आणि जबानी दोन्ही दिली.

"मारणारे कोण होते?" त्यांनी विचारले.

"आर. पी. सिंह, शर्माजी, वशिष्ठ सिंह, छोटे सिंह आणि कित्येक इतर

ठेकेदार, ज्यांना मी ओळखू शकते.'' मी म्हणाले.

"मला चोवीस तासांचा वेळ द्या, देवीजी.'' एस. पी. म्हणाले आणि उठले.

माझी जबानी नोंदविण्यात आली. माझ्या शरीरावर एकवीस जखमा होत्या. काठ्यांच्या मारामुळे त्या झाल्या होत्या. किती काठ्या लागल्या, माहीत नाही. डोळ्याच्या वर भाल्याची जखम होती. मानेचे हाड तुटले होते आणि मनगटाच्या हाडाचा चुरा झाला होता. मला अतिशय वेदना होत होत्या.

दवाखान्याच्या व्हरांड्याकडे खिडकी असलेल्या खोलीत मला ठेवण्यात आले; जेणेकरून मजूर बाहेरूनच मला पाहून नमस्कार करू शकतील आणि खोलीत गर्दी करणार नाहीत. माझी शुद्ध वारंवार हरपायची, पुन्हा शुद्धीवर यायची - अशी माझी दोलायमान स्थिती होती. असह्य वेदना होत होत्या. मी 'इन्कलाब जिंदाबाद' म्हणून वारंवार उठून बसत होते. तिकडे कोर्टातूनदेखील घोषणांचा आवाज दवाखान्यापर्यंत ऐकू येत होता. दुसऱ्या दिवशीची सर्व वर्तमानपत्रे याच घटनेच्या बातमीने भरलेली होती. काही बातम्या मजुरांच्या समर्थनात होत्या, तर काही मालकांच्या समर्थनार्थ होत्या.

याच काळात हजारीबाग शहरात स्वच्छता कामगारांचा संप सुरू होता. तरीदेखील वीस हजार मजूर कोंबड्या, बकऱ्या-डुक्कर यांच्या सहित न्यायालयाच्या आवारात जमले होते. शहरात कचरा, घाण साठली होती आणि मलेरिया फैलावण्याचा धोका निर्माण झाला होता. त्यामुळे प्रशासन चिंतेत होते.

तिसऱ्या दिवशी दामोदर पांडे (खासदार) आपल्या सोबत इंटकचे नेते वशिष्ठ सिंह व खाणीचे ठेकेदार शर्माजी आणि छोटे सिंहला घेऊन एस. पी. जैन (एस. पी.) यांच्याकडे त्यांची लांगुलचालन करण्यासाठी आले; जेणेकरून त्यांना अटक होऊ नये. त्यांनी काही मजुरांनादेखील ट्रकमध्ये भरून माझ्या विरोधात 'मुर्दाबाद'च्या घोषणा देण्यासाठी आणले होते. परंतु 'जिंदाबाद' म्हणणाऱ्यांची एवढी मोठी संख्या पाहून त्यांनी आणलेले मजूरदेखील 'मुर्दाबाद'ऐवजी 'जिंदाबाद'च्या घोषणा देणाऱ्यांच्या सोबत जाऊन बसले. पत्रकारांनी त्यांना विचारले, तेव्हा त्यांनी सांगितले की, त्यांना प्रत्येकी पाच रुपये देऊन 'मुर्दाबाद'च्या घोषणा देण्यासाठी आणले होते. ती बातमीदेखील वर्तमानपत्रांत ठळकपणे छापण्यात आली होती.

दामोदर पांडेजींनी भेटणाऱ्यांची नावे एस. पीं. ना सांगितल्याबरोबर त्यांनी तिघांनाही त्यांच्यासमोरच अटक केली आणि पन्नाबाईने घेतलेल्या मजुरांच्या सभेतील केलेल्या मागणीप्रमाणे त्यांच्या कमरेला दोर बांधून तिघांनाही मजुरांमधून फिरवले. मजुरांनी सांगितले की, इन्स्पेक्टर खरेला न्यायालयाच्या आवारातच मजुरांमध्ये उभे करून निलंबित केलेला आदेश देऊन, त्याचा बिल्ला काढून त्याला रांगेत उभे

करण्यात आले.

या यशामुळे मजूर उत्साहित होते; परंतु माझ्या प्रकृतीची त्यांना जास्त चिंता होती. न्यायालयात मुख्य आरोपींच्या अटकेनंतर आता ते दवाखान्यात येऊ लागले होते. डॉक्टरांची धावपळ सुरू झाली. मला जर काही झाले, तर मजूर रुग्णालयाची जाळपोळ तर करणार नाहीत ना, अशी भीती त्यांना वाटू लागली होती. माझ्या प्रकृतीची त्यांना जास्त चिंता होती. माझा धोका टळल्याचे अजून जाहीर झालेले नव्हते.

मला पाटण्याला घेऊन जाण्याचा सल्ला डॉक्टरांनी दिला. काँग्रेस पक्षाचे छतराचे खासदार शंकरदयाळ सिंह मला भेटण्यासाठी आले. त्यांनी मला पाटण्याला पाठविण्याची आणि तेथे दवाखान्यात दाखल करून घेण्याची व्यवस्था केली. मी तिथून जाणार, ही बातमी कळल्यावर संध्याकाळपासूनच मजुरांची गर्दी खिडकीतून मला नमस्कार करण्यासाठी रांग लावून वाढत होती. रात्रभर हीच गडबड सुरू होती. मला झोपेचे इंजेक्शन देऊन झोपविण्यात आले. सकाळी मी शुद्धीवर आले. दुमदुमणाऱ्या घोषणांत पाटण्याला जाण्यासाठी मला निरोप देण्यात आला. सोबत अमीर खान, दादूराम आणि काही अन्य मजूर नेते होते. पाटण्यात मी जाण्यापूर्वीच तेथे माजी गृहमंत्री रामानंद तिवारीदेखील रुग्णालयात दाखल होते. मिल मालकांनी त्यांच्यावर निर्दयी हल्ला घडवून आणला होता. मीदेखील त्यांच्याच पंक्तीत पोहोचले.

डॉ. मुखोपाध्याय व अन्य डॉक्टरांनी माझ्या मनगटाचे हाड जोडण्यासाठी ऑपरेशन आवश्यक असल्याचे सांगितले. मजुरांना भीती वाटत होती; पण काही वाईट होणार नाही, याचा विश्वास मला होता. मी मरणार नाही, कारण अजून लढाई लढायची होती. मला तर त्या रक्तपिपासूंकडून अजून त्या सर्व दिवसांचा हिशेब चुकता करायचा होता. जेवढे दिवस त्यांनी मजुरांकडून आठवड्याला आठ आण्यांप्रमाणे श्रम करवून घेतले होते, त्या विरोधात एक मोठा लढा देण्यासाठी मजुरांना तयार करणे अजून बाकी होते. मुक्तीची लढाई अजून अर्धवटच होती. माझ्यात दुर्दम्य विश्वास होता आणि होती जीवनाबद्दलची तेवढीच जबरदस्त ओढ. आंदोलन अर्धवट सोडून मी कशी मरणार? त्यामुळे आपल्या विरोधकांचे सर्व तर्क, अंदाज खोटे ठरवीत मी जिवंत राहिले.

वर्तमानपत्रांतील बातम्यांमुळे मी राष्ट्रीय पातळीवर झळकल्याने आमच्या अनेक मित्रांना फार वाईट वाटले. माझ्यावर जो हल्ला झाला, त्या बातमीला एवढे महत्त्व का देण्यात आले आणि माझ्या समर्थनार्थ एवढे लोक कसे आणि का आले, याचेच दु:ख काही नेत्यांना सलत होते. रमणिकाजी अचानक राष्ट्रीय पातळीवर एवढ्या चमकल्या कशा? ठेकेदार आणि मालकांच्या चेहऱ्यावर तर जणू प्रेतकळाच पसरली. युनियनमध्ये असलेले विरोधी नेतृत्व मनोमन आश्चर्यचकित झाले. माझ्यासाठी

एवढे लोक हजारीबागला थांबून राहिले, हे त्यांच्या मनात खुटखुटत होते.

जर त्या दिवशी माझी एकही कृती चुकीची झाली असती, वा मी घाबरले असते; जशी त्या मालकांची इच्छा होती; तर आंदोलन बंद पडले असते. 'तुमच्या नेत्याने घाबरून पळ काढला', असा प्रचार झाला असता. त्यामुळे अशा प्रसंगी जीव जाऊ शकतो, हे माहीत असूनदेखील धोका पत्करणे गरजेचे असते. माझ्या मते, एका स्त्रीने जर मनावर घेतले, तर पुरुषापेक्षा अधिक जोखीम घेण्याची कुवत तिच्यात असते. माझ्यासोबत काम करणारे पुरुष मला तेथे न जाण्याचा सल्ला देत होते. त्या दिवशी मी गेले नसते, तर तिथे कधीच जाऊ शकले नसते.

नंतर जेव्हा खाणीचे राष्ट्रीयीकरण झाले आणि खाणीचे मॅनेजर, एजंट व कर्मचारी सी. सी. एल. चे अधिकारी झाले; तेव्हा आराचे आर. एन. सिंहदेखील सौंदाडीह खाणीत प्रकल्प अधिकारी पदावर आले. मी इंटकच्या राष्ट्रीय खाण मजूर संघात उपाध्यक्ष होते. वशिष्ठ सिंहदेखील मजूर संघाच्या (इंटक) केंद्रीय कार्यकारिणीचे सदस्य होते. मी या सर्व आरोपींना ओळखपरेडमध्ये ओळखले होते आणि त्या केसमध्ये त्यांना शिक्षा होणे अटळ होते. केस सुरू झाली होती, खटल्याच्या सुनावण्या होत होत्या. सर्वांनी मिळून बिंदेश्वरी दुबे यांच्याकडे रदबदली केली की, त्यांनी मला सांगून ती केस मागे घ्यावी. ही मंडळी दासगुप्ता आणि कांती मेहताची समर्थक होती. त्यामुळे त्यांनी कांती मेहता यांच्याकडूनदेखील माझ्यावर दडपण आणण्याचा प्रयत्न केला. आता सर्व खाणी सरकारी झाल्या होत्या आणि परिस्थिती बदलली होती. आता व्यवस्थापक मंडळाशी अधिकृत बोलणी सुरू झाली होती.

कायदेशीररीत्या ही केस मागे घेणे मला शक्य नव्हते. कारण त्या सर्वांवर कलम ३०७-हत्येचा प्रयत्न करणे, हे लावण्यात आले होते. तरीदेखील मी बादलसहित आपल्या युनियनच्या सर्व सोबत्यांसोबत मनमोकळेपणे आणि सर्व बाजूने विचार केला. मी एक अट टाकली होती. कारण आता जेव्हा आम्ही सर्व एकाच पक्षात म्हणजे काँग्रेसमध्ये आहोत, तेव्हा आर. एन. सिंह (जे सौंदामध्ये आहेत) यांना सांगण्यात यावे की, त्यांनी सौंदामध्ये आमच्ये नेते सुरेंद्र सिंहांना सहकार्य करावे आणि इंटकच्या सावकारी नेत्यांना सहकार्य करणे बंद करावे. त्यांनी माझे म्हणणे मान्य केले. मी स्वत:ही केस मागे घेण्यासाठी जजसाहेबांना लेखी निवेदन दिले. ठेकेदारी संपुष्टात आल्यावर जुने शत्रुत्वदेखील संपविणे औचित्याचे ठरेल, असे आम्हाला वाटले.

●●●

१८.
'बाण' घेऊन चला -
'गोफण' घेऊन चला

मी दवाखान्यात असतानाच कुजूमधील 'ठेकेदारी बंद करा' अभियानाची घोषणा करून पुढच्या आंदोलनाची सुरुवात केली होती. आणि त्याची सूत्रे आपल्या मोडक्या हाताने सांभाळत होते. दवाखान्यात पडलेली असूनही मी ते अख्खे दोन महिने चिवटपणे त्याच्या प्रचाराची मोहीम राबविली. त्या लढ्यात आपण मागे तर पडणार नाही ना, या भीतीने श्रीकृष्ण सिंह, रामानंद तिवारी, जसराज सिंह यांनीदेखील सरसावून पुढाकार घेतला होता. हां, तुलसी सिंह मात्र पक्ष आणि मजुरांच्या हिताच्या निर्मळ हेतूने या लढ्यात उतरले होते. प्रणव चटर्जींचा पाठिंबा तर आमच्या आंदोलनाला नेहमीच मिळत होता.

या वेळी आम्ही चहूकडच्या मजुरांना शस्त्रांविना कुजूला पोहोचण्याची योजना आखली. माझ्या हत्येचा प्रयत्न आणि मला झालेली मारहाण हा प्रकार केवळ आमच्या आंदोलनात संजीवनीचेच काम करीत नव्हता, तर शत्रूची हिम्मतदेखील संपुष्टात आणण्यासाठी तो बऱ्याच प्रमाणात सहायक ठरला होता. आता आमच्या संघर्षावर संपूर्ण राष्ट्राची नजर खिळली होती. आम्ही एकटे नव्हतो; आमचा एक मोठा समूह झाला होता. आम्ही 'कुजूला चला'ची घोषणा दिली. 'बाण घेऊन चला, गोफण घेऊन चला, कुजूला चला... कुजूला चला'च्या घोषणा चहूकडे निनादत होत्या. गिरिडीहपासून येण्याची तयारी मजूर करीत होते. रेलीगढ,

गिद्दी, केदला, झारखंड, बेरमो इ. खाणीतील मजुरांव्यतिरिक्त गावकरीदेखील त्यांना सहकार्य करीत होते.

तिकडे पोलीस असा प्रचार घडवून आणत होते की, सभेच्या जागी पोहोचताच ठेकेदार आम्हास जीवे मारतील— विशेषत: मला. हे निश्चित होते की, जर मी त्या दिवशी सभेच्या ठिकाणी गेले असते, तर माझा मृत्यू अटळ होता. त्यामुळे सभेच्या दिवशी आमच्या जीवाला धोका आहे, असे कारण सांगून, सुरक्षेच्या नावाखाली पोलिसांनी आम्हाला चरहीमध्येच अटक केली. संयुक्त समाजवादी पक्षाच्या सरकारमधील माजी मंत्री रामानंद तिवारी, श्रीकृष्ण सिंह, तुलसी सिंह आणि हिंद मजदूर सभेचे नेते जसराज सिंह यांनादेखील माझ्यासोबत अटक झाली. आमच्या मजुरांना— विशेषत: केदलाच्या साथीदारांना— जंगलात पोलिसांनी आणि गुंडांनी पकडून-पकडून मारहाण केली होती. परंतु तरीही त्यांनी धीर सोडला नाही.

आमचे कार्यकर्ता बॅनर्जीबाबू आणि शिवनाथ सिंहदेखील गिद्दीहून तेथे पोहोचले; जेणेकरून आरामध्येच मीटिंग व्हावी. धनुष्य-बाण आणि गोफणीचा सामना आता काठ्या आणि बंदुकांबरोबर होता. पोलीस घाबरत होते. पोलीस आणि गुंड बाणांना खूप घाबरायचे. चहूकडे जंगल होते. कुठूनही येऊन बाण लागू शकत होता. मीटिंगच्या वेळी आरा खाणीत धनुष्य-बाण, गोफणी आणि कुऱ्हाडी घेऊन हजारो मजूर आले होते. त्यांनी जंगलाच्या वाटेने येताना दहा-वीस किलोमीटर पायपीट केली होती. रेलीगढचे नेतृत्व केदलाची पन्नाबाई आणि अमीर खानाने सांभाळले होते. बी. एन. बॅनर्जी, लाल सिंह, नागरजी, चौहानजी आणि गिद्दी व सौंदातील बी. एन. सी. डी. सी. च्या कायम झालेल्या मजुरांनादेखील सोबत आणले होते. मुंडा, भत्तू, ओझा, मिश्रा, मुन्नीदेवी, बासोदेवी, प्रेमदास, दीक्षित आणि सतिराम यादव आदींच्या नेतृत्वात रेलीगढाचे मजूर तर मोठ्या संख्येने आधीच आलेले होते.

मॅजिस्ट्रेटने सभा थांबविण्याचा प्रयत्न केला. तेव्हा त्यावर पन्नाबाई आणि बॅनर्जींचे उत्तर होते, ''सामना होईल तेव्हा होईल, पण सभा नक्कीच घेऊ!''

चहूकडे जंगल आहे, हे मॅजिस्ट्रेटला माहीत होते. जवळपास दहा हजार मजूर जमले होते. शे-दोनशे गुंड किंवा पोलीस त्यांना काय करू शकणार होते? गोळीबार झाला, तर दोन्हीकडचे कित्येक लोक मेले असते. मजुरांना जंगलातील रस्ते माहीत होते, परंतु गुंड आणि पोलिसांना मात्र ते माहीत नव्हते. त्यामुळे मॅजिस्ट्रेटने पोलीस आणि ठेकेदारांचा विरोध असतानादेखील मजुरांना सभा घेण्याची परवानगी दिली. सभा शांततेने पण जोरदारपणे पार पाडली. मॅजिस्ट्रेटने सभेतच आमच्या अटकेची सूचना दिली. आमच्या संघटनेसाठी शिबूकाली बॅनर्जींच्या खाणीमध्ये

सभा घेणे, हीसुद्धा फार मोठी गोष्ट होती.

सभेनंतर आरा खाणीपासून सात किलोमीटर अंतर पायी जाऊन मशालीसोबत हजारो मजुरांची मिरवणूक शिबूकाली बॅनर्जींच्या घराबाहेर निदर्शने करण्याच्या उद्देशाने कुजू बाजारात पोहोचली. कुजू बाजारातील दुकानदारांनी शटर खाली ओढली. कुठल्याही मजुराने त्यांचे नुकसान केले नव्हते आणि मिरवणूक शांततेने घोषणा देत होती, तरीदेखील दुकानदार बहुतेक स्वत:च्याच मनाला खात घाबरत होते. माझ्यावर झालेल्या हल्ल्याच्या दिवशी त्या सर्वांनी बघ्याची भूमिका घेतली होती. त्यांनी चकार शब्द उच्चारला नाही. त्यांना ठेकेदारांचीदेखील भीती वाटत होती. त्यांचा संबंध त्यांच्याशी रोज येत होता. मजुरांनी हिंसा न करता कित्येक तास निदर्शने करून आपला विरोध दर्शविला.

शांततेने निदर्शने करणे, हा मजुरांचा उद्देश होता— दहशत पसरविण्याचा नव्हता. मालकांचा, ठेकेदारांचा आणि गुंडांचा उद्देश दहशत पसरविणे असतो. जेथे गुंड किंवा मालकांचे मोजके लोक हिंसा करून मोठ्या जमावाला भ्याड बनवतात, तिथे अगदी याच्या उलट मजूर आपल्या सामूहिक शक्तीच्या जोरावर गुंडांना आव्हान देतात— ''सावधान! आम्ही तुमच्याशी सामना करू शकतो. आमच्या जवळदेखील शस्त्रे आहेत. पण हल्ला करण्यासाठी नाही; संरक्षणासाठी! आम्ही भित्रे नाहीत! हिम्मत असेल तर या पुढे!''

हिंसक आणि अहिंसक संघर्षात हाच फरक आहे. या विषयावर माझी मेरी टेलरसोबत हजारीबाग जेलमध्ये दीर्घ चर्चा झाली होती. या घटनेनंतर काही कारणांमुळे आम्ही कुजू क्षेत्रात युनियनची शाखा लगेचच उघडू शकलो नाही. परंतु त्या क्षेत्रात गुंडांनी जी दहशत पसरवली होती, ती आम्ही नक्कीच दूर केली.

आम्हाला चरहीतून अटक करून हजारीबाग जेलमध्ये नेण्यात आले. रामानंद तिवारी आणि इतर नेत्यांना पुरुष विभागात पाठविण्यात आले. मला स्त्रियांच्या वॉर्डात ठेवण्यात आले. आम्ही सर्वांनी जामीन घेण्यास नकार दिला. कारण माझ्या दृष्टीने मला करण्यात आलेली अटक बेकायदा होती. शिबूकाली बॅनर्जीला मदत करण्यासाठीच प्रशासनाने आम्हाला अटक केली होती. प्रणव चटर्जींनी आमच्या अटकेविरोधात पाटण्याच्या उच्च न्यायालयात आव्हान याचिका दाखल केली होती. आम्ही १५ दिवस जेलमध्येच होतो. उच्च न्यायालयातून कुठलीही अट न घालता आम्हाला सोडून देण्याचा आदेश आला, तेव्हा सरकारने आम्हाला सोडून दिले. नेतेमंडळी पाटण्याला निघून गेली आणि मी खाणीकडे. सुटल्यानंतर लगेचच आम्ही रेलीगढाच्या आंदोलनाच्या तयारीला लागलो.

●●●

१९.
चंपा-चमेलीचे मीलन

जेलमध्ये असताना मला रोज जेल सुपरिंटेंडेंटच्या खोलीत जाऊन लाल दिव्याच्या विजेच्या उपकरणाने माझ्या तुटलेल्या हाताला शेकावे लागत होते. मी स्वत:चे कपडेदेखील घालू शकत नव्हते. मेरी टेलर आणि कल्पना नावाच्या दोन नक्षलवादी मुली माझ्या बाजूच्या वॉर्डात कैदेत होत्या. दिवसा बाहेर निघाल्यानंतर आमच्यात बऱ्याच गप्पा आणि वाद व्हायचे.

मेरी टेलरचे म्हणणे होते— "जनता क्रांतीसाठी तयार आहे. त्यांना काठी द्या, ते हल्ला करतील. त्यांना बंदूक द्या, ते गोळी झाडतील— क्रांती होईल."

माझे म्हणणे होते— "कुजूमध्ये दहा हजार लोकांचा जमाव एक तास मशाली घेऊन निदर्शने करीत होता; परंतु शिबूकाली बॅनर्जींचे घर पेटवण्यात आले नाही. जनतेचा राग अजून त्या मर्यादेपर्यंत पोहोचलेला नाही, की ते स्वत:ला क्रांतीचा सैनिक समजतील. ते अजून मदत मिळविण्यासाठी इच्छुक मजूर आहेत. मग ते मारतील कुणाला? सध्या आमच्या देशात निम्न मध्यमवर्गीय लोक शोषणाचे साधन आहेत, जे गरीब वर्गातील आहेत, पण ते इतर गरीब आणि निम्न वर्गातील लोकांपेक्षा स्वत:ला श्रेष्ठ किंवा मोठे समजतात. कारण परंपरेनुसार त्यांची जात श्रेष्ठ मानली जाते. नि बेठबिगार मजूरदेखील मध्यमवर्गीय होण्याचे किंवा जमीनदार होण्याचे स्वप्न बाळगतो. पुढच्या जन्मी उच्च

जातीत जन्म घ्यायचा आणि मजुरांना बेठबिगार म्हणून ठेवण्याचे स्वप्न पाहत असतो. भारतात अजूनदेखील जमीनदारी नष्ट करण्याचे किंवा सर्वांना कष्टकरी करण्याचे स्वप्न ते पाहत नाहीत. कारण भारतात मेहनत-मजुरी करणे कनिष्ठ जातीचे काम समजले जाते. उत्पादन करणाऱ्या कष्टकरी जाती येथे आहेत. म्हणजे खालच्या मानल्या जाणाऱ्या जाती आहेत. आणि त्या जाती, ज्या शोषक आहेत, म्हणजे ज्या काम करीत नाहीत, त्या उच्च मानल्या जातात. या १०० कोटी लोकसंख्या असलेल्या देशात ६० कोटी तर नक्कीच निम्न मध्यमवर्गीय असतील. एवढ्या लोकांना मारणे शक्य नाही; तर त्यांचे मनपरिवर्तन करणे गरजेचे आहे. भारतात अजून अशी स्थिती निर्माण झालेली नाही की, मजुरांच्या ताकदीवर जमीनदार, भांडवलदार घराणी संपविता येतील. कारण मध्यमवर्गीय सामंती दलालांचा वर्ग श्रीमंत जमीनदार आणि गरीब श्रमिक वर्ग यामध्ये धक्का सहन करणाऱ्या बफरसारखा उभा आहे.'' परंतु ती माझ्या मताशी सहमत झाली नाही.

मेरी टेलरला कागदांची गरज होती. एरवी मी जेलमधील सेलच्या बाहेर बसून लिहायची, तेथे बाहेर टेबलावर तिच्यासाठी म्हणून कागद ठेवून दिले; जेणेकरून ती ते कागद चोरू शकेल आणि ही योजना सहजपणे अमलात आली.

कल्पना बंगाली मुलगी होती. जेलमध्येच मी तिच्यावर एक कवितादेखील लिहिली होती. तिचे इंग्रजीत भाषांतर करून मी मेरी टेलरलादेखील ऐकवले होते.

माझ्या वॉर्डाच्या बाजूला महिला कैद्यांसाठी एक हॉल होता. त्यात एक आदिवासी मुलगी होती. अमीर खानशी प्रेमविवाह करण्याची तिची इच्छा होती. पण या विवाहामुळे दंगल उसळण्याची शक्यता असल्याचे सांगून ठेकेदारांच्या सांगण्यावरून प्रशासनाने तिला अटक करून जेलमध्ये पाठविले होते. अधिकाऱ्यांनी माझ्या देखरेखीसाठी तिलाच ठेवले होते. तीच मला सकाळी संडासमध्ये बसवून यायची, तीच माझे कपडे काढायची आणि घालायची. माझा हात मोडला होता. मला मासिक पाळीसारख्या किंवा कपडे घालण्यासारख्या अगदी वैयक्तिक गरजेसाठीदेखील त्या मुलीवर विसंबून राहावे लागत होते. मानसिक तणाव असल्यामुळे मासिक पाळीदेखील फार अनियमित झाली हाती. माझे कपडे सदैव घाण होत होते. माझ्याजवळ मोजकेच कपडे होते. त्यामुळे नाइलाजस्तव ते धुऊन, वाळवून वापरावे लागत होते. त्या काळात आम्ही आपल्या या गरजेसाठी सुखवस्तू साधने विकत घेऊ शकत नव्हतो. ती मुलगी मला मदत करीत होती. जेलमध्ये भारतीय पद्धतीचा संडास होता; कमोडचा इंग्लिश पद्धतीचा नव्हता. त्यामुळे माझ्यासाठी आणखीनच अवघड व्हायचे.

आमचे आणखी बरेचसे मजूर सोबती जेलमध्ये होते. त्या वेळी जेलचा हा

नियम होता की, जे राजकीय कैदी किंवा आंदोलनकर्ते येत होते, त्यांना जेलमधून सुटताना जरी जामीन दिलेला असला तरी धोतर किंवा पायजमा, सदरा, जांघिया, टॉवेल आणि थंडीचे दिवस असतील तर घोंगडे देण्यात यायचे. स्त्री कैद्यांना साडी, ब्लाऊज आणि परकर देण्यात यायचे. ज्यांना हा नियम माहीत नव्हता किंवा जे कधी तरीच जेलमध्ये येत होते, त्यांना अधिकारी ही साधने देत नव्हते. आम्ही संघर्ष करून अधिकाऱ्यांना जेलमध्ये आलेल्या आपल्या सोबत्यांचे वेगळे धान्य देण्यासदेखील भाग पाडले होते. आंदोलनकर्ते सोबती आता स्वत: आपले जेवण तयार करीत होते. त्यांच्या मदतीसाठी जेलचे अधिकारी गुन्हेगार कैद्यांमधील दोन किंवा तीन मदतनीसदेखील देऊ लागले होते. अशा प्रकारे जेवण चांगले, स्वच्छ आणि भरपूर मिळू लागले. जेलचे प्रशासन आमच्या सोबत्यांचे धान्य लाटू शकत नव्हते. मदतनीस कैदीदेखील चांगले जेवण आणि चांगला सहवास मिळाल्याने खूश होते. आंदोलनकर्त्यांना त्यामुळे घराच्या आठवणीचा त्रास होत नव्हता. आमच्या कार्यकर्त्यांकडून धान्याची तपासणी होत असल्यामुळे जेलर धान्याचे प्रमाण आणि दर्जामध्ये बदल करू शकत नव्हते. जेलमधून निघताना सर्व सोबती कपडे आणि घोंगडे घेऊन जात होते. आम्ही हे सामान जेलमधून घेऊन जातो याला मेरी टेलरचा विरोध होता. माझे म्हणणे होते की, जर कैद्यांना सुटताना हे साहित्य देण्याचा नियम आहे, तर त्यांना अडविणे चुकीचे ठरेल. हां, तसा नियम नसेल आणि तरीही आम्ही सामान घेऊन जात असू, तर ते चुकीचे ठरेल. स्वातंत्र्यलढ्या वेळी कायद्यात सुधारणा करून जेलमध्ये आंदोलनकर्त्यांना या सुविधा-साहित्य देण्याची सवलत लागू केली होती, ती अजूनदेखील लागू होती. समाजवादी पक्षामध्ये तर रूढीच पडली होती की, जर सोबत्यांकडे घालण्यास कपडे किंवा पांघरण्यास घोंगडे नसेल, तर ते आंदोलन करून स्वत:ला अटक करून घेऊन जेलमध्ये जात होते. विशेषत: थंडीच्या दिवसांत. जेलमधून बाहेर पडताना त्यांना दोन जोड धोतर-शर्ट किंवा कुर्ता-पायजमा आणि घोंगडे मिळायचे.

मी हट्ट करून आपल्या वॉर्डमधून निघून जेलच्या सामान्य कैद्यांच्या बराकमध्ये आंदोलनकर्त्यांत जात होते आणि पुढच्या योजनांवर विचार-विनिमय करीत होते. कित्येकदा जेल सुपरिंटेंडेंट आंदोलनकर्त्यांच्या एखाद्या वागणुकीवर चिडत आणि त्यांना समजावण्यासाठी मला आग्रह करीत. मी त्या दोघांमध्ये शांततेची बोलणी करून वाद सोडवावयाची.

जेवणाचे सामान वेळेवर न मिळणे किंवा कमी मिळणे यावरून असे वाद व्हायचे. जेल अधिकारी माझ्याकडे महिला कैदी म्हणून नव्हे, तर एक 'नेता कैदी' म्हणून पाहत होते आणि पुरुषांच्या वॉर्डमध्येदेखील मला जाऊ देत होते.

ज्या दिवशी मेरी टेलरच्या साथीदारांनी जेलमधून पळून जाण्याची योजना आखली, त्या दिवशी मी जेलमध्येच होते. ते सर्वच्या सर्व पकडले गेले होते. या सनसनाटी प्रसंगात गोळ्यादेखील झाडल्या गेल्या होत्या. त्यानंतर मेरी टेलरवर कडेकोट पहारा ठेवण्यात आला. नंतर ती आणि तिच्या साथीदारांना दुसऱ्या जेलमध्ये पाठविण्यात आले. त्यांच्या बाकीच्या सर्व साथीदारांना वेगवेगळ्या जेलमध्ये ठेवण्यात आले; एकाच जागी आणि एकाच जेलमध्ये नाही. बाहेर आल्यावर पत्रकारांनी मेरी टेलरसोबत झालेली माझी चर्चा 'चंपा-चमेलीचे मीलन' या मथळ्याखाली वर्तमानपत्रात छापली होती.

●●●

२०.
जेलमधील वेडी घंटा

एकदा कुठल्यातरी केसमध्ये हजर होण्यासाठी न्यायालयाने मला जामीन दिला नाही. त्या न्यायालयात खत्रीसाहेब न्यायाधीश होते. त्यांनी माझा जामीनअर्ज तपासणीसाठी पाठविला; बस! मी अडून बसले आणि त्यांच्याशी भांडले. की, डाकूंना लागलीच जामीन मिळतो आणि आमच्या जामीनअर्जाची तपासणी, पडताळणी होते. मला जेलमध्ये पाठविण्यात आले. मजुरांना जेव्हा कळाले, तेव्हा ते संतापले आणि मुलाबाळांसहित, कोंबड्या-बकरीच्या पिल्लांसहित हजारीबागला आले. त्यांनी एस. डी. ओ. कोर्टाला चक्क घेराव घातला. त्या वेळी तापेश्वर प्रसाद एस. डी. ओ. होते. आमच्या आंदोलनाच्या संदर्भात ते खूप संवेदनशील होते. एस. डी. ओ. च्या कोर्टानंतर मजूर जेलला घेराव घालण्यासाठी निघाले. जेलमध्ये वेडी घंटा वाजली. मी तेव्हा झोपण्याची तयारी करीत होते. वेडी घंटा वाजल्यावर काय झाले असेल, या विचाराने संभ्रमात पडले होते. बाजूच्या खोलीत मेरी टेलर होती. तिनेदेखील विचारले की, ही वेडी घंटी का वाजली? जेलमध्ये धोक्याची सूचना देण्यासाठी वेडी घंटा वाजते. जोपर्यंत स्थिती सुरळीत होत नाही तोपर्यंत ती सारखी वाजत राहते. जेलरसाहेब आले आणि मला सोबत चलण्यास सांगितले.

"एवढ्या रात्री?'' मी विचारले.

त्यांनी उत्तर दिले नाही. त्यांच्या चेंबरमध्ये पोहोचले

तेव्हा दिसले की, तेथे एस. डी. ओ. सोबत श्रीकृष्ण सिंह जामीनाच्या कागदपत्रांवर माझी स्वाक्षरी घेण्यासाठी आले आहेत. मी स्वाक्षरी करण्यास नकार दिला. तेव्हा त्यांना नाइलाजास्तव मला माझ्या स्वत:च्या गॅरंटीवर रात्री आठ वाजता सोडावे लागले.

एस. डी. ओ. ने मला आपल्या गाडीतून मजुरांच्या घोळक्यात आणले, आणि त्यांना म्हणाले, ‘‘घ्या! आपल्या आईला सांभाळा. यांना सोडवून आणले आहे.’’

मजुरांना परत केदला खाणीत पाठविण्यासाठी आम्ही त्यांच्याकडूनच ट्रकची व्यवस्थादेखील करविली. सरकार मला सहजपणे सोडणार नाही, हे मला माहीत होते; परंतु मजुरांच्या ताकदीवर माझा फार विश्वास होता. त्याच विश्वासाच्या बळावर आमच्या संघर्षाला गती मिळत गेली.

●●●

२१.
जेव्हा लाठ्या-भाल्यांचे काहीच चालले नाही

मला कुजूमध्ये जीवे मारण्याचा प्रयत्न झाल्यानंतर मजूर खूप निराश झाले होते आणि ठेकेदार आनंदित. मी जखमी झाल्यानंतर आठ आठवड्यांपासून केदलाच्या मजुरांना पगार दिला गेला नव्हता. मजुरांनी केदलामध्ये हनुमान चालिसा आणि नवधा (नऊ दिवसांचे अखंड रामायण पाठ) चे पारायण केले. रात्रंदिवस 'बजरंग बली की जय' नंतर माझा जयजयकार करून आणि माझ्या तब्येतीला आराम मिळण्यासाठी प्रार्थना होत होती. मजूर पैसे मागण्यास जायचे, तर ठेकेदार म्हणायचे, "जा, रमणिका गुप्ताकडे मागा." पाटण्याच्या दवाखान्यात मजूर आले आणि मला रडून-रडून सर्व काही सांगितले. मी खूप अस्वस्थ झाले, संताप-संताप झाला; पण तो गिळून गप्प बसावे लागले. मी दवाखान्यातून परत आले, तेव्हा मजुरांचा राग शिगेला पोहोचला होता. ठेकेदारांनी गुंड बोलावले होते.

मी खाणीस्थळी पोहोचल्यावर ठेकेदार घाबरून पळत सुटायचे. पेमेंट काऊंटर बंद करून ते पळून जात होते. एक-दोनदा मी पेमेंटच्या वेळेस पोहोचले तेव्हा मजुरांना मोबदला कमी दिला जात होता, असे लक्षात आले. आम्ही अकाऊंटंटकडून पैसे हिसकावून मजुरांना योग्य दराने मोबदला देऊन पगारपत्रकावर अकाऊंटची स्वाक्षरी घेतली आणि पगारपत्रक मांडूच्या ठाण्यात जमा केले. माझ्यावर दरोडा घालणे आणि कलम ३०७ च्या कित्येक केसेस झाल्या

होत्या. परंतु आम्ही घाबरलो नाही. कित्येक वर्षांनंतर साक्ष नसल्यामुळे या सर्व केसेस काढून टाकण्यात आल्या.

एक दिवस केदलामध्ये गुंड भाला-कुऱ्हाडीची तोड-मोड करीत होते. ठेकेदारांची आपापसातली भांडणे होती. मी दवाखान्यात दाखल झाल्यानंतर मजुरांमध्ये दहशत पसरविण्याच्या उद्देशाने आणि गोपाल प्रसाद (कुलगुरू, मगध विद्यापीठ, गया) यांच्या ३ नंबर खाणीवर कब्जा करण्याच्या उद्देशाने अखिलेश्वर सिंह (मामाबाबू जे उपठेकेदारांच्या ज्योडेटिक कंपनीचे मॅनेजिंग डायरेक्टर झाले होते), औरंगाबादचे बाबू सत्येंद्र नारायण सिंह (जे नंतर बिहारचे मुख्यमंत्री झाले) यांच्या सल्ल्याने गुंडांना केदलामध्ये घेऊन आले होते. ते रोज काठ्यांचा धाक दाखवून मजुरांना घाबरावयाचे. गोपाल प्रसाद यांच्या खाणीमध्ये आमची युनियन फार मजबूत होती. तेथे मजुरांना पगारपत्रकाप्रमाणे आधीपेक्षा थोडी जास्त मजुरी मिळत होती. या दोघांच्या लढाईत पी. डी. अग्रवाल कंपनीने आपला हेतू साधण्याचा प्रयत्न केला, कारण त्यांच्या सर्व उपठेकेदारांनी मामाबाबूंबरोबर मिळून एक वेगळी कंपनी काढली होती आणि रिसीव्हरकडून पी. डी. अग्रवालच्या मायनिंग एरियाचा बराच मोठा हिस्सा मिळविला होता.

गोपाल प्रसाद यांनी युनियनच्या मागणीवरून मजुरांची मजुरी वाढविली होती आणि आमच्या मागणीनुसार आपल्याकडच्या सर्व उपठेकेदारांना काढून आपली खाण विभागीय केली होती. आपली खुन्नस काढण्यासाठी पी. डी. अग्रवालचे अकाऊंटंट निरंजन सिंह आणि द्वारकाबाबूंनी निरनिराळ्या प्रकारच्या अफवा पसरवण्यात सुरुवात केली होती. ते एकीकडे गुंडांना आणि दुसरीकडे मजुरांना भडकावीत होते. ठरलेल्या योजनेनुसार मामाबाबूंचे गुंड गोपाल प्रसादाच्या खाणीवर कब्जा करण्याच्या उद्देशाने हल्ला करण्यास गेले. तेथील मजुरांनी त्यांना कसून विरोध केला. कारण ते मामाबाबूंचे अत्याचार जाणत होते. घटनेच्या एक दिवस आधी हेच गुंड पक्क्या झोपड्यांतील मजुरांना धाक-दपटशा दाखविण्यासाठी काठ्या-भाले घेऊन गेले होते. पक्क्या झोपड्यांमध्ये बहुतांश ज्योडेटिक कोल कंपनीचे मजूर राहत होते. त्यांना ठेकेदारांनी आठ आठवड्यांपासून मजुरी दिली नव्हती. मी जखमी झाल्यानंतर तर त्यांना आयतीच संधी मिळाली. गोपाल प्रसादांच्या खाणीवर हल्ला करण्यास मदत केली तर मागचे राहिलेले पैसे दिले जातील, अशी अट घालून मजुरांची भीती दूर करण्यासाठी त्यांच्या झोपड्यांवर गुंड गेले होते; परंतु मजुरांनी ऐकले नाही. गोपाल प्रसादांच्या खाणींचे काम विभागीय पद्धतीने चालविले जात होते. मजूर ठेकेदारीच्या व्यवस्थेविरोधातच तर संघर्ष करीत होते. त्यामुळे मजुरांनी हल्लेखोरांना हुसकावून लावले. मजुरांच्या विरोधामुळे जेव्हा त्या दिवशी खाणीवर कब्जा होऊ

शकला नाही, तेव्हा दुपारी सुट्टीच्या वेळी गुंड भाला हवेत परजवू लागले आणि काठ्या आपटू लागले. जेवणाच्या सुट्टीत मजुरांना अपमानित करून धमकावू लागले. तेव्हा सुरू झाली घनघोर लढाई.

कोळसा आणि दगडांच्या वर्षावापुढे काठ्या-भाल्यांचा टिकाव लागला नाही. काठी उगारेपर्यंत शेकडो हातांनी फेकलेले कोळसे आणि मोठमोठे दगड हवेला चिरीत काठी-भाल्यांना पार करून त्या गुंडाची तोंडे, डोकी, कपाळ रक्तबंबाळ करीत होते. बस, मग काय व्हायचे होते— हल्ल्याचा प्रतिकार करताना छत्तीस गुंड जखमी झाले आणि तीन ठेकेदार मारले गेले. हजारीबागचा सदर दवाखाना अगदी आमच्या ऑफिसच्या समोर होता. तेथे धष्टपुष्ट शरीरयष्टीचे जखमी आणि मृत माणसे ट्रकमधून भरभरून येऊ लागली. सर्व शहर गोळा झाले. नशीब बलवत्तर होते, म्हणून त्या दिवशी मी कुठल्या तरी केसच्या निमित्ताने न्यायालयात हजर होते; अन्यथा ठेकेदारांनी पोलिसांशी संगनमत करून माझे नावदेखील या खून खटल्यात टाकले असते, जसे या आधी बर्ड कंपनीने रेलीगढ केसमध्ये माझे नाव घातले होते. आधी सर्व जण दवाखान्यात जायचे, नंतर माझ्या कार्यालयाकडे यायचे. जणू काही आम्ही कुठले तरी आश्चर्य आहोत! एका वेगळ्याच मध्यमवर्गीय मानसिकतेने भारलेले असे वातावरण. ते लोक आमच्याकडे तिरस्काराच्या नजरेने पाहत होते. मला सहन झाले नाही, म्हणून मी बाहेर खुर्ची टाकून बसले आणि कार्यकर्त्यांशी जोरजोराने बोलू लागले; जेणेकरून लोकांना असे वाटू नये की, आम्ही स्वत:ला दोषी समजत आहोत. असे वाटत होते की, उभे राहून जोरजोराने विचारावे- 'आठ आठवडे पैसे दिले नाहीत, तेव्हा कुणी ते मिळवून द्यायला गेला नाहीत; आता जीवे मारण्यात आले आहे, तर संशयित नजरेने बघायला येत आहात!'

जे काही घडले, ते मजुरांनी स्वसंरक्षणार्थ केलेले होते. मजुरांची संख्या जास्त असल्यामुळे हल्लेखोरांनी मार खाल्ला होता. शोषकांचा सामना करून, आपला बचाव करणे मजूर शिकू लागले होते, म्हणून मी खूष होते. गरीब, मजूर किंवा रिक्षाचालक आमच्या कार्यालयासमोरून जायचा तेव्हा तो नजर झुकवूनच मला नमस्कार करण्यात समाधान मानत होता. खरं म्हणजे जेव्हा पोलीस किंवा ठेकेदारांचे चेले व एजंट यांच्यावरदेखील ते आमचे समर्थक असल्याची शंका घेतली होती, तेंव्हा त्यांच्यावर संकट कोसळायचे. तरीदेखील नजर खाली करते वेळी त्यांच्या डोळ्यांत कौतुकाची, आदराची चमक झळकत होती.

त्याच रात्री मला पाटण्याहून फोन आला— "मिसेस गुप्ता, आम्हाला अशी सूचना मिळाली आहे की, मजूर उद्या सकाळी केदलाहून हजारीबागला रवाना होत

आहेत. तुम्ही जाऊन त्यांना थांबवा; अन्यथा हजारीबागमध्ये दंगल उसळण्याचा धोका आहे. कारण सर्व ठेकेदार येथेच राहतात.''

मी म्हणाले, ''मी गाडीची व्यवस्था करून उद्या १० वाजेपर्यंत निघू शकेन.''

मी दुसऱ्या दिवशी केदलाकडे गेले तेव्हा समजले की, सकाळी ८ वाजताच जवळजवळ १० हजार मजूर परेजपलीकडच्या हजारीबागला निघालेले आहेत. तेव्हा पाटण्यावरून आलेल्या डी. आय. जी. साहेबांनी रस्त्यामध्येच त्यांना समज देऊन, माझ्या बोलण्याचा हवाला देऊन केदलाला परत पाठविले. हे ऐकून मी कपाळाला हात लावला. मी केदलाला पोहोचले. माझ्या अंदाजाप्रमाणे मजूर अटक करून घेण्याचा उद्देशाने व्हॅनमध्ये चढत होते. त्यामध्ये महिलांचाही समावेश होता. पोलिसांनी त्यांना जबरदस्तीने व्हॅनमधून उतरविले. वस्तुत: हा सत्याग्रह आहे, अशी मजुरांची धारणा होती. मात्र, त्यांच्यावर कलम ३०२ ठेवण्यात आले होते, हे त्यांना कळत नव्हते. त्याच दिवशी जवळपास १५० मजूर स्वत: अटक करवून घेऊन हजारीबाग जेलमध्ये पोहोचले होते. त्यांना जामीनावर सोडविण्यासाठी आम्हाला ६ महिने ते ६ वर्षे लागली. १२-१३ वर्षांनंतर केस काढून टाकण्यात आली. सर्वांची सुटका तर झाली; परंतु त्यांचे अक्षरश: हाल-हाल झाले.

●●●

२२.
रेलीगढाचे आंदोलन आणि
एस. एम. जोशींचे आमरण उपोषण

केदलात ठेकेदार आणि गुंडांच्या खुनानंतर मजुरांना जामीन मिळवून देण्याच्या उद्देशाने आम्ही पोलिसांची केस डायरी मिळविण्याच्या प्रयत्नांत लागलो. तेव्हा रेलीगढाच्या कायम झालेल्या मजुरांनी सभा घेऊन आमच्या युनियनचे सदस्य असलेल्या आणि सायडिंगवर नेमलेल्या मजुरांना कायम करण्याचा लढा सुरू केला. तेथील नेतृत्व गिद्दीचे शिवनाथसिंह चौहान, लाल सिंह, बॅनर्जीबाबू आणि सौंदाचे नागर यांनी सांभाळले होते. स्थानिक नेतृत्व ओझाजी, गंगाधर मिश्रा, पांडे, सतिराम यादव, प्रेमदास, भत्तू, बासोदेवी, मुन्नीदेवी आणि मुंडा यांच्या हातात होते. मुन्नीदेवी जेवढी लढाऊ वृत्तीची होती, तेवढीच सुंदरदेखील होती. ती मुस्लिम होती; परंतु तिने एका हिंदू तरुणाशी विवाह केला होता. मजुरांची एकजूट करण्यात ती फार तरबेज होती. त्या काळी मजुरांमध्ये असे विवाह सरसकट होत होते आणि कधी कुठलाही गदारोळ उद्भवला नव्हता.

ही खाण बर्ड कंपनीच्या नियंत्रणात होती आणि इंटक सोडून दुसऱ्या कुठल्याही युनियनला येथील व्यवस्थापन घुसू देत नव्हते.

पहिली गेट मीटिंग :

आम्ही सुरुवातीस रेलीगढ गेटच्या आत मीटिंग घेण्याची मोहीम हाती घेतली. पहिल्या वेळेस तर आम्हाला

आत जाऊच दिले गेले नाही. आमच्या सोबत रेलीगढाच्या चारही बाजूंच्या खाणींमधील मजूर आले होते; परंतु आम्ही रेलीगढाच्या मजुरांना संघटित करून निर्भय करू शकलो नव्हतो. तेथे कमलाचरण उपाध्याय हे इंटकचे नेते होते. ते मायनिंग सुपरवायझरदेखील होते. पण ते कधी खाणीत जाऊन ड्युटी करीत नसत. ते पहिलवान, गुंडगिरी, नेतागिरी आणि सावकारीचा धंदादेखील करीत होते. कर्ज देताना मजुरांकडून इंटकच्या सदस्यत्वाचे पैसेदेखील ते वसूल करायचे. मजूर त्यांना भीत होते. मजुरांना बऱ्या-वाईट परिस्थितीत त्यांच्याकडून पैसे व्याजाने मिळायचे, हीच गोष्ट त्यांच्या दृष्टीने मोलाची होती— मग व्याजाचा दर २०० टक्के का असेना! व्यवस्थापनदेखील उपाध्यायांचे म्हणणे मान्य करीत होते आणि त्यांच्या वशिल्यावर मजुरांना काढून टाकणे किंवा कामावर रुजू होण्यासारखी 'मामुली' कामेही करीत होते. त्यामुळे मजुरांमध्ये त्यांचा दबदबा होता. केदलामध्ये आमच्या युनियनच्या करामती ऐकून रेलीगढाचे बिलासपुरी मजूर आणि गावातील पाटील, चौधरी, नावाडी इंटकला विरोध करण्याचे धैर्य दाखवू लागले. आम्ही शेजारच्या गिद्दी खाणीत बसून रेलीगढाच्या शाखेची स्थापना करून एक कमिटी नेमली. खाणीत युनियनच्या स्थापनेची अशी पद्धत आहे की, तेथे मजूरच पुढाकार घेऊन युनियनची स्थापना करण्यासाठी दुसऱ्या खाणीत जातात आणि संघटन झाल्यावर नेत्याच्या सभा घेऊन आपल्या वर्चस्वाची जाणीव करून देतात. नेत्यांना सुरुवातीस संघटन करताना ज्या अडचणी येतात त्या येवोत; परंतु अधिकार मिळाल्यानंतर त्यांना एक तर भाषण द्यावे लागते किंवा सरळ संघर्ष करावा लागतो.

केदलामध्ये झालेल्या खुनाच्या प्रकारानंतर आजूबाजूच्या खाणींचे मालक आणि पोलीस सावध झाले. आमचे महत्त्व एन. सी. डी. च्या खाणीतदेखील वाढू लागले. तेथील मजूरवर्ग धोका पत्करून आमच्यासोबत खासगी खाणींमध्ये युनियन बांधण्याचे काम करीत होता. त्याच फळीने तेथील मजुरांचा संघर्ष हाती घेतला. रेलीगढात बैठकीची घोषणा केल्यावर मला कित्येकदा जेलमध्ये जावे लागले होते. कधी-कधी तर जेलमधून सुटल्यानंतर घरी येताना रस्त्यातच किंवा रेलीगढाच्या वाटेत पोहोचण्यापूर्वीच पोलीस मला परत पकडून घेऊन जायचे. माझ्यावर 'शांतताभंग होण्याची शक्यता' असा आरोप ठेवण्यात यायचा. माझ्या या अटकेमुळेदेखील मजुरांचा असंतोष वाढत होता. ते अधिक आक्रमक आणि जिद्दीने इंटकचा विरोध करू लागले होते. ठेकेदारांच्या किंवा मालकांच्या सांगण्यावरून कलम ११३ ठेवून पोलीस किंवा एस. डी. ओ. त्यांची इच्छा असल्यास आम्हाला कित्येक महिने जेलमध्ये बंद करून ठेवू शकत होते. मलादेखील असेच कित्येकदा जेलमध्ये बंद करून ठेवण्यात आले होते. खरे म्हणजे, मजुरांपासून मला वेगळे ठेवण्याच्या

उद्देशाने अटक केली जायची. ही एक राजकारणी खेळी होती.

आम्ही व्याज घेणार नाही

रेलीगढात इंटकचे वर्चस्व तोडण्यासाठी सर्वांत मोठे कारण हे होते की, सतिराम यादवने व्याजाचा धंदा सोडून आमच्या युनियनमध्ये काम करण्याची इच्छा जाहीर केली. मी त्याला युनियनमध्ये घेण्यासाठी अशी अट टाकली की, त्याने मजुरांकडे असलेले व्याज माफ करावे. जे मजूर त्याला मूळ रक्कम परत करतील, त्यांना कर्जमुक्त करावे आणि पुढे व्याजाचा धंदादेखील बंद करावा. त्याच्यावर या गोष्टीचा एवढा कसा प्रभाव झाला माहीत नाही; पण त्याने खाणीत पोहोचल्यावर मजुरांकडून व्याजाचे पैसे न घेण्याचे जाहीर केले. तो निर्भयपणे म्हणू लागला, ''आम्ही व्याज घेतले, तर कमलाचरण उपाध्यायला कुठल्या तोंडाने विरोध करू शकू? त्यामुळे आम्ही व्याज घेणार नाही. फक्त तुम्ही आमच्या युनियनला साथ द्या आणि बर्ड कंपनीच्या अत्याचाराच्या विरोधात लढा.''

या घोषणेने जादूसारखे काम केले. जी व्यक्ती कालपर्यंत मजुरांची शोषक होती, तिच्या त्यागाच्या या घोषणेनंतर ती व्यक्ती मजुरांच्या श्रद्धेस पात्र ठरली आणि लोक त्याच्या शब्दास मान देऊ लागले. भारतात त्यागाला फार मोठे स्थान आहे. कदाचित यामुळेच लोक या भावनेचा फायदादेखील घेतात. जेवण सोडून किंवा वस्त्रत्याग करून भुकेले व अर्धवस्त्र घालून स्वत:ला साधारण व्यक्तीपेक्षा मोठे सिद्ध करून श्रद्धेस पात्र होण्यात यशस्वी होतात. असो. काही का असेना; मजूर त्यांच्याकडे आकर्षित झाले होते. सतिरामदेखील कंपनीत कायमस्वरूपी मजूर होता; परंतु तो घाबरत नव्हता. सर्वसाधारण व्यक्तीला निर्भीड व्यक्तीविषयी फार श्रद्धा वाटते. जे काम तो स्वत: करू शकत नाही, तेच दुसरा करताना पाहून तो त्याच्या निर्भीडतेवर मुग्ध होतो आणि आपली स्वप्ने त्याच्या माध्यमातून साकार करू लागतो. तो निर्भयतेला एक अलौकिक शक्ती समजून तिला घाबरूदेखील लागतो. जेव्हा एका मोठ्या समूहाला या निर्भयतेबद्दल आस्था वाटते, तेव्हा तो समूहाच्या रूपात निर्भयतेचे प्रदर्शन करतो आणि काहीतरी करून दाखवितो. मजुरांच्या आंदोलनात वैयक्तिक पातळीसोबत अशी सामूहिक निर्भयताच नेहमी सामूहिक आंदोलनाच्या यशाची किल्ली असते.

ओझादेखील फार धाडसी नेते होते. त्यांना कित्येकदा अटक झाली होती. त्यांनी बराच काळ जेलमध्ये व्यतीत केला होता. गंगाधर मिश्रा एक ताकदवान गुंड होता. त्याचा भाऊ व्याजाचा धंदा करीत होता. युनियनमध्ये असताना त्यांनी आपल्या या भावाशी नाते तोडले आणि आपली ताकद मजुरांच्या हितासाठी

वापरली. ते मजुरांचे रक्षण करू लागले. त्यांचे बोलणे कोणतेही कट-कारस्थान असणारे नव्हते; तर सरळ होते. या त्यांच्या बोलण्याच्या शैलीमुळे मजूर तर प्रभावित होत होतेच, व्यवस्थापनदेखील झुकत होते. धोरण आणि योजना आखण्यात पांडेजी तरबेज होते आणि काही प्रमाणात धूर्तदेखील होते. ते दूरदृष्टीची खेळी खेळण्यात प्रवीण होते. प्रेमचंद, भत्तू आणि मुंडा हे मजुरांना संघटित करण्यात तरबेज होते. ते स्वत: थोडे सुधारलेले मजूर होते.

दुसरी गेट मीटिंग

दुसऱ्या वेळी रेलीगढात मीटिंगची घोषणा झाली, तेव्हा आम्ही गेटच्या आत जाण्याचा आग्रह धरला. आत आमचे खूप समर्थक आमची वाट पाहत असल्यामुळे आम्ही निश्चिंत होतो. बाहेरून आमच्यासोबत शेकडो मजूर आलेले होते आणि ठरल्याप्रमाणे गेटच्या आतदेखील शेकडो मजूर गेट तोडण्याची घोषणा देत होते. पोलीस मोठ्या संख्येने आले होते. आम्हाला अटक करण्यात यावी, म्हणून पोलिसांवर इंटक आणि व्यवस्थापन दडपण आणीत होते. परंतु एवढ्या जमावाच्या उपस्थितीत आम्हाला अटक करण्यास पोलीस कचरत होते. मी गेटच्या बाहेर जीपच्या बोनेटवर उभी होते. तेव्हा आतील मजुरांनी रक्षकांना मागे ढकलून गेट उघडले. माझी गाडी आत गेली. बाजूच्या मैदानात मजुरांनी एक मोठे व्यासपीठ आधीच उभारले होते. माईकदेखील लावण्यात आला होता. गेट उघडताच मजूर आनंदित झाले. बघता-बघता मैदान भरले. मजूर शस्त्रांनिशी आले होते. कारण जर गुंडांनी दंगल केलीच, तर त्याला जशास तसे प्रत्युत्तर देता यावे. सभा झाली. प्रेमचंद, भत्तू आणि पांडे यांनी भाषण केले. मुन्नीदेखील बोलली. आदिवासी स्त्रियांनी समरसून सहभाग घेतला. तेथे चायबासाच्या 'हो' भाषी कित्येक मजूर स्त्रियांचे गट होते. हे सर्व साइडिंगवर हंगामी नेमणुकीवर श्रम करीत होते. कायमस्वरूपी मजुरांचे भाऊ-पुतणे आणि ओरिसातील आदिवासी याच सायडिंगवर हंगामी मजूर म्हणून काम करीत होते. सभेमध्ये याच सायडिंग मजुरांना कायम करण्याच्या मागणीला प्राधान्य देऊन, इतर मागण्या मजुरांना वाचून दाखविल्यानंतर व्यवस्थापनास मागण्यांची यादी पाठविण्यात आली. पोलीस ठाणे, एस. डी. ओ., उपायुक्त या सर्वांना त्याच्या प्रती अवलोकनार्थ देण्यात आल्या.

रेलीगढ सायडिंगचा वाद

केदलामध्ये झालेल्या दंगलीनंतर केंद्र सरकारने केदलाच्या संदर्भात झालेले निर्णय लागू करण्याची जबाबदारी धनबादच्या कामगार आयुक्तांवर सोपविली. जेव्हा

कामगार आयुक्त दास बोलणी करण्याच्या उद्देशाने हजारीबागला आले, तेव्हा आम्ही रेलीगढाच्या सायडिंग मजुरांना कायम करून, त्यांची हजेरी लावणे, त्यांना ओळखपत्र देणे आणि पगारपत्रकाप्रमाणे मजुरी देणे इत्यादी प्रश्न त्यांच्याकडे नोंदविले. दास यांनी सप्टेंबरची १८ तारीख त्यासाठी निश्चित केली. रेलीगढात आंदोलन सुरू करण्यात आले होते आणि मजूर आपल्या मागण्यांसाठी अडून बसले होते. आजबाजूच्या सर्व गावांतील लोक रोज या आंदोलनाला पाठिंबा दर्शविण्यासाठी सायडिंगवर येऊ लागले होते. योजनेनुसार अर्धी-पाऊण वॅगन भरल्यानंतर मजुरांनी काम बंद केले. मालकांच्या विरोधात हे आमचे अचूक अस्त्र होते.

आमची घोषणा होती— "जोपर्यंत हजेरी लागणार नाही, ओळखपत्र मिळणार नाही, तोपर्यंत वॅगन पूर्ण लोड केली जाणार नाही." व्यवस्थापनास वॅगनचे भाडे पडत होते. त्यामुळे त्यांना ताबडतोब लोडिंग करावे लागे. त्या काळी वॅगनच्या कमतरतेमुळे मोठ्या मुश्किलीने सायडिंगसाठी रेल्वेची वॅगन मिळू शकत होती. रेल्वे आणि व्यवस्थापन यांच्यातील देवाण-घेवाणीनुसार सायडिंगवर वॅगन मिळविण्याचे काम होत होते. ओझे वाहण्याचे काम वेळेवर पूर्ण न झाल्यामुळे व्यवस्थापनास दररोज हजारो रुपयांच्या भाड्याचा भुर्दंड पडत होता.

कुजूमध्ये झालेल्या हल्ल्यात मोडल्या गेलेल्या माझ्या हाताला अजूनही सूज होती. मला दर पंधरा दिवसांनी डॉ. मुखोपाध्यायांकडे तपासणी करण्यासाठी पाटण्याला जावे लागत होते.

हात पूर्णपणे हलत नव्हता. बिहार सरकारच्या विरोधात विरोधी पक्षाच्या 'अविश्वास प्रस्तावाचा' निर्णय होणार होता. हा अविश्वास प्रस्ताव मंजूर होईल, हे आम्हाला ठाऊक होते. त्या वेळी काँग्रेसचे दारोगा राय हे बिहारचे मुख्यमंत्री होते. त्यांचे मुख्यमंत्रिपदावरून जाणे आणि कर्पुरीजींचे मुख्यमंत्री होणे जवळजवळ निश्चित होते. मी १५ तारखेला संध्याकाळी रेलीगढात मजुरांना समजावीत म्हणाले- "कामगार आयुक्तांसमोर साक्ष खरी-खरी द्यायची आहे. घाबरू नका, ते न्याय देतील."

असा विश्वास देऊन मी रात्रीच रेलीगढावरून निघाले. हजारीबागहून पाटण्याला पोहोचल्यावर आपल्या हाताचा चेकअप करून घेऊन मी विधानसभेत गेले. दारोगा राय व्हरांड्यात भेटले. तेव्हा मी त्यांना रेलीगढाच्या समस्येबाबत सांगून हस्तक्षेप करण्याची विनंती केली.

ते म्हणाले, "अहो रमणिकाजी, आज तर तुमचे सरकार होणारच आहे; त्यांच्याकडून काम करून घ्या. आता आम्हाला सांगून काय होणार?"

आणि ते निराश-हतप्रभ होऊन आपल्या चेंबरमध्ये निघून गेले. संध्याकाळी

त्यांचे सरकार पडले. मी त्याच रात्री हजारीबागला परत गेले, कारण कार्यक्रमानुसार कामगार आयुक्त १८ सप्टेंबरला रेलीगढात पोहोचणार होते आणि मला त्यांच्या बरोबर राहायचे होते...

●●●

२३.
कोळशाच्या वर्षावाने आकाश काळवंडले

मी सकाळी-सकाळी नुकतीच प्रातर्विधी-अंघोळ आटोपून तयार होतच होते की, तेवढ्यात आपला चेहरा लपवत शिवनाथसिंह चौहान, बॅनर्जीबाबू आणि लाल सिंह नागर आले आणि म्हणाले, ''रेलीगढात बर्ड कंपनीचे कार्मिक अधिकारी के. सिंहांचा खून झाला आहे - आमच्या मागे पोलीस लागले आहेत... गंगाधर मिश्रा, ओझा, सतिराम यादव, भत्तू आणि मुंडा हे सर्व पळून गेले आहेत! पोलिसांचा जुलूम शिगेला पोहोचला आहे. झालेल्या दंगलीत रामसाहेब मॅजिस्ट्रेटचे डोके फुटले आहे आणि कादरी इन्स्पेक्टरचा पाय मोडला आहे. परंतु कोनारसाहेबांना आमच्या लोकांनी वाचविले आहे. आम्ही सर्वांना वाचविण्याचा प्रयत्न केला आणि शक्य तेवढ्यांना वाचविले आहे, मारले नाही; याचे साक्षीदार गिद्दी ओ. पी. चा जमादार आणि पोलीस आहेत. आम्ही वाचविले नसते, तर अनर्थ ओढवला असता. कित्येकांचे मुडदे पडले असते. संपूर्ण परिसरात जबरदस्त दहशत आहे. व्यवस्थापनाने खाणीत टाळेबंदी करून कायम मजुरांना बसवून ठेवले आहे आणि ३७ कायम मजुरांना म्हणजे आमच्या सर्व नेत्यांना निलंबित केले आहे. कार्मिक अधिकारी के. सिंहांची हत्या झाली आहे.''

एका दमात त्यांनी हे सर्व सांगितले. मी विचारात पडले. अजून केदलाचे खटल्यांचे सत्र संपत नव्हते, की आता— ही खुनाची दुसरी केस झाली. आता तर पुढे

अडचणींचा डोंगरच उभा होता. मी विचारले "हे सर्व कसे झाले? कामगार आयुक्त आले नव्हते का?"

ते म्हणाले, "ते तर १८ तारखेला येणार होते. व्यवस्थापनाने जाणून-बुजून १७ तारखेलाच भांडण उकरून काढले; जेणेकरून १८ तारखेला मजुरांकडे विचारपूस करून खरे काय ते कामगार आयुक्तांनी जाणून घेऊ नये. योजनेनुसार आम्ही सर्व जण सायडिंगवर हजर होतो. मजुरांनी अर्धा रॅक भरून सोडून दिला होता. वॅगनला भाडे लागत होते. सात दिवसांपासून त्या वॅगन उभ्या होत्या." रॅक अर्धी भरून सोडून देणे किंवा भट्टी पेटवून सोडून देणे आणि तोपर्यंत रॅक भरायची नाही किंवा भट्टी विझवायची नाही; नाहीतर व्यवस्थापन मजुरांच्या अटी मान्य करणार नाही— हा आमच्या रणनीतीचा एक भाग होता. ठेकेदारांच्या 'जिसकी लाठी उसकी भैंस', 'बळी तो कान पिळी' या मानसिकतेच्या विरोधात ही रणनीती स्वीकारणे आम्हाला नाइलाजाचे होते. ठेकेदारांच्या भीती दाखविण्याच्या हत्याराच्या उत्तरादाखल ही रणनीती आमचे अचूक हत्यार होते. आम्ही त्याचा अवलंब करून कित्येकदा यशस्वीदेखील झालो होतो. बर्ड कंपनी फार मोठी कंपनी असली, तरी आमची हिम्मत आणि संकल्पदेखील काही कमी साधासुधा नव्हता.

धनबादच्या कामगार आयुक्तांनी तडजोड करण्याची तारीख १८ ठरविली होती; परंतु चौकशी व्हावी, अशी व्यवस्थापनाची इच्छा नव्हती. कारण त्यांना माहीत होते की, चौकशी झाल्यास निर्णय मजुरांच्या बाजूने होईल. त्यामुळे व्यवस्थापनाने धनबादहून बी. पी. सिन्हांतर्फे दलित आदिवासी मजुरांना मारण्यासाठी पठाणांना बोलावले आणि ए. डी. सिंहने (बर्ड कंपनीचे कार्मिक अधिकारी) रेलीगढात काम करण्यासाठी बर्ड सौंदा खाणीमधून मजुरांना बोलाविले. रेलीगढाच्या मजुरांनी बर्ड सौंदाच्या मजुरांना हात जोडून विनंती केली की, त्यांनी त्यांच्या पोटावर लाथ मारू नये आणि सायडिंगवर काम करू नये. मजूरवर्गाच्या एकीच्या नात्याने त्यांनी सौदाच्या मजुरांना विनंती केली की, त्यांनी मदत करावी. सौदाचा मजूर काम करण्यास कचरत होता. ए. डी. सिंहने कसोशीने प्रयत्न केले, परंतु सौंदाचा मजूरवर्ग काम करण्यास तयार झाला नाही. ज्या ट्रकमधून त्यांना आणले होते, त्याच ट्रकमध्ये ते चढले. रेलीगढाच्या मजुरांनी व्यवस्थापनास हेदेखील सांगितले की, केवळ हजेरी-वहीत त्यांच्या नावाने त्यांची हजेरी लावण्यात यावी; भलेही त्यांना मजुरीचे पैसे मिळाले नाहीत तरी चालेल. परंतु काम त्यांनाच करू द्यावे; दुसऱ्यांना नाही. कुठल्याही परिस्थितीत ते बाहेरच्या मजुरांना काम करू देणार नाहीत, असे सांगून त्यांनी व्यवस्थापनास सावध केले. मजुरांनी पोलीस आणि मॅजिस्ट्रेटलादेखील सांगितले की, काम करण्यास त्यांचा नकार नाही; परंतु त्यांची

हजेरी लावण्याचा कायदेशीर हक्क त्यांना मिळवून देण्यास त्यांनी मदत करावी. याचा अंदाज एवढा सरळ होता की, पोलीस आणि मॅजिस्ट्रेटदेखील याला विरोध करू शकत नव्हते. पोलिसांनी आमचे नेते ओझाजी, पांडेजी, गंगाधर मिश्र आणि सतिराम यादव यांना सायडिंगवर म्हणजे वादाच्या जागीच अटक केली होती. योजनेनुसार मजूर स्त्रिया वॅगनच्या लोडिंग पट्ट्यावरच झोपल्या होत्या; जेणेकरून त्यांच्यावर चढून कुणी बाहेरचा मजूर वॅगन लोड करू नये. धनबादहून बोलविलेले पठाणदेखील ट्रकमधून पोहोचले होते. के. सिंहने जाऊन एका मजूर स्त्रीस पट्ट्यावरून उठण्यास सांगितले. जेव्हा ती उठली नाही, तेव्हा त्याने तिची साडी खेचून उठविण्याचा प्रयत्न केला. हे तर सर्वांना माहीत होतेच की, आदिवासी स्त्रिया फक्त एक साडीच नेसतात. परकर किंवा ब्लाऊज त्या घालत नाहीत. त्या सर्व खेचाखेचीत तिची साडी सुटली आणि ती मजूर स्त्री नग्न झाली. मग काय होणार! स्त्रियांनीच सायडिंगवरून कोळसा उचलून फेकण्यास जी सुरुवात केली की, ज्याचे नाव ते! अक्षरश: वर्षाव केला कोळशांचा! त्यामुळे आकाश काळवंडले. कुठून तरी एक बाण आला आणि बाणांचा मारा सुरू झाला. आमच्या युनियनच्या नेत्यांना तर आधीच अटक केली गेली होती. इन्स्पेक्टर कोनार आणि जखमी झालेले मॅजिस्ट्रेट रामसाहेब तर व्यवस्थापनाच्या जीपमधून पळून गेले होते. ए. डी. सिंह सौंदाच्या ट्रकमध्ये बसून मजुरांच्या सोबत पुढे निघून गेले. परंतु के. सिंह मात्र तेथेच थांबले. कोळशांचा मार खात-खात ते सौंदाच्या ट्रककडे धावले, परंतु मध्येच कोलमडले. ट्रक पुढे निघून गेला होता. नंतर तर त्यांना सपाटून मार पडू लागला. जो जवळून जायचा, त्यांना मारूनच पुढे जायचा. ढेकळं, दगड-कोळसे यांचा मारा होताच. कित्येक पठाणदेखील जखमी होऊन पळाले. पोलीस आमच्या नेत्यांनाच संरक्षणासाठी विनंती करू लागले. ओझाजी आणि मिश्राजी पोलिसांना म्हणाले- "आम्हाला तर तुम्ही बेडी घातली आहे; आम्ही तुम्हाला कसे वाचवावे?"

चौहानजींनी सांगितले, तेव्हा पोलिसांनी त्यांना सोडून दिले. आमच्या लोकांनीदेखील शिपायांना आणि जमादाराला वाचवून मजुरांच्या झोपड्यांमध्ये लपविले. के. सिंह मारला गेला. एकतर्फी हल्ला झाला, हे सिद्ध करण्यासाठी व्यवस्थापनाने मृत पठाणांना आगीत लोटले. तसेच दोन्हींकडून हल्ला झाला, हे सिद्ध करण्यासाठी गिद्दीच्या मजुरांनी पेटलेल्या काही जखमी पठाणांना पकडून नई सराय दवाखान्यात दाखल केले; ज्यातून आम्हीच हल्लेखोर आहोत, हे सिद्ध व्हावे. परंतु माहीत झाल्यावर व्यवस्थापनाने त्यांना तेथून काढून भूमिगत केले.

"घटना जरी संध्याकाळी पाच-सहाच्या दरम्यान घडली होती, तरी व्यवस्थापनाने रात्रीच हजारीबागहून वकील बोलावून कादरी इन्स्पेक्टर आणि वकिलांच्या सल्ल्याने

रात्री एक वाजताच एफ. आय. आर. नोंदविली. ओझाजी, मिश्राजी आणि इतरांना गावकऱ्यांनी लपविले होते. आमच्यावरदेखील पकड वॉरंट आहे. त्यामुळे आम्ही येथे आलो आहोत. आता कर्पुरीजींकडे चला; नाही तर ही बर्ड कंपनी आम्हाला जेलमधून कधी सुटू देणार नाही.''

ती मंडळी खूप घाबरली होती. मी त्यांना धीर दिला आणि सांगितले, ''पाटण्याहून सर्व नेते समाजवादी पक्षाच्या संमेलनासाठी पुण्याला जाणार आहेत. तुम्ही लपून राहा आणि एका माणसाला पाठवून आपले सामान मागवून घ्या. आपण सर्व उद्या पहाटेपर्यंत पुण्याकडे निघू.''

पुण्याला प्रयाण

सामान आणि पैशांची व्यवस्था करण्यासाठी ते निघून गेले. रात्री शिवराम सिंहांच्या झारखंड खाणीचे मॅनेजर दत्तो माझ्याकडे आले आणि म्हणाले, ''बघा गुप्ताजी, तुम्ही लवकरात लवकर निघून जा. बर्ड कंपनीने तुमचे नाव या हत्येच्या कट-कारस्थानात टाकले आहे. त्यांनी तुम्हाला आणि बॅनर्जी, शिवनाथ चौहान आणि लाल सिंहला कटाचा सूत्रधार ठरविले आहे. साधन गुप्ताप्रमाणेच तुम्हालादेखील बर्ड कंपनी काळ्या पाण्याच्या शिक्षेवर पाठवेल. तुमचे सरकार स्थापन झाले आहे; लवकर जा, नाही तर फार उशीर होईल.''

मी म्हणाले, ''माझ्याजवळ तर पैसे नाहीत, गाडीही नाही आणि आता केदलाला गेल्याशिवाय पैसे मिळणार नाहीत.''

ते म्हणाले, ''तुमच्यासाठी व्यवस्था करून मी गाडी आणली आहे. तुम्ही केदलाला जाऊन पैसे घेऊन या. त्यांना सविस्तर सांगून या. इतर लोकदेखील रेलीगढाहून सकाळपर्यंत येतील. तुम्ही रात्रीच कोडर्माहून बॉम्बे मेल पकडलीत, तर बरे होईल.''

त्याच गाडीने एका सोबत्याला घेऊन मी, वाजपेयी आणि कामदेव सिंह रात्रीच केदलाला पोहोचलो. पन्नाबाई, पटेलराम, बुधराम आणि तुलारामला बोलाविले. सर्व परिस्थिती सांगितली. रात्रीच निधी जमा झाला. ताटे-तांब्या गहाण ठेवून मोतीशेठकडून कर्ज घेतले गेले. मी पुरुषांचे कपडे घालून गेले. ओळखले जाऊ नये म्हणून मी जीन्स-शर्ट घातला होता. मोठा काळा गॉगलदेखील लावला होता. पन्नाबाईला आम्ही सोबत घेतले आणि परत आलो. संध्याकाळच्या अंधुकशा प्रकाशात बॅनर्जी वगैरे आले. आम्ही कोडर्माला जाऊन बॉम्बे मेल पकडली. तेथून पुण्याला गेलो. त्या वेळी एस. एम. जोशी संयुक्त समाजवादी पक्षाचे अध्यक्ष होते. बिहारमध्ये संविद सरकार स्थापन झाले होते. कर्पुरीजी मुख्यमंत्री होते. रामानंद

तिवारी गृहमंत्री.

पन्नाबाईने मांडली झालेल्या अत्याचाराची कैफियत

आम्ही संमेलनात भाग घेतला आणि रेलीगढाची संपूर्ण कहाणी सांगितली. पन्नाबाईने व्यासपीठावरून सभेला संबोधून रेलीगढा आणि केदलात झालेल्या दोन खुनांच्या खटल्यांत मजूर कसे अडकले गेले आणि मजुरांवर होत असलेल्या अत्याचाराची कर्मकहाणी सांगितली. नाकात दोन्ही बाजूंनी नथनी घालून, विशिष्ट बिलासपुरी पद्धतीने नऊवारी साडी नेसून, कमरेला पदर खोचून ती आवेशाने न घाबरता, निर्भीडपणे सर्व सांगत होती. तिला बोलण्यासाठी फक्त पाच मिनिटेच वेळ दिला गेला होता. मी माझा वेळदेखील तिलाच दिला. तिने त्या वेळेला पूर्ण न्याय देऊन आलेल्या प्रतिनिधींना खिळवून ठेवले. संमेलनातील सर्व प्रतिनिधी स्तब्ध होऊन ऐकत होते -

''काँग्रेसचे नेते आणि पोलीस रेलीगढाच्या मजुरांची छाती पायाने तुडवून-तुडवून नेत्यांचा, रमणिका गुप्तांचा, ओझाजींचा ठावठिकाणा विचारतात. मजुरांनी सांगितले नाही, तर ते त्यांच्या छातीवर नाचतात. सर्व खाणी बंद करण्यात आल्या आहेत. दोन आठवडे होऊन गेले आहेत. कुणाकडेही पैसे नाहीत. गिद्दी आणि सौदांचे मजूर निधी गोला करून पीठ पाठवितात. एका व्यक्तीसाठी मुश्किलीने एक पाव पीठ मिळू शकते. लोक पाण्यात पीठ कालवून पितात, परंतु वाकत नाहीत. त्यांचे मनोधैर्य एवढे कमालीचे आहे की, जेव्हा कमलाचरण उपाध्याय मजुरांकडून इंटकच्या युनियनच्या सदस्यतेची रक्कम जबरदस्तीने कापून घेऊन त्यांच्या हातात पावती कोंबतो. जेव्हा पैसे मागण्यासाठी तो हात पसरतो, तेव्हा मजूर त्याच्या हातावर थुंकतात. आत्तापर्यंत १५० लोक निलंबित झाले आहेत. तुम्ही नेतेमंडळी तेथे चला आणि स्वत: पाहा. कमलाचरण उपाध्यायच्या सांगण्यावरून कादरी कॉन्स्टेबल चुकीची केस-डायरी तयार करीत आहे; आणि आमच्या साथीदारांना अडकवतो आहे. व्यवस्थापन, संयक युनियन आणि पोलीस या तिघांच्या संगनमताने लोकांना केसमध्ये अडकविले जात आहे. गिद्दीच्या जमादाराने जी डायरी लिहिली आहे, तीच खरी आहे. हे त्या फाईलमध्ये नोंदले आहे की जेव्हा घटना घडली तेव्हा युनियनचे सर्व नेते पोलीस कोठडीत होते. घटनेनंतर जेव्हा गडबड-गोंधळ झाला आणि पोलीस अधिकारी पळून गेले, तेव्हा जमादार आणि शिपायांनी आपले रक्षण करण्याच्या उद्देशाने त्यांना सोडले. जमावाने दगड, कोळसा फेकून मारल्यामुळे के. सिंह मारला गेला. कोणा व्यक्तीने हल्ला करून त्याला मारलेले नाही. कुणीही त्याच्यावर हल्ला केला नाही बॅनर्जी, शिवनाथ सिंह आणि लाल सिंह हे घटनेनंतर

तेथे पोचले. कंपनीने खाणीत टाळेबंदी जाहीर केली आहे. त्यामुळे कायम मजूरदेखील बेरोजगार झाले आहेत. ते आम्हाला मदत करीत होते. आता ते स्वत:च बेरोजगार झाले आहेत. आम्हाला आणि त्यांना कोण मदत करेल? तुम्ही खाणी उघडा, अन्यथा मजूर एक तर भुकेने तरी मरतील किंवा बंदुका तरी हातात घेतील!''

मीदेखील सर्व स्थितीची जाणीव नेत्यांना करून दिली आणि इशारा दिला की, जर त्यांनी या बाबतीत काही पाऊल उचलले नाही, तर आम्ही सर्व बंड करून नक्षलवादी बनू. त्या वेळी नक्षलवाद फार चर्चेत होता आणि विचारवंतांचा वर्ग व तरुण पिढी त्याकडे आकर्षित होत होती. मी स्वत: आमच्या नेत्यांचे पुळचट धोरण आणि धरसोड वृत्तीमुळे असंतुष्ट होते.

एस. एम. जोशींची घोषणा

एस. एम. जोशीजी म्हणाले, ''मी तुमच्यासोबत रेलीगढाला येईन आणि आमरण उपोषण करीन.''

ही घोषणा झाल्यावर संमेलनात जिंदाबादच्या घोषणा निनादल्या. रेलीगढाचे सोबती काही तरी मार्ग निघेल म्हणून निश्चिंत झाले. मजुरांच्या असहायतेच्या वेळी जर नेतृत्व भक्कमपणे सोबत असेल, तर मजूर आपले अपयशदेखील हिमतीने मान्य करतो. त्याचा आत्मसन्मान टिकून राहिला, तर भुकेलादेखील शरण जात नाही. नेतृत्वाने साथ न दिल्यास त्याला फसवणूक झाल्याची जाणीव होते. 'समाजवादी पक्षाचे अखिल भारतीय अध्यक्ष एस. एम. जोशी हे रेलीगढाच्या मजुरांना न्याय मिळवून देण्यासाठी आपले प्राण पणाला लावून आमरण उपोषणाला बसतील', ही बातमी वणव्यासारखी संपूर्ण देशात पसरली. रेलीगढ जणू मशाल घेऊन क्रांतीच्या मार्गावर अग्रेसर होऊन नेतृत्व करू लागला. समाजवादी पक्ष पूर्णपणे या आंदोलनाशी जोडला गेला. बिहारमध्ये समाजवादी नेता कर्पुरी ठाकुरजींच्या नेतृत्वाखालील सरकार होते. म्हणजे, एका अर्थाने पूर्ण सरकारच या आंदोलनाशी जोडले गेले. या सरकारचे गृहमंत्री रामानंद तिवारी होते. ते स्वत: गतकाळी पोलीस शिपाई होते आणि इंग्रजांच्या विरोधात आंदोलन सुरू असताना त्यांना नोकरीवरून काढून टाकण्यात आले होते. ते कादरी ठाणेदाराची बदली करण्यासाठी तयार होत नव्हते. रेलीगढातील टाळेबंदी उठविणे, मजुरांचे निलंबन रद्द करविणे आणि सायडिंगच्या मजुरांना कायम करविणे; याशिवाय आणखीन एक मोठा प्रश्न होता. आणि तो म्हणजे, कादरी कॉन्स्टेबलची बदली करविणे. व्यवस्थापनाच्या इशाऱ्याप्रमाणे कादरी वागत होता आणि कामगारनेत्यांना बेकायदारीत्या हत्येच्या या केसमध्ये गुंतवत होता. मी आणि एस. एम. जोशी रेलीगढाला जाण्यापूर्वी पाटण्याला गेलो. तेथे

रामानंद तिवारीजींना विशेषत: कादरी कॉन्स्टेबलची बदली करण्यासाठी आणि केसचा तपास त्याच्याऐवजी दुसऱ्या कुणाला तरी सोपवावा, या मागणीसंबंधी सांगितले; जेणेकरून चौकशी निष्पक्ष व्हावी. परंतु तिवारीजींनी ऐकले नाही. ते स्वत:ला समाजवादी पक्षाचे नेते व मंत्री कमी आणि पोलिसांचे नेते अधिक समजत होते. जयप्रकाश नारायणजींकडूनदेखील या बाबतीत तिवारीजींना सांगण्यात आले. परंतु त्यांच्यावर काही परिणाम झाला नाही. कर्पुरीजींचे म्हणणे तर ते ऐकतच नव्हते- 'ते स्वत: मुख्यमंत्रिपदाचे दावेदार होते. बिहारमध्ये जो सन्मान आणि जी श्रद्धा कर्पुरीजींना मिळाली होती, ती आजपर्यंत कोणत्याही दुसऱ्या नेत्याला मिळाली नाही. बिहारमध्ये आजदेखील त्यांची अनुपस्थिती जाणवते. त्यांचा प्रामाणिकपणा, नम्रता, त्याग आणि नि:स्वार्थतेचे दुसरे कुठले उदाहरण सापडत नाही.

जोशीजी रेलीगढाला आले. बर्ड कंपनीचे मुख्य कार्मिक अधिकारी झा त्यांना भेटण्यासाठी आले. त्यांनी जोशीजींसमोर वेळोवेळी हाच प्रस्ताव ठेवला की, रमणिका गुप्ताचे खाणीत येणे बंद केल्यानंतरच हा प्रश्न सुटू शकेल. हा प्रस्ताव जोशीजींना व मजुरांना मान्य नव्हता. रेलीगढातच जोशीजी उपोषणास बसले. दररोज सकाळ-संध्याकाळी बैठक होत होती. दिवसभर मजूर आळीपाळीने त्यांच्या सोबत धरणे देऊन बसत होते. गावातील लोकदेखील येत होते. नंतर तर दुसऱ्या खाणींतून मजूर आणि दूरदूरच्या गावांतील गावकरीदेखील येऊ लागले. पोलीसदेखील नियुक्त होते; परंतु व्यवस्थापन मानण्यास तयार नव्हते, अटी मान्य करीत नव्हते. जोशीजींची तब्येत फार नाजूक झाली होती. उपोषणाला १५ दिवस उलटून गेले. राष्ट्रीय वृत्तपत्रांच्या स्तंभातून यासंबंधीच्या बातम्या येत होत्या. परंतु बातम्यांमुळे तोडगा निघत नव्हता. मी कर्पुरीजींशी संपर्क साधला आणि त्यांना म्हणाले, "ठीक आहे, तुम्ही मुख्यमंत्री आहात. सर्वांना सोबत घेऊन जाणे तुमच्या पदाच्या दृष्टीने गरजेचे आहे; पण एस. एम. जोशींचे प्राण वाचविणेदेखील आवश्यक आहे. मजुरांना उपासमारीपासून वाचविणे आणि काम मिळवून देणेदेखील महत्त्वाचे आहे. तुम्ही माझा फॉर्म्युला स्वीकारा. बघा, २४ तासांत व्यवस्थापन गुडघे टेकेल. रामानंद तिवारी ऐकत नाहीत तर न ऐकोत- तुम्ही तुमच्या उपायुक्ताला आदेश द्या, की रेलीगढातील बर्ड कंपनीकडून सर्व पोलीस कुमक परत बोलावून घ्या आणि व्यवस्थापनाला लिहून कळवा की, 'कायदा आणि सुव्यवस्थेची ही समस्या त्यांनीच निर्माण केली आहे; मजुरांनी नाही. त्यामुळे तेथे पोलिसांची गरज नाही. व्यवस्थापनाने सरळ रमणिका गुप्तांशी बोलणी करावीत.' तुम्हीं असे केले नाहीत, तर जोशीजींचा जीव गेला तरीदेखील बर्ड कंपनीवर कसलाच परिणाम होणार नाही. ते शब्दाने मानणार नाहीत; त्यांना बडगाच दाखवावा लागेल. शहाण्याला शब्दांचा मार आणि

मूर्खाला खेटराचा.''

रमणिकाजी काय ते ठरवतील

कदाचित कर्पुरीजींना माझे म्हणणे पटले असावे. दोन-तीन दिवसांनंतर स्थानिक उपायुक्तांनी बर्ड कंपनीचे झा यांना माझ्याशी बोलणी करण्यास सांगितले आणि सर्व पोलीस कुमक परत पाठविण्याचा आदेशदेखील दिला. त्या वेळी उपायुक्त आणि अधीक्षक दोन वेगवेगळ्या व्यक्ती नव्हत्या, तर उपायुक्तांच्या आदेशावरच पोलीस कार्यालयाच्या प्रमुखाचे काम चालत असे.

बस; मग काय! पोलिसांना परत बोलावून घेण्याचा अर्थ आणि रमणिकाजींबरोबर बोलणी करण्याचा अर्थ बर्ड कंपनीला माहीत होता. ते धावपळ करीतच जोशीजींजवळ आले आणि म्हणाले, ''आम्ही तुमच्याशी तडजोडीची बोलणी करण्यास तयार आहोत; परंतु रमणिका गुप्ता त्यात सहभागी होणार नाहीत- त्यांची स्वाक्षरी करारावर होणार नाही.'

जोशीजींनी मला आणि मजुरांना व्यवस्थापनाच्या प्रस्तावाबद्दल सांगितले. मजुरांनी या प्रस्तावास विरोध केला, परंतु मी म्हणाले— ''नाही, ही तडजोड माझ्या स्वाक्षरीविना होत असेल, तर होऊ द्या.''

खाणीतील ३५४ मजुरांना कायम करणे, टाळेबंदी उठविणे आणि ज्या ३७ जणांवर खुनाचा खटला नोंदविला होता, त्यांना सोडून इतर सर्वांवरील निलंबन रद्द करण्याचा निर्णय जोशीजींसोबत झालेल्या करारामध्ये घेण्यात आला. त्या ३७ मजुरांचीदेखील चौकशी करण्याचा निर्णय झाला. आमरण उपोषण मागे घेण्यात आले, टाळेबंदी उठविण्याचा निर्णय झाला. निलंबित केलेल्या ३५४ मजुरांची यादी आमच्या युनियनने तयार करून व्यवस्थापनाला दिली. तडजोडीतील शर्ती पूर्ण करण्यास बराच कालावधी लागला आणि त्यासाठीही पुन्हा कित्येकदा आंदोलन करावे लागले. परंतु मजुरांनी आपल्या ऐक्याच्या जोरावर त्यातील अनेक बाबी लागू करवून घेतल्या. खरे तर व्यवस्थापनाने त्या यादीत कमलाचरण उपाध्यायच्या लोकांची काही नावे घुसविली होती.

मजुरांच्या जामीनासाठी प्रयत्नांची पराकाष्ठा

रेलीगढाच्या कित्येक साथीदारांना अजून जामीन मिळालेला नव्हता. आम्हाला त्यासाठी फार मोठा संघर्ष करावा लागला; पण आम्ही खचलो नाही. व्यवस्थापनाने भलेही खाण सुरू केली होती, आमच्या मुख्य मागण्यादेखील मान्य केल्या होत्या; पण आमच्या युनियनशी बोलणी करण्यास ते कधी तयार झाले नाहीत. सहायक

कामगार आयुक्तांकडेदेखील व्यवस्थापन आणि आम्ही ३७ मजुरांच्या निलंबनाबाबतीत एका टेबलावर बसून बोलत नव्हतो. त्यांना दोन्ही पक्ष आपापल्या बाजू, म्हणणे वेगवेगळे सांगत होते आणि ते त्यातील सामाईक मुद्दे शोधून आपल्यातर्फे सुवर्णमध्य काढण्याचा प्रयत्न करीत होते. पण यश मिळत नव्हते. तिकडून ए. डी. सिंह होते, इकडून मी होते. मध्ये होते एस. बी. सिंह- सहायक कामगार आयुक्त, केंद्रीय श्रम विभाग.

हत्येच्या खटल्यातदेखील बर्ड कंपनी फार तप्तर आणि हुशार होती. त्या लोकांनी तर मलादेखील त्या खटल्यात गोवण्याचा पूर्ण सापळा रचला होता याची कल्पना मला झारखंडच्या दत्तोसाहेबांनी वेळेपूर्वी दिली होती. त्यामुळे मी याची कल्पना कर्पुरीजींना दिली होती. एक दिवस सकाळी-सकाळी मुख्यमंत्री कर्पुरीजी पायी-पायी आय. जी. च्या बंगल्यावर गेले आणि त्यांना सर्व सत्य घटनांची माहिती दिली. ‘‘ज्या दिवशी ती घटना घडली, त्या दिवशी रमणिका गुप्ता पाटण्यात सकाळी डॉ. मुखोपाध्यायांकडे आणि दुपारी विधानसभेत होती. त्याच दिवशी दारोगा राय यांच्या सरकारवर अविश्वास प्रस्ताव आला होता. ती रेलीगढाला हवेतून उडून तर संध्याकाळी पोहोचू शकणार नाही?’’

आय. जीं. नी एस. पी. ला फोन करून माझे नाव डायरीतून काढून टाकण्यास बजावले. बर्ड कंपनीने कट-कारस्थान आखणारी म्हणजे या प्रकरणाची सूत्रधार म्हणून सर्वांत आधी माझे नाव नोंदविले होते.

आम्ही खटल्यासाठी पाटण्यातील नामवंत वकील नेमले होते, कारण हजारीबागमध्ये जिल्हा न्यायाधीश कुणालाही जामीन देत नव्हते. बर्ड कंपनी हजारीबागच्या वकिलांना विकत घेईल, अशीदेखील आम्हाला शंका होती. एकदा तर रामसाहेब-एस. डी. ओ. च्या खुर्चीत बसून केसची सुनावणी करीत होते. त्या घटनेत त्यांचे डोके फुटले होते, हे माहीत असूनदेखील- आम्ही त्यांच्याच न्यायालयात आरोपींच्या जामीनासाठी अर्ज दाखल केला होता. ते घटनेचे प्रत्यक्षदर्शी साक्षीदार होते. त्यांनी घटना स्वत:च्या डोळ्यांनी पाहिली होती. त्यांना माहीत होते की, ज्यांना आरोपी ठरविण्यात आले आहे, त्यांच्यापैकी कुणीही हल्ला करण्यात सहभागी नव्हता; उलट ते तर परिस्थिती शांत करण्याचा, काबूत आणण्याचा प्रयत्न करीत होते. प्रश्न त्या दिवशीच्या जमावाचा होता; जमावाच्या मानसिकतेचा होता. त्या कामगार स्त्रीला नग्न केल्यामुळे लोक संतप्त झाले होते. रामसाहेबांनी मुख्य आरोपीसहित सर्वांना आपल्या न्यायालयातून जामीन दिला. असा निर्णय एस. डी. ओ. स्तरावरील न्यायालयात नेहमी घेतला जात नाही. बर्ड कंपनी भडकली. त्यानंतर ते वरच्या पातळीवरील लोकांचा वशिला किंवा ओळख आणि पैशाच्या जोरावर जिल्ह्याच्या

न्यायाधीशाकडे गेले. त्यांनी मुख्य ओरापींचा जामीन रद्द केला. इतर लोकांचा जामीन ते रद्द करू शकले नाहीत. त्यामुळे आमचे अर्ध्यापेक्षा अधिक सोबती सुटले. आम्हाला तर यामुळे फार मदत झाली. परंतु जिल्ह्याच्या न्यायाधीशाने मॅजिस्ट्रेट रामसाहेबांच्या विरोधात फार कठोर शेरा लिहिला. त्यामुळे नंतर याचा परिणाम त्यांच्या बढतीवर झाला. पण तो अधिकारी जरादेखील निरुत्साही झाला नाही. तो स्वत: एक दलित अधिकारी होता आणि त्याला वस्तुस्थिती माहीत होती. नंतर त्याने मजुरांच्या बाजूनेच साक्षदेखील दिली. त्यामुळे सर्व मजूर बिनशर्त सुटले. एस. डी. ओ. तापेश्वर प्रसाद यांनीदेखील रामसाहेबांचे मनोधैर्य बरेच वाढविले. त्यांच्या विरोधातदेखील जिल्हा न्यायालयाने ताशेरे ओढले. परंतु ते कधीही डगमगले नाहीत, की त्यांनी धीर सोडला नाही.

मुख्य आरोपींचा जामीन मिळविण्यासाठी आम्हाला चार-सहा वर्षे लागली. वकिलांच्या मोठ्या फीचे पैसे जमविणे, हीदेखील आमच्यापुढे एक मोठी समस्या होती. रेलीगढ खाणीचे १९७३ मध्ये राष्ट्रीयीकरण झाल्यावर दोन-तीन वर्षांनी जेव्हा प्रेमदास आणि दीक्षित जामीनावर सुटले, तेव्हा त्यांना सेंट्रल कोलफिल्ड लि. (सी. सी. एल) मध्ये नोकरीत घेण्यासंबंधीची केस आम्ही लवादाकडे (आर्बिट्रेशन) दिली. आम्ही सेंट्रल कोलफिल्ड लि. (सी. सी. एल) चे दोघे अधिकारी मूर्ती (संचालक, कार्मिक विभाग) आणि ए. डी. सिंह (जी. एम. पर्सोनेल) यांना पंच मान्य करून ही केस त्यांच्याकडे सुपूर्द केली. आमच्या दोन्ही सोबत्यांची पुनर्नियुक्ती झाली. बर्ड कंपनीने ज्या ३७ मजुरांना खुनाचे आरोपी संबोधून निलंबित केले होते, त्या सर्वांची पुनर्नियुक्ती करण्यात कंपनी राष्ट्रीयीकृत झाल्यानंतर आम्ही यशस्वी झालो. यासाठी कंपनीचे माजी महाव्यवस्थापक अग्रवाल आणि कार्मिक अधिकारी ए. डी. सिंह यांनी फार मदत केली होती. कारण त्यांना वस्तुस्थिती माहीत होती. आता जेव्हा बर्ड कंपनीचे व्यवस्थापनच राहिले नव्हते आणि ते दोघे सी. सी. एल. चे अधिकारी झाले होते, तरीदेखील बी. एल. बडेरा आणि वर्मा रेलीगढाच्या त्या घटनेसंदर्भात या अधिकाऱ्यांबाबत नाराज राहत होते. सत्य बोलल्यामुळेच या दोन अधिकाऱ्यांची पदोन्नतीसुद्धा रोखण्यात आली होती. हे सर्व होऊनदेखील त्या दोघांनी सत्याचीच कास धरली होती. या सर्व यशामुळे मजुरांचा आमच्यावरील विश्वास वाढत गेला; ज्याला आजपर्यंत तडा गेलेला नाही. ए. डी. सिंहांच्या या प्रामाणिकपणामुळे, निष्ठेमुळे मी खूपच प्रभावित झाले होते.

राष्ट्रीयीकरण झाल्यानंतर कित्येक वर्षांनी जेव्हा केस सुरू झाली तेव्हा राय, हे सेंट्रल कोलफिल्ड लि. (सी. सी. एल) मध्ये महाव्यवस्थापक झाले होते आणि अधिकाऱ्यांच्या युनियनचे सचिव म्हणूनदेखील निवडून आले होते. त्यांच्याशी

आमचे छत्तीसच्या आकड्याचे नाते बदलून आता सहअस्तित्व आणि सहयोगाचे त्रेसष्टाचे नाते जडले होते. त्यांनीदेखील खरी साक्ष दिली आणि सांगितले की, व्यवस्थापनाने मॅनेजमेंटच्या दडपणामुळे खोटा एफ. आय. आर. नोंदविला होता. एवढेच नव्हे, तर कादरी कॉन्स्टेबलनेदेखील मजुरांच्या विरोधात साक्ष दिली नाही. रामसाहेब आणि जमादाराने तर सांगितले की, जर हे तथाकथित आरोपी नसते, तर फिर्यादी आज जिवंत राहिले नसते. यांनीच त्यांना वाचविले होते. कोनारने आपल्या साक्षीत सांगितले की, घटना घडण्यापूर्वीच ते व्यवस्थापनाच्या जीपमधून आणखीन पोलीस कुमक आणण्यासाठी गेले होते. कारण घटनास्थळी पोलिसांचे बळ कमी पडत होते. कनिष्ठ न्यायालयाने तीन वर्षांची शिक्षा सुनावली होती. पण जिल्हा न्यायालयात अपील केल्यानंतर ती रद्द करण्यात आली आणि सर्वांना मुक्त करण्यात आले. परंतु या दरम्यान आम्ही भयानक संकटांतून, खडतर अडचणींतून गेलो; त्याची आठवण झाली की, मी आजही थरकापून उठते. एवढे मात्र खरे की, मजुरांच्या संघटनशक्तीमुळे यश मिळाले, या विश्वासाने मात्र मी रोमांचित होते. अशा वेळी फक्त इच्छाशक्ती असणे आवश्यक असते.

रेलीगढापासून आमचा दबदबा एन. सी. डी. सी. च्या इतर खाणींवर देखील पसरला आणि मजूर दूरदूरून आमच्याकडे युनियनची शाखा उघडण्यासाठी येऊ लागले. सौंदाच्या गोरखपुरी मजुरांचे नेते जगन्नाथ सिंह यांचे सर्व नातेवाईक काँग्रेस किंवा इंटकमध्ये होते; ते आमच्या सोबत आले. थापरच्या गोरखपुरी कँपमधील सदस्य वाढले. थापरच्या सायडिंगचे मजूरदेखील आमच्यासोबत आले. जगन्नाथ नावाचे हे तेच गृहस्थ होते; जे माझ्या निवडणुकीच्या वेळी आपली सायकल विकून माझा प्रचार करीत असत. राष्ट्रीयीकरणानंतर गोरखपुरी कँपच्या मजुरांना नोकरी मिळवून देण्यात जगन्नाथजींनी महत्त्वाची भूमिका बजावली. कारण इंटकचे दुसरे नेते तर गोरखपुरी मजुरांच्या जागी आपल्या लोकांचे किंवा आपले नाव घालू लागले होते. थापर कंपनीत कँप कमांडरच्या दुर्व्यवहारातून मजुरांना मुक्त करण्यासाठीदेखील आम्हाला फार मोठा संघर्ष करावा लागला होता.

●●●

२४.
केदलाच्या संपाची सौदेबाजी

राजेसाहेबांच्या या खाणींमध्ये आमची संख्या जास्त होती. भलेही आमच्याजवळ आधुनिक शस्त्रे नव्हती; परंतु आम्ही वेळ पडल्यास हल्ला करू शकत होतो. मैदानात प्रेतांचा ढीग पाडू शकत होतो. गुंडांना पळवू शकत होतो. मात्र आम्ही नेहमी शांततेची रणनीती अवलंबिली; जेणेकरून हल्लेखोर असल्याचे सिद्ध होऊन खटल्यांच्या गुंतवड्यात आणि त्यातून सुटण्यासाठीच्या धडपडीत मजुरांनी अडकू नये. मजूर इतर नेत्यांचे म्हणणे न ऐकता, माझेच म्हणणे ऐकत होते. त्यामुळे श्रीबाबूंना मी घडवत असलेल्या संपांची मालकांकडे सौदेबाजी करण्याची संधी मिळत नव्हती. श्रीबाबूंना हेच दुःख होते. एकदा त्यांनी मला संप मागे घेण्यास सांगितले, कारण जीतनाथ सिंह ठेकेदारासोबत त्यांची बोलणी झाली होती. आमची कुठलीच मागणी मान्य झाली नव्हती; त्यामुळे मी त्यांचे म्हणणे ऐकले नाही. तेव्हा त्यांनी दोन-चार युनियनच्या पदाधिकाऱ्यांना बोलावून मला युनियनच्या महासचिवपदावरून काढून टाकण्याची नोटीस बजावली आणि मला काढून टाकण्यासाठी युनियनच्या कार्यकारिणीची बैठक बोलाविली. त्यांची ती बेकायदा बैठक सुरू असताना मी न्यायालयाचा स्थगिती आदेश आणून त्यांना दाखविला. त्यामुळे संतापाने त्यांचा तिळपापड झाला. कारण त्यांच्या मनसुब्यांचे इमले ढासळले होते. तेथे जमलेल्या सर्व लोकांनी मिळून माझ्यावर हल्ला केला आणि मला खूप मारहाण

केली. मीदेखील या मारामारीस प्रत्युत्तर देण्याचा प्रयत्न केला. मला खूप जखमा झाल्या, तरीदेखील मी हार मानली नाही. माझ्यासोबत युनियनचा केवळ एकच मजूर कार्यकर्ता सियाराम होता. तो तीन नंबरच्या ब्लॉकमध्ये आमच्या युनियनचा सेक्रेटरी होता. आधी तर तो भयचकित झाला. नंतर त्याने मला सोडविले आणि श्रीकृष्ण सिंहला म्हणाला- "याचा बदला आम्ही आजच घेऊ आणि आम्ही तुम्हा सर्वांना युनियनमधून काढून टाकू. तुमचा ध्वजदेखील उतरवू."

सियारामने त्याच दिवशी संध्याकाळी केदला चौकात मजुरांची एक मोठी जनसभा बोलावली. त्याने मजुरांसमोर घटनेचा पूर्ण तपशील मांडला आणि संप मागे घेतला नाही म्हणून माझ्या विरोधात रचल्या गेलेल्या कट-कारस्थानाबद्दल देखील सर्वांना सांगितले. मजुरांनी एकमुखाने श्रीकृष्ण सिंहला युनियनमधून काढून टाकले आणि समाजवादी पक्ष सोडण्याची घोषणा केली. त्यांनी कार्यालयावर पांढरा ध्वज फडकावला. युनियनसाठी आम्ही श्रीकृष्ण सिंहच्या विरोधात फिर्याद दाखल तर केली होतीच. एवढे सर्व करूनदेखील ते संप हाणून पाडू शकले नाहीत. मी दोन-तृतीयांशपेक्षा अधिक कमिटी सदस्यांना न्यायालयात हजर करून त्यांच्या कार्यकारिणीचा निर्णय रद्द ठरविला. न्यायालयाने माझ्या बाजूने निर्णय दिला. अशा प्रकारे कित्येकदा मला युनियनमधून काढून टाकण्याचे प्रयत्न झाले; परंतु कुणालाच यश मिळाले नाही. मजुरांचा मला नेहमीच पाठिंबा असायचा. श्रीकृष्ण सिंहाचा संतापाने तिळपापड झाला. युनियनमध्ये असलेले आणि युनियनबाहेरील पूर्ण राजपूत गट माझे शत्रू झाले. बिहारचे राजपूत गटबाजीचे राजकारण फार करीत असतात. त्यांच्या जातीतील कुणी व्यक्ती जर मोठ्या पदावर गेली, तर आपणच त्या पदावर आहोत, असे ते सर्व समजतात आणि इतरांवर वर्चस्व गाजवतात. मंडल आयोगाच्या शिफारशी लागू करण्यासाठी झालेल्या आंदोलनानंतर हीच प्रवृत्ती दुसऱ्या बहुसंख्य जातींमध्येदेखील वाढू लागली आहे.

आम्ही संयुक्त समाजवादी पक्षाशी आपले संबंध तोडून टाकले. कर्पुरी ठाकूर, जॉर्ज फर्नांडिस आणि मधू लिमये या सर्वांनी येऊन माझ्याशी बोलून मला समजावण्याचा खूप प्रयत्न केला. त्या सर्वांना माझा एकच प्रश्न होता— "आम्ही मजुरांसाठी झगडायचे की नेत्यांच्या फायद्यासाठी? जर तुम्ही श्रीकृष्ण सिंहाला पक्षातून काढून टाकू शकत असाल, तरच आम्ही या पक्षात राहू शकतो; अन्यथा आम्हाला आमचा रस्ता शोधावा लागेल. मी मजुरांच्या विश्वासाला दगा देऊ शकत नाही आणि मजुरांनादेखील विकू शकत नाही."

या नेत्यांजवळ उत्तर नसायचे, कारण बिहारच्या जातीनिष्ठ राजकारणात राजपुतांचे वर्चस्व होते. नेतेमंडळी मुंगेर किंवा दुसऱ्या भागातील (जेथे समाजवादी

पक्षच जिंकत होता) राजपुतांना नाराज करू इच्छित नव्हती आणि श्रीकृष्ण सिंह मुंगेरचेच राजपूत नेते होते. झारखंडच्या या भागात समाजवादी पक्षाला त्यांनी जनतेमध्ये उभे केले होते. जातीयतेच्या अहंकाराचा हा फटका केवळ मलाच सहन करावा लागला नव्हता; तर कर्पुरी ठाकूर, जॉर्ज फर्नांडिस यांनादेखील झेलावा लागला होता, जेव्हा पुढारलेल्या जातीच्या नेत्यांनी त्यांच्या निवडून येण्याबाबत कुजबुजणे सुरू केले होते. मुन्शीलाल राय आणि कोयरी जातीचे एक आमदारदेखील कर्पुरीजींना खूप त्रास देत होते. मध्ये तर जाबीरसाहेबांनी देखील त्यांना विरोध सुरू केला होता. नंतर जॉर्ज फर्नांडिस यांच्या नेतृत्वासदेखील यादव नेतृत्व आव्हान देऊ लागले होते. जॉर्ज बाहेरचे आहेत; त्यांनी महाराष्ट्रात जावे, यासाठी ते वारंवार आग्रह धरायचे.

अखेर आम्ही पक्ष सोडला

मजुरांचे सुख-दुःख तेच माझे सुख-दुःख, असे मी मानत होते. त्यामुळे मजुरांचा त्रास पाहून माझा संताप वाढत होता. मी रागाच्या भरात रडू लागते आणि नंतर संघर्ष सुरू करते. कठिणातल्या कठीण संघर्षासाठी पूर्णपणे तयार असते. संघर्ष व्हायचेदेखील तुल्यबळ.

खाणीत केवळ स्त्रियांनाच संघर्ष करावा लागतो, असे नव्हे. युनियनमध्ये पुरुषांची भांडणे त्यांच्या वर्चस्वासाठी होतात. स्त्रियांना चुटकीसरशी संपविण्याचा गर्व पुरुषांमध्ये असतो. परंतु स्त्री जर अडून बसली, तर पुरुषाचा पराजय निश्चित असतो. माझा हा संघर्ष तर आपली जमीनदारी किंवा वर्चस्व वाढविण्यासाठी नव्हता; तर तत्त्वांसाठी होता. आमच्यासमोर प्रश्न होता की, मजुरांच्या मागण्या पूर्ण करण्यासाठी तडजोड व्हावी; की नेत्यांच्या आणि त्यांच्या जातीयवादी ठेकेदारांच्या सोई आणि समाधानासाठी?

पी. डी. अग्रवालच्या युनियनमध्ये बाबू जीतनाथ सिंह, अखिलेश्वर सिंह (मामाबाबू) आणि राजेंद्र सिंहसोबत पन्नास-साठ उपठेकेदार होते. झारखंडमध्ये फक्त पाच उपठेकेदार होते आणि बाकी गुंडांची फौज होती. यांचे दोन प्रमुख होते— के. डी. सिंह आणि के. पी. सिंह. गोपाल प्रसादांच्या युनियनमध्ये पाच-सात ठेकेदार होते, परंतु तरीही आम्ही फार मोठा संघर्ष करून त्या खाणीला कित्येक महिन्यांनंतर विभागीय करू शकलो होतो. अशाच प्रकारे संप करून आम्ही ३४ नंबरच्या खाणीलादेखील रिसीव्हरच्या अंतर्गत विभागीय करण्यात यशस्वी झालो. सन १९६९-७०च्या दरम्यान झालेल्या संपाच्या काळात रेजिंग-कम-सेलिंग म्हणजे प्रमुख ठेकेदार आणि उपठेकेदार यांच्यातदेखील आपापसात मतभेद

होते. कारण वेतन-बोर्डाच्या करारानुसार मजूर मजुरी मागत होते आणि मोठ्या ठेकेदारांचा रॉयल्टीचा दर, जो त्या वेळी ११ रु. प्रति टन होता, तो कमी करण्यास उपठेकेदार सांगत होते. सुरुवातीलाच आम्ही त्यांचा असंतोष मजुरांच्या संघर्षाशी जोडला आणि त्यांच्याच ट्रकमधून मजुरांची मिरवणूक काढून हजारीबागच्या उपायुक्तांसमोर फार मोठी निदर्शने केली. आमची घोषणा होती– 'मजुरीचा दर वाढवा आणि ठेकेदारांची रॉयल्टी कमी करा.' कित्येक ठेकेदारांनी आणि अकाउंटंटनीदेखील यास समर्थन दिले होते. याच उपठेकेदारांशी नंतर संघर्ष होईल, याची आम्हाला जाण होती. त्यामुळे मोठ्या ठेकेदाराने त्यांना काढून टाकून खाणींना विभागीय करावे, अशी आमची इच्छा होती; जेणेकरून मजुरांना जास्त पैसे मिळतील. म्हणजे भांडवलदार आणि श्रमिक वर्गामधील हा अतिरिक्त दलाल दूर व्हावा आणि तो फायदा मजुरांना मिळावा. मजुरांचा रेट ५० पैशांनी वाढला, तरीदेखील संघर्ष बऱ्याच प्रमाणात अपूर्ण होता. आमच्या निदर्शनांनंतर रॉयल्टीचा दर तर कमी झाला, परंतु उपठेकेदारांनी मजुरांच्या पगारात फारशी वाढ केली नाही. तेव्हा आम्ही आपल्या संघर्षाचा रोख तिकडे वळविला. याचा परिणाम असा झाला की, पी. डी. अग्रवाल म्हणजे मुख्य ठेकेदाराने मजुरांना आणखीन काही सवलती दिल्या. पण उपठेकेदार चलाख निघाले. त्यांनी ठेकेदारांची एक को-ऑपरेटिव्ह सोसायटी काढली. जिचे नाव 'ज्योडेटिक कोल कंपनी' ठेवण्यात आले. त्यांनी आपल्या या कंपनीच्याच नावाने रिसीव्हरकडून सरळ ठेका घेतला. आधी तर आम्हाला एका मालकाशीच संघर्ष करावा लागत होता; परंतु आता एकाच कंपनीत शंभर मालकांशी संघर्ष करावा लागत होता. त्यामुळे आमचा संघर्ष वाढला आणि कठीणदेखील झाला.

रिसीव्हरने इतर रिकामे पडलेले क्षेत्रदेखील ठेकेदारांना खुले केले. केदला-दक्षिणमध्ये असे काही ठेकेदार आले, जे आधी गुंड आणि पहिलवान होते. पश्चिम बोकारो खाणीत मजूर आणि मजुरांच्या नेत्यांनी झरनामध्ये रिसीव्हरकडून प्लॉट मिळवले किंवा कुठल्या तरी ठेकेदाराकडे उपठेकेदारी केली.

एकदा तर केदलाच्या सर्व ठेकेदारांनी एकत्र येऊन, आपल्या गुंडांची फौज आणून संप तोडण्याचा प्रयत्न केला होता. त्या ठेकेदारांपैकी आज काही ठेकेदार मॅनेजर आहेत, तर काही कोल इंडियाच्या अधिकाऱ्यांच्या युनियनचे नेतेदेखील झाले आहेत. लइयो खाणीत अशाच ठेकेदारांपैकी नेते झालेले सी. पी. आय. चे एक नेता शर्माजीदेखील होते, ज्यांना नंतर नक्षलवाद्यांनी मारले. त्यांना मजूर 'साहेब' म्हणून संबोधित असत. ते मजुरांना मारायलादेखील मागे-पुढे पाहत नसत. लइयोचे शर्माजी आणि एस. पी. सिंह (मॅनेजर, हे मायनिंग इंजिनिअर होते आणि जातीने राजपूत.) यांनी इतर मायनिंग इंजिनिअर्सना घेऊन एक वेगळी कंपनी

काढली आणि रिसीव्हरकडून सरळ खाणीचे ठेके घेणे सुरू केले. या लोकांनी उत्खनन व सुरक्षेचे सर्व कायदे धाब्यावर बसवून फक्त स्वत:च्या फायद्यासाठी उत्खनन सुरू केले. ही मंडळी ३४ नंबरची खाण घेऊ इच्छित होती. तेथे आमची युनियन फार मजबूत होती. सर्वांचा विरोध सहन करून पुनीरामच्या सासऱ्याने ही युनियन सुरू केलेली होती.

या प्रक्रियेत एस. पी. सिंह आणि शर्मा यांनी श्रीकृष्ण सिंहांचे सहकार्य तर घेतलेच; परंतु आमचा एका गटप्रमुख अमीर खानला— जो युनियनचा सेक्रेटरी होता, त्यालादेखील लालुच दाखवून आपलेसे करून घेतले. आश्चर्य म्हणजे, याच गटप्रमुखाने ठेकेदारीच्या अन्यायाविरोधात बराच संघर्ष केला होता.

मजुरांनी पुनीराम वर्माच्या नेतत्वात ३४ नंबरच्या खाणीचे विभागीकरण करण्यासाठी आंदोलन सुरू केले होते. आम्ही रिसीव्हरवर सारखा दबाव आणीत होतो की, त्यांनी ती खाण सरळ आपल्या नियंत्रणात घेऊन विभागीय स्तरावर चालवावी. एक दिवस अचानक लइयोचे शर्माजी आणि मॅनेजर एस. पी. सिंह यांनी ३४ नंबर पोखरीवर हल्ला करण्यासाठी तिन्ही बाजूंनी गुंडांचा वेढा घातला. आमची फळी पुनीराम वर्मा आणि घाटोचे मगन सिंह ऊर्फ भगवान सिंहने सांभाळली होती. मला बातमी कळाल्यावर मीदेखील तेथे पोहोचले. मी मजुरांशी बोलल्यानंतर पोलिसांना सूचना देण्यासाठी पुनीराम वर्माला सांगितले. तेव्हा पुनीराम म्हणाला, ''पोलीस तर आले आहेत, परंतु ते तर त्यांच्याच बाजूचे आहेत. पण हां, घाटोतील काही लोक आमच्या मदतीसाठी येऊ शकतात. आम्ही सर्व त्यांचीच वाट पाहत आहोत.''

दूर डोंगरावर भाले, बर्च्यांनी सज्ज असलेली ठेकेदारांची रांग दिसत होती. ३४ नंबर पोखरीचे सर्व मजूर बिलासपुरी होते. पुनीराम वर्मा आणि त्यांचे तरुण सोबती कपाळाला टिळा लावून, हातात भाले पकडून सारखे घोषणा देत होते. तेवढ्यात एक गोळी सणसणत आली. भगवान सिंहने प्रसंगावधान राखून ताबडतोब मला ढकलले. माझ्या कानाजवळून गोळी निघून गेली. जर भगवान सिंहने मला वेळेवर ढकलले नसते, तर कदाचित हे लिहिण्यासाठी आज मी जिवंतही राहिले नसते. मजुरांनी धोका ओळखला आणि त्यांनी मला जवळपास ओढतच गाडीत ढकलून बसवत ड्रायव्हरला आदेश दिला- ''यांना सरळ हजारीबागला घेऊन जा आणि डी. सी. किंवा एस. पी. कडे गेल्यानंतरच गाडी थांबव! या जिवंत राहिल्या, तरच आपले आंदोलन जिवंत राहील; नाही तर आम्ही अनाथ होऊ!''

माझी रवानगी सरळ हजारीबागला करण्यात आली. डी. सी., एस. पी. भेटले नाहीत. एस. डी. ओ. तापेश्वर प्रसाद यांची भेट झाली. मी त्यांना सांगितले, ''तिथे कुणी मॅजिस्ट्रेट नाही. ठेकेदारांशी ठाणेदाराचे संगनमत झाले आहे आणि

त्यांच्या उपस्थितीत गोळ्या झाडल्या जात आहेत. किती लोक मेले असतील किंवा त्या गुंडांनी त्या मजुरांवर काय अत्याचार केले असतील, हे मला माहीत नाही. तुम्ही ताबडतोब वायरलेसवरून मॅजिस्ट्रेटला निरोप पाठवा की, त्यांनी मजुरांचे संरक्षण करावे.'' आणि मी त्याच पावली ३४ नंबर खाणीवर परत आले.

खाणीवर आल्यानंतर समजले की, त्या लोकांनी मजुरांच्या झोपड्यांवर हल्ला करून स्त्रियांची अब्रू लुटली आणि सर्व सामानांची नासधूस केली. आमचा मजूर नेता पुनीरामला त्यांनी पळवून नेले होते. पुनीरामची आई माझ्या पायांना मिठी घालत म्हणाली, ''माझ्या मुलाला परत आणून दे मायऽऽ!''

मी बाला सिंहला घेऊन सरळ गुंडांच्या अड्ड्यांवर गेले. पोलीस त्यांनाच सामील होते. तोपर्यंत तेथे कुणी मॅजिस्ट्रेट पोहोचला नव्हता. पुनीरामला समोर आणण्यात आले; परंतु त्याच्या बरोबर शर्माजी आपले गुंडदेखील घेऊन आले होते. पुनीराम घाबरून माझ्या गाडीत बसण्यास नकार देत होता. कारण तो बसल्यावर माझ्या गाडीला बॉम्बने उडविण्याची योजना आखण्यात आली आहे, ह्या कटाची त्याला कल्पना होती. तो सारखा-सारखा म्हणत होता, ''मला माझ्या घरी स्वतंत्रपणे पोहोचवा. मी युनियन करणार नाही. आम्ही आमच्या गावाला जाऊ...'' मी ओळखले की, काहीतरी काळेबेरे आहे. म्हणूनच तो स्वतंत्रपणे पाठविण्याची भाषा करतो आहे. मी त्याला स्वतंत्रपणे त्याच्या घरी पोहोचविण्यासाठी ठाणेदाराला सांगितले. ठाणेदार मला परत जाण्यासाठी सारखा-सारखा विनवीत होता. तेवढ्यात शर्माजींचे गुंड माझ्या गाडीवर काठ्या मारू लागले. मी दरवाजा उघडून बाहेर उडी मारणारच होते की, तेवढ्यात बालासिंहने मला थांबविले. शर्माने खिडकीतून हात घालून माझी मान पकडली होती. बाला सिंह खिडकीची काच वर करू लागला. शर्माचा हात काचेत अडकला. बाला सिंहने चालकाला गाडी पुढे नेण्याचा आदेश दिला. इकडे मी गाडी थांबवून उतरण्याचा प्रयत्न करीत होते आणि तिकडे पोलीस कॉन्स्टेबल हात जोडून मला तेथून ताबडतोब निघून जाण्याचा आग्रह करीत होता. पाठीमागून गाडीवर काठ्यांचा वर्षाव होत होता. मी कॉन्स्टेबलला बजावले, ''जर पुनीरामला काही झाले, तर तुझे काही खरे नाही.'' बाला सिंह चालकाला जवळपास हिसडा देतच म्हणाला, ''गाडी लवकर पुढे ने.'' चालकाने गाडी पुढे नेली.

आम्ही पुन्हा ३४ नंबरच्या खाणीवर परतलो. माझ्यावर झालेल्या हल्ल्याची बातमी चहूकडे अगदी केदलापर्यंत पोहोचली. बातमी ऐकताच चहूकडून मजूर गोळा होऊ लागले. आता तर मला त्यांना प्रतिहल्ला करण्यापासून परावृत्त करण्यासाठी रणनीती ठरवावी लागली. हल्ला करणे म्हणजे ठेकेदार आणि गुंड यांच्या बरोबर मजुरांची चकमक आणि हत्या... यामुळेच संप बारगळण्याचा धोका होता. त्यामुळे

संघर्षाला वेगळेच वळण लागले असते. मी त्यांना अडविण्याचा कसून प्रयत्न केला; परंतु मजूर झारखंडपर्यंत रस्त्यात पसरले. कारण जेव्हा त्या रस्त्याने शर्मा जाईल, तेव्हा त्याला वाटेतच मारता यावे. त्या रात्री शर्मा आणि त्याचे सोबती पोलिसांच्या मदतीनेच तिथून सुखरूप निसटले. मांडूचे बी. डी. ओ. तोपर्यंत घटनास्थळी पोहोचले होते. त्यांनी आमच्या आग्रहावरून स्वत: जाऊन पुनीरामला परत आणून त्याच्या घरी पाठविले. खूप इच्छा असूनदेखील पोलीस त्या दिवशी मजुरांच्या भीतीमुळे मला अटक करू शकले नाहीत. मजुरांनी एकत्र येऊन रात्रीच्या रात्री डोंगरापासून केदला खाणीपर्यंत रस्ता तयार केला. मजुरांनी माझ्या गाडीला मुख्य रस्त्यावरून उचलून डोंगरावर चढविले; जेणेकरून मला ठेकेदारांच्या पुढे जाण्याचा धोका पत्करावा लागू नये आणि मी ३४ नंबरच्या खाणीच्या पाठीमागून मजुरांनी रातोरात तयार केलेल्या नव्या रस्त्यावरून केदलाला सुरक्षित पोहोचले.

• • •

२५.

मला जेवण मागू नका, प्रेतवस्त्रांची व्यवस्था मी करेन

केदला, झारखंड खाणींच्या राष्ट्रीयीकरणासाठी १९७१ मध्ये संप झाले. तेव्हा मी केदार पांडेंच्या आग्रहामुळे इंटकशी संबंधित असलेल्या खाणमजूर संघात गेले होते. अध्यक्षपदी बिंदेश्वरी दुबे होते. केदला खाणींचे राष्ट्रीयीकरण करण्याच्या प्रस्तावावर त्यांनी संपाची नोटीस देण्याचे मान्य केले होते. ट्रक भरणारे मजूर आम्हाला संपात सहकार्य करीत नव्हते. संप यशस्वी करण्यासाठी ट्रकवाल्यांचे येणे-जाणे थांबविणे आवश्यक होते. त्यांना रोखण्यासाठी बंजीच्या गावकऱ्यांनी छोटनच्या नेतृत्वाखाली परेजपासून झारखंडपर्यंत रस्त्यात जागोजागी खिळे टाकून वर माती पसरली होती; जेणेकरून त्यावरून ट्रक गेला तर त्याचे टायर पंक्चर व्हावेत. त्यांनी चरही ते तापिनमधला पूलदेखील बॉम्बने उडविण्याचा प्रयत्न केला, परंतु त्यात यश आले नाही. कारण बॉम्ब वगैरे बनविण्याचे ज्ञान त्यांना नव्हते; केवळ सुरुंगाच्या दारूचे ज्ञान त्यांना होते. कोळसा किंवा दगडाचा स्फोट करण्यासाठी त्यांना खाणीत सुरुंग उपलब्ध होता. त्याने पूल उद्ध्वस्त होऊ शकत नव्हता. केदलात मजुरांची स्थिती खूप चांगली होती. तीन नंबरचा तो छोटा पूल उद्ध्वस्त होणे गरजेचे होते. त्यामुळे मजुरांनीच तो पूल तोडला. त्या काळी तो पूल ओलांडूनच कोळसा भरण्यासाठी ट्रक जाऊ शकत होते. त्या वेळी मी बिहार विधान परिषदेची सदस्य होते. आम्ही एका ठेकेदाराची खाण बंद करवून

केदला चौकात येऊन तपास करीत होतो की, ट्रक आल्यावर थांबतो की नाही! ठेकेदार, त्यांचे एजंट व मॅनेजर आणि कित्येक बाबूसाहेबदेखील चौकात हजर होते. ते आम्हाला अटक करण्याचा दबाव फौजदारावर आणत होते. फौजदार माझे केस पकडून मला फरफटत जीपमध्ये घेऊन जाऊ लागला. मजुरांचे धैर्य संपुष्टात यावे म्हणून तो मला अटक करू इच्छित होता. मी विधान परिषदेची सदस्य असूनदेखील तो माझ्याशी अभद्र वर्तणूक करू लागला होता. परंतु खाणीतील मजूर स्त्रिया माझ्या अवती-भोवती वेढा देऊन उभ्या राहिल्या. फौजदाराने गोळी झाडण्याची धमकी दिली तेव्हा त्याला तिजमती म्हणाली, "गोळ्या झाडण्याची हिम्मत असेल तर झाडा, पण माईला घेऊन जाऊ देणार नाही."

मॅजिस्ट्रेटला गोळीबाराचा आदेश देण्यास ठेकेदार एस. बी. सिंह वारंवार सांगत होते. अखेर मॅजिस्ट्रेटच्या आदेशाचा हिरवा झेंडा लावण्यात आला. मजूर स्त्रिया जीपच्या बोनेटवर माझ्यासमोर बसल्या. मी जीपचे स्टिअरिंग पकडून बसले होते. त्या काळी गरज भासल्यास मी स्वतःच जीप चालवायची. मॅजिस्ट्रेट राजपूत होता आणि ठेकेदारांचा माणूस होता. याच दरम्यान मांडूचे बी. डी. ओ. झा आणि कॉन्स्टेबल किंडू जे आदिवासी होते, ते घटनास्थळी पोहोचले. ते म्हणाले, "आमच्या क्षेत्रात या निःशस्त्रांवर गोळ्या झाडल्या जाणार नाहीत."

पराभव पत्करून त्या मॅजिस्ट्रेटला परत जावे लागले. मॅजिस्ट्रेटदेखील राजपूतच होता आणि तो ठेकेदारांना सामील होता. पी. डी. अग्रवालचे एजंट बाबू नर्बेश्वर सिंहने त्याला आपल्या बाजूने वळविले होते.

त्या वेळी बिहारचे मुख्यमंत्री केदार पांडे होते. त्यांनीच मला विधान परिषदेची सदस्य केले होते. गिरिडीहला हजारीबागपासून वेगळे करून स्वतंत्र जिल्हा करण्यासंबंधी जोरदार वाद सुरू होता. मी आमदारांच्या समितीत या विभाजनाला तीव्र विरोध केला होता. याच दरम्यान आम्ही संपाच्या समर्थनार्थ मुख्यमंत्री केदार पांडेंची बैठक केदलात ठेवली. परंतु ही बैठक व्हावी, असे ठेकेदारांना वाटत नव्हते. त्यांनी प्रशासनाशी संगनमत करून असा अहवाल पाठविला होता— बैठक झाल्यास दंगल होण्याची शक्यता आहे. अशा प्रकारे एक कट-कारस्थान रचून केदार पांडेजींची बैठक रद्द करण्यात आली. बैठकीसाठी मजूर वाट पाहत राहिले. फौजदाराने माझे केस पकडून फरफटत नेणे आणि राजपूत मॅजिस्ट्रेटने ठेकेदारांच्या सांगण्यावरून गोळीबार करण्याचा प्रयत्न करणे— या दोन्ही घटना दुसऱ्याच दिवशी घडल्या. मी त्याच वेळी या दोन्ही घटनांच्या विरोधात केदला चौकात धरणे आंदोलन सुरू केले. चहूकडे मजूर बसले. हजारीबागहून केदार पांडेजींचा निरोप घेऊन मॅजिस्ट्रेट कित्येकदा मला बोलविण्यासाठी आले आणि मला गिरिडीहला सोबत चलण्याचा आग्रह

त्यांनी केला. पण मी गेले नाही. आमरण उपोषण मागे घेण्यासाठी मी एक अट घातली— '२४ तासांत त्या राजपूत मॅजिस्ट्रेटची बदली करावी आणि फौजदाराला बडतर्फ करावे.'

त्या फौजदाराचा एक मदतनीसदेखील होता. तो फारच सज्जन गृहस्थ होता. त्या वेळी हजारीबागच्या एस. डी. ओ. पदावर एक आदिवासी महिला मिस दयाल होती. ती निष्पक्ष काम करेल, अशी मला आशा होती. त्यामुळे मी फौजदाराने केलेल्या घटनेची चौकशी करण्यासाठी सरकारकडे तिच्याच नावाची शिफारस केली होती.

असो. आम्ही डिसेंबरच्या थंडीतदेखील रात्री शेकोटी पेटवून तपासणी नाक्यापाशी बसून राहिलो. मजूर वेढा घालून मला आपल्या घरी घेऊन गेले. रामचंद्र नोनियाने बाटलीत बंद करून मजुरांना स्फोटके दिली आणि झोपडीच्या चोहो बाजूंस पहाऱ्यावर बसविले. कारण जर ठेकेदारांच्या माणसांनी हल्ला केला, तर त्याला प्रत्युत्तर देता यावे किंवा पोलीस पकडण्यास आले, तर यांना रोखण्यात यावे. ती रात्र शांततेत गेली. दुसऱ्या दिवशी घाटोचे सहायक ठाणा प्रभारी खानसाहेबांच्या मध्यस्थीने हजारीबागचे प्रशासन आमच्याशी बोलण्यासाठी आले, कारण मी दुसऱ्या कोणत्याच अधिकाऱ्याशी बोलण्यास तयार नव्हते. केदार पांडेजींचे वायरलेसवरचे निरोप मला देण्यात आले; परंतु गिरिडीहला जाण्याची आमची एकच अट होती— "आधी मॅजिस्ट्रेटची बदली आणि फौजदाराची बडतर्फी— नंतर चर्चा."

शेवटी तिसऱ्या दिवशी १२ वाजेपर्यंत मॅजिस्ट्रेटच्या बदलीच्या आदेशाची प्रत घेऊन हजारीबागहून एक अधिकारी आले. ते मला गिरिडीहला घेऊन जाण्यासाठी एक गाडी घेऊन आले होते. तेथे मुख्यमंत्री गिरिडीहला स्वतंत्र जिल्हा करण्याच्या मुद्द्यावर चर्चा करण्यासाठी माझी वाट पाहत थांबले होते. मजूर मला या अटीवरच त्यांच्या सोबत पाठविण्यास तयार झाले की, मी स्वतःच्या जीपमधून मजुरांच्या संरक्षणात जाईन. पोलिसांच्या संरक्षणाच्या भरवशावर ते मला जाऊ देणार नव्हते. माझ्या जीपमध्ये मागच्या सीटवर माझे सोबती हातात तलवारी घेऊन बसले. ही खबरदारी एवढ्यासाठी होती की, जर वाटेत ठेकेदारांनी हल्ला केला, तर त्याचा प्रतिकार करता यावा. आम्ही संध्याकाळी पाच वाजता गिरिडीहला पोहचलो. तेथे वकील माझी वाट पाहत होते. मुख्यमंत्रीदेखील होते. गिरिडीह स्वतंत्र जिल्हा व्हावा यास मी मान्यता द्यावी म्हणून सर्व जण मला फार आग्रहाची विनंती-आर्जवे करीत होते.

बगोदर आणि गोमियातील रहिवाशांना गिरिडीह फार दूर होते, त्यामुळे आम्ही या जिल्हा-विभाजनाचा विरोध करीत होतो. मुख्यमंत्र्यांनी वाहतुकीच्या अतिरिक्त

सुविधेचे आश्वासन दिल्यावर मी स्वीकृती दिली.

केदार पांडेजींकडून आम्ही आणखीन एक आश्वासनदेखील आधी घेतले होते, की केदलातील राजाच्या खाणी केंद्र सरकारने आपल्या नियंत्रणाखाली घ्याव्यात यासाठी ते आपल्या मंत्रिमंडळामध्ये प्रस्ताव मंजूर करतील आणि तो केंद्रीय खाणमंत्री कुमारमंगलम यांच्याकडे पाठवावा. बिहार सरकारची बी. एम. डी. सी. देखील त्या खाणी चालविणार नाही. त्यांनी पाटण्याला जाताच हा प्रस्ताव पाठविण्याचे आश्वासन मला दिले आणि मंत्रिमंडळाच्या बैठकीत हा प्रस्ताव मंजूर करून, केंद्र सरकारला पाठवून त्याची माहिती मला दिली.

इकडे आमचा संप सुरूच होता. तो ४ डिसेंबरला सुरू झाला होता. मंत्रिमंडळचा प्रस्ताव केंद्र सरकारकडे गेला होता आणि इकडे कोल बोर्डानेदेखील केदलात कुकिंग कोल असल्याचे समर्थन केले होते. केंद्र सरकारने केदलाला घरगुती वापराच्या कोळशाची खाण घोषित करून त्याचे राष्ट्रीयीकरण करण्याची अधिसूचना १६ डिसेंबर १९७१ रोजी काढली. म्हणजे संप सुरू झाल्यापासून १२ दिवसांच्या आत अधिसूचना निघाली. ठेकेदार या आदेशाच्या विरोधात सर्वोच्च न्यायालयात गेले. त्यामुळे प्रश्न रेंगाळला. त्यानंतर मजुरांचा एक दीर्घ संघर्ष चालला. एन. सी. डी. सी. चे व्यवस्थापन आणि ठेकेदारांच्या विरोधात. आम्ही एन. सी. डी. सी. च्या सोबत होतो. एन. सी. डी. सी.ने ठेकेदारांच्या विरोधात उच्च न्यायालयातून स्थगितीचा आदेशदेखील आणला. परंतु नंतर ठेकेदारांनी तो रद्द करून घेतला. अशा प्रकारे हा आदेश कधी काढून घेण्यात येत होता, तर कधी लागू करण्यात येत होता. वकिलांचा युक्तिवाद सुरू होता. केसच्या सुनावणीच्या दिवशी मीदेखील पाटणा उच्च न्यायालयात जायची. केदला, झारखंडच्या राजाच्या खाणी रिसीव्हरने एन. सी. डी. सी. ला वेळेवर सुपूर्द केल्या नाहीत, त्यामुळे प्रकरण आणखीनच गुंतागुतीचे झाले. खरे म्हणजे, उच्च न्यायालयातील कित्येक न्यायाधीश आणि त्यांच्या नातेवाइकांची ठेकेदारीदेखील केदलामध्येच होती.

हा संप एका वर्षापेक्षा जास्त चालला होता. मजुरांनी माझ्याकडून शब्द घेतला होता की- ‘खाणी केंद्राच्या नियंत्रणाखाली केल्याशिवाय तुम्ही संप मागे घेण्यास येऊ नका.’

मीदेखील त्यांच्याकडून वचन घेतले होते- ‘मला जेवण मागू नका, प्रेतवस्त्रांची व्यवस्था मी करेन.’

संपाच्या काळात असे एकही कुटुंब उरले नव्हते की, ज्या घरात उपासमारीमुळे मृत्यू झाला नाही. आम्ही आठ-दहा सोबती पाच रुपयांचे भाजलेले चणे (फुटाणे) मागवून जगत होतो; परंतु गाडीसाठी पेट्रोल नक्कीच आवश्यक होते. ज्याला जसे

जमेल तसे मजूर आम्हाला पेट्रोल आणून देत होते. शेजारच्या गावात शेतकऱ्यांच्या जमिनीवर आठ आणे प्रतिवाफा मजुरीवर काम करून आम्ही त्यांच्यासाठी तांदूळ गोळा केले. मजूर बधले नाहीत. मी शेजारी सुरू असलेल्या खाणीत जाऊन मजुरांकडून त्यांच्यासाठी जेवण आणि प्रेतवस्त्रे दोन्ही मागून आणत होते. आम्ही आजूबाजूच्या धरणावरदेखील काम शोधण्यास जात होतो आणि मजुरांसोबत राहून पालेभाजी आणि उंदरांच्या बिळातून आणलेले तांदूळ शिजवून खात होतो. हे सर्व रमणिकाजींचे ढोंग आहे, असे ठेकेदार प्रचार करीत होते. मजूर त्यांना उत्तर द्यायचे, ''असे ढोंग तुम्ही किंवा तुमचे अन्य नेते का करीत नाहीत?''

●●●

२६.
चंद्रास्वामींचा पारसनाथ यज्ञ

त्याच काळात श्रीमती इंदिरा गांधींच्या आदेशावरून यशपाल कपूर, केदार पांडे, व्ही. पी. सिन्हा आणि बिंदेश्वरी दुबेंच्या मदतीने चंद्रास्वामींनी पारसनाथ मंदिरात एका मोठ्या यज्ञाचे आयोजन केले होते. कारण बिहारची आदिवासी जनता, जी त्या वेळी बोडोलँडप्रमाणे झारखंडचे आंदोलन सुरू करण्याचा विचार करीत होती; त्यांची दिशाभूल करण्यासाठी हे यज्ञ करण्याचे योजले जात होते. त्या वेळी झारखंडचे तरुण आसामला जाऊन बोडो आंदोलनाच्या नेत्यांशी विचार-विनिमय करीत होते. त्याच काळात रांची आणि हजारीबागमध्ये विमानातून काही पत्रकेदेखील टाकण्यात आली होती. असो. चंद्रास्वामींच्या यज्ञास आदिवासी आले नाहीत; परंतु बिहारच्या नेत्यांची तेथे खूप गर्दी होऊ लागली होती. भीष्म नारायण सिंह हे चंद्रास्वामींचे मोठे भक्त होते. बिंदेश्वरी दुबे तर त्यांच्या चपलादेखील उचलून ठेवत. त्यांचे धोतरदेखील ते स्वतः धुऊन देत. केदार पांडेजीदेखील आठवड्यातून एकदा इंदिराजींचा निरोप घेऊन तेथे येत. खरं तर केदार पांडे मनातून चंद्रास्वामींना ढोंगी मानत होते; परंतु इंदिरा गांधींवर झालेल्या त्यांच्या प्रभावामुळे त्यांना चंद्रास्वामींच्या राजकीय ताकदीची जाणीव झाली होती. त्यामुळे त्यांची मनधरणी करणे त्यांना भाग होते. चंद्रास्वामींनी बिंदेश्वरी दुबे यांना मुख्यमंत्री करण्याचे आश्वासन दिले होते. आतल्या आत गटबाजी वाढतच होती. मोठमोठे व्यापारी,

कोळशाच्या खाणींचे आणि कारखान्यांचे मालक, अधिकारी, ठेकेदार सर्वच चंद्रास्वामींकडे वशिला लावण्यासाठी, आपला उद्देश साध्य करण्यासाठी किंवा आपली उपस्थिती नोंदविण्यासाठी येऊ लागले. ट्रक भरभरून डाळ-तांदूळ आणि अन्नधान्य जमा होऊ लागले. पैशाची तर कसलीच कमतरता नव्हती. दारूचे ठेकेदार आणि अधिकाऱ्यांची तर तेथे गर्दीच गर्दी व्हायची. मानकी हे उत्पादन विभागात आयुक्त होते आणि ते आदिवासी होते. तेदेखील त्यांचे निस्सीम शिष्य होते. माइका सम्राट राजगढिया आणि त्यांचे कुटुंब रात्रंदिवस चंद्रास्वामींची मर्जी राखत होते. त्यांचा प्रत्येक शब्द झेलत होते. मानकी आणि राजगढियांच्या मुलांचे जीवन चंद्रास्वामींच्या नादी लागून उद्ध्वस्त झाले.

बिंदेश्वरी दुबे आणि केदार पांडेजींच्या शोधात मला नेहमीच तिथे जावे लागायचे. बिंदेश्वरी दुबे खाणमजूर संघाचे महासचिव असल्यामुळे त्यांनी संपाची नोटीस दिली होती. मी त्या वेळी इंटकशी संबंधित खाणमजूर संघाची संघटन सचिव होते. हा संघ नंतर राष्ट्रीय खाणमजूर संघ झाला, नंतर मी त्याची उपाध्यक्ष झाले. संप आणि न्यायालयातील हालचाल व परिस्थिती यावर विचारविनिमय करणे गरजेचे होते. एन. सी. डी. सी. चे व्यवस्थापक बी. एल. वडेरा हेदेखील ठेकेदारांच्या विरोधात दुबेजींची मदत घेण्यासाठी तिथेच येत होते. केंद्र सरकारकडे शिफारस करण्यासाठी आम्हाला पांडेजींकडे जावे लागायचे. भीष्म नारायण सिंहांनी बी. एम. डी. सी. द्वारे खाणी चालविण्यात याव्यात, असा प्रस्ताव ठेवला होता. त्यामुळे मला त्या प्रस्तावाच्या विरोधात लॉबीदेखील उभी करावी लागत होती. सर्व नेते चंद्रास्वामींकडे येत होते. त्यामुळे मला हे सर्व नेते एकाच वेळी त्या ठिकाणी भेटायचे. बहुतेक ठेकेदार राजपूत होते. त्यामुळे ते भीष्मबाबूंना पुढे करून दिल्लीपर्यंत डावपेच टाकून आपली योजना सफल करीत होते. मी, दुबेजी आणि केदार पांडेजींच्या मदतीने कुमारमंगलम यांना केदला झारखंड खाणी सरकारी नियंत्रणाखाली आणण्याचा आग्रह करीत होते. त्यामुळे मी आणि आमचे सोबती पारसनाथ, पाटणा आणि दिल्लीच्या वाऱ्या करीत होतो. मजुरांची परिस्थिती हलाखीची होत चालली होती. ठेकेदार एस. डी. शर्मा, जो नंतर एटकच्या युनियनचा नेता झाला, तो मजुरांना आमच्या युनियनपासून तोडू इच्छित होता. तिकडे बिंदेश्वरी दुबेजींनादेखील प्रभावित करून ठेकेदार संप मागे घ्यायला लावण्याच्या प्रयत्नात होते. एकदा मी त्यांच्याकडे त्यांच्या बरमोच्या कार्यालयात गेले. कार्यालय त्यांच्या घराबाहेरच होते. तेव्हा मी पाहिले की, केदलातून बरेच ठेकेदार त्यांना भेटण्यासाठी तेथे आले आहेत. दुबेजींनी ताबडतोब मला आतल्या खोलीत जाण्यास सांगितले आणि काय बातचित होते, ती ऐकण्यास सांगितले. मी त्यांचे बोलणे ऐकतेय, याची ठेकेदारांना अजिबात

कल्पना नव्हती. त्यांनी दुबेजींना संप मागे घेण्यासाठी त्यांना तीन लाख रुपये देण्याचे आश्वासन दिले. त्याचबरोबर रमणिका गुप्ताला रणांगणावरून काढून टाकण्यात यावे, ही अटदेखील घातली. दुबेजींनी त्यांना विचारले, ''यासाठी तुम्ही रमणिका गुप्ताकडे किती रुपये देण्याचा प्रस्ताव पाठविला होता?''

ते म्हणाले, ''सहा लाख, परंतु त्यांनी ऐकले नाही.''

''तर तुम्हाला काय वाटते, मी ऐकेन? पळा इथून!''

मजुरांच्या भुकेवरील उपाय फार कठीण होता. ठेकेदारांनी खाणीवर कब्जा करू नये, म्हणून त्या बंद ठेवणेदेखील गरजेचे होते. न्यायालयाच्या आदेशाची वाट पाहण्याशिवाय दुसरा कोणताच पर्याय नव्हता.

चंद्रास्वामी मला 'झाशीची राणी' म्हणायचे. परंतु मी त्यांच्या या यज्ञाच्या राजकारणाचा विरोध त्यांच्या तोंडावरच करीत होते आणि त्यांच्या यज्ञाच्या या आयोजनाला ढोंगीपणा संबोधत होते. तरीदेखील मी जेव्हा आश्रमात जायचे, तेव्हा ते दुरूनच मला पाहिल्यावर म्हणायचे—

''ती बघा आली, झाशीची राणी आली!''

एके दिवशी मी त्यांना म्हणाले, ''यज्ञात एवढे सामान नष्ट करण्यापेक्षा जर एक-दोन ट्रक तांदूळ मजुरांना पाठवून दिलात, तर ते आणखीन जोमाने लढतील. भिक्षुकांना खाऊ घालण्यापेक्षा हे कधीही चांगले.''

तिसऱ्याच दिवशी चंद्रास्वामींनी एक ट्रक तांदूळ पारसनाथवरून केदलाला पाठविला. खरे म्हणजे, चंद्रास्वामींचा खरा चेहरा बी. पी. सिन्हांना माहीत होता. कारण त्यांनी एकदा कुठल्यातरी केसमध्ये चंद्रास्वामींना जामीनदेखील दिला होता. रांचीचे प्रो. अनिरुद्ध मिश्रदेखील त्यांना चांगले ओळखून होते. कारण कधी काळी चंद्रास्वामी रांचीच्या रस्त्यावर बसून हातावरून लोकांचे भविष्य पाहत होते. त्यांनी हे सर्व मला फार आधी सांगितले होते. त्यांच्या बाबतीत आणखी एक गोष्ट चर्चित होती की, जेव्हा अमेरिकेचे भावी अध्यक्ष रूझवेल्ट भारतात आले, तेव्हा ते रांचीला गेले होते. असे म्हटले जाते की, तेथे चंद्रास्वामींनी त्यांचा हात पाहून ते अमेरिकेचे अध्यक्ष होतील, असे भाकीत वर्तविले होते. नंतर जेव्हा रूझवेल्ट अध्यक्ष झाले तेव्हा भारतात आल्यावर त्यांनी इंदिराजींना चंद्रास्वामींच्या भाकिताबाबतीत सांगितले आणि त्यांना भेटण्याची इच्छा प्रगट केली. तेव्हापासून चंद्रास्वामींच्या व्यक्तिमत्त्वाने इंदिराजी प्रभावित झाल्या. त्यांनी आपल्या कामांची जबाबदारी चंद्रास्वामींवर सोपविली. रांचीबद्दल चंद्रास्वामींना आपुलकी वाटत असल्याने त्यांना पारसनाथमध्ये यज्ञ करण्याचे सांगण्यात आले. चंद्रास्वामींच्या मदतीसाठी यशपाल कपूरना ठेवण्यात आले. यशपाल कपूरनी बी. पी. सिन्हा आणि केदार पांडेजींवर जबाबदारी सोपविली.

चंद्रास्वामींची मजल इंदिरा गांधींपर्यंत असल्याची चर्चा लोकांमध्ये झाली आणि लोक त्यांच्याकडे गर्दी करू लागले होते. चंद्रास्वामीदेखील स्वत:च्या बाबतीत काही अफवा जाणून-बुजून पसरवीत होते.

मला आठवते— एकदा मी दिल्लीत दुबेजींना शोधत चंद्रास्वामींच्या फ्लॅटमध्ये गेले, तेव्हा तिथे दुबेजींसोबत नरसिंह रावदेखील उपस्थित होते. जेव्हा मी नरसिंह रावजींनादेखील चंद्रास्वामीचे जोडे उचलताना पाहिले, तेव्हा मात्र अस्वस्थ झाले होते.

त्या वेळी रिसीव्हरच्या पदावर के. बी. सहाय (माजी मुख्यमंत्री, बिहार) यांचे जावई होते. ते एक पदोन्नत पदाधिकारी होते. ते स्थानिक असल्यामुळे ठेकेदारांशी त्यांचे हितसंबंध होते. जर सुब्रह्मण्यम किंवा आय. ए. एस. नागमणी यांच्यापैकी कोणी रिसीव्हवर असता, तर कदाचित अशी परिस्थिती झाली नसती. रिसीव्हरने कस्टोडियन जनरल बी. एल. वडेरा किंवा त्यांच्या प्रतिनिधी अधिकाऱ्यांना मजुरांचे रेकॉर्ड दिले नाही, त्यामुळे खाणींचे राष्ट्रीयीकरण करणे चुकीचे आहे, असे त्यांचे म्हणणे होते. अशा प्रकारे ते कोर्टातून नॉन-कुकिंग कोलच्या आधारावर राष्ट्रीयीकरणाच्या नोटिफिकेशनवर स्टे-ऑर्डर घेऊन आले. सर्व ठेकेदार एक झाले. केस लांबणीवर पडली. स्थानिक न्यायालय (ज्यांच्या अंतर्गत रिसीव्हर होते ते) देखील ठेकेदारांच्या बाजूने होते. कारण त्यांचे नातलगदेखील तेथे ठेकेदारी करीत होते. एवढेच नव्हे, तर पाटणा उच्च न्यायालयाच्या काही न्यायाधीशांचीदेखील ठेकेदारी केदलाच्या खाणीत आपल्या नातलगांच्या किंवा जातबांधवांमार्फत चालत होती, विशेषत: राजपुतांची. न्यायालयाचा अवमान केल्याची केसदेखील माझ्यावर करण्यात आली. मी न्यायालयाला घेराव घातला आणि न्यायालयाच्या विरोधात घोषणा लिहून ठिकठिकाणी निदर्शनेदेखील केली होती. अवमानाची नोटीस असूनसुद्धा आम्ही थांबलो नाही. राष्ट्रीयीकरणानंतर कुमारमंगलम कुजूत आल्यावर आम्ही त्यांच्या समोर न्यायालयाच्या विरोधात घोषणा लिहून जोरदार निदर्शने केली आणि त्यांच्याकडे केदलाचा प्रश्‍न सोडविण्याचा आग्रह धरला.

त्याच काळात, अर्थात संपाच्या काळात, एका मजूर स्त्रीला साप चावला. तेव्हा आम्ही तिचा मृतदेह हजारीबाग न्यायालयाच्या चेंबरबाहेर आणून ठेवला. तिथे गोंधळ उडाला. न्यायालयाने आपला बेलिफ पाठवून मला माझ्या कार्यालयातून बोलविले. न्यायाधीशसाहेबांनी काही मजुरांना आत बोलावून त्यांची नावे विचारली; परंतु ठरल्याप्रमाणे मजुरांनी आपले नाव रमणिका गुप्ता सांगितले. घरचा पत्ता विचारला, तरीदेखील हेच उत्तर दिले. मी आल्यावर त्यांनी मला वकिलामार्फत आपले म्हणणे मांडण्यास सांगितले. तेव्हा मी म्हणाले, ''आम्ही तर उपासमारीने

मरत आहोत; वकिलासाठी पैसे कुठून आणू?''

न्यायालयाने तेथे हजर असलेल्या वकिलांपैकी एकाला आमची केस चालविण्यास सांगितले. त्यांनीच वकिलनामा मागितला. परंतु मी सांगितले, ''मी केस स्वतः चालवीन.'' मी खाणीच्या दुर्दशेचे तपशीलवार वर्णन केले आणि खाणीत डॉक्टर न गेल्यामुळे किती जणांचा मृत्यू झाला याचा तपशील दिला. तसेच रिसीव्हर आणि ठेकेदारांनी मजुरांची खाती एन. सी. डी. सी. कडे जमा न केल्यामुळे खाणींच्या अधिग्रहणातील अडचण सांगितली. तेव्हा त्यांनी केदलात आणखीन डॉक्टर पाठविण्याचा आदेश दिला. रिसीव्हरलादेखील कठोर आदेश देण्यात आले.

हां, तर आम्ही संपावर होतो. एन. सी. डी. सी. जेव्हा स्थगिती आदेश आणीत होती, तेव्हा खाण बंद होत होती. ठेकेदार ती उघडण्याचा आदेश न्यायालयातून घेऊन यायचे आणि सुरू करण्याचा प्रयत्न करायचे, तेव्हा आम्ही ती बंद करायचो. कारण राष्ट्रीयीकरणानंतरच खाणी सुरू करण्याची आमची इच्छा होती. याच दरम्यान १९७३ मध्ये केंद्र सरकारने दुसऱ्यांदा सर्व नॉन-कुकिंग कोळसा खाणींचे राष्ट्रीयीकरण करण्याचा निर्णय घेतला. तेव्हा राजाच्या या खाणींनादेखील पुन्हा नॉन-कुकिंग खाणीच्या यादीत टाकण्यात आले; जेणेकरून सर्वोच्च न्यायालयाचा हस्तक्षेप निष्प्रभ ठरावा.

राष्ट्रीयीकरणाच्या आधी मोहन कुमारमंगलम यांनी बिंदेश्वरी दुबे, दामोदर पांडे व मला इंटकतर्फे आणि चतुरानन मिश्र वगैरेंना एटकतर्फे दिल्लीला आपल्या चेंबरमध्ये बोलविले आणि तेथील चर्चेत पुढील धोरणे निश्चित करण्यात आली. ही बैठक खूप उच्चस्तरीय होती. या बैठकीच्या संदर्भात कुणालाच फारशी माहिती नव्हती. १९७३ मध्ये, आम्हा काही लोकांनाच माहीत होते की, देशातील सर्व खाणी दुसऱ्या दिवशी राष्ट्रीयीकृत होतील आणि सरकारशिवाय अन्य कुणालाच या बाबतीत काहीच माहीत नव्हते. दुसऱ्या दिवशी सरकारने सर्व खाणींचा ताबा घेतला. ही बातमी आम्ही गुप्त ठेवली होती. मुख्यमंत्री केदार पांडेजींनी खाण- मंत्री भीष्म नारायण सिंहांचा तीव्र विरोध असतानादेखील केदला झारखंडच्या राजाच्या खाणींच्या अधिग्रहणासाठी केंद्र सरकारकडे प्रस्ताव पाठविलेलाच होता. मोहन कुमारमंगलम यांच्याबरोबर आमचे बोलणे झाले होते. तेदेखील तयार होते. त्यामुळे या खाणी दुसऱ्यांदा नोंदल्या गेल्या आणि सर्वोच्च न्यायालयातील वाद आपोआपच मिटला.

दुसऱ्यांदा राष्ट्रीयीकरणाचा आदेश असूनसुद्धा रिसीव्हर आणि ठेकेदार खातेवह्या देण्यास तयार नव्हते. ते खातेवहीत आपापल्या लोकांची नावे टाकून त्यांना नोकरी देऊ इच्छित होते आणि जुन्या मजुरांना काढू इच्छित होते. स्थानिक न्यायालयातून

रिसीव्हरला खातेवह्या देण्यासंबंधीचा आदेश घेऊन न्यायालयाचा शिपाई जेव्हा जायचा, तेव्हा रिसीव्हर कार्यालयात नसल्याचे कारण सांगून आदेश परत पाठविले जात होते. तेव्हा वडेरासाहेबांशी चर्चा करून मी न्यायालयाला तो आदेश रिसीव्हरच्या घरी जाऊन देण्याची योजना आखली. मी स्वत: ती कागदपत्रे देण्याचा आदेश मोठ्या नाट्यमय पद्धतीने रिसीव्हरच्या घरी जाऊन त्यांना दिला. ते हतप्रभ झाले. या आधीदेखील मी त्यांच्या घरी येत-जात होते. तिथे जाऊन आपल्या अडचणी सांगत होते. आता तर रिसीव्हरकडे दुसरा पर्यायच राहिला नव्हता. त्यांना या आदेशाची पूर्तता करावीच लागणार होती. केवळ रिसीव्हरच्या नियंत्रणाखाली चालणाऱ्या खाणी व कार्यालयाचे रेकॉर्ड एन. एम. डी. सी. च्या अधिकाऱ्यांनी जप्त केले होते. त्यांच्या विरोधातदेखील राजाच्या खाणीसंबंधीच्या पदाधिकाऱ्यांनी (जे या खाणींचे एजंट होते) न्यायालयातून स्थगिती आदेश आणला होता.

●●●

खाणींचे
१९७३ ला
राष्ट्रीयीकरण

२७.
राष्ट्रीयीकरणाच्या वेळेचे दृश्य

आम्ही १९७० मध्ये ठेकेदारांच्या विरोधात संघर्ष करीत होतो. त्या वेळी बिहारमध्ये काँग्रेस पक्षाचे सरकार होते. विरोधी पक्षांमध्ये समाजवादी पक्ष, कम्युनिस्ट पक्ष, जनसंघ आणि राजा कामाख्या नारायण सिंहांच्या जनता पक्षांशिवाय आणखी काही छोट्या-मोठ्या पक्षांचा समावेश होता. समाजवादी पक्ष दोन-तीन गटांमध्ये कधी विभागला जायचा, तर कधी एक व्हायचा. संविदचे सरकार अयशस्वी ठरले होते.

बहुतेक कामगार संघटना (युनियन) राजकीय पक्षांशी संबंधित होत्या; परंतु काही स्वतंत्रदेखील होत्या. इंडियन नॅशनल काँग्रेस (इंटक) काँग्रेस पक्षाशी संबंधित होती. हिंद मजदूर संघात (एच. एम. एस.) समाजवादी आणि काँग्रेस दोन्ही पक्षांची मंडळी असायची किंवा अशी नेतेमंडळी असायची, जी कुठल्या पक्षाशी विशेष संबंधित वा जोडलेली नसायची. मजुरांच्या आंदोलनाशी अशी मंडळी राजकारण जोडू इच्छित नव्हती. तशी यात समाजवाद्यांची संख्या जास्त होती. समाजवाद्यांमध्ये केवळ जॉर्ज फर्नांडिस राजकीय अजेंड्यानुसार युनियन चालवू इच्छित होते. त्यामुळे त्यांना एच. एम. एस. मध्ये कधी स्थानच दिले गेले नव्हते किंवा ते तिथे गेलेच, तर त्यांना ती युनियन सोडण्यास भाग पाडले जात असे. त्यामुळे जॉर्जला नाइलाजास्तव हिंद मजदूर पंचायत (जी नंतर हिंद मजदूर किसान पंचायत

झाली) ची स्थापना करावी लागली. याशिवाय काही ठिकाणी सेंटर ऑफ इंडियन ट्रेड युनियन (सिटू) होती, जी सी. पी. एम. शी संबंधित आहे. भाजपशी संबंधित असलेल्या भारतीय मजदूर सभेची स्थापना (बी. एम. एस.) खूप नंतरच्या काळात झाली. झारखंड नावाने वेगळे राज्य निर्मितीसाठी आंदोलनदेखील सुरू झाले होते. ए. के. रायच्या युनियनचे मार्क्सीसिस्ट को-ऑर्डिनेशन पक्षाशी नाते होते. राय हे बिहार सी. आय. टी. यू. चे उपाध्यक्ष आहेत; त्यांच्या नेतृत्वात 'बिहार खाण कामगार युनियन'च्या माध्यमाने धनबाद क्षेत्रात कोळसा मजुरांमध्ये सूरजदेव सिंहसारख्या बाहेरून आलेल्या गुंडांच्या विरोधात एक प्रभावी आंदोलन उभे राहिले होते. झारखंड आंदोलनासोबतच या अंतर्गत आणि बाहेरच्या संघर्षानेदेखील डोके वर काढले होते. युनियनदेखील याच वैशिष्ट्याच्या आधारावर विभागल्या जात होत्या. बहुतेक बाहेरची मंडळी इंटकचे नेतृत्व करण्यासाठी आली होती. विशेषत: छोटा नागपूर परिसराच्या बाहेरील मंडळी. संथाल जिल्हा म्हणजे जमशेदपूरच्या आणि बोकारोच्या कारखान्यात परप्रांतीय जास्त होते. त्यामुळे त्यांच्यावर इंटकचा प्रभाव जास्त होता. तसे पाहता, शासकीय संस्थेचे अधिकारी किंवा खासगी क्षेत्राचे मालक— विशेषत: टाटा कंपनी— कोळसा असो की स्टील— इंटकलाच मान्यता देत होते. हे लोक दुसऱ्या युनियनला उभे राहूच देत नव्हते. आपले हे तत्त्व लागू करण्यासाठी ही मंडळी साम, दाम, दंड, भेद अर्थात प्रशासन-पोलीस आणि गुंड यांच्या मदतीने दुसऱ्या युनियनला कंपनीत घुसू देत नव्हते. हीच परिस्थिती बर्ड, थापर, रानीगंज कोलफिल्ड, अग्रवाल ग्रुप किंवा चंचनी-बोहरा ग्रुपचीदेखील होती. मोटा-मोटी येथे कोळशाची तीन मोठी क्षेत्रे होती. एक धनबाद-झारिया क्षेत्र, जे सर्वांत जुने क्षेत्र आहे आणि इंग्रजाच्या काळापासून आहे. दुसरे हजारीबागचा जुना जिल्हा. यात बेरमो, गिरिडीह, रायबचरापर्यंतच्या भागाचा समावेश होता. आणि तिसरे क्षेत्र म्हणजे जुना रांची जिल्हा. त्या वेळी पलामूमध्येदेखील कोळशाचे उत्खनन होत होते; पण फार कमी प्रमाणात. दुमकामध्येही थोडा-फार कोळसा काढला जात होता. लाल माटियाची मोठी खाण बऱ्याच कालावधीनंतर अस्तित्वात आली. ही सर्व क्षेत्रे नवीन होती.

धनबाद-झरिया क्षेत्रातील कोळशाच्या खाणी जुन्या झाल्या होत्या. गुंडांचे प्रमुख जे आधी मालकांचे गुंड म्हणून आले होते, आता खाणीचे मालक झाले होते. तेच इंटक युनियनचे नेतेदेखील होते. सरकारचे लक्षदेखील धनबादच्या कोळसा क्षेत्राच्याच भागात एकवटले होते. बिहारमध्ये जो कोणी मुख्यमंत्री व्हायचा, तो थेट धनबादला जाऊन मोठ्या प्रमाणात संपत्ती जमा करायचा आणि सरकार वाचविण्यासाठी किंवा विरोधी गटाला विकत घेण्यासाठी हा पैसा खर्च करायचा. जातीयवादी

नेतेदेखील यायचे आणि आपल्या जातीच्या युनियन नेत्यांमार्फत खाणीच्या मालकांकडून पैसा गोळा करून त्याचा उपयोग सरकार पाडण्यासाठी करायचे; जेणेकरून त्यांचा माणूस मुख्यमंत्री किंवा मंत्री व्हावा. संविदचे सरकार अस्थिर करण्यात याच गुंडांच्या नेत्यांचा व खाणमालकांचा हात होता. काँग्रेसच्या 'मुख्यमंत्री बदला' मोहिमेसाठीदेखील येथूनच पैसा पुरविला जायचा.

खासगी मालकांद्वारे खाणी अगदीच अशास्त्रीय पद्धतीने चालविल्या जात होत्या आणि व्हर्टिकल म्हणजे वरून खालपर्यंत अगदी सरळ उत्खनन केले जात होते. या पद्धतीचे उत्खनन सुरक्षितता आणि उत्खनन नियमाच्या विरुद्ध होते आणि फार भीषणदेखील असायचे. अशा खाणींमध्ये अपघातांची शक्यता वाढत असते. कमी कोळसा असलेल्या भागातून कोळसा न काढता ठेकेदार फायदेशीर भागातून (जेथून सहज कोळसा निघू शकतो) काढत होते. त्यामुळे अवती-भोवतीची जमीन केवळ खड्ड्यांचीच बनत होती. त्यामुळे कोळसा तर वाया जातच होताच; पण आजूबाजूची शेतजमीनदेखील नष्ट होत चालली होती. शेतकरी विस्थापित होऊन मजूर व्हायचे. भ्रष्टाचार एवढा बोकाळला होता की, धनबाद-झरियातील बंद झालेल्या खाणींमध्ये वाळू भरण्याऐवजी तशाच सोडून दिल्या जात होत्या. वाळू भरण्याच्या नावावर दर वर्षी कोट्यवधी रुपये ठेकेदारांच्या खिशात जात होते. झरिया-धनबादमध्ये एकदा कोळशाच्या तीन थरांत आग लागली होती. आग विझविण्याच्या नावावर पैसा पाण्यासारखा खर्च होत होता, तरीदेखील आग विझू शकली नव्हती. खरं म्हणजे, योग्य प्रकारे वाळूच भरली जात नव्हती; नाही तर आग आटोक्यात नक्कीच आली असती.

खाणीत योग्य तितके लाकडाचे वासे व खुंटे न लावताच उत्खनन चालायचे. त्यामुळे खाणी ढासळत होत्या. खाणीतील कोळशाचा वरचा थर कोसळल्यामुळे मजूर गाडले जाऊन मरत होते. अशा घटना रोज घडत होत्या.

खाण-सुरक्षा विभागदेखील मालकांचा गुलाम होता. नियमांचे पालन न झाल्यामुळे राजा कामाख्या नारायणच्या बेरमोर क्षेत्रातील धुरीच्या खाण-दुर्घटनेत ३०० पेक्षा अधिक मजूर मृत्युमुखी पडले होते.

काँग्रेस सरकारचे मुख्यमंत्री के. बी. सहाय होते. त्यांच्या नंतर संविदचे सरकार आले होते. हे सरकार आपापसातील भांडणामुळे पडले. नंतर एका दिवसासाठी सतीश प्रसाद मुख्यमंत्री झाले होते. ते आले आणि गेले. त्यांच्यानंतर आले काँग्रेसचे केदार पांडे. शंकरदयाल सिंह आणि सतदेव सिंहसारखे गुंडांचे नेते व पहिलवान या खाणींचे मालक झाले होते. तेच इंटकचे नेतेदेखील होते. आधी गुंड असलेले शंकरदयाल सिंह मंत्री झाले. व्ही. पी. सिन्हा एक नामंकित आणि निर्भीड

मजूर नेते होते. त्यांचा जम बसला होता. लोक म्हणायचे, धनबादच्या पैशाच्या जोरावरच सर्व मुख्यमंत्री त्यांच्या मुठीत असतात. वस्तुस्थिती अशी होती की, बी. पी. सिन्हा हेच काँग्रेसच्या सर्व मंत्र्यांना खाणींच्या मालकांकडून देणग्या वसूल करून देत होते. काँग्रेस पक्षात असूनसुद्धा धनबादमध्येच माझा त्यांच्याशी विरोध सुरू झाला. ते मनोरमा सिन्हाला खासदार करू इच्छित होते. मीदेखील त्या वेळी आपल्या उमेदवारीचा दावा केला होता. त्या वेळी माझे पती प्रकाश केंद्र सरकारच्या श्रम विभागात क्षेत्रीय कामगार आयुक्त होते. त्यांच्याबद्दलदेखील त्यांना सहानुभूती वाटत होती. म्हणून मी राजकारणात आल्यामुळे ते आणखीनच नाराज झाले होते. मी धनबादमध्ये समाजसेवा सुरू केली होती. रंगलाल चौधरी, जे काँग्रेस पक्षाचे जिल्हाध्यक्ष व एक नामवंत वकील होते, ते माझे समर्थक होते. नंतर मी काँग्रेस सोडून समाजवादात पक्षात गेले. तेव्हा हिंद मजदूर सभेचे मजूर नेते इमामुल खान यांनी मला पाठिंबा दिला. इमामुल खान हे जयप्रकाश नारायण ज्या वेळी समाजवादी नेते होते, त्या वेळी मजुरांमध्ये खूप लोकप्रिय होते. ते रसिक वृत्तीचे होते. त्यांनी कित्येक लग्ने केली होती. त्यांची सर्वांत लहान पत्नी कॉलेजमध्ये बी. ए. ला शिकत होती. त्या वेळी त्यांचे वय ५५-६० वर्षांचे होते. ते शीघ्रकोपीदेखील होते. आधी ते कर्पुरीजींच्या सरकारमध्ये मंत्री होते. सरकारने त्यांना धनबाद खाणींच्या बोर्डाचे अध्यक्षदेखील नेमले होते.

हजारीबागच्या मांडू क्षेत्रातून निवडणूक लढण्याचा सल्ला मला रसिकभाई वोराने दिला. ते वेतन बोर्ड कमिटीत कोळशाच्या मालकांचे प्रतिनिधी आणि वोरा ग्रुपच्या खाणींचे मालक होते. ते बर्ड कंपनीचे मात्र कट्टर विरोधक होते. कारण बर्ड कंपनीने त्यांच्याकडून रेलीगढाच्या खाणी हिसकावून घेतल्या होत्या. त्यांना रामगढच्या राजाचादेखील राग होता. 'भारत सेवक समाजाच्या' अंतर्गत मी खेड्यात समाज कल्याण मंडळाची कित्येक केंद्रे चालवीत होते आणि माझ्या देखरेखीखालीच धनबाद शहरात एक महिला प्रशिक्षण केंद्र (शिवणकाम) आणि एक बालवाडी सुरू होती. लक्ष्मी नारायण ट्रस्टच्या अंतर्गत चालणाऱ्या महिला कॉलेजच्या अगदी समोर, धनबादच्या पोलीस महानिरीक्षकांना बंगल्याबाहेरील जमिनीवर आम्ही शिवणकाम प्रशिक्षण केंद्र उघडले होते. रसिकलाल वोरा हे कॉलेजच्या ट्रस्टचे वरिष्ठ विश्वस्त होते. मी माझ्या संस्थांची सचिव होते. रसिकभाईदेखील या संस्थांना मदत करीत होते. कच्छच्या आंदोलनासाठी त्यांनी जवळजवळ एक लाख रुपयांचा निधी धनबादमध्ये मला जमा करून दिला होता. कच्छ जन परिषदेच्या संघटनेसाठी तो आम्ही जॉर्ज फर्नांडिसकडे जमा केला होता. रसिकभाई समाजसेवी संस्थांना मदत करण्यात तसेदेखील सर्वांत पुढे असायचे. लक्ष्मी नारायण ट्रस्टचे कॉलेजदेखील

त्यांच्याच सहकार्याने चालत होते.

मी संयुक्त समाजवादी पक्षाच्या उमेदवारीवर मांडूतून निवडणूक लढण्यास आले होते आणि केवळ ७०० मतांनी निवडणूक हरले होते. मला जनतेचा फार मोठा पाठिंबा मिळाला होता. आदिवासी लोकांनीदेखील मला मोलाची साथ दिली होती. निवडणुकीनंतर आम्ही कोळसा श्रमिक संघटना नावाने युनियन स्थापन केली होती.

श्रीमती इंदिरा गांधींनी १९७० मध्ये धनबादच्या सर्व घरगुती वापराच्या कोळशाच्या (कुकिंग) खाणींना राष्ट्रीयीकृत केले होते आणि एका रात्रीत खाणींवर सरकारी अधिकाऱ्यांनी कब्जा केला होता. खाणीच्या मालकांनी सरकारला रॉयल्टीच्या मोठ्या रकमेचे देणे दिले नव्हते, त्यामुळे सरकारने त्यांना नुकसानभरपाई पोटी देण्यात येणाऱ्या रकमेतून रॉयल्टीची रक्कम कापून घेऊन मजुरांचे देणे देण्याचा निर्णय घेतला होता. कोळसा खाणमजुरांमध्ये आनंदाचे वातावरण पसरले होते. त्यांना शोषणापासून मुक्ती मिळण्याचे खुले आकाश दिसू लागले होते. मात्र, ही मुक्ती इतक्या सहजपणे मिळणार नव्हती, हे सत्य पोलीस, गुंडाचे नेते- मालकांची या सर्वांना यांना चांगल्या प्रकारे माहीत होते. कारण तेच त्यांचे शोषण करीत आले होते. त्याच त्रिकुटाची पुढेदेखील एकी झाली होती. इंटकची बहुतेक नेतेमंडळीदेखील खाणीचे मालक किंवा ठेकेदार असायची. त्यामुळे त्यांनी अधिकाऱ्यांशी— जे एकतर खासगी मालकांचे जुने व्यवस्थापक, एजंट व कर्मचारी होते किंवा एन. सी. डी. सी. तून आलेले अधिकारी होते, त्यांच्याशी— हातमिळवणी केली आणि आपल्या नातलगाची किंवा इतर लोकांची नावे लाच देऊन खातेवहीत नोंदणे सुरू केले. अशा प्रकारे जे खरोखरच काम करीत होते, त्यांना बाहेरचा रस्ता दाखविला जात होता आणि जे लाच देत होते, गुंड वा त्यांचे साथीदार-नातलग होते, सावकारी करीत होते; त्यांना काम मिळू लागले. खातेवहीमध्ये मोठा भ्रष्टाचार झाला आणि १०० च्या जागी २०० नावे घालण्यात आली; कारण खाते बनविणारा हा नेता आणि ठेकेदार दोन्ही होता. अधिकाऱ्यांच्या नातलगांनादेखील नोकऱ्या मिळाल्या. राज्य सरकारच्या प्रशासनातील लोक आणि पोलीसदेखील वशिला लावून बनावट लोकांना काम मिळवून देण्यात गुंतले होते.

मजुरांमध्येदेखील खातेवहीत नाव घालण्यासाठी स्पर्धा लागली. राहिले ते आदिवासी, दलित किंवा कामगार स्त्रिया आणि ठेक्यावर काम करणारे पीस-रेटेड मजूर किंवा हंगामी ग्रामीण मजूर. त्यांच्यासाठी धनबाद येथे ए. के. राय, एस. के. बक्षी आणि हजारीबाग व राँचीमध्ये आमच्या युनियनच्या नेतृत्वात मोठ्या प्रमाणवर संघर्ष चालला.

सरकारीकरणानंतर नोकरीसाठी प्रदीर्घ संघर्ष करावा लागला. या दरम्यान इंटकने आपले स्थान भक्कम केले. कारण अपील कमिटीत तिचेच वर्चस्व होते.

कुकिंग कोल खाणींच्या राष्ट्रीयीकरणानंतर नॉन-कुकिंग कोल खाणीच शिल्लक राहिल्या होत्या. तोपर्यंत काँग्रेस आणि इंटकमध्ये मला स्थान मिळाले होते. केदार पांडेजींनी १९७२ मध्ये मला रामगढमधून उमेदवारी देण्याचा आग्रह धरला. मांडूचे माजी आमदार वीरेंद्र पांडे त्याला विरोध करीत होते. मी काँग्रेसमध्ये येण्यापूर्वी पांडेजींना एक अट घातली होती की, ते केदला-झारखंडच्या खाणींचे राष्ट्रीयीकरण करण्यासाठी आपल्या मंत्रिमंडळमध्ये प्रयत्न करतील आणि बिहार मिनरल डेव्हलपमेंट कॉर्पोरेशनला (बी. एम. डी. सी.) देण्याचा मंत्रिमंडळाने आधी घेतलेला प्रस्ताव रद्द करतील. त्यांनी तसे केलेदेखील.

●●●

२८.
इंदिराजी, धोका तुम्हाला बाहेरून नाही; आतून आहे!

केदार पांडेंनी मला पुन्हा बी. पी. सी. सी. चे सदस्य केले होते. इंदिराजींनी बांगलादेश निर्माण केला होता. देशात सर्वत्र त्यांच्या धाडसाची चर्चा होती. बांगला-देशाची निर्मिती आणि खाणींचे राष्ट्रीयीकरण करणे, हे त्यांच्या कार्यकाळातील मैलाचे दगड ठरले होते.

बंगालमध्ये सिद्धार्थ शंकर रे यांचे सरकार आले होते. मी केदला, झारखंडच्या खाणींच्या राष्ट्रीयीकरणाचा संघर्ष सुरू केला होता. या आधी कुजूची घटना आणि केदला व रेलीगढचे हत्याकांड झालेले होते. 'ठेकेदारी प्रथा नष्ट करा', 'खाणींना सरकारी करा'च्या घोषणा आम्ही दिल्या होत्या. केदलाच्या हत्याकांडानंतर मजुरांच्या बेलगाम अटकेविरोधात आम्ही घाटो ठाण्याला घेराव घालण्याची योजना आखली होती. सर्व सोबत्यांसहित मी काँग्रेस पक्षात प्रवेश केला आणि शोषण निर्मूलनासाठी खाणींना राष्ट्रीयीकृत करण्याचे आश्वासनदेखील मुख्यमंत्री केदार पांडेंकडून घेतले. याच दरम्यान खाणीत एक वाद निर्माण झाला, ज्यामुळे आम्ही घाटो ठाण्याला घेराव घालण्याचा कार्यक्रम आखला. तिथून परत आल्यावर कारने कलकत्त्याला जाण्याचे माझे नियोजन होते. परंतु मी चरही वळणावर पोहोचताच माझ्या जीवाला धोका आहे, असे सांगून मला अटक करण्यात आली होती. कारण तेथे उमाबचन तिवारीचा ग्रुप माझ्या विरोधात येणार होता. उमाबचन काँग्रेस पक्षाचाच नेता

होता. परंतु काँग्रेसमध्ये आपापसातच हिंसक घटना घडत होत्या. विशेषत: ख़ाणींच्या क्षेत्रात या बाबी सर्वसामान्य होत्या. युनियनवर कब्जा मिळविण्यासाठीदेखील त्यांच्यात झुंज होत होती. पोलिसांनी मला माइन्स बोर्डच्या डाक बंगल्यात नजरकैदेत ठेवले. मी तेथून दुबेजींना फोन लावला आणि त्यांना परिस्थितीची जाणीव करून दिली. तेव्हा त्यांनी उपायुक्ताला सांगून मला कलकत्त्याला पाठविण्याची व्यवस्था करण्यास सांगितले. अशा प्रकारे आम्ही कलकत्त्याला पोहोचलो.

कलकत्त्यात ऑल इंडिया काँग्रेस कमिटी (ए.आय.सी.सी.) ची बैठक होती. त्यात बिहार प्रदेश काँग्रेस कमिटी (बी.पी.सी.सी.) च्या सदस्यांनादेखील पाठविण्यात आले. बिहार प्रदेश काँग्रेस कमिटीतर्फे आय. सी.सी. च्या बैठकीत भाग घेण्यासाठी केदार पांडेजींनी माझे नाव पाठविले. या सभेत चंद्रशेखर (माजी पंतप्रधान) आणि त्यांचे सोबती 'तरुण तुर्क' म्हणून खूप चर्चेत होते. चंद्रशेखर व्यासपीठावर बसले होते. मी आपले नाव खुल्या अधिवेशनात बोलणाऱ्यांच्या यादीत बी.पी. सी. सी. तर्फे नोंदविले. त्या सभेत ए. आय.सी.सी. चे सदस्य बोलत होते. बी.पी. सी. सी. च्या काही सदस्यांना बोलण्याची संधी देण्यात आली. त्यात मीदेखील एक होते. व्यासपीठावर श्रीमती इंदिरा गांधींच्या व्यतिरिक्त गृहमंत्री उमाशंकर दीक्षितदेखील होते. ऊर्जा आणि खाणमंत्री मोहन कुमारमंगलम आणि कामगारमंत्री खाडिलकरदेखील व्यासपीठावर बसले होते.

बिहारचे मुख्यमंत्री केदार पांडेदेखील उपस्थित होते. बोलणाऱ्या सदस्यांना देखील व्यासपीठावर बोलविण्यात आले होते. या संमेलनात येण्यापूर्वी मी दिल्लीला कुमारमंगलमजींकडे जाऊन केदलासहित सर्व खाणींना राष्ट्रीयीकृत करण्याचा प्रस्ताव देऊन आले होते. खाण मजूर संघाची (इंटक) मी संघटन सचिव होते. तेथूनदेखील खाणींच्या राष्ट्रीयीकरणाचा प्रस्ताव गेलेला होता. सी. पी. आय. चा पाठिंबाही काँग्रेसला मिळाला होता. सी. पी. आय. आणि समाजवादी पक्षाचे कित्येक नेते काँग्रेसमध्ये सामील होते.

बैठकीपूर्वी व्यासपीठाच्या पाठीमागे असलेल्या खोलीत मोहन कुमारमंगलम मला हसत-हसत म्हणाले, "सर्व खाणींच्या राष्ट्रीयीकरणाचा मुद्दा नक्कीच उपस्थित कर रमणिका!"

खाडिलकरसाहेब म्हणाले, "मजुरांच्या हिताचे कायदे करण्याचे आणि जुन्या कायद्यांमध्ये सुधारणा करण्याचेदेखील मुद्दे मांड."

चंद्रशेखरजींचे भाषण संपले होते. त्यांच्यानंतर माझा नंबर आला आणि मी माझे भाषण इंदिराजींना संबोधून सुरू केले. "इंदिराजी, लोक तर इतिहास घडवितात; परंतु तुम्ही तर भूगोल तयार केला आहे. बांगलादेश नावाने एक नवीन देश उभा

केला आहे. त्यामुळे तुम्ही असताना देशावर कुठलेच संकट येऊ शकणार नाही. देशाला कुठलाच धोका होऊ शकणार नाही. तुम्हाला धोका आहे, असे काही लोक म्हणतात. लक्षात ठेवा, हा धोका तुम्हाला बाहेरून नाही; आतून आहे. जे लोक या सभेत पाठीमागच्या रांगेत उभे आहेत, त्यांचे नाते व्यासपीठावर बसलेल्या लोकांशी किती आहे याच्या चौकशीची गरज आहे. कारण या लोकांना (व्यासपीठाकडे इशारा करीत) त्यांचे (जनतेकडे इशारा करीत) दुःख समजत नाही.

"मी विकासाच्या धोरणांविषयी चर्चा करू इच्छिते. मी बिहार प्रदेशाच्या त्या क्षेत्रातून आले आहे, जिथे आजदेखील भुइया (अनुसूचित जाती) घरातील नव्या नवरीची डोली पतीच्या घराऐवजी जमीनदाराकडे जाते. मी त्या क्षेत्रातून आले आहे, जिथे पतरातूचे फार मोठे धरण आहे. त्यात अथांग पाणी आहे, ज्यामुळे वीज तयार होते आणि अर्धा बंगाल लखलखतो. परंतु त्याच्या अगदी वरच्या वस्त्यांमध्ये, गावांमध्ये ना पिण्याचे पाणी आहे आणि ना विजेचा दिवा! मी त्या भूमीतून आले आहे, जिथे हिरवेगार जंगल आहे; परंतु तेथे राहणारे जंगलहीन आहेत. ते जंगलात प्रवेश करू शकत नाहीत. तिथे गिद्दी, सौंदा, भरकुंडा, बोकारो, जमशेदपूर आणि धनबादसारखे अनेक लखलखीत प्रदेश तर आहेतच; परंतु त्यांच्या चोहो बाजूंस अंधाराने व्यापलेल्या गावांचा चिखलदेखील आहे. आम्ही या प्रदेशाचा विकास तर केला आहे; परंतु या विकासाचा प्रकाश सर्वांना सारखा मिळत नाही. हा विकास चिखलात कमळ उगवण्यासारखा आहे. या चिखलापलीकडे जाणेदेखील आवश्यक आहे.

"आमच्याकडे कोळशाच्या खाणी आहेत, परंतु त्यापैकी १/४ सरकारी आहेत आणि बाकी खासगी आहेत. तिथे मजुरांचे भयंकर शोषण केले जाते. आमच्या सरकारी खाणींची साधने चोरीला जातात आणि ती खासगी मालकांच्या हातात जातात. आम्ही तोट्यात आहोत; ते फायद्यात आहेत. कोळशाच्या खाणींची सद्य:स्थिती आणि धोरणे लंगड्या घोड्यावर बसण्यासारखी आहेत. त्यामुळे या सर्व खाणींचे राष्ट्रीयीकरण करणे आवश्यक आहे.

"मजुरांचे कायदे असोत किंवा आय. पी.सी. ची कलमे; ते सर्व आजदेखील इंग्रजांच्या काळातीलच आहेत. हक्क मागितल्यावरदेखील 'शांततेला धोका आहे,' असे सांगून मजुरांना आणि त्यांच्या नेत्यांना कलम १०७ आणि कलम ११३ लावून जेलमध्ये पाठविण्यात येते. आजदेखील कलम १४४ लागू आहे. हे कलम केवळ मजुरांच्या विरोधात लागू असते; मालकांना कधीच लागू होत नाही. कारण मजुरांची संख्या जास्त असते, पण मालक तर एकच असतो ना! मालकांनी कितीही अशांतता पसरविली तरी त्यांच्यावर हे कलम लावण्यात येत नाही. कित्येक आठवडे मजुरी न दिल्यावर जेव्हा मजूर मजुरी मागण्यासाठी रस्त्यावर उतरतो,

तेव्हा त्याच्यावर हे कलम लावण्यात येते. नियमापेक्षा अत्यंत तुटपुंजा पगार आणि सुरक्षा नियम तोडण्याचे शेकडो खटले कित्येक वर्षांपासून कामगार न्यायालयात पडून आहेत, त्यांचा निर्णय लागत नाही, त्यांची अंमलबजावणी होत नाही. असा कुठलाही नियम नाही, जो यांना एका निश्चित काळात न्याय देऊ शकेल. कमीत कमी अंमलबजावणी तरी करता यावी. याच शब्दांसोबत व्यासपीठावर बसलेल्या बंधूंना माझे निवेदन आहे की, जर व्यासपीठावर बसलेली मंडळी दूर उभ्या असलेल्या लोकांचे दुःख जाणून घेण्यासाठी खाली उतरून त्यांच्याजवळ गेली, तर काँग्रेसला कुणापासून कधीच, कुठलाही धोका होऊ शकणार नाही.''

माझे भाषण सुरू असताना आणि शेवटी कित्येकदा टाळ्यांचा कडकडाट झाला होता. इंदिराजींनी हसत माझ्याकडे पाहिले. केदार पांडेजी सद्गदित झाले.

जेव्हा मी व्यासपीठावरून खाली उतरून व्यासपीठाच्या पाठीमागच्या खोलीत गेले, तेव्हा कुमारमंगलम एका पायावर उभ्या-उभ्याच उड्या मारीत चालू लागले. ''ओह! आय ॲम राइडिंग ए लेम हॉर्स.'' (ओह! मी लंगड्या घोड्यावर स्वार आहे.)

खाडिलकरसाहेबांनी आशीर्वाद दिल्यासारखा माझ्या डोक्यावरून हात फिरविला आणि म्हणाले, ''तू फार चांगले बोललीस.''

या बैठकीनंतर पाटण्याला गेल्यावर मी विमानतळावर गृहमंत्री उमाशंकर दीक्षित आणि त्यांची सून शीला दीक्षित (कलकत्त्यावरून हे दोघे परत येत होते) यांना भेटण्यास गेले. दीक्षितजी मोठ्या प्रेमभावनेने मला आशीर्वाद दिल्याप्रमाणे म्हणाले, ''तुझ्या जिभेवर सरस्वती विराजमान आहे. रमणिका, मी प्रभावित झालो. दिल्लीला आल्यावर भेट.''

शीलाजीदेखील खूष होत्या. यानंतर पांडेजींनी मला रामगढमधून खासदारकीची उमेदवारी देण्यासाठी आग्रह धरला आणि मला ती मिळालीदेखील.

●●●

२९.
ध्वजासाठीची लढाई

निवडणुकीनंतर लगेचच खाणीच्या मालकांनी रामगढ
येथे कम्युनिस्ट पक्षाचे आमदार मंझूर हसन, ज्यांनी आपल्या
आमदारकीची शपथदेखील घेतली नव्हती, यांची हत्या घडवून
आणली. यापूर्वी सिरकामध्ये एटकच्या युनियनशी आमच्या
युनियनचे (इंटक) भांडण झाले होते. एटकच्या नेत्यांनी त्या
वेळी माझ्यावर जीवघेणा हल्ला केला होता. बर्ड कंपनीच्या
डाक बंगल्यात बिंदेश्वरी दुबे उतरले होते. बर्ड, सौंदा
आणि सिरका खाणीत एटकने आयोजित केलेला संप सुरू
होता. दोन्ही युनियनमध्ये वर्चस्वावरून तणाव वाढतच होता.
रेलीगढात मात्र आमचेच वर्चस्व होते. तेथील हत्याकांडात
आरोपी म्हणून ज्यांना गोवण्यात आले होते, त्या मजुरांना
पुन्हा कामावर घेण्यात यावे, यासाठी मी व्यवस्थापनावर
दुबेजींकडून दडपण आणण्यासाठी हजारीबागहून सिरकाला गेले
होते.

एके काळी आमच्या युनियनमध्ये असलेले रेलीगढ
येथील मजुरांच्या लढाईत ज्यांनी आम्हाला सहकार्य केले होते,
ते जे. पी. सिंह एटकमध्ये गेले होते, ते लपंगा खाणीत झालेल्या
तीन मजुरांच्या हत्येच्या खटल्यात आरोपीदेखील होते. सिरकात
त्यांना एटकचे वर्चस्व स्थापण्यासाठी पाठविण्यात आले होते.
कारण रेलीगढाच्या मजुरांनी त्यांना नाकारले होते. मी
विश्रामगृहातून आपल्या अँबॅसिडर कारने निघताच जे. पी. सिंह
आणि त्यांच्या सहकाऱ्यांनी भाले-बर्च्यांनी माझ्यावर

हल्ला केला. गाडी मी स्वत:च चालवीत होते. तिच्या काचा फुटल्या. माझा ड्रायव्हर एक लहान मुलगा होता. जर तो स्टिअरिंगवर असता, तर कदाचित मी जिवंत राहिले नसते. मी हिंमत ढासळू दिली नाही. गाडीला मारेकऱ्यांकडे वळवून काठ्यांचा वर्षाव सहन करीत वेगाने गाडी चालवीत कच्च्या रस्त्याने मुख्य रस्त्यावर पोहोचले. एटकवाल्यांची मिरवणूक माझ्यापर्यंत पोहोचू शकली नाही आणि मी बचावले.

दुबेजींना माझ्यावर झालेल्या हल्ल्याची बातमी मिळाली होती. मी निघाल्यानंतर पोलीस पोहोचले. तोपर्यंत रेलीगढाच्या मजुरांमध्ये ही बातमी पसरली आणि त्यांनी सिरकावर प्रतिहल्ला करण्याची तयारी सुरू केली. त्या दिवशी मी मोठ्या मुश्किलीने त्यांना आवरले. सिरकाचे मजूरदेखील दोन गटांत विभागले होते. एवढे असूनसुद्धा मी दुसऱ्या दिवशी पुन्हा खाणींचा दौरा केला आणि मजुरांना धीर, संयम राखण्यास सांगितले. आजूबाजूच्या खाणींमधूनदेखील मजूर सिरकाला येऊ लागले होते. आता तेथे मजूर आणि व्यवस्थापन यामध्ये लढा नव्हता, तर मजुरांचा मजुरांशीच होता. म्हणजे झेंड्याचा संघर्ष होता. कुणाचा झेंडा राहील— इंटकचा की एटकचा? मजुरांमध्ये माझी ओळख इंटकच्या परंपरावादी नेत्यांसारखी कधीच नव्हती. ते मला नेहमी संघर्ष करणारा नेताच मानीत होते. मी इंटकमध्ये गेल्यावरदेखील त्यांना विश्वास होता की, मी सत्ताधाऱ्यांशी भांडून मजुरांच्या बाजूने अधिक सहजपणे निर्णय घेऊ शकेन. त्यांना हादेखील विश्वास होता की,जर मजुरांचे अहित झाले तर मी पक्ष किंवा पदाचा मोह सोडून त्यांच्या बाजूने उभी राहीन. त्यामुळे माझ्यावर होणाऱ्या हल्ल्याचा निषेध आणि विरोध चारी बाजूंनी झाला. सिरकात गोळीबार झाला, त्यात दोन मजूर मारले गेले. मुख्यमंत्री केदार पांडेंना आरोपीच्या पिंजऱ्यात उभे केले जाऊ लागले. परंतु जेव्हा मी श्रीमती इंदिरा गांधींकडे गेले आणि त्यांनी मला सिरकाच्या गोळीबाराविषयी विचारले, तेव्हा मी म्हणाले, "तेथे भांडण झेंड्याचे होते. तिरंगा आणि लालमध्ये संघर्ष झाला. पोलिसांनी गोळ्या नक्कीच झाडल्या; परंतु हल्लेखोरांवर. तसे पाहता, सी. पी. आय. च्या नेत्यांचे रेकॉर्ड कोळसा क्षेत्रातून विरोधकाला नामशेष करण्याचे आतापर्यंत राहिले आहे. तुम्ही डकरात बघा; आमचे लोक मारले गेले. बेरमोत बघा; आमचे लोक मारले गेले. सिरकात आमची संरक्षण फळी मजबूत होती, त्यामुळे त्यांचे लोक मारले गेले. आम्ही मारेकरी नव्हतो; पोलिसांनी हल्लेखोरांना मारले. यात पाटण्यात बसलेले मुख्यमंत्री काय करणार? त्यांना विचारून तर सिरकामध्ये गोळ्या झाडल्या गेल्या नाहीत?"

या सर्व घटनांचा संदर्भ देऊन केदार पांडेंच्या विरोधात एक वातावरण तयार केले जात होते आणि याचे सूत्रधार होते ललित नारायण मिश्र आणि बिहारची इतर काही नेतेमंडळी.

●●●

३०.
सीतेला वनवास देण्याचा आदेश

रामगढ विधानसभेची उमेदवारी घेण्यासाठी मी उमाशंकर दीक्षितजींकडे दिल्लीला गेले. तेव्हा दीक्षितजींची सून शीला दीक्षित यांनी माझी मुलाखत घेतली आणि तिसऱ्या दिवशी मला उमेदवारी देण्याचा निर्णय कळवला. उमेदवारीअर्ज भरण्यासाठी केवळ दोन दिवस उरले होते आणि मी दिल्लीला होते. माझ्याजवळ पैसे नव्हते. त्या काळात मी मजुरांच्या झोपडीतच राहत होते आणि तिथेच जेवत होते. माझ्या येण्या-जाण्याचे साधन माझी गाडी होती. तिच्यासाठी पेट्रोलची व्यवस्था मजूर करीत होते. शीलाजींनी मला विचारले, "परत कशी जाशील रमणिका?"

मी म्हणाले, "तुम्ही सांगा, कशी जाऊ? रेल्वेने तर चोवीस तास लागतील."

दिल्ली आणि कोडर्मा-कलकत्त्याच्या मध्ये तेव्हा केवळ सियाल्दा एक्स्प्रेस आणि कालका मेल धावत होती.

शीलाजी म्हणाल्या, "विमानाने जा."

मी म्हणाले, "विमानाच्या तिकिटाचे पैसे माझ्याजवळ नाहीत; रेल्वेचे आहेत."

त्यांनी विचारले, "अनामत रकमेची व्यवस्था कशी करशील?"

मी म्हणाले, "निधी गोळा करेन."

"वेळ कुठे आहे निधी जमवायला?" त्यांनी विचारले.

"आणि हो, निवडणूक कशी लढशील?" त्यांनी

पुन्हा विचारले.

मी म्हणाले, ''निधी जमवून मजूर लढतील. खाणमालकाशी तर माझे भांडण असते. त्यांच्याकडे तर आम्ही मागणार नाही.''

''तू कोणत्या पक्षातून काँग्रेसमध्ये आली आहेस?'' त्यांनी विचारले.

''समाजवादी पक्षातून.'' मी सांगितले.

त्या वेळी समाजवादी आणि कम्युनिस्ट पक्षातून काँग्रेसमध्ये आलेले नेते आणि आमदारांकडे विशेष लक्ष दिले जात होते. त्यांना फार आदर-सन्मानदेखील दिला जात होता. असे जाणवत होते की, काँग्रेसमधील भ्रष्ट लोकांचे दुटप्पी व्यक्तिमत्त्व इंदिरा गांधी ओळखू लागल्या होत्या आणि त्यांना सुधारण्याची इच्छा असूनदेखील सुधारू शकत नव्हत्या. त्यामुळे दुसऱ्या पक्षातून काँग्रेसमध्ये येणाऱ्या लोकांकडून पक्षाला त्या संतुलित करू इच्छित होत्या. त्यांच्या क्रांतिकारी प्रतिमेमुळे काँग्रेसची ढासळणारी प्रतिमा काही प्रमाणात सुधारेल, असे त्यांना वाटत होते. सुधारणा जरी झाली नाही तरीदेखील कमीत कमी भ्रष्टाचारी प्रवृत्तीला तरी आळा घातला जावा, अशी त्यांची अपेक्षा होती; परंतु स्थिती उलटी होत होती. काँग्रेसची प्रतिमा बदलण्याऐवजी क्रांतिकारी विचार घेऊन आलेल्यांची प्रवृत्तीच काँग्रेसच्या लोकांसारखी होऊ लागली होती. त्या वेळी काँग्रेसमध्ये लांगुलचालन करण्याची, हुजुरेगिरीची वृत्ती वाढली होती.

उमाशंकर दीक्षितांकडे शीलाजी गेल्या आणि त्यांना वास्तव स्थिती सांगितली. दीक्षितजींनी मला बोलाविले आणि मोठ्या प्रेमाने बसवीत म्हणाले, ''शीला तुला विमानाच्या तिकिटाचे आणि अनामत रकमेचे पैसे देईल. निवडणुकीसाठी बिहार शाखा पैसा देईल. मजुरांकडून काही निधी जमा कर.''

ते शीलाजींना उद्देशून म्हणाले, ''पाहा, आमच्या पक्षात असे कार्यकर्ते-देखील आहेत!''

मी परत आले आणि निवडणुकीच्या मैदानात उतरले. याच दरम्यान बडकाकानामध्ये मजूर आणि एन. सी. डी.सी. च्या व्यवस्थापनाद्वारे आयोजित केलेल्या एका समारंभात माझी भेट सत्येंद्र नारायण सिंहांशी झाली. ते म्हणाले, ''बघा रमणिकाजी, माझा उमेदवार श्रीकृष्ण सिंह निवडणूक लढवत आहे. तुम्ही तुमचा उमेदवारीअर्ज मागे घ्या.''

''मी माझा उमेदवारीअर्ज मागे का घेऊ? माझा पक्ष निवडणूक लढवीत आहे. तुम्हाला तर माहीतच असेल की, तुमच्या उमेदवाराला मी आपल्या युनियनच्या अध्यक्षपदावरून काढून टाकले होते.''

''तुम्ही औरंगाबादची लाठी पाहिली आहे ना?'' ते म्हणाले.

"तुम्ही केदला खाणीतील ढेकळं पाहिली नाहीत का?" (केदला खाणीत ठेकेदारांसोबत झालेल्या संघर्षात औरंगाबादचे तीन ठेकेदार मारले गेले होते आणि ३६ गुंड जखमी झाले होते.)

"अरे, तू तर फार पराक्रमी आहेस!"

"क्षत्रिय स्त्रीचा निर्धार क्षत्रिय पुरुषांपेक्षा जास्त मजबूत असतो सत्येंद्रबाबू!" मी त्यांना त्यांच्याच भाषेत उत्तर दिले.

निवडणुकीच्या वातावरणाने जोर पकडला होता. दोन्हींकडून दणक्यात प्रचार सुरू होता. लाल झेंडा आणि तिरंगा झेंडा. उमेदवार एकमेकांच्या विरोधात बोलत नव्हते. मी आणि माझ्याविरोधात मंझूर हुसेनची पत्नीही बोलत नव्हती. याच दरम्यान ललित नारायण मिश्र परदेशातून परत आले. वीरेंद्र पांडे माझ्या विरोधात रिपोर्टिंग करण्यासाठी आधीच दिल्लीला गेले होते. ललितबाबू मुळात केदार पांडेजींच्या विरोधात होते आणि पांडेंजींच्याच वशिल्याने मला उमेदवारी मिळालेली होती.

ते सरळ इंदिराजींकडे गेले आणि त्यांना म्हणाले, "रामगढमध्ये सी.पी. आय.च्या विरोधात आपला उमेदवार उभा करून तुम्ही फार मोठी चूक केली आहे."

मला निवडणुकीतून माघार घेण्याचा आदेश पाठविण्यात आला. आदेश घेऊन आले होते बिहार सरकारचे महसूलमंत्री चंद्रशेखर सिंह; जे नंतर बिहारचे मुख्यमंत्रीदेखील झाले. रामगढच्या धर्मशाळेत काँग्रेसच्या सदस्यांनी भरलेल्या बैठकीत चंद्रशेखरजी म्हणाले, "सीतेला वनवास देण्याचा आदेश सांगण्यासाठी मला पाठविण्यात आले आहे. माझी इच्छा तर नाही; परंतु वरून आदेश आहे, त्याचे पालन करावेच लागेल आणि रमणिकाजींना आजच अर्जावर सही करून निवडणुकीच्या मैदानातून बाजूला व्हावे लागेल. तुम्ही ही पत्रके जनतेत वाटा. त्या आजच माझ्यासोबत पाटण्याला जातील."

हे ऐकल्यावर कार्यकर्ते खूप भडकले. काही तर सभागृह सोडून बाहेर गेले. मी निवडणुकीतून बाहेर पडण्याच्या पत्रकावर स्वाक्षरी करून दिली. पत्रके छापून वाटण्यातदेखील आली आणि मी पाटण्याला निघून गेले. आमचे काही कार्यकर्ते पक्षाशी बंड करून मैदानात ठाम राहिले. मी निवडणुकीच्या मैदानातून बाहेर पडल्यावरदेखील लोकांनी मला मते दिली, कारण मतपत्रिका छापल्या गेल्या होत्या आणि त्यावरून माझे नाव काढणे शक्य नव्हते.

त्यानंतर आम्ही बिंदेश्वरी दुबेजींकडून केदलाच्या खाणींचे राष्ट्रीयीकरण करण्याची नोटीस दिली. या घटनेचा उल्लेख मी याच पुस्तकात आधी केला आहे. खाणी सरकारी झाल्यादेखील, परंतु बिहारमध्ये ललितबाबू आणि केदार पांडेंचा विरोध एवढा वाढला की, काँग्रेसचेच लोक जयप्रकाश नारायणजींच्या आंदोलनाला

आतल्या आतून तन-मन-धनाने मदत करू लागले. केदार पांडेंना काढून टाकून त्यांना कमी लेखण्याचा प्रयत्न करू लागले. एक प्रकारे हा इंदिरा गांधींना पाडण्याचाच प्रयत्न होता. वस्तुस्थिती अशी होती की, ललित नारायण मिश्र स्वत: पंतप्रधान होण्याचे स्वप्न पाहू लागले होते. ते संजय गांधीला आपल्या जाळ्यात अडकवून इंदिरा गांधींना बाजूला सारण्याचे राजकारण खेळत होते. या अशा परिस्थितीत १९७३ मध्ये सरकारने सर्व नॉन-कुकिंग खाणींचे अधिग्रहण केले.

यानंतर सुरू झाला आमचा सततचा संघर्ष— जुन्या मजुरांच्या पुनर्नियुक्तीसाठी.

●●●

३१.
याद्याच याद्या

आता आमच्यासमोर होता एक प्रदीर्घ संघर्ष— मजुरांच्या पुनर्नियुक्तीचा संघर्ष! जे आधी खाणीत काम करीत होते, त्यांना राष्ट्रीयीकृत खाणीत नोकरी मिळवून देण्यासाठीचा हा संघर्ष होता. राष्ट्रीयीकरणानंतर सगळीकडच्या खाणी सुरू झाल्या होत्या; परंतु केदला-झारखंडच्या खाणी बंद पडल्या होत्या. ठेकेदार आणि रिसीव्हर रेकॉर्ड जमा करीत नव्हते. जे रेकॉर्ड जमा केले जात होते, ते नकली होते. एन.सी.डी. सी. चे काही अधिकारीदेखील खोट्या युनियनच्या माध्यमातून आपल्या लोकांची नावे याद्यांमध्ये घालण्याच्या प्रयत्नात होते. युनियन कार्यकर्त्यांच्या आप्तेष्टांच्या याद्या, कोर्टाचे एस. डी. ओ. व पोलिसांच्या याद्या...म्हणजे याद्याच याद्या जमा होऊ लागल्या होत्या. नोकरीसाठी लोकांची गर्दीच गर्दी पेरज बंगल्यावर येऊ लागली.

केदलामध्ये खऱ्या मजुरांची नावे काढून नवीन लोकांची भरती करण्याची मोहीम सुरू झाली होती. ए. डी. नंदीसारख्या काही नेत्यांनी ग्रामस्थांना भडकावून संघर्षदेखील सुरू केला होता. हे तेच नंदी होते, जे ठेकेदारांच्या बाजूने संप तोडण्यासाठी रांचीहून मजूर आणून केदला आणि झरनाच्या ठेकेदारांना पुरवीत होते.

एकदा ए. डी. नंदी आणि त्यांच्या काही सोबत्यांनी मला वेढले. त्या क्षेत्रात स्थानिक लोकांच्या हक्कांसाठी लढण्याची सुरुवात मीच केली होती. काही मुलांनी एका

यादीवर स्वाक्षरी करण्याचा हट्ट माझ्याकडे धरला आणि म्हणाले, ''या लोकांनाच नोकरी मिळायला हवी.''

''घेराव घाला किंवा मारा; आधी त्यांना नोकरी मिळेल, जे या खाणीत पूर्वी काम करीत होते. नव्याने नोकरीसाठीचा संघर्ष तुमच्यासाठी वेगळा लढला जाऊ शकतो, परंतु जुन्या मजुरांना बाहेरचे म्हणून आम्ही पळवून लावू देणार नाही. जे काम करीत होते, त्यांनाच काम मिळावे यासाठीच आमचा संघर्ष राहील.'' मी ठामपणे बोलले.

ग्रामस्थ मला चांगल्या प्रकारे ओळखत होते. मीच त्यांना अन्यायाविरोधात लढा द्यायला शिकविले होते. या क्षेत्रात स्थानिक संघर्ष आणि 'भूमिपुत्राला काम' या मोहिमेची सुरुवात आम्हीच आमच्या युनियनाच्या वतीने आणि संयुक्त समाजवादी पक्षाच्या व्यासपीठावरून बेरमो क्षेत्राच्या स्वाँग वाशरी आणि कथारा खाणीपासून केली होती. या संघर्षात खुदगड्डा, गोमिया आणि साडमच्या जवळजवळ ३०० लोकांनी अटक करवून घेतली होती. त्या वेळी एन. सी. डी. सी. मध्ये स्वच्छता कामगार आणि झाडूवाल्याच्या जागादेखील राजस्थान येथील डोम जातीतील लोकांना बोलावून भरल्या जात होत्या. मीच या पुनर्नियुक्तीला विरोध सुरू केला होता. त्यामुळे हजारीबाग जिल्ह्यातील ग्रामस्थ या आंदोलनामध्ये सदैव माझ्यासोबत होते. मजुरांनी ग्रामस्थांच्या रोजगाराच्या आंदोलनात तन-मन-धनाने मदत केली होती.

ग्रामस्थांच्या हस्तक्षेपामुळे वेढा तुटला. मी निघून आले. दुसऱ्या दिवशी कस्टोडियनच्या कार्यालयाबाहेर याच यादीवर कस्टोडियनची जबरदस्तीने स्वाक्षरी घेण्याचा प्रयत्न केल्यामुळे गोळ्या झाडल्या गेल्या.

सवंग लोकप्रियता मिळविण्यासाठी मी कधी ताकदवान बाजूला साथ दिली नाही. मी आपल्या निर्णयावर अडून राहिले. कारण मजूर— मग तो चायबासा, सिंहभूम किंवा पुरुलियाचा का असेना— मुंडा असो की उराँव, बिलासपुरी असो की उडिया, गयाचा नोनिया असो किंवा पलामूचा केवट, करमाली किंवा मांझी— ते सर्वच्या सर्व गरीब आदिवासी किंवा दलितच होते. बाहेरचे म्हणून त्यांना पळवून लावण्याचे कट-कारस्थानदेखील आम्ही हाणून पाडले. ज्यांचे रेकॉर्ड त्यांच्याच भागातील ग्रामीण ठेकेदारांनी एकतर दिले नव्हते किंवा ते गायब करण्यात आलेले होते; त्या सर्व गावकऱ्यांनादेखील आम्ही काम मिळवून दिले. आमची घोषणा होती— 'टोपलीचे असते ना कोणते कायमचे घर आणि ना कोणता देश', 'जेथे काम तेथेच घर', 'जेथे नोकरी, तेथे टोपली', 'टोपली आतली-बाहेरची नसते'... मग ती उचलणारे गरीब मजूर बाहेरचे किंवा आतले कसे असतील? आम्ही बाहेरून आलेले ठेकेदार, सरकारी कर्मचारी यांना बाहेरचे म्हणून विरोध करीत होतो; परंतु

मजुरांना नाही. कारण मजूर स्थानिक लोकांचे शोषण करीत नव्हते. राष्ट्रीयीकरणानंतर बऱ्याच मजुरांना आपली जुनी नोकरी मिळू शकली नाही. बरेच मजूर आपापल्या लोकांची खोटी नावे खात्यात लावण्यात यशस्वीदेखील झाले. म्हणजे रोजगाराच्या आवश्यकतेने संघर्षाला स्वार्थाच्या वेढ्यात कैद केले. तरीदेखील आमच्याजवळ काही मजुरांची ओळखपत्रे होती, जी आम्ही संप करून आधी मिळविली होती. त्यांचे फोटोदेखील बदलले जाऊ लागले होते. मॅनेजर देशमुख, जे खाण सोडून कधीच निघून गेले होते, ते परत येऊन पैसे घेऊन नवीन ओळखपत्रावर स्वाक्षऱ्या करू लागले होते. सर्व ठिकाणी पळवाटा होत्या. पुनर्नियुक्तीसाठी प्रदीर्घ संघर्ष चालला. वाददेखील फार झाले.

केदलातदेखील पुनर्नियुक्ती सुरू झाली. बारा-तेरा हजारांपैकी केवळ आठ हजार मजुरांना केदलात नोकरी मिळाली. जवळपास दोन हजार मजूर स्त्रियांची नावे काढून टाकण्यात आली होती. कित्येक नवीन चेहरे आले, बरेचसे जुने मजूर कित्येक वर्षांपासून आशेवर बसले होते. काही खरे मजूर गाळले गेले आणि ज्यांनी कधी खाणीचे तोंड पाहिले नव्हते, त्यांना नोकऱ्या मिळाल्या. ट्रक भरणाऱ्या मजुरांना तर पुनर्नियुक्ती दिलीच गेली नाही. त्यामुळे मोठा असंतोष पसरला. मात्र, दीर्घ संघर्षामुळे मजूर थकले होते. त्यांना या थकव्यातून कसे बाहेर काढावे, हाच त्या वेळी मुख्य प्रश्न होता. केस लढवून काहींना नोकरी मिळवून देण्यात आम्ही यशस्वी झालो. काहींना लवादामुळे नोकऱ्या मिळाल्या; काही सुटले. हां, या दरम्यान बऱ्याच नवीन युनियन कावळ्याच्या छत्र्याप्रमाणे निर्माण झाल्या. ती एक वेगळीच मोठी कथा आहे; जी कादंबरीचा विषयदेखील होऊ शकते. ओरिसा, बिलासपूर, पुरुलिया, संथाल परगणा, पलामू, रांची, गया, कोडर्मा, धनबाद, गिरिडीह, चतरा, दुमका या सर्व ठिकाणचे मजूर येथे काम करीत होते. परंतु त्यांच्या नावावर मुंगेरचे मजूर भरती होत होते, कारण त्यांचा ठेकेदार मुंगेरचा होता. त्याने रजिस्टरमध्ये आपल्या सर्व नातू-पणतूंची नावे घातली होती. रातोरात शुक्ला, मिश्रा, तिवारी, सिंह हे सर्व कोलकटर आणि क्लार्क झाले. इथपर्यंत त्यांची मजल गेली की न्यायाधीशानेदेखील, ज्याच्या अधीन रिसीव्हर होता, आपल्या मुलाचे नाव घालण्यासाठी मला आपल्या चेंबरमध्ये बोलावून तसे करण्यासाठी सांगितले. मी आपली असहायता दर्शवीत त्यांना विचारले होते, "ज्यांनी हा संघर्ष केला आहे, त्या खऱ्या मजुरांचे काय होईल? मी असे करू शकत नाही."

आम्ही मजुरांच्या फेरनेमणुकीसाठी १९७३ नंतर एक दीर्घ आणि कठीण संघर्ष करून जवळजवळ सोळा-सतरा हजार मजुरांना कुजू-अरगड्डा क्षेत्रात फेरनेमणुका मिळवून दिल्या होत्या. मी इंटकतर्फे अपील कमिटीची सदस्य होते. त्यामुळे

मजुरांच्या सर्व याद्या खाण मजूर संघातर्फे मीच सादर करीत होते. खाण मजूर संघ ही इंटकशी संबंधित युनियन होती. अधिकाऱ्यांशिवाय इंटक आणि एटकचे दोन-दोन सदस्य अपील बोर्डात होते.

काही रिसीव्हर आणि ठेकेदारांनी केलेल्या खोट्या याद्या आणि काही सरकारी अधिकाऱ्यांनी केलेल्या मनमानी कारभारामुळे केदलामध्ये मजुरांची पुनर्नेमणूक सुरू होत नव्हती. तिच्यासोबत राष्ट्रीयीकृत झालेल्या इतर खाणींमध्ये बारकाईने तपासणी होऊन मजुरांच्या पुनर्नेमणुकीचे काम सुरू झाले होते. इतर सर्व खाणींमध्ये उत्खननाचे कामदेखील सुरू झाले होते. आम्ही तेथे याद्या दिल्या होत्या. लोकांना काम मिळाले होते, परंतु केदला खाण बंद होती. कारण सरकारी अधिकारी काचकुच करू लागले. केदलामध्ये एकूण दहा-बारा हजार मजूर होते, तरीदेखील तेथे पुनर्नेमणुकीसाठी वीस हजार अपील पडून होत्या. सरकार चार किंवा पाच हजारांपेक्षा जास्त लोकांना परत घेऊ इच्छित नव्हती. व्यवस्थापनाद्वारे नवनवीन अटी लादण्यात आल्या. नोंदी उपलब्ध नसल्यामुळे मजुरांच्या सर्व याद्या व्यवस्थापन खोट्या ठरवू लागले. उच्चस्तरीय बैठका कित्येकदा झाल्या. ज्यात इंटकतर्फे बिंदेश्वरी दुबे, मी आणि दामोदर पांडे उपस्थित राहत होतो आणि एटकतर्फे चतुरानन मिश्र, रवींद्रकुमार आणि शफिक खान होते. व्यवस्थापनातर्फे अध्यक्ष बी.एल.बडेरा या व्यतिरिक्त कार्मिकसंचालक मूर्ती, कार्मिक महाव्यवस्थापक ए.डी. सिंह आणि श्री निर्देशक उत्पादक वर्मा बसत होते. केदला क्षेत्रात 'कोयला श्रमिक संघटन' ही आमची एकमेव युनियन होती. राष्ट्रीयीकरणापूर्वीच श्रम विभागाने या युनियनला मान्यता दिली होती. या युनियनच्या सदस्यांची नोंदवही, आमच्या युनियनकडून केंद्रीय कामगार आयुक्तांकडे पडून राहिलेल्या तक्रारी किंवा वादग्रस्त प्रकरणाच्या वेळी दिल्या गेलेल्या मजुरांच्या याद्या, खाण विभागाकडे आमच्या युनियनने केलेल्या तक्रारी किंवा काही प्रकरणांचा तपास करताना खाणीतून जप्त केले गेलेले हजेरी खाते आणि जी ओळखपत्रे आमच्या युनियनने भांडून मजुरांना दिली होती, ती सर्व व्यवस्थापनाने अस्सल दस्तऐवज मानून मजुरांच्या नियुक्तीचा पुरावा आणि प्रामाणिक नोंदी म्हणून मान्यता दिली होती. त्या क्षेत्रात गुंडांचा सामना करून टिकू शकेल, अशी आमच्या युनियनशिवाय दुसरी कुठलीच युनियन नव्हती. या सोबतच एक अपील फॉर्म भरून देण्यास मजुरांना सांगितले होते; ज्यात त्यांना नाव-पत्त्याशिवाय ते कोठे, कोणत्या ठेकेदारांकडे राबत होते, केव्हापासून काम करीत होते, हेदेखील लिहायचे होते. याचा पुरावादेखील त्यांना गोळा करायचा होता. केदला नॉर्थचे मजूर संघर्ष करून-करून थकले होते. त्यांची पुनर्नियुक्ती सुरू करण्यासाठी मला कित्येक आंदोलने, धरणे, मोर्चे काढावे लागले होते. बिंदेश्वरी

दुबेजींकडूनदेखील दबाव टाकण्यात आला होता. या दरम्यान आजूबाजूच्या चालू खाणीतील मजूरदेखील केदलाच्या मजुरांसाठी निधी गोळा करून त्यांना मदत करीत होते.

रेलीगढ हत्याकांडानंतर त्या ३७ मजुरांना कामावर घेतले गेले नव्हते, ज्यांना खुनाच्या केसमध्ये गोवण्यात आले होते आणि ज्यांचा खाणीच्या टाळेबंदीपासूनच धनबादच्या लवाद कोर्टात वाद सुरू होता. मी चारी बाजूंनी वेढले गेले होते. दामोदर पांडे मला प्रत्येक वेळी विरोध करीत होते. बिंदेश्वरी दुबेंनी मला मदत केली, परंतु नंतर तेदेखील आम्हा दोघांत भांडण लावून स्वत: नेते होऊन तमाशा पाहू लागले.

राष्ट्रीयीकरणानंतर माझा सल्ला घेऊन दुबेजींनी उमाबचन तिवारी नावाच्या एका श्रमिक नेत्याला रोहतासहून बोलावून घेऊन कोळसा क्षेत्रातील युनियनमध्ये माझ्या मदतीसाठी पाठविले; परंतु तो मजुरांना माझ्या विरोधातच भडकावू लागला आणि ठेकेदारांची बाजू घेऊ लागला. दुबेजींना सांगून मोठ्या मुश्किलीने त्याला युनियनमधून काढावे लागले. त्यामुळे तो माझ्यावर हिंसक हल्ले घडवून आणू लागला. आधी तो केदार पांडेजींचे साडू जगदीश चौबे, ज्यांना आम्ही आपल्या युनियनचे अध्यक्ष केले होते, त्यांच्याशी संगनमत करून मला त्रास देऊ लागला आणि नंतर तो लइयोचे ठेकेदार एस. डी. शर्माला सामील झाला. हे दोघे मिळून नकली मजुरांना पुनर्नेमणूक देण्याचे कट-कारस्थान रचू लागले. त्यामुळे संघर्ष हिंसक होऊ लागला. आम्ही जगदीश चौबेंना आधीच युनियनच्या अध्यक्षपदावरून काढले होते. कारण तेदेखील ठेकेदारांशी संगनमत करून केदलाला बी.एम. डी. सी. म्हणजे 'बिहार मिनरल डेव्हलपमेंट कॉर्पोरेशन'ला आणू इच्छित होते. आम्ही या चालीचे कट्टर विरोधक होतो. कारण बी. एम. डी. सी. ठेकेदारांच्या माध्यमाने खाण चालवू इच्छित होती. त्यामुळे मजुरांचे शोषण नक्कीच होणार होते. याच दरम्यान केदार पांडेजींनी बिंदेश्वरी दुबेजींचा सल्ला घेऊन आमच्या युनियनला इंटकच्या खाण मजूर संघात विलीन करण्याचा प्रस्ताव ठेवला. आम्ही आमची युनियन विसर्जित करून खाण मजूर संघात सामील झालो.

●●●

३२.
मरगळलेल्या चेहऱ्यांवर आनंदाच्या लाटा आणि स्क्रीनिंगचा कहर

खाणींचे राष्ट्रीयीकरण झाल्यानंतरच आम्ही संप मागे घेतला. मी शपथ घेतली होती— 'राष्ट्रीयीकरण झाल्यानंतरच मी केदलात पाय ठेवेन.' राष्ट्रीयीकरण झाल्यानंतर जेव्हा मी पहिल्यांदा सरकारी अधिकाऱ्यांसोबत केदलाच्या खाणीत गेले; तेव्हा वाळक्या हाडांच्या, सुरकुतलेल्या चेहऱ्यांवर आनंद तर झळकू लागला होताच; परंतु त्यांचे हास्य निस्तेज डोळ्यांत विरून जात होते. प्रश्न अनेक होते. आम्ही नक्कीच जिंकलो होतो; परंतु सर्वांना नोकरी मिळवून देण्यात आम्ही अयशस्वी ठरलो होतो. राष्ट्रीयीकरणानंतर कित्येक ठेकेदार नेते झाले होते. आता आम्हाला त्यांच्याशीदेखील लढावे लागणार होते. ठेकेदारांनी एक युनियन उभी केली होती आणि बरेच खोटे रेकॉर्डदेखील तयार केले होते. शर्माजींनी उमाबचन तिवारीशी संधान बांधून इंटकमध्ये येण्याचा प्रयत्न केला होता; परंतु मी विरोध केला आणि त्यांना येऊ दिले नाही.

स्क्रीनिंग
आम्ही दुबेजींतर्फे व्यवस्थापनावर दडपण आणून पुनर्नियुक्तीसाठी स्क्रीनिंगच्या उद्देशाने चार केंद्रे उघडली; परंतु एक दिवसच पुनर्नियुक्तीची प्रक्रिया होऊन ती बंद पडली. आम्हाला पुनर्नियुक्तीसाठी कित्येक वेळा संघर्ष करावा लागला. त्यामुळे केदलामध्ये कित्येक टप्प्यांतून

पुर्ननियुक्तीची प्रक्रिया चाललेली होती. या प्रयत्नात आम्हाला जवळपास एक वर्ष लागले. राष्ट्रीयीकरणाच्या वेळी मी विधान परिषदेची सदस्या होते परंतु जेव्हा स्क्रीनींगची प्रक्रिया सुरू झाली, त्या वेळी माझी आमदारकीची मुदत संपली होती.

एका दिवसासाठी स्क्रीनिंग प्रक्रिया सुरू व्हायची आणि नियुक्ती-पत्रांची विल्हेवाट, हिसका-हिसकी आणि लूट व्हायची. एकाचे नियुक्ती-पत्र दुसऱ्याला मिळायचे. क्लार्क लोकांची चांदी होती. पैसे घेऊन ते नेमणूक-पत्र विकू लागले. मोठ्या मेहनतीने आम्ही याद्या तयार केल्या होत्या. आम्ही आंदोलन करायचो तेव्हा स्क्रीनिंग सुरू व्हायचे; परंतु संध्याकाळी बंद व्हायचे. एक तर दुबेजींना सांगून मोठ्या मुश्किलीने प्रशासनावर दबाव आणून आम्ही केदलामध्ये पुनर्नियुक्ती सुरू करायला लावली आणि दुसरीकडे सी. पी. आय. चे लोक बिहारच्या इतर भागांतून लोकांना आणून उडिया आणि बिलासपुरिया मजुरांच्या जागा भरू लागले होते. एक तर ते नियुक्ती-पत्र तरी रोखायचे किंवा क्लार्क आणि अधिकाऱ्यांशी संगनमत करून नियुक्ती-पत्र बळकावयाचे. भरीस भर म्हणजे, संख्येने मोठ्या स्त्रियांची नावेच वगळून टाकण्यात आली होती. काही पुरुषांनी त्या स्त्रियांची नियुक्ती-पत्रे उचलली होती. त्यांच्या नावासमोर त्यांच्या पतीच्या नावाऐवजी वडिलांचे नाव नोंदविले होते. अशा प्रकारे कित्येक पुरुष हे मजूर पत्नी किंवा इतर कोणत्यातरी स्त्रीच्या नावावर काम करू लागले होते.

प्रकरण गुंतागुंतीचे होत चालले होते. इंटकमध्येदेखील दोन गट झाले होते. एक आमचा होता— ज्यात जास्तीत जास्त बहुतेक पी. आर. म्हणजे पीस रेटेड म्हणजे नगावर ठेका घेतलेले मजूर होते. दुसरा गट मुन्शी आणि मायनिंग स्टाफ व ठेकेदारांचा होता. हा गट बाहेरून आलेल्या नव्या लोकांच्या पुनर्नियुक्तीसाठी दबाव टाकत होता आणि जुन्या मजुरांची नावे काढून टाकत होता. मी एस. डी. शर्माचे नाव अपील कमिटीत पुरावे देऊन काढून टाकले. त्याची नोकरी रद्द झाली. इंटकमध्ये असताना त्याला खासदार दामोदर पांडे आणि उमाबचन तिवारीचा पाठिंबा होता. बिंदेश्वरी दुबेजी माझे पाठीराखे करीत होते. दुबेजी, जे नंतर बिहारचे मुख्यमंत्री झाले, ते इंटकच्या बिहार शाखेचे महासचिवदेखील झाले.

●●●

३ ३.

लवाद

असो. पुनर्नियुक्तीची प्रक्रिया जेव्हा संपली, तेव्हा आढळून आले की, आमचे बरेचसे मजूर, जे राष्ट्रीयीकरणासाठी जीव तोडून लढले आणि दडपशाहीच्या भयंकर जाळ्यात अडकले होते; तेच नोकरीपासून वंचित राहिले. त्यांना व बऱ्याचशा ग्रामीण मजुरांनादेखील नोकरी मिळाली नव्हती. ते नेहमी पावसाळ्यात आपल्या शेतात कष्ट करायचे आणि नंतरच्या दिवसांत खाणीत. आम्ही वंचित राहिलेल्या मजुरांची एक पूर्ण यादी तयार करून औद्योगिक वाद निर्माण केला. नंतर बिंदेश्वरी दुबेंच्या मध्यस्थीने तो लवादापुढे ठेवण्याचे व्यवस्थापनाने मान्य केले. पंचाट म्हणजे लवाद— यात जे पंच नेमले जातात, त्यांना दोन्ही पक्षांची सहमती असणे गरजेचे असते. त्यांच्या निर्णयाला न्यायालयात कुठलाच पक्ष आव्हान देऊ शकत नाही. त्यामुळे सर्वसाधारणपणे असे लोक निवडले जातात, ज्यांना निष्पक्ष समजले जाते. बिंदेश्वरी दुबे आणि बी. एल. वडेरा पंच झाले. युनियनतर्फे मी आणि व्यवस्थापनातर्फे सी. सी. एल. चे कार्मिक संचालक महेंद्रू. केस दाखल झाली. बरीच दीर्घ चर्चा चालली. यासाठी मला पाटण्याला जावे लागले. कारण त्या वेळी बिंदेश्वरी दुबे बिहार सरकारचे आरोग्यमंत्री होते. त्यांच्याच घरी चर्चा होत होती. लवादामध्ये दोनशे पन्नास मजूर आणि चौदा कर्मचाऱ्यांच्या पुनर्नियुक्ती सोबतच काही विस्थापितांनादेखील जमिनीच्या बदल्यात नोकरी देण्याचा निर्णय झाला.

लवादाचा निर्णय लागू होण्यातदेखील बरीच गडबड झाली. कित्येक मजुरांची नावे एकसारखी होती आणि त्यांच्या वडिलांची नावेदेखील तीच होती. त्यामुळे स्थानिक व्यवस्थापनाने दोघांपैकी एकाला काढून टाकले किंवा चुकीच्या मजुराला काम दिले; खऱ्याला काढून टाकले. अक्षयरामचे केदलातून रडत-रडत निघून जाणे मी आजपर्यंत विसरू शकले नाही. ज्या दिवशी या खाणी उघडल्या, त्या दिवसापासून अक्षयराम तेथे आघाडीच्या फळीत राबत होता. केदलाच्या मुक्तीची लढाई आणि तिच्या राष्ट्रीयीकरणासाठी अक्षयराम पुढच्या रांगेत असायचा; परंतु नोकरी मिळविण्यात तो मागे पडला. आम्हाला यश मिळू शकले नाही. केदलाचे त्या वेळचे महाव्यवस्थापक, जे एक सरदार होते, ते हट्टास पेटले आणि अक्षयराम रडत-रडत आपल्या गावी परत गेला.

लवादाची प्रक्रिया सुरू असताना चर्चेत मला हे कळाले की, कंपनीने अधिग्रहणाची प्रक्रिया सुरू न करताच ग्रामस्थांना गोड-गोड बोलून किंवा लालुच दाखवून नुकसानभरपाई न देता, नोकरी न देता, जमिनी घेऊन खाणींचा विस्तार केला होता.

लवादाचा निर्णय जवळपास १९७६ पर्यंत आला. त्या वेळी मी काँग्रेस पक्षातर्फे विधान परिषदेची सदस्य झाले होते. जमिनीबद्दलची बहुतेक प्रकरणे तोपा खाणीचे सचिव राजेंद्र लालांकडे होती. कारण ते स्थानिक रहिवासी होते. तिकडे आरा, सारुबेडा खाणीत कार्तिक महतो, कारीनाथ महतो, चुकंदर महतो हे आमचे सहकारी होते. रशीदसाहेब, जे आधी आराचे उपठेकेदार होते, त्यांना आरामध्ये नोकरी मिळाली होती. राष्ट्रीयीकरणानंतर तेदेखील खाणीच्या सर्व गोपनीय कागदांबाबत आम्हाला माहिती देत होते. बैजूबाबू त्या क्षेत्रातील युनियनचे स्थानिक नेते होते. तेदेखील ग्रामस्थांच्या प्रश्नांसंदर्भात मला पाठिंबा देत होते. अशा प्रकारे आम्ही दूरवरच्या गावापर्यंत आमची मुळे रुजवली होती.

या दरम्यान आम्ही जमिनीच्या बदल्यात नोकरी देण्यासंदर्भात आंदोलन केले आणि कित्येक जणांच्या बाबतीत नोकरी देण्याचा निर्णय घेण्यास कंपनीला भाग पाडले.

●●●

३४.
विस्थापितांच्या संघर्षाचा पाया आणि 'स्थानिक' शब्दाची व्याख्या

लवादाचा हा निर्णय आम्हाला यासाठी फार महत्त्वाचा होता की, याच्याच आधारावर आम्हाला युनियनच्या व्यासपीठावरून इतर सर्व खाणींच्या विस्थापितांच्या प्रश्नांना व्यवस्थापनासमोर ठेवण्यास सुरुवात केली होती. कित्येक निर्णयदेखील आमच्या बाजूने लावून घेतले होते. याच दरम्यान ज्यांच्या जमिनी खाणीत गेल्या होत्या, परंतु ज्यांना रोजगार मिळाला नव्हता; अशा बऱ्याच ग्रामस्थांचे नावे व संख्यादेखील आम्ही गोळा केली होती. बिहारच्या तीन मुख्यमंत्र्यांनी ते पदावर असताना केंद्र सरकारच्या तत्कालीन ऊर्जामंत्र्यांना अनुक्रमे पत्र क्र. डी. ओ- २३३/ सी. एस.एस. दिनांक २ ऑगस्ट १९७२, पत्र क्र. ४००/ सी. एस. एस. दिनांक २६ जुलै १९७६, पत्र क्र. ७९३, दिनांक २९ जुलै १९७७ द्वारे लिहून स्थानिक शब्दाची व्याख्या आणि धोरणांविषयी केंद्र सरकारकडे विचारणा केली होती. ऊर्जामंत्र्यांनी आपल्या वेगवेगळ्या पत्रा (पत्र क्र. डी. ओ. क्र. एस. एम. एम/ ७२३५११, दिनांक १३ सप्टेंबर, १९७२, पत्र क्र. ६ (४७) ७६ कंपनी दिनांक १७ नोव्हेंबर १९७६ आणि पत्र क्र. -११-१३५७, दिनांक १७ ऑगस्ट, १९७७) द्वारे स्पष्ट केले की, ज्या ठिकाणी प्रकल्प सुरू केले जातील; तेथे त्या प्रकल्पामुळे जे लोक विस्थापित होतील त्यांना आणि त्या परिसरातील पाच किलोमीटर परिसराच्या आतील गावकऱ्यांना नोकरी दिली गेली पाहिजे.

म्हणजे, प्रकल्पात नोकरी मिळविण्यासाठी हेच लोक स्थानिक समजण्यात आले.

याशिवाय माझ्या म्हणजे रमणिका गुप्ता (उपाध्यक्ष, खाण मजूर संघ) आणि कोल इंडियाचे अध्यक्ष जे. जे. कुमारमंगलम यांच्यासोबत झालेल्या बैठकीमध्ये जो निर्णय घेतला गेला, त्याप्रमाणेदेखील फेरनियुक्ती करताना व्यवस्थापनास आणि स्थानिक नियोजनालयास अशी विनंती करण्यात यावी की, त्यांनी प्रकल्पाच्या पाच मैलांच्या परिसरातील उमेदवारालाच फेरनियुक्तीसाठी पाठवावे. हा निर्णय कुशल आणि अकुशल दोन्ही प्रकारच्या रिक्त जागांसाठी झाला होता. मोहन कुमारमंगलम यांच्याकडून त्यांच्या आधीच्या सर्व खाणमंत्र्यांच्या आदेशाच्या प्रतीदेखील आम्ही मिळविल्या होत्या. कुठल्याही प्रकल्पाच्या पदाधिकाऱ्याने या आदेशाची अंमलबजावणी केली नव्हती. त्याची दोन कारणे सांगितली जात होती. एक तर ग्रामस्थ खाणीत जाण्यास घाबरत होते. त्यामुळे एन.सी.डी. चे व्यवस्थापन आणि अन्य काही मालकवर्ग गोरखपूर, बिलासपूर किंवा इतर ठिकाणाहून मजुरांना आणीत होते. विशेषत: दलित मजुरांना आणत आणि त्यांना कँपमध्ये ठेवत होते. एन. सी. डी. सी.चे व्यवस्थापन मजुरांना कँपमध्ये ठेवत नव्हते. कारण ही सरकारी कंपनी होती. दुसरे कारण म्हणजे, गावातील मजुरांना पावसाळ्यात आपल्या शेतातच काम करणे आवडत होते. खाणीत मजुरी कमी होती आणि धोका जास्त, त्यामुळे त्याला खाणीत नोकरी करण्यापेक्षा शेतात श्रम करणे आवडायचे.

व्यवस्थापनाचा हा तर्क काही बाबतींत खरा होता आणि काही बाबतींत खोटा. वस्तुस्थिती ही होती की, अधिकारी आपल्या नातलगांना चांगल्या पदावरची नोकरी देत होते. केवळ पीस-रेटचे किंवा लोडिंगचे काम पुरुषांना आणि स्त्रियांना दिले जात होते. लोडिंगचे काम नेहमी अनिश्चित असायचे, कारण त्या वेळी रेल्वेची वॅगन रोज उपलब्ध होत नव्हती आणि एन. सी. डी. सी. मध्ये ट्रकने कोळसा लोडिंग होत नव्हता. खासगी खाणीत मात्र ट्रकमधून लोडिंग होत होता.

कुजू-अरगड्डा क्षेत्रातील खाणी १९७३ मध्ये सरकारी झाल्या होत्या. परंतु १९७५ पर्यंत तेथे ओ. बी. आर. मध्ये ठेकेदारी प्रथा सुरू होती. मी तिचा तीव्र विरोध केला होता. ती प्रथा बंद करून मजुरांना कायमस्वरूपी नोकरी देण्यात यश मिळविले होते. जे. जे. कुमारमंगलम हे कंपनीचे अध्यक्ष झाले होते, तर बी. एल. वडेरा हे खाणीचे संचालक झाले होते. त्यांच्याकडे प्रकरण गेले आणि मी मजुरांना नोकरीत कायम करण्यासाठी आणि जमिनीच्या मोबदल्यात नोकरी देण्यासाठी कित्येक महत्त्वाचे निर्णय पदरात पाडून घेतले. खासदार दामोदर पांडेंनी या बाबतीत आम्हाला नेहमी विरोध केला, तरीदेखील आम्ही या कार्यात यशस्वी झालो.

●●●

३५.
मी कॉंग्रेसची जिल्हाध्यक्ष झाले

मी मुळात केदार पांडेंच्या ग्रुपमधील होते. ते मुख्यमंत्रिपदावरून पायउतार झाले, तरीदेखील मी त्यांच्याच गटात राहिले. केदार पांडे आणि दुबेजींमधील मैत्रीचे एक कारण मीदेखील होते. मी स्थिरस्थावर व्हावे, अशी पांडेजींची इच्छा होती. त्यांच्याच सांगण्यावरून आमच्या युनियनचे इंटकमध्ये विलीनीकरण करून मला खाण मजूर संघाची संघटन सचिव करण्यात आले. नंतर मला उपाध्यक्ष करण्यात आले. या संघटनेचे नाव नंतर 'राष्ट्रीय खाण मजूर संघ' झाले आणि ही युनियन बिहारऐवजी संपूर्ण भारतभर नोंदणीकृत करण्यात आली. केदार पांडे आणि दुबेजींची मैत्री बरेच दिवस टिकली. बिंदेश्वरी दुबेजींनी आधी तर मुख्यमंत्रिपदासाठी केदार पांडेंना पाठिंबा दिला होता. परंतु नंतर त्या पदासाठी ते स्वत: सौदेबाजी करू लागले आणि त्यांनी पांडेजींची साथ सोडली. अखेर ते जगन्नाथ मिश्र यांच्या मंत्रिमंडळात मंत्री झाले. उमाशंकर दीक्षितजींनी मला केदार पांडेंच्या शिफारशीने इंदिराजींना सांगून रामगढमधून आमदारकीसाठी उमेदवारी मिळवून दिली होती. त्या वेळी शीला दीक्षित त्यांच्या सेक्रेटरीचे काम सांभाळत होत्या. ललित नारायण मिश्र त्या वेळी परदेशात गेले होते. परत आल्यानंतर त्यांनी इंदिराजींना सांगून मला निवडणूक रिंगणातून काढून टाकण्यासाठी निरोप पाठविला. बिहारचे महसूलमंत्री बाबू चंद्रशेखर सिंहांनी रामगढला येऊन हा निरोप दिला.

कार्यकर्त्यांचा विरस झाला. असो. मी बाजूला झाले. तेव्हा केदार पांडेजींनी माझे नाव विधान परिषदेसाठी प्रस्तावित केले. मी दीड वर्षासाठी विधान परिषदेची सदस्य झाले. दुसऱ्यांदा जेव्हा ७३-७४ मध्ये विधान परिषदेच्या जागेसाठी माझी पाळी आली, तेव्हा मी दिल्लीला जाऊ शकले नाही. कारण खाणींच्या राष्ट्रीयीकरणानंतर फेरनेमणुकीच्या प्रक्रियेसाठी अपील कमिटीत मजुरांच्या याद्या गोळा करण्यात मी फार गढून होते. नंतर मी दिल्लीला गेले. ललितबाबूंनी माझे नाव यादीतून काढून टाकल्याचे मला समजले होते. त्या वेळी ते रेल्वेमंत्री होते. त्यांना भेटण्यासाठी मी रेल्वे भवनात गेले.

मी गेल्यावर ते म्हणाले, ''मी तुझे नाव विधान परिषदेसाठीच्या सदस्यांच्या यादीतून काढून टाकले आहे, हे तुला माहीत आहे ना?''

''होय, माहीत आहे! तुम्ही मला एवढे महत्त्व दिलेत की तुम्हाला माझे नाव काढून टाकण्याची गरज भासली, याचाच मला आनंद आहे!'' मी म्हणाले आणि निघून आले.

ललितबाबूंच्या हत्येच्या दिवशी यशपाल कपूर पाटण्यातच होते. आम्हीदेखील तेथेच होते. विधानसभेत जेव्हा ही बातमी आली, तेव्हा भयाण शांतता पसरली. सर्व सदस्य सभागृहाबाहेर निघाले आणि त्यांनी सदाकत आश्रमाकडे धाव घेतली. कारण ललितबाबूंचा मृतदेह हत्येच्या जागेवरून आणल्यानंतर तेथे ठेवण्यात येणार होता. कित्येक सदस्य एकमेकांशी कुजबुजत होते. ललितबाबूंना मारण्यात जगन्नाथ मिश्र, यशपाल कपूर आणि इंदिरा गांधींचे कारस्थान असल्याची चर्चा दबक्या आवाजात सुरू झाली होती. असे म्हटले जात होते की, जगन्नाथ मिश्रांनी याबाबत तोंड उघडू नये, याचे बक्षीस म्हणून त्यांना मुख्यमंत्री करण्यात आले होते. यात किती सत्य होते, हे राजकारणाच्या बदलत्या परिस्थितीने आणि उभ्या राहिलेल्या आव्हानांमुळे सिद्धच होऊ शकले नाही. जितकी तोंडे, तितकी चर्चा. हां, एक तथ्य नक्कीच उल्लेख करण्याजोगे आहे. त्या वेळी अशी अफवा होती, की ललित-बाबूच कारस्थानी होते आणि ते संजयला इंदिरा गांधींच्या विरोधात भडकावू लागले होते. ते संजयला बरेच पैसेदेखील पुरवायचे आणि इंदिराजींच्या म्हणण्याप्रमाणे त्याला वाईट सवयीदेखील लावत होते.

बिहारच्या मोठमोठ्या ठेकेदारांना आणि गुंडांच्या प्रमुखांना त्यांचा वरदहस्त होता. त्यामुळे मिथिलेत कोसी नदीवर बंधारा बांधला जाऊ शकला नव्हता. नेहमी त्यांच्याच वशिल्याने सर्व ठेके दिले जात होते. बंधाऱ्यात मातीऐवजी वाळू भरली जात होती. त्यामुळे तो वाहून जाऊन दर वर्षी संपूर्ण मिथिलांचल पुराने उद्ध्वस्त होत होते आणि आजदेखील होत आहे. दर वर्षी मदत निधी वाटण्यात यायचा. हा

निधी मध्यस्थच खात होते आणि आजदेखील खातात. कोणताही नेता कोसीला नियंत्रणात आणण्यासाठी नेपाळशी बोलणी करण्यास त्या वेळी तयार नव्हता आणि आजही नाही.

मला यशपाल कपूरनी १९७४ मध्ये काँग्रेसची हजारीबाग जिल्हाध्यक्ष केले. त्यामुळे तापेश्वर देव आणि तेथील राजपुतांचे राजकारण तसेच जमीनदारांचे बेकायदा खाण चालविणाऱ्यांचे मनसुबे उधळले गेले. झाले असे होते की, हजारीबागची जिल्हा कमिटी आपापसात भांडत होती आणि विभागली गेली होती. आधी तापेश्वर देव तिचे अध्यक्ष होते. आता सत्ता आल्यामुळे ते मंत्री झाले होते.

मला जिल्हाध्यक्ष करण्याचादेखील एक वेगळाच अजब किस्सा आहे. एकदा हजारीबागचे सर्व काँग्रेस नेते पाटण्याला आले होते. सदाकत आश्रमाच्याच एका खोलीत यशपाल कपूर यांच्या समवेत मी बसले होते. तेव्हा महिंदर सिंह आणि रामबाबू (के.बी. सहाय, बिहारच्या माजी मुख्यमंत्र्यांचे चिरंजीव) देखील तेथे आले. हजारीबागच्या राजकारणातील मुख्य पाच जणांपैकी आम्ही चार जण तापेश्वर देव यांच्या विरोधात होतो. तेथेच बोलता-बोलता अचानक यशपाल कपूरनी विचारले, "हजारीबागच्या काँग्रेसचे जिल्हाध्यक्ष म्हणून कोणाला नेमण्यात यावे?"

कोणीच उत्तर दिले नाही. कारण सर्वांनाच ते पद हवे होते. मी सर्वांना आग्रह केला. "एखादे नाव तर सुचवा, तरच लढत वा वाद होणार नाही. आपण सर्व जण जर आपापसात गुंतून राहिलो, तर मग तापेश्वर देवच जिल्हाध्यक्ष राहतील."

यशपाल कपूर यांनी मला मध्येच अडविले, आणि अचानक म्हणाले, "हजारीबागच्या जिल्हाध्यक्षपदी एका स्त्रीची नेमणूक का करण्यात येऊ नये?"

अचानक सर्वांच्या नजरा माझ्याकडे वळल्या. मी सटपटले, कारण मी त्यासाठी तयार नव्हते. मी म्हणाले, "मी कसे हे पद सांभाळणार? तिथे एवढी अंतर्गत लाथाळी, वाद आहेत... हे लोक मला त्रास देतील. याशिवाय मला युनियनदेखील सांभाळायची असते."

रामबाबू पटकन म्हणाले, "तुमच्या मदतीसाठी आम्ही सर्व आहोतच ना! काय महिंदरबाबू?" त्यांनी प्रश्न टाकला.

"हो-हो, आम्ही सर्व तुम्हाला मदत करू."

कदाचित महिंदरबाबू दुसरे उत्तर देऊच शकत नव्हते. त्याच दिवशी मी जिल्हाध्यक्ष झाल्याची घोषणा यशपाल कपूरनी केली. चौथे सदस्य रामनारायण यादवजींना टेलिफोनवरून हा निर्णय कळविण्यात आला.

मी अवाक् झाले. कदाचित यशपाल कपूर यांची सहानुभूती मिळविण्यासाठी रामबाबू असे बोलून गेले. महेंद्र सिंहनेदेखील त्यांचीच री ओढीत होकार दर्शविला.

मला माहीत होते की, जर त्यांना शक्य असते तर कदाचित त्यांनी मला कधीच अध्यक्ष होऊ दिले नसते. ही मंडळी तर माझाच पाठिंबा घेऊन स्वत: काहीतरी होण्याचे स्वप्न पाहत होती; परंतु काँग्रेसमध्ये तर सर्व आदेश वरूनच येत होते ना! लोकशाही कशाला म्हणतात, हे कदाचित ते फार पूर्वीच विसरून गेले असावेत. चमचेगिरी आणि नेत्याची री ओढीत ते कदाचित काहीच करू शकले नाहीत आणि मी अध्यक्ष झाले. याचा मी ना कधी विचार केला होता, ना कधी स्वप्न पाहिले होते!

●●●

३६.
बेकायदा उत्खनन

राष्ट्रीयीकरणानंतर नॅशनल कोल डेव्हलपमेंट कॉर्पोरेशनने सर्व नॉन-कुकिंग कोळशाच्या खाणींचे अधिग्रहण केले. अधिग्रहणानंतर या कंपनीचे नाव सी.एम.डी.सी. करण्यात आले होते (कोल माइन्स डेव्हलपमेंट कॉर्पोरेशन). कालांतराने हे नाव कोल इंडिया असे झाले आणि बी.सी.सी.एल. आणि सी.सी.एल. इत्यादी तिच्या उपकंपन्या झाल्या. इतर क्षेत्रातदेखील वेगवेगळ्या नावांनी कंपन्या उघडण्यात आल्या. हजारीबाग, रांची, गिरिडीह, पलामू आणि सिंगरोली इ.च्या खाणी सेंट्रल कोलफिल्डच्या नावाने ओळखल्या जाऊ लागल्या. नंतर सिंगरोली क्षेत्रदेखील त्यातून वेगळे करण्यात आले. ते नॉर्थ कोलफिल्ड लिमिटेड नावाने ओळखले जाऊ लागले. केदलाच्या खाणींचे क्षेत्र सी.सी.एल. मध्ये समाविष्ट होते. अधिग्रहण होऊनसुद्धा कोल इंडियाने सर्व खाणी सुरू केल्या नव्हत्या. काही खाणी तशाच सोडून दिल्या. त्या वेळी सरकारी खाणींच्या आजूबाजूस बऱ्याच बेकायदा खाणीदेखील सुरू झाल्या होत्या. या बंद खाणींत लपून-छपून काम होत होते. मात्र, कोळसा उघडपणे काढून विकला जात होता. इंटकचे कित्येक नेते, काँग्रेसचे नेते, पदाधिकारी आणि इतर पक्षांचे नेते गुंडांच्या मदतीने या खाणींतून कमाई करू लागले. पिंडरा खाणीच्या इंटक युनियनचे नेते बाबू अवधेश सिंहदेखील यात पुढाकार घेऊ लागले. मांडूचे आमदार वीरेंद्र पांडे, जे स्वत: आधी ठेकेदारांचे गुंड

होते, तेदेखील या लोकांना उघड-उघड मदत करीत होते. एवढेच नव्हे, तर बिहारचे मंत्री तापेश्वर देव, त्यांचा भाऊ नरेश देवदेखील बेकायदा खाणी चालवत होता. तिकडे खाणींचे जुने मालक आणि त्यांचे उपठेकेदार— ज्यांच्या खाणी शासनाकडून अधिग्रहित झाल्या होत्या, तेदेखील या वाहत्या गंगेत हात धुऊन घेत होते. त्यातून ग्रामस्थ व पूर्व बिहारच्या गरीब मजुरांचे शोषण करीत होते. विशेषत: आदिवासी, दलित आणि मागासलेल्या लोकांचे. या खाणी सरकारी झाल्या, तर तेथील सर्व कामगारांना कायम नोकरी मिळेल, असे स्वप्न दाखवून; खात्यात नाव लावण्याचे आमिष दाखवून त्यांना स्वत:च्या जमिनी विकण्यास आणि कर्ज घेण्यास ते लोक बळजबरी करीत होते. ही मंडळी तीन महिने झाले की, जुनी खाती फाडून फेकायची आणि नवीन मजुरांकडून पैसे घेऊन नवीन खात्यात पुन्हा नवी नावे लिहायची. अशा प्रकारे त्या वेळी खात्यात नाव घालण्यासाठी केवळ संपूर्ण बिहारचेच नव्हे, तर दुसऱ्या राज्यातील लोकदेखील हजारीबागला येत होते. दलालांचा एक वर्गच तयार झाला होता. त्या वेळी बेकायदा खाणींच्या खात्यात नाव घालणे, एवढेच नव्हे तर त्या खाणींत भविष्यात दिल्या जाणाऱ्या उच्च पदासाठी पैसे घेऊन नियुक्ती-पत्र देणे, बनावट कंपन्या किंवा सोसायट्या काढणे यासाठीचा एक चांगला व्यवसाय सुरू झाला होता. बिहारचे उच्चवर्गीय, उच्च मध्यमवर्गीय व छोटा नागपूरची बोलघेवडी मंडळी स्थानिक लोकांच्या मदतीने या बेकायदा धंद्याचे नेतृत्व करू लागली होती. या लोकांनी अशा अनेक बनावट सोसायट्या आदिवासींच्या नावाने काढल्या होत्या. मी हस्तक्षेप केल्यामुळे अशा कित्येक कंपन्यांच्या मालकांना नंतर अटकदेखील झाली. या लोकांनी गरिबांना फसवून त्यांच्या नावावर कार किंवा ट्रकदेखील विकत घेतले होते. मग यात धनबादच्या गुंडांचा नेता सूरजदेव सिंह मागे कसा राहू शकतो! तोदेखील आपल्या शक्ती-सामर्थ्यासहित रामगढच्या वेगवेगळ्या बेकायदा खाणींत उत्खननासाठी हैस्सालौंग, बुंडू, बनवार, जगेश्वर इत्यादी भागांत जाऊन पोहोचला. त्याने आरा, सारूबेडा येथेदेखील आपली संघटना स्थापण्याचा प्रयत्न केला; परंतु आम्ही पूर्ण तयारीनिशी त्याच्या विरोधात उभे राहिलो. बाण आणि गोफणींचा बंदुकीशी हा सामना होता. मात्र, आमच्या बाजूने होते जनतेचे मनोधैर्य. त्यामुळे ते आमची संघटना ताब्यात घेऊ शकले नाहीत. त्यांना परतावे लागले. पण, बेकायदा खाणींमध्ये ते शेवटपर्यंत तळ ठोकून होते. धनबाद येथेदेखील ते बेकायदा उत्खनन करणाऱ्यांच्या गटात सामील होऊन त्यांचे नेतृत्व करू लागले. बेकायदा खाणींचा एक मालकदेखील काँग्रेसचे सरकार असताना मंत्री झाला होता. असो. हजारीबागचे उपायुक्त के. डी. सिंह यांनी हस्तक्षेप करून बेकायदा उत्खनन करणाऱ्या सर्वांना अटक करण्याची मोहीम हाती घेतली, तेव्हा कुठे बाबू सूरजदेव

सिंहने हजारीबाग सोडले.

विधान परिषदेची सदस्य झाल्यानंतर मी बेकायदा खाणींच्या विरोधात प्रश्न आणि लक्ष वेधून घेणारे प्रस्ताव सभागृहासमोर ठेवले. अशा खाणींची चौकशी करण्यासाठी विधान परिषदेची एक कमिटी नेमण्यात आली. स्थानिक पातळीवरदेखील मी बेकायदा खाणींच्या विरोधात मोहीम चालविली. त्या वेळी मी काँग्रेस पक्षाची जिल्हाध्यक्ष होते. त्याबरोबरच हजारीबाग जिल्हा वीस कलमी समितीची सदस्यदेखील होते. मी श्रीमती इंदिरा गांधी आणि खाणमंत्र्यांना या विषयावर कित्येक पत्रे लिहिली, कित्येक अहवाल दिले; परंतु त्यावर काहीच झाले नाही. कार्तिक उरांव खाणमंत्री झाले, तेव्हा मी त्यांना दिल्लीला जाऊन निवेदन देऊन आले. परंतु इच्छा असूनदेखील ते काहीच करू शकले नाहीत. खरे म्हणजे काँग्रेस पक्षात कित्येक प्रकारचे लोक घुसले होते. ते सर्वच्या सर्व वेगवेगळ्या विचारसरणीचे होते. इच्छा असूनदेखील इंदिरा गांधी आपला वीस कलमी कार्यक्रम अमलात आणू शकत नव्हत्या. तो कार्यक्रम यशस्वी करू इच्छिणारे जसे काँग्रेसमध्ये सक्रिय नेते होते; तसेच तो कार्यक्रम अयशस्वी ठरविण्यासाठी स्वार्थी लोकांचे नेतृत्वदेखील काँग्रेसमध्ये होते. कुमारमंगलम यांनी खाणी सरकारी केल्या. तेव्हा काँग्रेसमध्येच एक मोठी लॉबी, विशेषत: बिहारमध्ये, या सरकारीकरणाच्या विरोधात अस्तित्वात होती. इंदिराजी बिहारमधील स्थितीविषयी मला नेहमी विचारत असायच्या. माझे म्हणणे ऐकून तर एकदा त्या म्हणाल्या,

''हो, मला माहीत आहे. स्थानिक पातळीवरील नेते वीस कलमी कार्यक्रम लागू करीत नाही. यात खूप भ्रष्टाचार आहे. मी लक्ष घालीन.''

त्या राष्ट्रीयीकरणाच्या समर्थक होत्या; परंतु त्यांच्या सर्व कॅबिनेट मंत्र्यांना ती गोष्ट मान्य नव्हती. कारण त्यांच्या कित्येक समर्थकांचे आणि खुशामत करणाऱ्यांचे हित त्या खाणींशी जोडले गेले होते. असो. कार्मिक उरांव तर कुठलाच धोरणात्मक निर्णय घेऊ शकले नाहीत; परंतु स्थानिक पातळीवर हजारीबागचे उपायुक्त के. पी. सिंह यांनी कठोर पावले उचलली आणि छापे टाकून कित्येक बेकायदा खाणी बंद केल्या. बिहार आणि बंगालची खालपासून वरपर्यंतची सर्व न्यायालये दुर्दैवाने ठेकेदारांच्या हातात होती. बेकायदा उत्खनन करणारे गुंडांचे नेते लगेचच जमिनावर सुटायचे. एवढेच नव्हे, तर कोणतेही दोन ठेकेदार आपापसात ठरवून खाणींच्या मालकी हक्काबाबत कलकत्त्याच्या न्यायालयात एकमेकांवर बनावट खटले दाखल करायचे. ते कलकत्त्याच्या उच्च न्यायालयाशी संगनमत करून आपल्या ड्रायव्हरला किंवा त्यांच्याशी प्रामाणिक माणसाला त्या खाणीचा रिसीव्हर म्हणून नियुक्त करून घ्यायचे. म्हणजे जोपर्यंत निर्णय लागणार नाही तोपर्यंत खाणींची सर्व मिळकत त्या रिसीव्हरच्या ताब्यात

राहील आणि हा रिसीव्हर नेहमीच त्यांचाच माणूस असायचा. अशा प्रकारे हजारीबागपासून ते पूर्ण धनबाद क्षेत्रापर्यंत बेकायदा खाणींचा एक व्यवसाय सुरू झाला होता.

कोल इंडिया या सर्वांच्या विरोधात केस लढत होती. माझे वक्तव्य रोज वृत्तपत्रात यायचे. सुरुवातीस बिंदेश्वरी दुबेदेखील या विरोधात मला साथ देत. परंतु नंतर चक्रे उलटी फिरली. याच दरम्यान बेरमोमध्ये एक इंजिनिअर असलेले रुंगठा हे बिंदेश्वरी दुबेंचे शिष्य होते. तेदेखील याच धंद्यात आले. मग अचानक एके दिवशी बिंदेश्वरी दुबेंचा विरोध मावळला. तिकडे समाजवादी नेते आणि युनियन लीडर बाबू कन्हय्या सिंहने को-ऑपरेटिव्हच्या नावाखाली सी.सी.एल.च्या काही खाणींचा ठेका घेऊन मजुरांचे शोषण तर सुरू केलेच; त्यासोबतच त्याने उत्खननासाठी छोटे ठेकेदार नेमले. अशा प्रकारे कायदेशीर-बेकायदा खाणींचे हे ठेकेदार काही लोकांना उपठेकेदारी किंवा नोकरीची लालुच दाखवून गावातील किंवा खाणीतील बोलक्या आणि हुशार तरुणांचे, गावातील बेरोजगार शेतकऱ्यांचे, शेतकरी मजुरांचे आणि खाणीतील बेकार मजुरांचे शोषण करू लागले. यामुळे एका मोठ्या वर्गाला मोठ्या संख्येने अर्धा रोजगार तर मिळत होता; परंतु एक छोटा वर्ग जो उद्दाम होता, तो आपली चालबाजी आणि दादागिरीच्या जोरावर आणखीच श्रीमंत होत होता. मी याच्या विरोधातदेखील केंद्र सरकारला आणि बिहार सरकारला लिहिले. या बेकायदा उत्खननाच्या विरोधात कोल इंडियातर्फे न्यायालयात साक्ष देण्यासदेखील मी तयार होते. काँग्रेसच्या बहुतेक नेत्यांना ठेकेदारांनी खासगीरीत्या खाणी चालवाव्यात, असे वाटत होते. ते या बेकायदा खाणींना बी.एम.डी.सी. कडे सुपूर्द करण्यासाठी भर देत होते. एवढेच नव्हे, तर कित्येक जुने मालक तर अधिग्रहित खाणींवरदेखील जबरदस्तीने आपला कब्जा करण्याची तयारी करू लागले होते.

सरकारी खाणींवर पूर्वीच्या मालकांचा हल्ला

मला आठवते की, एकदा मणी चटर्जीने बनवारच्या सरकारी खाणीवर कब्जा करण्याची योजना आखली. एकदा रात्री पाटण्यामध्ये सी. सी. एल. चे संचालक बी. एल. वडेरा यांचा मला फोन आला. ते म्हणाले की, तुम्ही येऊन या खाणी वाचवा. कारण मणी चटर्जीचा पोलिसांशी संगनमत करून बनवारच्या राष्ट्रीयीकृत खाणीवर कब्जा करण्याचा डाव आहे. मी त्यांना आमच्या ब्रँचचे सचिव कुजूचे पी. एन. ठाकूर आणि बैजूबाबूंशी संपर्क साधून त्यांना माझ्याशी बोलण्यास सांगावे, असा निरोप देण्यास सांगितले. दोन्ही नेत्यांना फोनवरच सर्व समजावून मी रात्रीच पाटण्यावरून कुजूला निघाले. सकाळी सहा वाजता पी. एन. ठाकूर यांच्याकडे पोहोचले, तेव्हा समजले की त्यांच्या योजनेप्रमाणे ते सर्व लोक प्रतिकारासाठी संपूर्ण

ताकदीनिशी बनवारला पोहोचले आहेत. जेव्हा मी खाणीवर पोहोचले, तेव्हा ठेकेदारांचे गुंड पळून गेले होते. केवळ मांडूचा फौजदार ठेकेदारातर्फे आमच्या नेत्यांशी वादविवाद करीत होता. मी जाताच तो सटपटला. त्याने आम्हा सर्वांवर खटला तर नोंदविला होताच, परंतु अटक करण्याची त्याची हिम्मत होत नव्हती. आमच्याजवळ परवाना असलेली एक बंदूकदेखील होती. बाकीचे लोक दगड, कुऱ्हाडी आणि धनुष्यबाण वगैरे शस्त्रांनिशी सज्ज होते. असो. ठेकेदार कब्जा करू शकले नाहीत. मजुरांनी एकी करून राष्ट्रीयीकृत खाणीला वाचविले.

●●●

३७.
संजय गांधींची भेट

याच दरम्यान काँग्रेसचे अधिवेशन गुवाहाटीला घेण्याचे निश्चित झाले. मी बिहार प्रदेश काँग्रेस कमिटी (बी.पी.सी.सी.) आणि ऑल इंडिया काँग्रेस कमिटी (ए.आय.सी.सी.) दोन्हींची सदस्य होते. हजारीबाग जिल्हा वीस कलमी कार्यक्रमाची सदस्यादेखील होते. वीस कलमी कार्यक्रमाची तत्परतेने अंमलबजावणी करण्यासाठी मी कटिबद्ध होते. मांडूचे आमदार वीरेंद्र पांडे यांनी संजय गांधींना चुकीची माहिती देऊन त्यांचे कान भरले होते आणि बेकायदा खाणींना बी.एम.डी.सी. (बिहार मायनिंग डेव्हलपमेंट कॉर्पोरेशन) च्या माध्यमातून ठेकेदारांमार्फत चालविण्याचा प्रस्ताव त्यांच्यासमोर ठेवला होता. मला हे समजताच मी दिल्लीला गेले. संजय गांधींची वेळ घेण्याचा मी खूप प्रयत्न केला. परंतु काही राजकीय मित्रांनी सांगितले की, संजय गांधींचा पी.ए. वीरेंद्र पांडेचा मित्र आहे. त्याने तिथे सांगून ठेवले आहे की, कुठल्याही परिस्थितीत रमणिका गुप्ताला संजय गांधींशी चर्चा करण्यास वेळ देण्यात येऊ नये. माझा भाऊ रविव्रत बेदी हा टाइम्स ऑफ इंडियाचा चीफ प्रेस फोटोग्राफर होता. मनेका गांधींना त्या मॉडेलिंग करीत होत्या तेव्हापासून तो ओळखत होता. त्या काळी तो त्यांचे फोटो काढायचा. इंदिरा गांधीजींच्या सोबतदेखील तो फोटो काढण्यासाठी परदेश दौऱ्यावर जायचा. इंग्लंडची महाराणी एलिझाबेथचा पूर्ण कार्यक्रम त्यानेच छायाचित्रित केला होता. त्यामुळे संजय गांधींसोबतदेखील

त्यांची ओळख होती. हृदयविकार झाल्यावर संजय गांधींच्याच मदतीने ते ऑस्ट्रेलियाला जाऊन आपली शस्त्रक्रिया करू शकले होते. संजय गांधींनीच त्याच्या पूर्ण खर्चाची व्यवस्था केली होती. मी आपल्या भावाला म्हणाले, ''मी माझे नाव सांगितले, तर मला संजय गांधींना भेटण्यासाठी वेळ दिला जाणार नाही. त्यामुळे एक तर तूच माझ्यासाठी वेळ काढून दे, नाहीतर मी असे ऐकले आहे की ते विमानाने पाटण्याला जात आहेत. मला त्या विमानाचा नंबर आणि तारीख आणून दे आणि त्यांच्या शेजारची सीट माझ्यासाठी आरक्षित करून दे; जेणेकरून प्रवासात मी त्यांच्याशी बोलत जाऊ शकेन.''

अगदी तसेच घडून आले. मी विमानाच्या इकॉनामी क्लासमध्ये पुढच्या सीटवर मनेकाजींच्या शेजारी बसले. कोपऱ्याच्या सीटवर मी, मध्ये मनेकाजी आणि खिडकीजवळ संजय. मी त्यांच्याशी बोलणे सुरू केले आणि त्यांना माझ्या भावाबद्दल सांगितले. दोघांनी खूप आनंद व्यक्त केला. मी बिहारची विधान परिषद सदस्या आहे, ही ओळखदेखील त्यांना दिली. त्याच वेळी संजय म्हणाले, ''तुम्ही हजारीबागच्या आहात? तिथे तर बऱ्याच खाणी सुरू आहेत; ज्यात बऱ्याच आदिवासींना रोजगार मिळतो आहे, तरीदेखील तुमचे मुख्यमंत्री त्या खाणी बी.एम.डी.सी. ला देण्यास तयार नाहीत.''

''मीदेखील तुमच्याशी याच बाबतीत बोलू इच्छित होते. खरे तर आदिवासींना रोजगार दिला जात नाही; उलट रोजगाराच्या नावावर त्यांच्या जमिनी गहाण ठेवून त्यांना कर्जबाजारी करून फार अल्प मजुरीवर जवळपास फुकटच म्हणा ना, त्यांच्याकडून कामे करून घेतली जात आहेत. त्यांना लालुच दाखवून अशी फूस लावण्यात येते की, त्यांचे नाव जर रजिस्टरमध्ये नोंदविले गेले तर खाणी सरकारी झाल्यानंतर त्यांना सरकारी नोकरी मिळेल. हे खाणमालक दर तीन महिन्यांनी आपले रजिस्टर बदलतात आणि नवीन लोकांकडून पैसे घेऊन त्यांची नावे घालतात. अशा प्रकारे खाणी सरकारी करण्याच्या नावावर हे कारस्थान मोठ्या प्रमाणावर सुरू आहे. यात मोठमोठ्या नेत्यांचादेखील सहभाग आहे. एवढेच नव्हे, तर काँग्रेस आणि समाजवादी सर्वच पक्षाच्या मंडळींना मी हे सर्व सांगितले आहे.''

तेवढ्यात मागच्या सीटवरून दामोदर पांडे उठून उभे राहिले आणि संजयला संबोधून म्हणाले. ''मी त्याच क्षेत्राचा खासदार आहे साहेब.''

माझे म्हणणे खोडून काढण्याची त्यांची हिम्मत झाली नाही, परंतु ते मध्येच बोलल्यामुळे नेत्यांची नावे सांगणे राहून गेले. असो. संजय गांधींनी माझ्याशी चर्चा सुरू केली. ते म्हणाले, ''सरकारी खाणी तर बेकार आहेत. त्या तोट्यात आहेत. तिथे चोरी होते, भ्रष्टाचार आहे आणि लोकांना रोजगारदेखील पूर्णपणे मिळत

नाही.''

ते पुढे मला म्हणाले, ''सर्व जगात खासगी खाणी चालतात; मग भारतातच सरकारी का?''

मी त्यांना सांगितले, ''राष्ट्रीयीकरण चुकीचे नाही; ते चालविणारे लोक चुकीचे असू शकतात. आपल्याला ते सुधारावे लागेल. खासगी ठेकेदारांनी आधीच सरकारचे रॉयल्टीचे कोट्यवधी रुपये बुडविलेले आहेत आणि ते मजुरांचे शोषणदेखील करीत आलेत. मजुरांचा पैसा बुडवून आणि रॉयल्टीची चोरी करून ते फायदा कमवितात. वास्तवात तो नफा तर नसतोच ना! देशात भाव वाढू नये म्हणून आपल्याला कोळसा कमी भावात विकावा लागतो. त्यामुळे आम्हाला कागदावर तोटा दिसतो; तो वास्तवात तोटा नसतो. जसे धान्यात सबसिडी देऊन आम्ही ते स्वस्त दराने विकतो, तीच स्थिती कोळशाची आहे. जितके खोल जाऊन उत्खनन आम्ही करतो, तेवढा उत्पादनखर्च तर वाढणारच. आणि कोळसा नफ्यासाठी तर काढला जात नाही ना! सामान्य गरीब माणसाला याची गरज आहे, त्यामुळे तो काढला जातो.''

मी त्यांना बेल्जियमच्या खाणींबद्दल सांगितले. तेथे खाणी जरी खासगी मालक चालवीत असले तरी बेल्जियमचे सरकार त्यांना खाणी चालविण्यासाठी सबसिडीच्या रूपाने पंच्याण्णव टक्के पैसा देते. कारण त्यांच्या देशाला कोळशाची गरज आहे. इंग्लंडमध्ये तर खासगी खाणींचीच स्थिती चांगली नाही. त्यातदेखील तोटाच आहे आणि जर्मनीतदेखील हीच स्थिती आहे.

त्यांनी अमेरिकेचे उदाहरण देत विचारले, ''अमेरिकेतील खाणी नफ्यात कशा चालतात?''

''भारत हा काही अमेरिका नाही. येथे लोकसंख्या जास्त आणि निसर्गसंपत्ती कमी आहे. अमेरिकेत लोकसंख्या कमी आणि निसर्गसंपत्ती जास्त आहे. अमेरिकेचा विस्तारदेखील मोठा आहे. ओपन कास्ट मायनिंगदेखील त्यांना परवडते, कारण त्यांच्याजवळ भरपूर जमीन आहे. आपण तसे केले, तर तेथील एवढ्या विस्थापित लोकांचे काय हाल होणार? आमच्याजवळ कोळसा हे एकच असे साधन आहे, जे इंधन आणि वीज दोन्ही निर्माण करते. त्यामुळे त्याचा सांभाळून वापर करणे आणि तो शास्त्रीय पद्धतीने काढणे आवश्यक आहे. मागील काही वर्षांचा अनुभव सांगते की, खासगी मालक कोळशाचे शास्त्रीय पद्धतीने उत्पादन करीत नाहीत. त्यामुळे सार्वजनिक क्षेत्रातील दोष सुधारणेच योग्य ठरेल. यंत्रणा कठोरपणे राबवावी लागेल. त्या बंद करणे, हा उपाय नव्हे! सार्वजनिक क्षेत्र रोजगारोन्मुख करण्यात यावे; मशिनोन्मुख नाही. त्यामुळे बेरोजगारीदेखील कमी होईल. आता या क्षेत्रात माणसांना

रोजगार देण्याऐवजी यंत्राला रोजगार देण्यात येत आहे. हे धोरण बदलले गेले, तर फायदा मिळू शकतो.'' मी म्हणाले.

मी त्यांना हेदेखील सांगितले, ''बेकायदा खाणींमुळे गुंडांची दादागिरी वाढली आहे. कोळसा वाया जात आहे. आदिवासी आणि दलितांचे प्रचंड शोषण केले जात आहे. हे सर्व टाळण्यासाठी सध्याच्या राष्ट्रीयीकरण अधिनियमात सुधारणा करणे गरजेचे आहे. मी सुधारणांचा एक आराखडा तयार करून खाण आणि ऊर्जामंत्री के.सी.पंत यांना पाठविला आहे; जेणेकरून बंद पडलेल्या खाणी सरकारी कंपनीशिवाय दुसऱ्या कोणाला चालविता येणार नाहीत. माझ्या कानावर आले आहे की, तुम्हाला हे मान्य नाही. वीरेंद्र पांडे हे तेथील आमदार आहेत. तो स्वत:च एका गुंड टोळीचा दादा आहे. तो बेकायदा खाणी चालवितो आणि दुसऱ्यालाही चालवायला देतो. त्याने तुम्हाला काही चुकीचे सांगितले असावे. तोच असा प्रचार करीत आहे की, तुम्हीच या खाणी खासगी क्षेत्रातून चालवू इच्छिता. कृपा करून तुम्ही पाटण्याहून परत आल्यानंतर या बाबतीत स्वत: लक्ष घाला. मग तुम्हाला त्यातील वास्तव समजेल. कोळशाची चोरी आणि आदिवासींचे शोषण रोखण्यासाठी या सुधारणा मददगार ठरू शकतात.'' मला आश्चर्य वाटले की, या भेटीनंतर काही दिवसांनीच मंत्रिमंडळामध्ये त्या सुधारणा मंजूर झाल्या. याआधी कित्येक महिने त्या पडून होत्या. संजयचाच यासाठी विरोध होता, हे मी कसे जाणले होते, याची एक वेगळीच कथा आहे.

आता चर्चा सुरू झालीच आहे, तेव्हा ती कथादेखील सांगूनच टाकते. राष्ट्रीयीकरणानंतर आम्ही मजुरांच्या फेरनेमणुकीसाठी संघर्ष करू लागलो. तिकडे ज्या ठेकेदारांचा आणि खाणमालकांचा खाणीतील हस्तक्षेप काढून टाकण्यात आला होता, तेदेखील आपला स्वार्थ साधण्याच्या मागे लागले होते. या नवीन स्थितीचा सामना कसा करावा आणि आपला धंदा कसा वाढवावा, याचाच ते प्रयत्न करीत होते. त्यांच्यापैकी काही तर युनियनमध्ये नेतागिरी करू लागले आणि काही ग्रामस्थांना भडकावू लागले. जुन्या मजुरांना पळवून लावून खेड्यातील नवीन मजुरांना कामावर घेण्याची मोहीम त्यांनी हाती घेतली. त्यासाठी बाहेरच्यांना पळवून लावा, स्थानिकांना रोजगार द्या; हा मुद्दा काढून त्यांना भडका करायचा होता. बाहेरचे काही स्वार्थी आणि गुंडांचे नेतेदेखील सरकारी खाणींमध्ये जुन्या मजुरांच्या जागी नव्यांना लावून पैसा कमावण्याच्या मागे होते. त्यामुळे अधिकारी, नेता आणि गुंडांचे दादा या त्रिकुटाची खूप भरभराट होत होती. स्थानिक लोकांना रोजगार देण्याची लढाई, ही बाहेरच्या ठेकेदारांना पळवून लावण्यासाठी नव्हती; तर बिलासपूर, रायगढ, गया, ओरिसा, पुरुलिया, पलामू किंवा पछमाहा येथील मजुरांना पळवून लावण्यासाठी

होती. अत्यंत अल्प मजुरीवर ठेकेदारांकडे कित्येक वर्षांपासून ते राबत होते किंवा कंपन्यांद्वारे सरकारच्या परवानगीने चालविल्या जाणाऱ्या गोरखपुरी कॅम्पमध्ये राहून खाणी चालवीत होते. हेच मजूर आपापल्या युनियनच्या माध्यमातून स्वतंत्र खाणींचे राष्ट्रीयीकरण आणि ठेकेदारांच्या हजेरी वहीत ग्रामस्थांचे नाव घालण्यासाठी संघर्ष करीत होते.

त्या वेळी युनियनमध्ये खेड्यातील मजूर बव्हंशी येत नव्हते. एक तर ते गावातून येऊन श्रम करीत होते. दुसरे ते उशिरा येत होते आणि इतर मजुरांच्या आधीच निघून जात होते. कारण त्यांना फार दूर आपल्या गावाला जावे लागत होते. तिसरे असे की, ज्याला ठेकेदारीत हिस्सा मिळत होता किंवा जो स्वत: ठेकेदार असायचा, अशा कोणत्या ना कोणत्या गाववाल्याच्या मध्यस्थीतून ते येत होते. काही मालक सी.सी. एल. ने बंद केलेल्या किंवा सोडून दिलेल्या खाणीत फेरनियुक्तीच्या नावावर स्थानिक लोकांना लाच देऊन अल्प मजुरीवर राबवीत होते. ते त्या खाणीतून बेकायदा कोळसा काढून काही तरुणांना आपल्या हाताशी धरून उपठेकेदार करून कोळसा विकू लागले होते. त्यामुळे स्थानिक मजुरांना थोडा-फार रोजगार तर मिळाला, परंतु यामध्ये तेदेखील सरकारी नोकरदार होतील, असे ठेकेदारांनी त्यांना फसवून त्यांच्याकडून पैसे घेऊन त्यांचे नाव आपल्या रजिस्टरमध्ये नोंदविणे सुरू केले होते. ठेकेदारांच्या मिळकतीचे हे एक आणखी साधन झाले. त्यांनी पोलिसांबरोबर हातमिळवणी केली. अचानक प्रत्येक वस्तीत, विशेषत: रामगढ शहरामध्ये सकाळ-संध्याकाळ जाडजूड पहिलवान, मिशीला पीळ देणारे ठेकेदार हे मोठमोठ्या कारमध्ये इकडे-तिकडे फिरताना दिसू लागले. कलकत्ता, धनबाद आणि रांचीचे श्रीमंत किंवा नेतेमंडळी आणि प्रशासनाचे मोठमोठे अधिकारी यांच्याबरोबर हॉटेलात गप्पा मारताना दिसू लागले. एवढेच नव्हे, तर उच्च न्यायालयातील काही न्यायाधीशदेखील यात सहभागी झाले. हजारीबाग जिल्ह्यात वेगळीच दहशत पसरू लागली होती. त्या वेळी हजारीबाग जिल्ह्यात चतरा, कोडर्मा, बेरमो आणि गिरिडीह हा उपविभाग - देखील येत होता. रामगढ आणि बेरमो सोडून आता सर्वच जिल्हे स्वतंत्र झाले आहेत. रामगढ आणि बेरमो सब-डिव्हिजन झाल्यात.

सरकारी खाणींतील मजूर किंवा ते जे चाळणीच्या वेळी गाळले गेले किंवा सुटले होते, ते मजूर या नवीन बेकायदा खाणींमध्ये आपल्या नातलगांना आणून कामावर लावीत होते. सरकारी खाणीतील माटी-टोपी म्हणजे विस्फोटके, ओवरमॅन, मुन्शी आणि इतर अधिकाऱ्यांच्या सहकार्याने या बेकायदा खाणींमध्ये पोहोचू लागली होती. काही राष्ट्रीयीकृत खाणींच्या जुन्या अधिकाऱ्यांनी आणि स्टाफने तर या बेकायदा खाणींमध्येदेखील ठेके घेतले होते. आणि ड्युटी सोडून तेथील काम

करण्यास ते जाऊ लागले होते. टाटा कंपनीची वेस्ट बोकारो खाण घाटो आणि एन.सी.डी.सी. सारख्या सरकारी खाणीतील उच्च श्रेणींचे मजूरदेखील या बेकायदा खाणींमध्ये ठेके घेण्यासाठी स्पर्धा करीत होते, ही केवढी विटंबना होती! एवढेच नव्हे तर आजूबाजूच्या चेनगड्डा, बहगाव, करमा, रतवै, चितरपूर, पतरातू, तोपा, तोयरा, कुजू, पुंडी, हैस्सागढ, बोंगहारा, मांडू, चरही, दुन्नी, सिरका, तापिन, चुंबा, कनकी, हैस्सालौंग, माईल, गिधनिया इ. गावांतील उद्दाम व श्रीमंत लोक बेकायदा खाणींमध्ये मोठ्या जोमाने आपापल्या लायकीचे काम करीत होते आणि ठेकेदारीदेखील करू लागले होते. या मुद्द्यावर माझी वरिष्ठ अधिकाऱ्यांशी नेहमी चर्चा होत होती. मी त्यांना या सर्व हालचालींची माहिती देत होते; जेणेकरून त्यांनी प्रशासनावर दबाव आणावा. परंतु उलट तेच मला किंवा दुबेजींनाच या मंडळींना मदत करण्यासाठी सांगत होते. मी तत्कालीन खाणमंत्री के. सी. पंत यांना राष्ट्रीयीकरण अधिनियमात सुधारणा करण्याचे टिपण लिहून पाठविले होते. त्याची एक प्रत इंदिरा गांधीजींनादेखील दिली होती. माझे म्हणणे असे होते की, ''देशात कोणत्याही ठिकाणी कोळशाचे उत्खनन हे सरकारी कोळसा कंपनीशिवाय इतर कुणी करू नये. केल्यास तो शिक्षापात्र गुन्हा मानण्यात यावा.'' देशात त्या वेळच्या प्रचलित कायद्यात बेकायदा उत्खनन केल्यास सुरक्षिततेचे आणि श्रमसंबंधी कायदे तर लागू होत होते, परंतु बेकायदा उत्खननासाठी कोणत्याच शिक्षेची तरतूद नव्हती. कायद्यात बेकायदा उत्खनन ही फौजदारी केस समजण्यात येत नव्हती.

माझी सुधारणा अशी होती की, देशात कोळशाच्या उत्खननाचे कार्य कोल इंडिया जी सार्वजनिक क्षेत्राची कंपनी आहे, तिच्याशिवाय कुणालाही करता येऊ नये. मी हे सुधारणेचे टिपण घेऊन के. सी. पंत यांना भेटण्यासाठी दिल्लीला गेले होते. के. सी. पंत माझा फार आदर करायचे. कारण सरकारी खाणींच्या विकासासाठी मी केलेले प्रयत्न त्यांच्या कानावर गेले होते. कोळशाच्या खाणींमध्ये सातही दिवस उत्खनन करण्यासाठी मी काही अटींसहित व्यवस्थापनाशी करार केला होता. त्यात ही अट घातली होती की, जर खाणीत सातही दिवस उत्खनन सुरू राहिले, तर सर्व मजुरांना आळीपाळीने सुट्टी मिळावी. त्याचबरोबर हेदेखील ठरविण्यात आले होते की, व्यवस्थापनाला सातव्या दिवसाची गरज असेल तर नव्या मजुरांना कामावर ठेवावे लागेल; जेणेकरून रोजगार वाढेल. अशा वेळी रविवार सुट्टीचा दिवस मानण्यात येणार नाही. दामोदर पांडे आणि दासगुप्ता माझ्या या तडजोडीच्या विरोधात होते; मात्र बिंदेश्वरी दुबे माझे समर्थन करीत होते.

माझा ठराव रोजगाराच्या संधी वाढविण्यासाठी होता. मी हा ठराव यासाठी केला होता की, सातही दिवस काम चालल्यास सातव्या दिवशी नवीन मजुरांची

नियुक्ती करण्यात यावी. ओव्हरटाइमच्या बाबतीतदेखील माझे मत दुसऱ्या संघटनांपेक्षा वेगळे होते. माझे म्हणणे असे होते की, ओव्हरटाइम देण्यापेक्षा अधिक माणसांची नियुक्ती करून काम करून घेतले जावे. त्यामुळे रोजगारांची संख्या वाढेल आणि आजूबाजूच्या ग्रामस्थांना काम मिळेल. यासाठीदेखील इंटकसहित दुसऱ्या संघटनेतील लोक माझा ठामपणे विरोध करीत होते. खरं म्हणजे, खाणीत तर ओव्हरटाइमचे एक रॅकेटच तयार झाले होते. जाणून-बुजून वेळेवर काम न संपविता ओव्हरटाईम घेऊन काम करण्यात येत होते आणि व्यवस्थापन जास्त वेतन मिळविणाऱ्या काही मजुरांच्या संगनमताने अतिरिक्त तासांच्या कामाचे पैसे वाटून घेत होते. या रॅकेटमध्ये बहुतेक वरच्या स्तरातील टाइम-रेटेड मजुरांचा समावेश होता. पीस-रेटेड मजुरांचा यात समावेश नव्हता. ते तर नेहमी अधिक काम करण्यासाठी अन्यथा पूर्ण काम करण्यासाठी दिले जावे म्हणून आशा-अपेक्षा ठेवून होते आणि त्यांना जाणूनबुजून काम दिले जात नव्हते. परंतु त्यांच्याकडून लाच घेता यावी, म्हणून पूर्ण काम देण्यासाठीदेखील वरच्या स्तरावरील ऑपरेटर त्यांच्याकडून पैसे घेत होते. खरं म्हणजे, खाणी सरकारी झाल्या होत्या. मजुरांत उत्साह होता. परंतु मॅनेजर व मुन्शी हे नेहमी ठेकेदारांच्या काळातच वावरत असल्यासारखे वागत होते. त्यांची मानसिकता मजुरांचे कल्याण करण्यापेक्षा शोषणाचीच होती. त्यामुळे जेव्हा अधिकृत खाणींमध्ये एन. सी. डी.सी. चे अधिकारी बदली होऊन येत, तेव्हा मजुरांना खूप बरे वाटायचे. कारण ते त्यांना कायद्याने मिळणारी सुट्टी, आजाराची सुट्टी आणि बाळंतपणाची सुट्टी वगैरे अशा सोई-सुविधा देत होते आणि वेळेप्रमाणेच मजुरांकडून काम करून घेत होते.

या सर्व अडचणींना सामोरे जात सरकारी खाणींना फायद्यात आणण्यासाठी मजूर झटत होते आणि आमची संघटनाही यासाठी प्रयत्नशील होती.

मी दिल्लीला जाऊन के.सी. पंत यांना भेटले आणि विचारले, ''मी पाठविलेल्या राष्ट्रीयीकरण अधिनियमातील सुधारणांची काय स्थिती आहे?''

ते म्हणाले, ''या विषयावर तुम्ही इंदिरा गांधींशी बोला किंवा जगजीवन राम यांच्याशी किंवा संजयशी. मंत्रिमंडळापुढे हे सुधारणा टिपण कित्येकदा ठेवण्यात आले, परंतु लोकांनी त्यावर आक्षेप घेतला आहे.''

''संजयशी का बोलायचे?'' मी विचारले.

ते फक्त हसले, परंतु काही बोलले नाहीत.

दुसऱ्या दिवशी मी सरळ पंतप्रधानांच्या निवासस्थानी इंदिराजींकडे गेले. तेथील सर्व मंडळी मला ओळखीत होती. शेषन आणि धवन दोघेही मला ओळखत होते. सकाळची वेळ इंदिराजींच्या खुल्या दरबाराची असायची. माझा नंबर लवकरच

लागला. इंदिराजी मला वैयक्तिकरीत्यादेखील ओळखत होत्या. माझी मावशी निर्मल मल्होत्रा - ज्या एन. डी. एम.सी. दिल्लीच्या उपाध्यक्ष होत्या. त्यांनादेखील त्या ओळखत होत्या. निर्मल मल्होत्रा इंदिराजींना 'इंदिरा' म्हणून संबोधत होत्या. इंदिराजी त्यांना दीदी म्हणायच्या. मी इंदिराजींना बेकायदारीत्या चालविल्या जाणाऱ्या खाणींमध्ये होत असलेल्या चोऱ्या आणि मजुरांच्या शोषणाबद्दल सांगितले आणि कायद्यामध्ये प्रस्तावित सुधारणांची एक प्रतदेखील त्यांना दिली. त्यांना माझे मत पटले. मी जेव्हा त्यांना भेटायला जायचे, तेव्हा त्या नेहमी बिहारबद्दल विचारायच्या. विशेषत: सरकारमध्ये असलेल्या मंत्र्यांविषयी.

त्या म्हणाल्या, ''मला ठाऊक आहे, तेथे हे सर्व चुकीचे चालले आहे. परंतु हे सर्व कसे बंद करता येईल? तू जाऊन संजयला भेट.''

मी आश्चर्याने म्हणाले, ''संजयना? खाणींशी त्यांचा काय संबंध आहे?''

त्या लगेचच म्हणाल्या, ''नाही-नाही, के. सी. पंत यांना भेट.''

मी म्हणाले, ''मी के. सी. पंतजींनाच भेटून येत आहे. त्यांनीच तर मला तुमच्याकडे पाठविले आहे. आता तुम्ही मला परत त्यांच्याकडे पाठवीत आहात. हा प्रश्न तर मंत्रिमंडळापुढे आला होता. परंतु का कोण जाणे, यावर काही मंत्र्यांनी आक्षेप घेतला. जगजीवनबाबूंनीदेखील याला विरोध केला होता, असे मी ऐकले आहे. त्यामुळे जोपर्यंत तुम्ही यात लक्ष घालणार नाहीत, तोपर्यंत या चोऱ्या आणि हे शोषण थांबणार नाही. जो उद्देश समोर ठेवून तुम्ही खाणींचे राष्ट्रीयीकरण केलेत, त्यावर पाणी पडणार आहे.''

इंदिराजी म्हणाल्या, ''ठीक आहे, तू पंतांना जाऊन भेट आणि त्यांना माझ्याशी बोलायला सांग.''

मी काही आशा आणि काही निराशा घेऊन परतले आणि पंतजींना सर्व हकिगत सांगितली. त्यानंतरच मी संजयना भेटण्याचे ठरविले आणि त्यांच्याशी बोलले. त्याचा तपशील या प्रकरणाच्या सुरुवातीलाच दिला आहे.

●●●

३८.
राष्ट्रीय खाण मजूर संघाचा वाद

यशपाल कपूरना आणखी एका राजकीय वादावर
निर्णय घ्यायचा होता, तो होता - राष्ट्रीय खाण मजूर
संघातील अंतर्गत वाद. खासदार आर. एन. शर्मादेखील
मजुरांचे नेते होते. त्यांचे बी. पी. सिन्हा यांच्याशी पटत
नव्हते. ते दोघेही बिहारमधील स्वत:ला ब्राह्मण समजणाऱ्या
हिंदू भूमिहार जातीचेच होते. परंतु बी. पी. सिन्हा नेहमीच
शर्मांना विरोध करायचे. सिन्हांची ठेकेदार व गुंडांबरोबर
मैत्री होती. ते जातीने अधिकांश बहुतेक राजपूतच असायचे.
सिन्हाजींच्या मदतीने बिंदेश्वरी दुबे महासचिव झाले होते.
शंकरदयालसिंह आधी खाणीचे मालक होते आणि बिहारचे
मंत्रिपददेखील त्यांनी भूषविले होते. त्यांचा भाऊ सतदेव
सिंहने कतरासमध्ये मजुरांची मोठी सभा आयोजित केली
होती. पूर्वी बी. पी. सिन्हाचा गुंड असलेला सूरजदेव सिंहदेखील
सभेस आला. मी दुबेजी आणि आर. एन. शर्मांच्या मदतीने
त्याला आर. सी. एम. एस. च्या कार्यकारिणीचा सदस्य
होऊ दिले नव्हते. तो राजपूत होता आणि गुंडांचा प्रमुख
झाला होता. बी. पी. सिन्हा जेव्हा बोलण्यास उभे राहिले,
तेव्हा त्याने भर सभेत त्यांना धक्का देऊन त्यांच्याकडून
माइक हिसकावून घेतला आणि त्यांचे बोलणे थांबविले.
दुबेजींनी चतुर ब्राह्मणाप्रमाणे मध्यस्थी करून भांडण सोडविले.
परंतु त्या दिवशी संपूर्ण नेतृत्व खालपर्यंत भूमिहार आणि
राजपूत गटात विभागले गेले. मागासलेल्या आणि पुढारलेल्या

लोकांची चर्चा त्या वेळी नव्हती. मागासलेले आणि दलित यांची ताकद जेथे असायची, तिथे ते त्यांच्यासोबत राहायचे. दलित आपले मत देऊ शकत नव्हते. परंतु या वादामुळे एक फायदा झाला. आर. एन. शर्मा आणि बी. पी. सिन्हा यांचे बऱ्याच काळापासून असलेले वैर संपुष्टात आले. त्यांच्यात मैत्री झाली. केदार पांडेंना विरोध करीत असताना दुबेजींशी माझा वाद सुरू झाला होता. आम्ही आपल्या सर्व शाखांतील जवळजवळ दहा हजार मजुरांना घेऊन आर. सी. एम.एस. धनबादच्या कार्यालयात बी. पी. सिन्हांच्या वतीने मोठी निदर्शने केली. कारण माझ्या मते, संघटनेमधून राजपुतांची दादागिरी संपविण्याची ही चांगली संधी होती. यामध्ये दासगुप्ता आणि कांती मेहतादेखील बी. पी. सिन्हाच्या बाजूने झाले होते. कारण तेदेखील ठेकेदारांचा विरोध करीत होते. मी इंदिराजींनादेखील सविस्तर पत्र लिहिले होते की, बिंदेश्वरी दुबे मंत्री झाले होते, त्यामुळे त्यांनी संघटनेच्या महासचिवपदी राहू नये. त्यांच्याऐवजी आर. एन. शर्मांना महासचिव नेमण्यात यावे. कारण महासचिव म्हणून तेच निवडून आले आहेत. परंतु बिंदेश्वरी दुबे आणि कांतीभाई मुद्दाम मान्यतेसाठी कागदपत्रे पाठवीत नव्हते. संघटनेचा महासचिव कोण आहे, हाच वाद यशपाल कपूरना सोडवायचा होता.

परत एकदा राजकीय उलथापालथ झाली. केदार पांडे आणि जगन्नाथ मिश्र एक झाले आणि दुबेजी वेगळे पडले. त्या वेळी आम्हीदेखील पांडेजींच्या आदेशाप्रमाणे जगन्नाथ मिश्रच्या ग्रुपबरोबर काम करू लागलो.

जेव्हा केदार पांडेंची जगन्नाथ मिश्रांबरोबर मैत्री झाली, तेव्हा डॉ. जगन्नाथजींशी माझी ओळख करून देताना ते म्हणाले, ‘‘तुम्ही रमणिकाकडे विशेष लक्ष द्या. ही एक लढाऊ वृत्तीची स्त्री आहे आणि प्रामाणिकदेखील.’’

यानंतर जेव्हा केदार पांडेंचे जगन्नाथजींशी जमेनासे झाले, तेव्हा ते मला बोलावून मोठ्या प्रेमाने आणि प्रामाणिकपणे म्हणाले, ‘‘बघ रमणिका, तू जगन्नाथजींच्या ग्रुपमध्येच राहा. नाहीतर बिंदेश्वरी दुबे तुला उद्ध्वस्त करेल आणि मी तुला वाचवू शकणार नाही. मी मनाने तुझ्यासोबतच आहे आणि राहीन.’’ तेव्हापासून मी जगन्नाथजींना पूर्ण सहकार्य करू लागले. त्यामुळे बिंदेश्वरी दुबे आणखीच चिडले. त्यांचा संघटनेच्या पदाचा राजीनामा अजून प्रलंबित होता. गुवाहाटीमध्ये झालेल्या काँग्रेसच्या अधिवेशनात मी ही सूचना जगन्नाथजींसमोर संजयजींना दिली होती. मी संजयना बेकायदा खाणींच्या मालकांची यादीदेखील दिली. त्यांत तापेश्वर देवच्या भावासोबतच हैस्सालौंगचे बॅनर्जी आणि इतर कित्येक लोकांची नावे होती. ही यादी मला विधान परिषदेत माझ्या प्रश्नाच्या उत्तरादाखल सरकारनेच दिली होती. संजय गांधी ती यादी घेऊन इंदिरा गांधींकडे गेले. इंदिरा गांधी व्यासपीठावर पुढे बसल्या

होत्या. परत येऊन ते जगन्नाथजींना म्हणाले, ''आईशी माझे बोलणे झाले आहे. आता या सर्व लोकांच्या घरावर आणि बेकायदा खाणींवर छापे टाका आणि यांची खाती व बँक अकाउंट्स सील करा. त्यांना अटक करा आणि दुबेजींना लेखी विचारा की, ते मंत्री राहू इच्छितात की राष्ट्रीय खाण मजूर संघाच्या महासचिवपदी?''

गुवाहाटीहून आदेश पाठविले गेले. जेव्हा मी हजारीबागला परत आले, तेव्हा समजले की, बेकायदा उत्खनन करणाऱ्या सर्व लोकांचा कारभार थांबला आहे आणि काही जण जेलमध्ये बंद आहेत. मला टेलिफोनवरून बेकायदा उत्खनन करणाऱ्यांच्या धमक्या येऊ लागल्या. सरकारने मला एक अंगरक्षक दिला होता. त्या वेळी मी विधान परिषदेची सदस्य नव्हते; केवळ काँग्रेसची जिल्हाध्यक्ष होते. दुबेजींनी जगन्नाथजींकडे जाऊन तडजोड केली आणि आपले मुख्यमंत्रिपद सोडले. ते दोन्ही पदांवर होते, परंतु नंतर दुबेजींना महासचिवपद सोडावे लागले. या दरम्यान दुबेजींना माझ्याबद्दल फार राग होता आणि ते सूड घेण्यासाठी उतावीळ झाले होते; परंतु जगन्नाथ मिश्रजींनी मला मदत केली.

त्या वेळी दुबेजी आरोग्यमंत्री होते. माझ्याशी वितुष्ट आल्यानंतर एकदा त्यांनी केदला खाणीत आपले वर्चस्व स्थापण्यासाठी कुटुंबनियोजनाच्या (फॅमिली प्लॅनिंग) निमित्ताने सभा घेण्याचे जाहीर केले. त्यांनी मला बोलाविले नाही. त्यांचे पत्रक पाहून जुम्मन अन्सारी आणि इतर मजूर काय करावे, म्हणून माझ्याकडे आले. मजूर त्यांच्या सभेला विरोध करू इच्छित होते. आणीबाणी लागू झाली होती. कुटुंबनियोजनाच्या सभेला विरोध करणे याचा अर्थ सरळ तुरुंगवासच भोगणे. ज्योतीजी एस. पी. होते. ते माझा खूप आदर करायचे. आमच्या माणसांना अटक करण्यासाठी दुबेजींनी त्यांच्यावर मोठ्या प्रमाणात दबावदेखील आणला होता. मी फोनवर सर्व स्थिती मुख्यमंत्री जगन्नाथजींना सांगितली.

ते म्हणाले, ''मी असताना तुम्हाला कोण अटक करू शकतो? मी एस. पी. शी बोलेन.'' त्याच वेळी त्यांनी एस.पी. ला निरोप दिला. एस.पी. ज्योतीजी माझ्या घरी आले आणि असे ठरले की, जर मी केदलाला गेले नाही आणि आमचे मुख्य फळीतील कार्यकर्तेदेखील समोर आले नाहीत, तर कुणालाच अटक होणार नाही. मजुरांनी सर्वानुमते निर्णय घेतला की, कुणीही मजूर सभेला जाणार नाही. सर्वच आपापल्या झोपडीत राहतील. कुणी बाहेर निघणारच नाही. तो सुट्टीचा दिवस होता. तरीदेखील सर्वांनी बाजारात न जाण्याचा निर्णय घेतला. सी. आय.डी.कडून रिपोर्ट येत होता की, 'रमणिकाजींना सभेला न बोलाविल्यामुळे मजुरांना सभा मान्य नाही.' असो. सभा झाली. श्रोता म्हणून केवळ पोलीसच होते व खाणीतील अधिकारी. बहुतेक मजूर सभेस गेले नाहीत. जुम्मनला पोलिसांनी त्याच्या घरातच

नजरकैदेत ठेवले होते. परंतु मला अटक करण्याची दुबेजींची इच्छा पूर्ण होऊ शकली नाही. माझा आरोप होता की, कुटुंबनियोजनाच्या नावावर दुबेजी संघटनेत राजकारण करण्याच्या उद्देशाने आपल्या मंत्रिपदाचा दुरुपयोग करीत आहेत. ते भाषणात माझ्या विरोधात जे काही बोलले, ते मजुरांना आवडले नाही. जे एक-दोन मजूर तेथे हजर होते, त्यांनी विरोधदेखील केला.

खरं म्हणजे, दुबेजींमध्ये स्वतःला मोठे सिद्ध करण्याचा न्यूनगंड होता. मित्रांकडून आपली प्रशंसा ऐकून ते खूश व्हायचे; मग त्या प्रशंसेत त्यांची टीका का असेना! मुरारी पांडे (जे नंतर खासदार झाले) दुबेजींसोबत यायचे. ठेकेदारीच्या काळात एकदा दुबेजी मला भेटण्यासाठी आले, तेव्हा त्यांना जाण्यासाठी गाडी हवी होती. माझ्याकडे गाडीची कुठलीच व्यवस्था नव्हती. माझी जीप नादुरुस्त होती. टॅक्सीवाले मला टॅक्सी देत नव्हते. ठेकेदारांनी त्यांना धमकी दिली होती. दुबेजींनी कोणत्या तरी ठेकेदाराला फोन केला, तेव्हा ताबडतोब गाडी आली. मुरारी पांडे हसून मला म्हणाले, "बघा, तुम्हाला कुणी टॅक्सीदेखील देत नाही आणि दुबेजींच्या एका फोनने गाडी आली!"

मी म्हणाले, "गाडी न मिळणेच माझे भांडवल आहे. यातच माझी इभ्रत आहे. मालकांकडून तर मला रोज गाड्या मिळू शकतात, परंतु मला आज जी इभ्रत आहे, ती राहणार नाही."

मुरारी पांडेंना यावर काय उत्तर द्यावे, सुचले नाही. त्यांचा चेहरा उतरला.

●●●

३९.
आणीबाणी

कॉंग्रेसचे गुवाहाटीमधील अधिवेशन

याच दरम्यान आसाममधील गुवाहाटी येथे कॉंग्रेसचे अधिवेशन होणार होते. मी मेक्सिको, बर्लिन आणि युरोपचा दौरा करून परत आले होते. त्यानंतर संजय गांधींना भेटले होते. बिहारमध्ये मुख्यमंत्रिपदावर डॉ. जगन्नाथ मिश्र होते. सीताराम केसरींचा कट्टर विरोध असतानादेखील डॉ. जगन्नाथ मिश्रांनी कॉंग्रेस अध्यक्ष डी. के. बरुआंच्या समर्थनामुळे मला विधान परिषदेची सदस्य करण्याचे ठरविले होते. मी ऑल इंडिया कॉंग्रेस कमिटीची (ए.आय. सी.सी) सदस्यादेखील होते. मी त्यामुळे गुवाहाटीला गेले. सिमल्याहून उषा मल्होत्रा - जी लग्नापूर्वी उषा बहल होती आणि माझ्याबरोबर लुधियाना गव्हर्नमेंट कॉलेज फॉर वुमेनमध्ये बी.ए. ला शिकत होती. ती ए. आय. सी. सी. ची सदस्या म्हणून हिमाचल प्रदेशातून आली होती. नंतर ती खासदार म्हणून निवडून आली. मी बिहारच्या गटात बसले होते. बोलणाऱ्यांच्या यादीत आपले नाव देण्यासाठी मी व्यासपीठावर गेले, तर डी. के. बरुआंनी (कॉंग्रेसचे अ. भा. अध्यक्ष) मला व्यासपीठावर बसण्यास सांगितले. तिथेच संजय आणि डॉ. जगन्नाथ मिश्रदेखील बसले होते. मिश्रजींनी माझी विचारपूस केली आणि दुबेजींच्या हालचालींविषयी माहिती घेतली. त्या वेळी दुबेजी आणि जगन्नाथजींमध्ये भयंकर वितुष्ट होते. कारण दुबेजी स्वत: मुख्यमंत्री होऊ इच्छित होते.

आणीबाणीच्या काळात (तेव्हा मी इंटकमध्ये होते) संघटनेच्या अंतर्गत संघर्षातदेखील इंटकच्या नेत्यांना आणि सावकारांना अटक करवण्याचे काम मी सुरू केले होते. मी १९७४-७५ मध्ये काँग्रेसच्या हजारीबाग जिल्ह्याची अध्यक्ष झाले. तेव्हा मी दोन कामे केली. यापूर्वी प्रभावशाली दलित-आदिवासी आणि स्त्रियांना जिल्हा कमिटीचे सदस्य केले जात नव्हते. जर एखादा सदस्य केला गेला, तर त्याला पैसे देऊन आपल्या पक्षाच्या निर्णयांवर शिक्कामोर्तब करण्यासाठी कोणता ना कोणता गट वापरत होता. प्रश्नांच्या बाबतीत त्यांच्याशी कधी कुणी विचारविनिमय करत नव्हते. मी ही पद्धत बंद करून अशा लोकांना जिल्ह्याच्या काँग्रेस कार्यकारिणीचे सदस्य केले; जे विकले जाणार नाहीत आणि जे मजुरांना किमान मजुरी, सावकारी बंद करणे, सीलिंगमधील अतिरिक्त जमिनीचे वाटप करणे आणि जमिनींचा परतावा इ. प्रश्न मीटिंगमध्ये ठेवतील.

मी काँग्रेसच्या सर्व सदस्यांना नोटीस पाठविली की, त्यांनी आपापल्या शेतमजुरांना किमान मजुरी देणे सुरू करावे. हेदेखील नमूद केले होते की, जे याचे पालन करणार नाहीत, त्यांना पक्षातून काढण्यात येईल. नंतर मी सर्व वरिष्ठ काँग्रेस नेत्यांची अतिरिक्त जमीन शोधून ती दलितांमध्ये वाटण्याची मोहीम चालविली. दलित त्यांच्या जमिनीवर वसले असल्यामुळे त्यांना ७/१२ चा उतारा द्यायला लावला. तेव्हा भयंकर वादळ उठले. वरिष्ठ काँग्रेस नेते माझ्यावर नाराज झाले. एकदा आम्ही कामेश्वर सिंहांच्या गावी, जे इचाक विभागात येते, तेथे ७/१२ चा उतारा मिळवून देण्यासाठी गेले. तापेश्वर देवांची जमीनदेखील तेथे आहे. गडबड-गोंधळ झाला. हत्या आणि बलात्काराच्या केसमध्ये न्यायालयात युक्तिवादाच्या जोरावर कामेश्वर सिंह सुटले होते. सीताराम केसरी त्या वेळी बिहार काँग्रेसचे अध्यक्ष होते. त्यांनी मला विचारले, "तुम्ही आय. जी. आहात का? काँग्रेसच्या सर्व जमीनदार आणि व्याज घेणाऱ्यांना अटक करवीत आहात? या शेतमजुरांना तुम्ही पूर्ण मजुरी द्यायला लावली तर मग आम्हाला विचारणार कोण? खरं म्हणजे, तुम्हाला कम्युनिस्ट पक्षात असायला हवे होते. शेतकरी, मजुरांना जर पूर्ण मजुरी द्यायला लावली तर मग आमच्याजवळ मुद्दा काय राहील? आमच्यासोबत कोण राहील?"

त्यांच्या या प्रश्नाने मी हतबुद्ध झाले. मी त्यांना म्हणाले, "मग वीस सूत्री कार्यक्रमात हे मुद्दे का समाविष्ट करण्यात आलेत? काँग्रेसच्या मंडळींनी या जमीनदारांना आणि व्याज घेणाऱ्यांना अधिकारपत्र लिहून दिले आहे काय, की त्यांनी बेकायदा काम केल्यावर त्यांना पकडू नये? वीस सूत्री कार्यक्रम ही केवळ घोषणा आहे काय? वीस सूत्री कार्यक्रम लागू करण्यासाठी नसून केवळ एक भाषण आहे काय?

जोपर्यंत हे मुद्दे वीस सूत्री कार्यक्रमात आहेत, तोपर्यंत अध्यक्षाच्या नात्याने मी हे लागू करेन; अन्यथा तुम्ही लिहून द्या की, हे लागू करू नये.''

ते गप्प बसले, परंतु माझ्याविषयी त्यांच्या मनात फार दुरावा निर्माण झाला. एखाद्याच्या स्वार्थी वागणुकीविरोधात आरडाओरड करण्यात मला फार मजा यायची. कित्येक लोक मला म्हणायचे, मी निष्कारण शत्रू निर्माण करते. काही बाबतींत गप्पदेखील राहता येते. परंतु मी गप्प बसणे शिकलेच नव्हते. थोडासादेखील अन्याय पाहून जळजळीत प्रतिक्रिया देण्याच्या माझ्या सवयीमुळे मला कित्येकदा भीषण प्रसंगांना तोंड द्यावे लागले. माझ्या स्वभावातील या पैलूवर टीका करताना काँग्रेसचे लोक मला नेहमी म्हणायचे, ''या लोहियावादी आहेत, यांनी त्याच पक्षात राहायला हवे. या आमच्या पक्षात येऊन आम्हाला हेतुपुरस्सर बरबाद करण्यासाठी इरेला पेटल्या आहेत.''

बडकाकाना, सौंदा, भुरकुंडामध्ये कित्येक सावकार - ज्यांत इंटक किंवा काँग्रेसचे नेतेदेखील होते - त्यांनी माझ्यावर हल्ला केला. त्या वेळी मी इंटकशी संबंधित राष्ट्रीय खाण मजूर संघाची (आर. सी. एम. एस.) उपाध्यक्ष होते. झाले असे होते की, मी संघटनेच्या वेगवेगळ्या शाखांच्या निवडणुका घेण्यासाठी केंद्रीय कार्यकारिणीत प्रस्ताव मंजूर करून घेतला. आर. एन. शर्मा यांनी यासाठी मला पूर्ण पाठिंबा दिला. गिद्दी, रेलीगढ, सौंदा, भुरकुंडा, मध्य सौंदा इ. शाखांत निवडणुकीची घोषणा झाली. सावकारी-जमीनदारी प्रवृत्तीचे लोक एका बाजूस होते आणि आम्ही दुसरीकडे. जे. पी. सिंह (हे जे. पी. सिंह तेच होते, ज्यांनी सिरका रेस्ट हाऊसमध्ये सी. पी. आय. चे नेतृत्व करून माझ्यावर प्राणघातक हल्ला केला होता.) आणि सुरेंद्र सिंह आमच्यासोबत होते. युनियनच्या सौंदा शाखेच्या सचिवपदासाठी सुरेंद्र सिंहला मी पाठिंबा दिला होता. ते निवडणूक हरले होते आणि त्यांचे घर विरोधी पक्षाच्या लोकांनी वेढले होते. निवडणुकीनंतर मी आणि जे. पी. सिंह सौंदामधून निघालो होतो; परंतु भुरकुंडाला पोहोचल्यानंतर समजले की, सुरेंद्र सिंहाच्या घराला वेढा घालण्यात आला आहे. मी पोलीस ठाण्यात तक्रार दिल्यानंतर लगेचच सौंदाला परत आले. जे. पी. सिंह मला जाण्यासाठी मज्जाव करीत होते; परंतु मी त्यांना म्हणाले, ''आपल्या अडचणीत असलेल्या सोबत्याला संकटात एकटे सोडून जाणे योग्य होणार नाही – मी परत जाणार.''

आम्ही सुरेंद्र सिंहाच्या घराजवळ जाताच आमच्या गाडीवर दगडांचा वर्षाव सुरू झाला. गल्लीबोळातून इकडे-तिकडे फिरत आम्ही झोपडीजवळ पोहोचलो, तर समोरून एक मोठा दगड ड्रायव्हरच्या दिशेने फेकण्यात आला. तो खाली वाकला. गाडीची पुढची काच फुटली. खिडक्यांच्या काचा तर आधीच फुटल्या होत्या.

मोडलेल्या आणि बिनकाचांच्या गाडीने त्याच स्थितीत मी रात्रीच हजारीबागला पोहोचले. तेथे मी एस.पी.ना घटनेची माहिती देऊन पाटण्याला निघाले.

मी अध्यक्ष झाल्यानंतर हेच सावकार लोक - ज्यांचा दामोदर पांडेला पाठिंबा होता, ते - आणीबाणीच्या काळात एक दिवस आपल्या समूहाच्या शक्ती-सामर्थ्यानिशी माझ्याकडे आले आणि म्हणाले, ''देवीजी, आम्ही सर्व दामोदर पांडें-ऐवजी तुम्हाला पाठिंबा देऊ इच्छितो. तुम्ही आम्हाला पोलिसांपासून वाचवा. या आणीबाणीत आमचा सर्व धंदा बुडतो आहे.''

मी म्हणाले, ''तुम्ही दामोदर पांडेंसोबतच राहा. मला व्याज घेणाऱ्यांचा पाठिंबा नको आहे. माझ्यासोबत आल्याने तुम्हाला व्याजाचा धंदा सोडावा लागेल आणि आत्तापर्यंतचे सर्व व्याज माफ करावे लागेल, ही अट मान्य असेल; तरच तुम्हाला पोलीस त्रास देणार नाहीत. बोला, हे मान्य आहे काय? नाही तर तुरुंगात जाण्याची तयारी ठेवा.''

सर्वांची घाबरगुंडी उडाली. नंतर इंटकच्या व्याज घेणाऱ्या कित्येक नेत्यांना अटकदेखील करण्यात आली. अनेकांनी व्याजाचा धंदा सोडून दिला.

ट्रेड युनियन संघर्षाचे काही गट

बारकाईने लक्ष दिले नाही, तर पक्ष असो की संघटना - नेत्यांच्या फळीमध्ये विकृती तर येतेच. पोळी तर उलटसुलट फिरवावीच लागते; जेणेकरून तव्यावर एका बाजूने जळू नये. घर स्वच्छ करण्यासाठी रोज झाडझूड तर करावीच लागते, त्याशिवाय केर-कचरा साफ होत नाही. तो घरात जमा होतो. त्यासारखे न केल्याने संघटनेचे नेतृत्व इतरांना केवळ निष्क्रियच होत नाही तर हुकूमशाही वृत्तीचेदेखील होते. यासाठी निवडणूकप्रक्रिया आवश्यक आहे; जी काँग्रेस पक्ष किंवा इंटकमध्ये नव्हती. मी राष्ट्रीय खाण मजूर संघात निवडणूक घेण्याची मागणी केली, तर हलकल्लोळ उडाला.

परंतु मी लोकशाही प्रक्रियेची सुरुवात करण्यात यशस्वी झाले. ही प्रक्रिया आपल्या बाजूने वळविण्यासाठी त्या लोकांनी काठ्या-भाल्यांचा वापरदेखील केला. काँग्रेस पक्ष आणि इंटक या सर्व एकतर्फी गोल करणाऱ्या जमाती आहेत. मी काँग्रेसमध्ये पहिल्यांदाच निवडणुकीची प्रक्रिया सुरू करीत होते; तीदेखील युनिट पातळीवर. तेव्हा जणू असेंब्लीचीच निवडणूक होत आहे, असे वाटत होते. तशाच पद्धतीने काँग्रेसपक्षाची हजारीबाग जिल्ह्याची अध्यक्ष झाल्यावर जेव्हा मी पक्षात-देखील शाखापातळीवर निवडणूक घेण्याचे ठरविले, तेव्हा गोंधळ झाला. पतरातू युनियनच्या दादाला हरवून गावातील एक तरुण गोपाल महतो पतरातू युनिटचा

अध्यक्ष म्हणून निवडून आला.

संघटनेतदेखील जेव्हा ही प्रक्रिया सुरू झाली, तेव्हा दामोदर पांडेचे लोक मला विरोध करू लागले. सौंदाची वरील घटना याच निवडणुकीच्या प्रतिक्रियास्वरूप घडली होती. त्या दिवशी मी संकटातून थोडक्यात वाचले. परंतु मीदेखील पक्के ठरविले होते की, काहीही झाले तरी या बलाढ्य शक्तीचा सामना तर करावाचा लागेल. अशीच मंडळी मजुरांना आपली खासगी मालमत्ता समजून त्यांच्या ताकदीचा उपयोग आपल्या हितासाठी करू लागतात. आमच्या संघटनेत अशा तक्रारी आल्यावर आम्ही मजुरांमध्ये बसून निर्णय घेऊन वाद सोडवीत होतो आणि लगेचच निर्णय देत होतो. ठेकेदारीच्या काळातदेखील जर आम्हाला एखाद्या नेत्याच्या बंडखोरीची सूचना मिळाली, तर आम्ही ताबडतोब मजुरांची बैठक घेऊन त्यांची समोरासमोर साक्ष घेऊन शिक्षा फर्मावत होतो. त्यामुळे संघटनेच्या नेतृत्वावर मजुरांचा विश्वास कायम राहतो. दंड झालेल्या नेत्याला मजूर पुन्हा ठेवू इच्छित असतील, तर मजुरांकडून लेखी निवेदन घेऊन त्याला काम करण्याची परवानगी देत होतो. भ्रष्टाचाराचा प्रश्न जास्त काळ ताणला गेला तर मजुरांमध्ये असा संदेश जातो की, 'या चोर नेत्याचे काहीच होणार नाही. वरपर्यंत सर्व एकच आहेत. सर्व खोटारडी नेतेमंडळी आम्हाला फसवितात.'

अंमलबजावणी झाल्यावर मजुरांची प्रतिक्रिया असते – "बघा कशी अंमलबजावणी केली! आता कुणी बेईमानी किंवा मॅनेजरसोबत कुणी संगनमत केले तर ताबडतोब काढून टाकू."

संघटनेची वरिष्ठ नेतेमंडळी नेहमी येथेच चुकतात. त्यांना मजुरांची मानसिकता समजत नाही. खरं म्हणजे, संघटनेत नेतृत्व तयार करणे कठीण असते. कुणावर कारवाई करून त्याला काढल्यास, काम कोण सांभाळेल, याचीच वरच्या नेत्याला भीती असते. परंतु ही समजूत चुकीची आहे. या भीतीमुळे चुकीची व्यक्ती नेतृत्व करीत राहते आणि मजुरांचा संघटनेवरील विश्वास ढासळत जातो. दुसऱ्या नेत्यालादेखील प्रशिक्षित केले जाऊ शकते. पोकळी निर्माण झाली, तर मजूर दुसऱ्या संघटनेत जाणारच; परंतु तो स्वतःला चोराचा भागीदार समजणार नाही.

ट्रेड युनियन आंदोलनातील सरळ संघर्षात बऱ्याच प्रश्नांचे निराकरण व्हायचे. परंतु व्यवस्थापक मंडळ आणि प्रशासन एक झाल्याने कोर्ट-कचेऱ्यांची साखळी लांबत असते. त्यामुळे मजुरांचा आणि मजूर संघटनांचा कणाच तुटतो. कोर्टात केस जिंकल्यावरदेखील व्यवस्थापक मंडळ नोकरी देत नाही आणि संस्थेतील चौकशीच्या आधारावर मजुराला काढून टाकतात. संघटनांना किंवा मजुरांना कामगार लवादात जाऊन वेगळे खटले पुन्हा लढवावे लागतात. आमच्या संघटनेवर पोलीस

केसेस तर लादल्याच जात होत्या, त्या आम्हाला नाइलाजाने लढवाव्या लागत होत्या. अन्यथा, आम्हाला फरारी घोषित केले जायचे. असो. आम्ही या प्रसंगांतूनही वर यायचो आणि संघर्ष सुरू ठेवायचो. आमच्यासोबत सर्वांत खालच्या स्तरावर काम करणारे मजूर होते, जे बहुतेक पीस-रेटेड असायचे. त्यामुळे आम्ही कधी संधीसाधू तडजोडी केल्या नाहीत. मध्यमवर्गीय मजूर नेहमी आपल्या वैयक्तिक स्वार्थाच्या हितासाठी पुढाऱ्याला अशा तडजोडी करण्यास भाग पाडतो. त्याच्यापेक्षा खालच्या गरीब मजुरांसाठी त्या नुकसानीच्या ठरतात. आम्ही या विकृतीपासून मुक्त होतो. कारण मध्यमवर्गीय मजुरांना पीस-रेटेड वर्गाचे नेते प्रभावी होऊ देत नव्हते. ते अशिक्षित नक्कीच होते, परंतु हुशार होते आणि सामूहिक हिताला प्राधान्य देत होते. मुन्शी, हजेरी लावणारे क्लार्क, माइनिंग स्टाफ इत्यादी मंडळी मजुरांकडे हजेरी लावण्यासाठी किंवा पूर्ण काम देण्यासाठी लाच घेण्याच्या रूपाने वेगळे पैसे मागतात. त्यामुळे मजूर त्यांचा तिरस्कार करू लागतो. क्लार्कमंडळी नेहमी संघटनेचे नेतृत्व करतात. त्यामुळे मजूर भीतीने किंवा आपला हेतू साध्य करण्यासाठी त्यांच्या सांगण्याप्रमाणे वागतो; परंतु मनाने तो त्यांच्यासोबत नसतो. हां, जर तो स्वत: दलाली करू लागला तर आपल्या सोबत्याचे भरपूर शोषण करवितो आणि करतो अन् त्यांचे अहित करण्यात भागीदार बनतो.

हाच विचार करून आम्ही युनियनचे नेतृत्व पीस-रेटेड मजुरांना किंवा पूर्ण वेळ काम करणाऱ्यांना देणे जास्त श्रेयस्कर समजले. ही मंडळी कमीत कमी मध्यमवर्गीय मानसिकतेच्या दबाबात राहत नव्हती. कधी कधी स्वत: त्या पातळीवर गेल्यानंतर त्यांच्या विचारात बदल होत होता, परंतु त्यांच्या सोबत्यांचे हित आणि त्यांचा दबाव यामुळे ते अधिक भरकटत नव्हते. पूर्ण वेळ काम करणाऱ्यांना नेतृत्व दिल्याने आम्हाला हादेखील एक विशेष फायदा होत होता की, व्यवस्थापक मंडळाशी भांडण झाल्यावर जरी हमरीतुमरीचे भांडण विकोपास जाऊन मारामारीपर्यंत गेले (जे होतच होते), तरीदेखील मजुरास कामावरून काढून टाकण्याचा किंवा निलंबित करण्याचा धोका राहत नव्हता. मजुरांचे मनोधैर्यदेखील टिकून राहत होते. अधिकाऱ्यालादेखील भीती वाटत होती. अशा प्रकारे व्यवस्थापक मंडळाने अशा पूर्णवेळ कामगारांवर जरी बायकॉट केला तरी मजुराला शिक्षा होत नव्हती. व्यवस्थापक मंडळ त्यांच्याशी औपचारिक बोलणे बंद करीत होते. पण यामुळे आम्हाला विशेष नुकसान होत नव्हते. व्यवस्थापक मंडळाला असे वाद तर रोजच सोडवावे लागतात. व्यवस्थापक मंडळाचे संघटनेशिवाय चालूच शकत नाही. कारण ते स्वत: रोज एवढ्या अनियमिततेने वागतात की, त्यांना मजुरांचे सहकार्य अर्थात संघटनेचे सहकार्य कुठल्याही किमतीत हवे असते. व्यवस्थापक मंडळाने ज्या पूर्ण वेळ

कामगारांचा बायकॉट केला आहे, त्यांची प्रतिष्ठा मजुरांच्या नजरेत आणखी वाढते. कारण मजूर समजतो की त्यांची शिक्षा तो भोगतो आहे, त्यामुळे मजूर त्याचे म्हणणे अधिक मानू लागतात. व्यवस्थापक मंडळ पूर्णकालीन कामगाराशी ऑफिसच्या बाहेर बोलून मजुरांचे प्रश्न अधिक सहजपणे सोडवितात, त्यामुळे त्यांचे काम थांबत नाही. काम थांबल्यास हेच पूर्णवेळ कामगार छोट्या -छोट्या अनियमिततेसाठी कामात अडथळे आणून व्यवस्थापक मंडळाला झटका देऊ शकतात. अशा प्रकारे कनिष्ठ स्तरावरील व्यवस्थापकाला नाइलाजास्तव याच पूर्णवेळ कामगारांसोबत पुन्हा बोलणी सुरू करण्यासाठी वरिष्ठ व्यवस्थापक मंडळाकडे त्याची शिफारस करावी लागते. नोकरशाहीवर नियंत्रण ठेवण्यासाठी निर्भीड आणि लढाऊ, झुंजार याच पूर्णवेळ कामगाराची गरज असते. सार्वजनिक क्षेत्रात हे धोरण खूप उपयुक्त ठरते. खाजगी क्षेत्रात तर हिंसक हल्ल्याचा प्रतिकार करण्याची तयारीदेखील संघटनेला ठेवावी लागते.

चतराची दंगल

आणीबाणीच्या काळात चतरा येथे धार्मिक दंगल झाली होती. कित्येक निर्दोष मुसलमान तरुणांना आणि नेत्यांना पोलिसांनी अटक केली. त्याविरोधात मी सरकारला पत्र लिहिले. विधानसभेचे अध्यक्ष शकूरसाहेब तपास करण्यासाठी आले. मीदेखील जिल्हाध्यक्षाच्या नात्याने त्यांच्या सोबत गेले, तेव्हा कुठे पोलिसांनी त्या अटक केलेल्यांना सोडले. हजारीबागमधील एका प्रख्यात मुस्लिम वकिलालादेखील आणीबाणीत 'मिसा' कायद्याखाली जेलमध्ये टाकले. मी हे त्यांच्या विरोधातील कलम काढायला लावले. खरं म्हणजे, कित्येक काँग्रेस नेतेच आतून धर्मांध होते आणि तेच दंगल घडवून आणीत होते. आणीबाणीचा फायदा घेऊन निर्दोष मुसलमांनाना फसवीत होते. कित्येकांशी असलेल्या आपल्या जुन्या वैराचा वचपा काढत होते. काँग्रेसचा पराभव झाल्यानंतर त्यांच्यापैकी कित्येक जण जातीयवादी पक्षात गेले. एकदा आणीबाणीच्या काळात संयुक्त समाजवादी पक्षाचे कपिलदेवबाबू, जे जयप्रकाशजींच्या आंदोलनात हजारीबागच्या जेलमध्ये बंदिस्त होते, त्यांचा मुलगा अर्जुन त्यांना भेटण्यास आला; पण त्याला परवानगी नाकारण्यात आली. जुने नाते लक्षात ठेवून तो सरळ माझ्याकडे मदतीसाठी आला. त्याला मदत केल्यास 'मी काँग्रेसविरोधी आंदोलनकर्त्यांना प्रोत्साहन देत आहे,' असा आरोप माझ्यावर पक्षात करण्यात येईल, हे मला ठाऊक होते. माझ्या मनात बराच संघर्ष चालला. परंतु शेवटी विजय माझ्या विवेकाचाच झाला आणि मी हस्तक्षेप करून त्याला आपल्या वडिलांना तुरुंगात भेटण्याची परवानगी मिळवून दिली. अशाच प्रकारे हजारीबागची

राणी डे, जी सोशलिस्ट पक्षाचे अध्यक्ष वैकुंठनाथ डे यांची पत्नी होती, खूप त्रासात होती. आपल्या पतीला ती भेटू इच्छित होती, परंतु तिला परवानगी मिळत नव्हती. त्या वेळी संयुक्त समाजवादी पक्षाचे कित्येक सोबती राणी डेला मी मदत करावी म्हणून माझ्याकडे आले. मी तिला मदत केली आणि ती आपल्या पतीला भेटू शकली. नंतर हीच राणी डे हजारीबागमधून आमदार म्हणून निवडूनदेखील आली. कित्येक काँग्रेसवाल्यांनी माझ्यावर टीका केली, परंतु मी त्यांची पर्वा केली नाही. कारण मी हे माणुसकीचे निर्णय समजत होते. अशा कित्येक घटना घडल्या, जेव्हा मला पक्षाशी बांधिलकी आणि माणुसकी यामधील एकाची निवड करावी लागे. का कुणास ठाऊक, पण मला कुठल्याही व्यक्तीची किंवा पक्षाबद्दलची बांधिलकी दुय्यम दर्जाची वाटली. माझ्याकडून प्राधान्य नेहमी माणुसकीलाच मिळत गेले. त्यामुळे मी नेहमी मजुरांच्या हिताचेच समर्थन करीत गेले. मग अगदी पक्ष किंवा पक्षातील पद सोडावे लागले तरी!

●●●

४०.
जमिनीचे हस्तांतर

याच काळात आदिवासींच्या जमिनी परत देण्याची मोहीमदेखील आम्ही सुरू केली. हजारीबागच्या गोला विभागात अभिराम करमालीने करमाली लोकांची जमीन परत मिळवून दिली होती. शिवजगत रामने सिमरियामध्ये आणि सहदेव यादवने प्रतापपूरमध्ये जमिनी परत देणे, ७/१२चा उतारा आणि मोहाच्या झाडांवर ग्रामस्थांचा अधिकार, इ. बाबतीत संघर्ष सुरू केला होता. इचाकमध्ये मी स्वत: जाऊन राजपुतांच्या जमिनीवर वसलेल्या दलितांना ७/१२ चा उतारा मिळवून दिला होता. सर्व राजपूत जमीनदार हे काँग्रेसचे सदस्य होते. कामेश्वर प्रसाद सिंह तर जिल्हा कमिटीचे सदस्य होते, तर बाबू नर्मदेश्वर प्रसाद सिंह केदला खाणीत पी. डी. अग्रवालचे मॅनेजर होते आणि काँग्रेस पक्षाच्या प्रभावाने प्रतापपूरच्या विकास योजनांत ठेकेदारी करायचे. त्या वेळी प्रतापपूर विभागात जंगलात मोहाची फुले वेचण्यावरून जनतेत फार असंतोष उफाळला होता. राजपूत, पठाण व इतर जातींतील जमीनदार आणि त्यांचे गुंड यांनी सरकारी जंगलातील मोहाच्या झाडांवरदेखील आपला कब्जा केला होता. हे लोक अनधिकृतपणे जनतेकडून (जे बहुतेक भोई, गंझू किंवा आदिवासी होते) तेरा टोपल्या मोह वेचल्यानंतर बारा टोपल्या स्वत:कडे ठेवीत होते आणि एक टोपले त्यांना देत होते. अशाच प्रकारे विडीसाठी लागणारी तेंदूची पानेदेखील ठेकेदार त्यांच्याकडून गोळा करून घेत. त्याचा

भाव हजार पानांच्या बंडलसाठी केवळ तीन रुपये होता. त्यातून अर्धे बंडल तर ठेकेदार खराब आहेत असे सांगून परत करायचे.

त्याच काळात बाबू सियाराम सिंहांचा मुलगा संतोष सिंहाने आपल्या सावत्र मातेची झोपडी जाळून तिला आपल्या जमिनीवरून हुसकावून लावले होते. ही स्त्री बाबू सियाराम सिंहांची रखेल होती. त्यांनी आपल्या हयातीतच आपल्या जमिनीवर तिच्यासाठी झोपडी बांधून दिली होती. त्यांच्या आणखीही काही रखेल होत्या. एक भोई जातीची स्त्रीदेखील रखेल होती. तिचा मुलगा लालूबाबू सिंहने तर खटला दाखल करून बाबू सियाराम सिंहांच्या जमिनीत हिस्साही मिळविला होता. त्याने स्वतःला राजपूतदेखील घोषित केले होते. परंतु या सवत स्त्रीला एकही मुलगा नव्हता. माझ्याकडे तक्रार आल्यावर मी काँग्रेसची जिल्हाध्यक्ष असल्यामुळे हस्तक्षेप करून आय. जी. आणि इतर अधिकाऱ्यांना चौकशी करण्यास भाग पाडले. संतोष सिंहाचा एवढा दरारा होता की, कुठलाच कार्यकर्ता त्याच्या क्षेत्रात घुसू शकत नव्हता, मग तो काँग्रेसचा का असेना! म्हणून संतोष सिंहाच्या गावाला जाण्यासाठी मी शिवजगतरामला एक मोटारसायकल विकत घेऊन दिली; जेणेकरून त्याने तेथे जावे आणि आंदोलन करून त्या स्त्रीचे घर बांधून द्यावे. शिवजगतराम त्या क्षेत्रात पोहोचल्यावर संतोष सिंहने त्यांच्यावर हल्ला घडवून आणला. त्या वेळी सहदेव यादवदेखील या लोकांना टक्कर देत होते. कित्येकदा त्यांच्यावरदेखील हल्ले झाले होते. प्रतापपूर ठाण्याच्या प्रभारी आधकाऱ्याने सहदेव यादवलाच जीवानिशी मारण्याचा प्रयत्न केला. मी हस्तक्षेप केला आणि फौजदाराची बदली करायला लावली. नंतर तेथील काँग्रेसच्या राजपूतांनी सहदेव यादवांची हत्या घडवून आणली. ते आणि त्यांचे दोन भाऊ मारले गेले. आज त्या घरात केवळ एक अपंग भाऊ आणि तीन विधवा जिवंत आहेत. त्यांच्या जीवालादेखील धोका आहे. लालू यादव यांनी त्यांना सरकारी सुरक्षा आणि पेन्शनची व्यवस्था केली आहे. हा तोच प्रदेश आहे, जेथे भुईन जातीतील नववधूची डोली पहिल्या रात्री बाबूसाहेबांच्या घरी उतरवली जात होती.

जेव्हा मी १९७० मध्ये एका निवडणूक मोहिमेत तेथे पहिल्यांदा गेले, तेव्हा भुईनीची डोली उतरविणे आणि इतर शोषणासंबंधीच्या सर्व गोष्टी लोकांनी मला सांगितल्या. बऱ्याच विरोधानंतर या सर्व प्रथा बंद झाल्या होत्या. तेथे रखेलीची प्रथा तर आजही सुरू आहे. हां, नक्षलवाद्यांचा प्रभाव वाढल्यामुळे जबरदस्तीच्या घटना बंद झाल्या आहेत.

मी आय. जीं. ना बोलावून सांगितले, "त्या भुईनीचे घर तेथेच बांधले गेले पाहिजे; अन्यथा मला तेथे जाऊन स्वतः उभे राहून घर बांधावे लागेल आणि माझ्या

बाबतीत जर काही गैरप्रकार किंवा दुर्घटना झालीच, तर त्याला जबाबदार तुम्ही राहाल.''

असो. प्रशासनाने हस्तक्षेप केल्यामुळे त्या भुईनीचे घरदेखील बांधून झाले आणि संतोष सिंह व बाबूसाहेबांना अटक झाली. वीस कलमी कार्यक्रमाच्या अंतर्गत दलितांना ७/१२ चे अधिकारपत्र द्यावे लागेल, या भीतीने दलितांना सवर्ण आपल्या जमिनीवरून हुसकावून लावीत होते. तो आणीबाणीचा काळ होता. त्यामुळेदेखील ही बडी मंडळी विरोध करू शकली नाहीत.

मी चतरामध्ये शिवजगतराम, अभिमन्यू तिवारी, अभिराम करमाली, सुदामा राम, घनेश्वर मुंडा, बैजूबाबू आणि अन्य कार्यकर्त्यांच्या मदतीने जिल्ह्यातील शेतमजुरांच्या प्रतिनिधींचे एक संमेलन आयोजित केले. सर्वांना आपापली मते - म्हणणे मांडण्यास आणि कोणत्या क्षेत्रात किती मजुरी मिळते याचा तपशील गोळा करून आणण्यास सांगितले. याचबरोबर मी काँग्रेसच्या नेत्यांना आणि काँग्रेसमधील जमीनदारांना–देखील बोलविले होते. सत्य परिस्थिती समजावी म्हणून भाषणे केवळ शेतकरी, शेतमजूरच करतील; जमीनमालक किंवा काँग्रेसची नेतेमंडळी केवळ ऐकतील, अशी ताकीदही आम्ही त्यांना दिली होती. त्यामुळे वास्तव परिस्थिती समोर येणार होती. त्यानंतर किमान मजुरी कशी लागू करावी, हे निश्चित करू. जी मंडळी स्वत:ला काँग्रेसचे समर्थक किंवा सदस्य समजतात, ते योग्य मजुरी देण्याचे त्याच सभेत आश्वासन देतील.

संमेलन फारच यशस्वी झाले. या संमेलनात अशीही मंडळी सामील झाली, ज्यांना कधी बोलूच दिले जात नव्हते. त्या दिवशी ते सर्वच बोलले. ते केवळ बोललेच नाहीत, तर आपल्या त्या मालकांसमोर छातीठोकपणे बोलले; ज्यांना पाहून त्यांना नेहमी थरकाप सुटायचा. त्या वेळी त्या क्षेत्रात शेतमजुरांना कशा प्रकारे किती अल्प मजुरी दिली जात होती, या सभेमुळे कळाले. त्या दिवशी आम्ही सुवर्णमध्य काढून एक तडजोड करण्याचा प्रयत्न केला. ही तडजोड काही ठिकाणी लागूदेखील झाली, काही ठिकाणी झाली नाही. यामुळे योग्य मजुरी किती मिळावी, हे मजुरांना समजले आणि ते आपापल्या क्षेत्रात संघटित होण्याच्या तयारीस लागले.

आम्ही शेतमजुरांची एक मोठी सभा दुसऱ्यांदा चतरामध्येच आयोजित केली. या सभेला मुख्यमंत्री जगन्नाथ मिश्र आणि बी. भगवती (इंटकचे अध्यक्ष) येणार होते. रामरतन राम आणि मुंगेरीबाबू हेदेखील येणार होते. या आमसभेत आम्ही मागील संमेलनाचा अहवाल आणि शेतमजुरांच्या स्थितीचा तपशील राज्य आणि केंद्राच्या नेत्यांना देऊ इच्छित होतो; जेणेकरून त्यांना वास्तव परिस्थिती माहीत व्हावी आणि काँग्रेसच्या नेत्यांकडून केले जाणारे अत्याचार, शोषण याचीदेखील

जाणीव व्हावी. परंतु जमीनदारांचा बालेकिल्ला असलेल्या छतरा येथे या नेत्यांना येण्यापासून रोखण्यासाठी संपूर्ण राजपूत आणि जमीनदारांची लॉबी पाटणा आणि दिल्लीला गेली. मला या गोष्टीची कुणकुण लागली, तेव्हा मी एक पत्रक काढून ते सर्वदूर वाटायला लावले. त्यात लिहिले होते – 'कदाचित नेतेमंडळी आली नाहीत, तरीदेखील माझे भाषण ऐकल्यानंतर जर तुम्ही संघर्षासाठी काही महत्त्वाचे निर्णय घेऊ इच्छित असाल, तर अवश्य या. जर तुम्ही स्वत: शेतमजुरांचे संघटन मजबूत करू इच्छित असाल, तर या. मी तेथे नक्कीच असेन.'

आम्हाला आश्चर्य वाटले की, नेतेमंडळी न येतादेखील सभेच्या जागी प्रतापपूर, हंटरगंजहून लोक चालत हजारोंच्या संख्येने छतरा येथे आले. गोला, चित्तरपूर, चुरचू, मांडू, सिमरिया, केरेडारी, बडकागाव, टंडवा, एवढेच नव्हे, तर चौपारण आणि सतगावपासून लोक कुठल्या-ना-कुठल्या प्रकारे आले. ताना भगतदेखील टंडवा प्रदेशातून येऊन घंटा वाजवीत पुढच्या रांगेत उभे होते. आमच्या सभेसाठी राज्यातून केवळ दोन दलित नेते रामरतन राम आणि मुंगेरीबाबू आले. आमच्यासमोर आठ-दहा हजार लोकांची जी गर्दी होती – त्यांत दलित, आदिवासी आणि स्त्रिया यांचीच संख्या जास्त होती. या भागात निंदणी-खुरपणी, कापणी, पेरणी आणि लावणी इ. ची सर्व कामे स्त्रियाच करतात. सभा जोशात झाली. सभेत किमान मजूरी घेण्याचा संकल्प करण्यात आला. आधी बारा 'माप' तांदळापैकी एक 'माप' तांदूळ मजुराला मिळायचे. ती मापांची संख्या वाढविण्यात आली आणि लाखीच्या डाळीऐवजी तुरीची डाळ देणे सुरू करण्यात आले. न्याहारीत दोन पोळ्यांऐवजी चार पोळ्या देण्याची मागणी करण्यात आली.

या मोहिमेमुळे शेतमजुरांना योग्य मजुरी माहीत झाली. आम्हाला हे माहीत आहे, की जर मजुरांना एकदा त्यांची खरी मजुरी समजली तर ते संघटित होऊन आज-ना-उद्या ती मिळवितातच. या लोकांची समस्या हीच होती की, त्यांना खरी माहितीच मिळत नव्हती.

चुरचू प्रदेशातील लोकांनी तर १९८० पर्यंत आगगाडीदेखील पाहिलेली नव्हती. सरकार किंवा तिचे अधिकारी त्यांना कधी कुठली माहितीच देत नव्हते. राजकीय पक्ष किंवा सामाजिक संस्थादेखील त्यांना कायद्यातील तरतुदी किंवा त्यांच्या हक्कांसंबंधी काही सांगत नव्हते; जाणीव करून देत नव्हते. हे काम संघटना नक्कीच करू शकते; परंतु आजदेखील देशात– विशेषत: बिहारमध्ये – शेतमजुरांच्या संघटना जशा संघटित व्हायला हव्यात, तशा होऊ शकल्या नाहीत. लहान शेतकरी, जे स्वत: जमिनीचे मालक असल्याचा अहंकार बाळगतात, ते - देखील कधी-कधी जमीनदारांसोबत जातात आणि मोठ्या शेतकऱ्यांपेक्षा ते शेतमजुरांचे

जास्त शोषण करतात. कधी-कधी तर तेच स्वार्थापोटी मोठ्या जमीनदाराच्या हातचे बाहुले बनून, त्यांचे म्हणणे ऐकून शोषणाचे माध्यम बनतात. अन्य रोजगाराच्या अभावामुळे शेतमजुराला जमीनमालकांचा वेठबिगार होण्यास भाग पाडले जात होते. तशी स्थिती टाळण्यासाठीदेखील या भागातील शेतमजूर पावसाळ्यानंतर गावाबाहेर जात होते. आजकाल गावात कुठलीच तरुण मुलगी राहत नाही. रोजगाराच्या शोधात सर्व बाहेर जातात. परंतु गावात शेतीच्या कामासाठी तीन महिने ते नक्कीच राहतात. कर्पुरीजी मुख्यमंत्री झाल्यावर त्यांनी कामाच्या मोबदल्यात धान्य ही योजना राबविली तेव्हा शेतमजूर, भूमिहीन मजुरांना आपली मजुरी वाढवून घेण्याची मागणी करण्याचे धैर्य आले.

या भागात, विशेषत: छतरामध्ये, जमीनदारापेक्षा त्यांचे प्रतिनिधी - जे पठाण आणि राजपूत यांच्याशिवाय इतर कुणापुढेही न वाकणारे, मागासलेल्या जातीचे लोक असतात - ते मजुरांचे शोषण करतात. कारण हेच त्या जमीनदारांचे गुंड असतात. या दरम्यान नक्षलवाद्यांच्या विरोधात सनलाइट सेना निर्माण झाली. ती मुख्यत: राजपूत आणि पठाणांनीच तयार केली. यांच्याच विरोधात तेथील जनतेने बंदूक हाती घेतली आणि लोक लाल सेनेत भरती झाले.

●●●

४१.

१९७६ ते १९८० दरम्यानच्या घटना

खाणींच्या राष्ट्रीयीकरणाचे १९७३ हे वर्ष होते. मजुरांच्या फेरनियुक्तीच्या संघर्षात ते वर्ष संपले. हा संघर्ष १९७५-७६ पर्यंत चालला. मला पुन्हा १९७६ मध्ये विधान परिषदेसाठीची उमेदवारी काँग्रेस पक्षातर्फे मिळाली. यासाठी काँग्रेसचे तत्कालीन अध्यक्ष डी. के. बरुआ यांनी माझ्यासाठी जोरदार शिफारस केली. सीताराम केसरी (काँग्रेसचे बिहार प्रदेशाध्यक्ष) जरी मला विरोध करीत होते, तरीदेखील डॉ. जगन्नाथ मिश्रांनी विरोध केला नाही. केदार पांडे यांनी स्वत: जाऊन त्यांच्याकडे माझ्याबद्दल आग्रह धरला. मला आठवते, त्या वेळीदेखील मी केदलामध्ये मजुरांच्या फेरनियुक्तीच्या याद्या पूर्ण करण्याच्या कामात गुंतले होते आणि दिल्लीला वेळेवर पोहोचू शकले नव्हते. परंतु बडकाकानाचे सुदामाराम आपला पगार घेऊन आणि गोलाचे अभिराम करमाली आपला पंप गहाण ठेवून विमानाने दिल्लीला गेले. मी रेल्वेने दिल्ली पोहोचताच ते मला स्टेशनवर भेटले. मी आश्चर्यचकित झाले.

ते म्हणाले, ''देवीजी, इतर सर्वांचे समर्थक विमानाने येत होते, तर आम्ही काय ऐरेगैरे आहोत? आम्हीदेखील विमानात बसून आलोत!'' मी त्यांना रागावलेदेखील; परंतु ते जिद्दी होते. काँग्रेसच्या कार्यालयात पोहोचल्यावर मला बोलावण्यात आले आणि सांगण्यात आले, ''तुमचे समर्थक कार्यकर्ते काँग्रेस कार्यालयाच्या पाठीमागे पटांगणात आहेत,

त्यांना जाऊन भेटा. ते तर नळाचे पाणीदेखील पीत नाहीत. दिल्लीत विहिरीचे पाणी शोधण्यासाठी आम्हाला किती त्रास झाला, हे तुम्ही समजू शकता.''

मी ओळखले की, ताना भगत आले असतील. जाऊन पाहिले, तर मथुरा ताना भगत आपल्या सोबत्यांसोबत स्वयंपाक करीत होते. मला पाहून त्यांना फार आनंद झाला.

मी विचारले, ''काय हो, तुम्ही कधी आलात? आणि का आलात?''

ते म्हणाले, ''सर्वांच्या पाठिंब्यासाठी लोक येत होते. तुम्ही तर मजुरांची यादी तयार करण्यात मग्न होता. तेव्हा आम्ही विचार केला की, आपणच जावे तुमच्यासाठी. बस, संपूर्ण जथा घेऊन आलोय. आम्ही सर्वांच्या घरी जाऊन अध्यक्ष आणि समितीच्या सदस्यांना भेटून आलो आहोत.''

तेव्हा समजले, की ते घंटी वाजवीत सर्वांकडे फिरून-फिरून माझ्याबद्दल सांगून आले होते. मी काय बोलू? आता काय करू? या लोकांचे प्रेम पाहून माझे मन गहिवरले. परंतु एवढा त्रास सहन करून यांचे येणे माझ्या मनाला रुचत नव्हते.

मी म्हणाले, ''काय गरज होती यायची? तुमच्यासाठी पाणी मिळणेदेखील खूप कठीण आहे. त्यामुळे तुम्ही ताबडतोब परत जा.''

परंतु ते जिद्दी होते. ते सर्व जण काँग्रेसच्या अखिल भारतीय सचिव श्रीमती चंद्रशेखरन, जगजीवन राम आणि इंदिराजींनादेखील भेटून आले. दोन-तीन दिवसांनंतर ते सर्व परत गेले. मात्र, त्यांचे माझ्याबद्दलचे जीवापाड प्रेम आणि विश्वास माझ्या अंतर्मनाला स्पर्श करून गेला. त्या वेळी मला विधान परिषदेची उमेदवारी मिळाली. मी बिहार विधान परिषदेची सदस्य झाले.

मथुरा ताना भगत टंडवा तालुक्याच्या एका गावात राहत होते. एकदा आम्ही त्यांच्याकडे आपल्या ॲम्बेसिडर कारने गेलो. कुठलीच पायवाट नाही, रस्ता नाही. आम्ही शेताचा बांध कुदळीने तोडून-फोडून मार्ग काढीत त्यांच्या गावाला पोहोचलो. मथुरा ताना भगत फार आजारी होते. त्यांना तेथून जमशेदपूर कॅन्सर हॉस्पिटलमध्ये दाखल करणे आवश्यक होते. रांची विद्यापीठाचे कुलगुरू धानसाहेबांच्या बहिणीला मी काँग्रेसच्या महिला विभागाचे संयोजकपद खूप प्रयत्नातून मिळवून दिले होते. तिच्या मदतीने मी मथुरा ताना भगताला जमशेदपूर येथे दाखल करविले. मुंबईमध्ये देखील त्यांच्यावर उपचार करण्यात आले होते. त्यांच्या प्रकृतीत चांगली सुधारणा होऊन ते परत आले, परंतु पुन्हा आजारी पडले. तेव्हा त्यांना पुन्हा टाटामध्ये दाखल करावे लागले. या वेळी ते परत आले नाहीत. ताना भगत या समाजाचे ते चांगले नेते आणि प्रवक्ते दोन्ही होते.

असो. मी बिहार विधान परिषदेत गेले. तेथेदेखील मी कधी गप्प बसले

नाही. कधी ध्यानाकर्षण प्रस्ताव, तर कधी निवेदन, तर कधी शून्य प्रहरात प्रश्न मांडीत राहिले. तारांकित प्रश्नांशिवाय अल्पकालीन नोटिशीचे प्रश्नदेखील मी बरेच विचारले. त्या वेळी शून्य प्रहरात प्रश्न विचारण्यासाठी मी पहाटे पाच वाजता जाऊन सूचना देत होते. मी प्रत्येक चर्चेत भाग घेण्याचा प्रयत्न करीत होते. तातडीच्या प्रश्नासाठीदेखील आधी जाऊन आपला प्रश्न दाखल करण्याची चिंता मला असायची; जेणेकरून तो मंजूर व्हावा. मी नेहमी अन्य आमदारांच्या आधी जाऊन रांगेत उभे राहण्याचा प्रयत्न करायची.

परिषदेची सदस्या असताना मी धनबादचा गुंड सूरजदेव सिंहला अटक करणारे उपायुक्त के. डी. सिंह यांची बदली करण्याच्या विरोधात विधान परिषदेत प्रचंड गोंधळ घातला. तिकडे लालचंद महतोजींनी विधानसभेत फार आरडाओरडा केला. रामसुंदर दास हे मुख्यमंत्री होते. त्यांना दोन्ही सभागृहांत उत्तर द्यावे लागले. उपायुक्तांची बदली रोखण्यात आली. लालचंदजी पूर्वी जनसंघाचे आमदार होते. मी काँग्रेसमध्ये होते. परंतु मी त्यांना कर्पुरीजींसोबत लोकदलामध्ये घेऊन आले.

मी काँग्रेसच्या विरोधात १९७७ मध्ये बंड केले, कारण मी शिफारस केली असतानादेखील त्यांनी स्थानिक लोकांना विधानसभेसाठी न लढविता बाहेरून आलेल्या व्यापाऱ्यांना किंवा गुंडांना उमेदवारी दिली होती. याच दरम्यान आंध्र प्रदेशात वादळ आले. मी, कमलाचरण उपाध्याय (इंटक) आणि लालचंद महतो (बी. एम. एस) असे तिघे जण कोळसा मजुरांतर्फे आंध्र प्रदेशात मदतीसाठी अत्यावश्यक साहित्य वितरीत करण्यासाठी मदत घेऊन गेलो. आदिवासी, दलित आणि इतर स्थानिक लोकांबद्दल असलेला माझा ओढा बिहारच्या लोकांना माहीत होता. कित्येकदा बिहार सरकारने पाटण्यातून नेमणूक करून पाठविलेल्या कर्मचाऱ्यांच्या विरोधात मी आंदोलन केले होते. त्यामुळे कमलाचरण उपाध्याय माझ्यावर टीका करायचे, तर लालचंद महतो माझी बाजू घेऊन त्यांच्याशी भांडायचे. हैदराबादमध्ये अधिकारी माझ्याशी जास्त सलगीने बोलायचे, कारण एक तर स्त्री होते. दुसरे म्हणजे आमदारदेखील. तसेच मी इंग्रजी किंवा हिंदी दोन्ही भाषांत सर्वांतर्फे बोलू शकत होते. त्या दौऱ्यावरून परत येईपर्यंत लालचंदजी आणि माझ्यात बरेच जवळिकीचे संबंध निर्माण झाले होते.

आम्ही जेव्हा पाटण्याला परत आलो, तेव्हा लालचंदजी माझ्याच फ्लॅटमध्ये माझ्याच सोबत नेहमी येऊन राहायचे. कवी ज्ञानेंद्रपती हे माझे मित्र होते. त्यांचे माझ्याकडे बरेच येणे-जाणे होते. कदाचित लालचंद महतो यायला लागल्याने त्यांना वाईट वाटले. त्यांनी येणे तर कमी केले, पण अधे-मधे कधीतरी येत राहिले. कर्पुरीजी मुख्यमंत्री झाले, परंतु राजपूत ग्रुपमध्ये होते आणि बाकीचे मोरारजीभाईंसोबत.

बिहारमध्ये सत्येंद्र सिंहाची संघटना, काँग्रेस, आधीचा जुना सोशालिस्ट पक्ष आणि मुक्तिवाहिनीचे लोक एकीकडे होते. ते जयप्रकाशजींना आपला नेता मानीत होते. परंतु संयुक्त समाजवादी पक्षाचा गट कर्पुरीजींच्या सोबत होता. जनसंघाचा ग्रुप वेगळा होता. मी काँग्रेस पक्षाच्या धोरणावर नाराज होते. कम्युनिस्ट पक्षाचे सरकार नसतानादेखील मी स्वत:ला त्या पक्षाशी जोडण्यास सुरुवात केली होती. कारण तिचा जनता पक्षाला पाठिंबा होता. सरकारच्या विचारसरणीवरून विभाजन होणार, हे स्पष्ट दिसत होते. कर्पुरीजींच्या विरोधात सभागृहात अविश्वास प्रस्ताव दाखल झाला होता. डावपेचाचे राजकारण शिगेला पोहोचले होते.

त्या वेळी लालचंद आणि मंत्री छतरू महतो या दोघांमध्ये गाढ मैत्री होती. दोघेही राष्ट्रीय स्वयंसेवक संघाचे वरिष्ठ कार्यकर्ते होते. त्या भागातील माझ्या आंदोलनांमुळे आणि स्थानिक लोकांबद्दल असलेल्या माझ्या बांधिलकीमुळे लालचंद प्रभावित झाले होते. आंध्र प्रदेशाच्या दौऱ्यानंतर त्यांची माझ्याशी आणखीच जवळीक झाली होती. कर्पुरीजी आणि प्रणव चटर्जींशी बोलले. कर्पुरीजींसोबत दोन-तीन आमदारांना आणण्याचा प्रयत्न करण्याचे आश्वासनदेखील दिले. लालचंदजी आता माझ्याच घरी येऊन राहू लागले. त्या काळात त्यांनी छतरू महतोला समजावले आणि टेकरीवालजींशीदेखील चर्चा केली. लालचंदजी कुठल्याही परिस्थितीत कर्पुरीजींना काढून टाकू इच्छित नव्हते; कारण त्यांना माहीत होते की, रामसुंदर दासना उच्चवर्णीय जातींनी आपला उमेदवार म्हणून उभे केले होते. बसावन सिंह (भूमिहार), बाबू सत्येंद्र नारायण सिंह (राजपूत) आणि लाला (कायस्थ) या लोकांची लॉबी होऊन कर्पुरीजींना पदावरून खाली खेचण्यामागे लागली होती. जयप्रकाशजीदेखील मनातून अस्थिर होते. जातीयवादी नेते तर एवढे आक्रमक होते की, जयप्रकाशजींचे म्हणणे ऐकतदेखील नव्हते. ऊर्मिलाचे प्रकरण हे ज्वलंत उदाहरण होते. खरं म्हणजे, कर्पुरीजींच्या अशाच दलितसमर्थक कारवायांमुळे उच्च जातीतील नेतेमंडळी नाखूष होती. ऊर्मिला एक राजपूत मुलगी होती. तिने एका दलित मुलाबरोबर लग्न केले होते. त्यामुळे उच्च जातीतील मंडळी प्रचंड संतापली होती. त्या सर्वांनी जयप्रकाशजींच्या हस्तक्षेपाकडेदेखील दुर्लक्ष केले होते. राजपूतलोक त्या मुलाची हत्या करू इच्छित होते. कर्पुरीजींनी त्या दलित मुलाच्या अटकेचे आदेश दिले नव्हते, परंतु मुलीकडच्या राजपूतलोकांची त्याला अटक व्हावी अशी इच्छा होती. कपिलदेवबाबूंनी मध्यस्थी करण्याचा खूप प्रयत्न केला. परंतु त्यांच्या जातीच्या मंडळींनीदेखील त्यांना कनिष्ठ जातीला मदत करणारा म्हणून नाकारले.

जेव्हा कर्पुरीजींच्या विरोधात १९७७ मध्ये सभागृहात अविश्वास प्रस्ताव दाखल झाला, तेव्हा जनसंघ गटाचे नेते कैलाशपती मिश्र यांनी लालचंदजींना

शोधण्याचा खूप प्रयत्न केला, परंतु ते त्यांना सापडले नाहीत. लालचंदजी आपल्या घरी परतले नाहीत. त्यांनी विश्वास ठरावावेळी कर्पुरीजींना केवळ मदतच केली नाही, तर ते त्यांच्या गटात सामील झाले. छतरूराम महतोला ते आपल्या सोबत आणू शकले नाहीत. कर्पुरीजींच्या विरोधातील अविश्वास ठराव संमत झाला. रामसुंदर दास मुख्यमंत्री झाले! नंतर टेकरीवालजी कर्पुरीजींसोबत आले.

मी काँग्रेस पक्षाचा राजीनामा देऊन स्वतंत्र झाले होते. दुबेजींनी संघटनेत - देखील विभागीय कमिट्या स्थापन करण्याचे घोषित केले होते. त्यांनी रामगढमध्ये राष्ट्रीय खाण मजूर संघाच्या (आर. सी. एम. एस.) बैठकीत बोलण्याची परवानगी मला दिली नाही. दुबेजींना माहीत होते, की मी ट्रक भरणाऱ्यांच्या फेरनियुक्तीचा मुद्दा उपस्थित करीन. त्यांची कामे दामोदर पांडेच्या सांगण्यावरून सी. सी. एल. ने बंद केली होती. त्यामुळे खाण मजूर संघाच्या २६ शाखांच्या प्रतिनिधींनी माझ्याबरोबर सभात्याग केला. त्यात हजारीबाग, कुजू, रामगढ आणि कर्णपूर्णाचा सगळा भाग आमच्या सोबत आला. त्यामुळे या क्षेत्रातील कोळशाच्या खाणींमध्ये आर. सी.लेखी लिहून चौकशी करावी लागली की, या विभागात अशी कोणती युनियन (संघटना) आहे, जिला मान्यता देण्यात यावी? त्या भागात चर्चा करण्यासाठी आमच्या समर्थकांशिवाय दुसरे कुठलेच प्रतिनिधी इंटकमध्ये उरले नव्हते. रामगढमध्ये एकटे दामोदर पांडे होते किंवा जुन्या एन. सी. डी. सी. च्या खाणींमध्ये काही लोक होते. नव्याने अधिग्रहित केलेल्या खाणींमध्ये आमचेच वर्चस्व होते. मी प्रणव चटर्जींशी चर्चा करून त्यांच्या कोलफिल्ड लेबर युनियनचे सदस्य आमच्या प्रभाव भागात होते. मला उपाध्यक्षपद देण्यात आले. धनबादचे सोबती जनरल सेक्रेटरी होते. प्रणवजी अध्यक्ष होते. नंतर मला जनरल सेक्रेटरी करण्यात आले आणि प्रणवजींच्या मृत्यूनंतर त्यांची पत्नी अध्यक्ष झाली. त्यांच्यानंतर जॉर्ज फर्नांडिस संघटनेचे अध्यक्ष झाले.

केंद्र सरकारच्या श्रम मंत्रालयाच्या अहवालाच्या आधारानुसार सेंट्रल कोल - फिल्ड लिमिटेडने (सी. सी. एल.) आमच्या संघटनेला चर्चेत सहभागी होण्यास मान्यता दिली. कंपनीस्तरावर कोलफिल्ड लेबर युनियनच चर्चेत सहभागी होत होती. इंडियन ट्रेड युनियन काँग्रेसचे (इंटक) प्रतिनिधी वेगळे असायचे. आधी आम्ही हिंद मजूर सभेशी (हिं. म. स) जोडले गेलो. परंतु त्यांच्या पुढाऱ्यांशी आमचे प्रचंड मतभेद होते. त्यामुळे त्यांनी एच. एम. एस. ला कोल इंडियाच्या कमिटीत प्रतिनिधित्व करू दिले नाही. खरे तर कोळसा खाणीत आमची संघटना त्यांच्या संघटनेपेक्षा जास्त मजबूत होती. इंटकमध्ये राहून मी कोल इंडियाच्या सल्लागार कमिटीची सदस्य होते, जी सर्वांत वरिष्ठ कमिटी होती. खरे पाहता, हिंद मजदूर

सभेचे नेतृत्व जॉर्जला स्वीकारण्यास तयार नव्हते, त्यामुळे हिंद मजदूर सभा कित्येकदा दोन गटांत विभागली जायची. आम्ही आपल्या नेत्यांसोबत त्या-त्या गटात येत-जात होतो. जॉर्जने हिंद मजदूर पंचायत नावाने एक केंद्रीय संघटना तयार केली होती, जिचे हिंद मजदूर सभेत विलीनीकरण करण्यात आले. परंतु मतभेद झाल्यामुळे ही संघटनं पुन्हा वेगळी झाली. या वेळी हिंद मजदूर पंचायतच्या नावात बदल करून हिंद मजदूर किसान पंचायत (हिं. म. कि. पं.) केले गेले होते. आम्हीदेखील हिंद मजदूर किसान पंचायत (हिं. म. कि. पं.) मध्ये गेलो. हिंद मजदूर सभेत मी सूरजदेव सिंहला कार्यकारिणीचा सदस्य होऊ दिले नाही. हिं. म. स. ते सामील झाल्यावर माझे सहकारी व्यंकटरमणनेदेखील त्यांना जोरदार विरोध केला.

जेव्हा आम्ही सर्व एच. एम. एस. मधून निघून जॉर्ज फर्नांडिससोबत आलो, तेव्हा सूरजदेव सिंहला त्यात सामील होण्याची परवानगी मिळाली. गुंड आणि ठेकेदार संघटनेत असू नयेत, या बाबीला मी नेहमी प्राधान्य देत गेले.

सूरजबाबूंच्या हत्येच्या वादामुळे आणि मला जनता दलात सामील केल्यामुळे पक्षात भरपूर मतभेद होते. त्या वेळी जनता पक्षाचे विधान परिषद सदस्य कृष्णकांत सिंह वगळता गोपाल सिंह, सत्येंद्र नारायण सिंह आणि सर्व भूमिहार राजपूतांचा गट हा जनता पक्षात माझ्या प्रवेशाला विरोध करीत होता. परंतु प्रणव चटर्जी आणि कर्पुरीजींनी सर्व विरोधकांना डावलून मला लोकदलात प्रवेश दिला. त्यांनी मला मांडूतून निवडणूक लढविण्यासाठी उमेदवारी मिळवून दिली. विधान परिषदेतदेखील अशी स्थिती आली, तेव्हा लोक माझ्यावर आरोप करीत असूनही कृष्णकांत सिंहजींनी मला जोरदार पाठिंबा दिला. त्या वेळी विधानसभा आणि परिषदेतदेखील काही भूमिहार-राजपूत आमदारांनी मला बदनाम करण्याच्या प्रयत्न केला, परंतु कृष्णकांत सिंहांनी उठून मला पाठिंबा दिला. तेव्हा इतर सदस्यदेखील मला पाठिंबा देण्यासाठी त्यांच्यासमवेत उभे राहिले. त्यानंतर विधान परिषद आणि विधानसभेत कित्येक घटना घडल्या. मला सभागृहात प्रवेश मिळवलेल्या गुंडांचा किंवा गुंडांच्या समर्थकांचा किंवा विकृत मानसिकतेच्या स्त्री-विरोधी किंवा जमीनदारीच्या मानसिकतेने आणि हीनभावनेने पछाडलेल्या सदस्यांचा सामना करावा लागला.

राजपूत लॉबी प्रत्येक ठिकाणी मला कट्टर विरोध करायची. ते लोक माझ्यावर बाबू सूरज नारायण सिंहांच्या हत्येचा आरोपदेखील करीत असत. पण तो अगदी चुकीचा होता. इंदिरा गांधींनी यासाठी रमण कमिशन नेमले होते. त्यात मला निर्दोष ठरविण्यात आले. तो माझ्या विरोधातील राजकीय प्रचार होता; ज्यात त्या वेळी सी.पी.एम. देखील सामील होती. कारण सूरजबाबूंनी आपल्या डायरीत मार्क्सवादी कम्युनिस्ट होऊन मरण्याची इच्छा प्रगट केली होती. त्यामुळे सी.पी.

एम. ला त्यांच्याविषयी आपुलकी वाटणे स्वाभाविक होते. पण त्यांना वस्तुस्थिती माहीत नव्हती. नंतर त्यांना ती समजली.

खरं म्हणजे, बसावन सिंहांची (भूमिहार गट) संघटना आणि सूरज नारायण बाबूंच्या संघटनेत वितुष्ट होते. मी दुबेजींच्या आदेशानुसार रांचीत इंटकची संघटना स्थापण्याचा प्रयत्न करीत होते. घटनेच्या दिवशी दुबेजी माझ्या आधी घटनास्थळी पोहोचले होते. मी नंतर पोहोचले होते. त्या दिवशी इंदिरा गांधी रांची विमानतळावर आल्या आणि परत गेल्या. केदार पांडे मुख्यमंत्री असल्यामुळे त्यांना भेटण्यासाठी गेले होते. याच दरम्यान हजारीबागेत दंगलीची शक्यता वाढली होती. याच काळात बांकामधून शकुंतलादेवी निवडणूक लढवीत होत्या. मी निवडणूक प्रचारासाठी तेथे गेले होते. मी बाकांमधून रांचीला जाण्यासाठी निघाले, तर वाटेतच माझ्या गाडीला अपघात झाला. आमचे मजूर साथी राजनारायण हे माझ्यासोबत निवडणूक प्रचारासाठी आले होते; त्या अपघातात त्यांचा पाय तुटला. आम्ही दुसरी गाडी भाडेतत्त्वावर घेतली; तर रामगडला येईपर्यंत तिला आग लागली. तिसरी गाडी करून आम्ही रांचीला सी. सी. एल. गेस्ट हाऊसला पोहोचलो. सी. सी. एल. चे संचालक वी. एल. वडेरा यांना सांगून मी एक गाडी मागविली आणि राजनारायणला आर. सी. एम. एच. दवाखान्यात दाखल करून केदार पांडेजींच्या घरी गेले. मला फार उशीर झाला होता. पांडेजी तेथील आजी आणि माजी खासदार, आमदार आणि कार्यकर्त्यांसोबत हजारीबागमधील दंगलीच्या शक्यतेच्या संदर्भात चर्चा करीत होते. बिहारमध्ये राजपूत ग्रुप पांडेजींच्या विरोधात होता. ललितबाबूदेखील त्यांच्या विरोधात होते. रामदुलारी सिन्हा तर नावाला पांडेजींच्या मंत्रिमंडळामध्ये होती, परंतु आतल्याआत ती वेगळेच गुप्त कारस्थान करीत होती. त्या वेळी ती परदेश दौऱ्यावर गेलेली होती. ती बिहार सरकारमध्ये कामगारमंत्री होती. तिला स्वत:लाच मुख्यमंत्री व्हायचे होते.

संध्याकाळी दुबेजी घटनास्थळावरून परतल्यावर त्यांनी उषा मार्टिनमध्ये घडलेली घटना सांगितली, तर मीदेखील तिथे गेले. मी पोचण्यापूर्वीच सूरजबाबूंना आर. सी. एम. एस. दवाखान्यात नेण्यात आले होते. मी सूरजबाबूंना पाहण्यासाठी दवाखान्यात गेले, परंतु त्यांना भेटू शकले नाही. कारण त्या वेळी ते ऑपरेशन थिएटरमध्ये होते. मी पत्रकारांना माझे निवेदन दिले. घटनास्थळी बॉंब फेकण्यात आला होता आणि लाठीमार झाला होता. त्याचा तपशील पत्रकारांना देऊन मी हिंसेचा निषेध नोंदविला. वस्तुस्थिती अशी होती की, एका कटाच्या अंतर्गत ही घटना घडवून आणून केदार पाडेंना सत्तेवरून खेचण्यासाठी वातावरण तयार केले जात होते. मला केवळ एक माध्यम करण्यात आले होते. काही दिवसांपूर्वीच मी दुबेजींना सांगितले होते, की उषा मार्टिन कंपनीच्या संघटनेची लक्षणे चांगली

नाहीत. परंतु ते म्हणाले, ''तुम्ही क्रांतिकारी आहात! चुकीच्या लोकांनादेखील सरळ करता! त्यासाठीच तुम्हाला तिथे पाठविण्यात आले आहे.''

दुबेजींनी एका शब्दानेदेखील माझ्या बाजूने पक्षाच्या सोबत्यांना किंवा पत्रकारांना सांगितले नाही आणि मी घटनास्थळी नव्हतेच, ही वस्तुस्थितीही त्यांना सांगितली नाही. या वास्तवाने मी स्तंभित आणि तेवढीच हैराणही झाले. ते तर आधीच तेथे जाऊन आले होते.

असो. मी या खोट्या आरोपाचा सामना केला. इंदिराजींकडे गेले, तर त्या सरळ म्हणाल्या, ''सूरजबाबूंची हत्या करविली आहेस ना? रामदुलारीदेखील सांगत होती.'' आता मात्र मी हतप्रभ झाले.

मी त्यांना म्हणाले, ''जर तुम्हाला तसे वाटत असेल, तर कमिशन नेमा. त्यात मी दोषी ठरले; तर फाशी द्या. रामदुलारी स्वत: मुख्यमंत्री होऊ इच्छिते. त्यामुळे केदार पांडेंच्या विरोधात बोलते आहे. आणि मी त्यांच्या सोबत असल्यामुळे मलादेखील बळीचा बकरा केला जात आहे. असो. आता मी कमिशनच्या अहवालानंतरच तुम्हाला भेटेन.''

एवढे बोलून मी परत आले आणि या दरम्यान मी त्यांना कधीच भेटले नाही. खरं तर माझे त्यांच्याकडे जाणे-येणे बरेच होते. रमण कमिशन नेमण्यात आले.

या घटनेची बातमी ब्लिट्झ साप्ताहिकाने अशी छापली होती– 'कंचन-कामिनीच्या तावडीत केदार पांडे!' जणू काही मीच केदार पांडेंकडून हे सर्व घडवून आणत होते. मनात येईल ते बोलले, लिहिले जात होते. मला आणि केदार पांडेंना अगदी वेगळे टाकण्याचा प्रयत्न केला गेला. विरोधी पक्ष तर याचा फायदा घेतच होता. मात्र, याच्या पाठीमागे अप्रत्यक्ष रूपाने काँग्रेसमंडळींचाच हात होता, जे केदार पांडेजींशी आपल्या वैराचे उट्टे काढत होते. वाट्टेल ते तर्क-वितर्क करीत होते. विशेषत: ललित नारायण मिश्र आणि त्यांचा गट. त्या काळात रामलखन - सिंह यादवदेखील फार प्रभावी होते आणि केदार पांडेंची बाजू कमकुवत करण्यासाठी त्यांनी काही तरुण नेत्यांना पुढे केले होते. त्यात श्रीकृष्ण सिंहाचा मुलगा नरेंद्र सिंह -देखील हिरीरीने सहभाग घेत होता. पांडेजींच्या विरोधात राजपूत गट तर होताच, परंतु काही मागासलेल्या जातीचे लोकदेखील रामलखनबाबूंसह पांडेजींच्या विरोधात गेले होते. काँग्रेसमधील याच गटबाजीने बिहारमधील १९७४ च्या आंदोलनास म्हणजे जयप्रकाश नारायणजींच्या संपूर्ण क्रांतीच्या आंदोलनास खतपाणी घातले होते. खरे म्हणजे, हा संघर्ष तत्त्वासाठी नव्हता, तर सत्तेसाठीचा होता. याचे नेतृत्व विरोधी पक्ष करीत होता, परंतु त्याला खतपाणी काँग्रेसची असंतुष्ट मंडळी घालत

होती. या आंदोलनाची सुरुवातच काँग्रेसच्या सल्ल्याने झाली होती. नंतर त्याचे नेतृत्व जयप्रकाशजींनी केले आणि ते देशातील मोठे आंदोलन ठरले. गुजरातही सामील झाल्यावर तर संपूर्ण क्रांतीच्या या आंदोलनास अधिकच बळ मिळाले.

काँग्रेसमध्ये मुख्यमंत्रिपदासाठी आणि सरकारमध्ये आपले वर्चस्व वाढविण्या-साठीचा हा संघर्ष होता. मला असे जाणवत होते की, इंदिरा गांधींनादेखील याचे दुःख होत होते. बिहारच्या बाबतीत त्या असहाय आहेत, असेदेखील वाटत होते. केंद्रात त्यांच्या विरोधात एकीकडे ललितबाबू एक आव्हान झाले होते, तर दुसरीकडे जगजीवनबाबूदेखील नेहमी त्यांच्यासाठी अडचणी निर्माण करीत होते. बिहारमध्ये अल्पावधीतच मुख्यमंत्री बदलण्याची परंपरा दिल्लीतूनच सुरू झाली होती. या परिवर्तनात बिहारच्या जनतेचा, प्रतिनिधित्वाचा कुठलाच सल्ला घेतला जात नव्हता. सत्ता काँग्रेसचीच होती, ती जनतेने बदलली नव्हती. केवळ मुख्यमंत्री आणि मंत्री बदलत होते. विरोधी पक्षाचे संयुक्त विधायक दलदेखील १९६७ मध्ये सत्तेवर येऊन पायउतार झाले होते. खरे म्हणजे बिहारमध्ये पक्ष बदलण्याऐवजी काँग्रेस पक्षातच गट बदलण्याची प्रक्रिया दिवसेंदिवस वाढत होती. लहानशा कारणावरून कुठले-ना-कुठले निमित्त करून आपल्या वर्चस्वासाठी किंवा स्वार्थासाठी आमदार किंवा मंत्री पक्षबदल करण्याच्या उद्देशाने देवघेवीचा व्यवहार करू लागले होते. अशा सौदेबाजांसाठी खाणमालकांच्या तिजोऱ्या नेहमी खुल्या होत्या.

अशा परिस्थितीत केदार पांडे आणि त्यांच्या समवेत मला बळीचा बकरा करून आम्हाला वेगळे टाकणे म्हणजे फार काही विशेष नव्हते. बिहारमध्ये काँग्रेस, जी कित्येक वर्षांपासून सत्तेत होती, तीत या सर्व गोष्टी म्हणजे एक नियमच झाल्यासारखे होते. हरियानामध्ये 'आयाराम-गयाराम'चा एक नवीनच वाक्प्रचार काँग्रेसच्याच भजनालालांपासून सुरू झाला होता. बिहारमध्ये 'मुख्यमंत्री बदलाची' प्रक्रियादेखील सुरू झाली होती. यासाठी कोळसा व अभ्रक खाणींमधून गोळा करून आणलेल्या बेहिशोबी निधीचा भरपूर उपयोग होत होता. बिहारमध्ये चारित्र्यहनन - देखील सर्वसाधारण बाब होती. यात समाजवादी पक्षाचे लोकदेखील मागे नव्हते. असे म्हणता येईल की, चारित्र्यहननाची प्रथा वाढीस लावणारे सोशालिस्टच होते. राजनारायणच्या चेल्यांनी ही प्रथा सुरू केली होती. के. सी. त्यागीने सुरेश-सुषमाच्या प्रकरणाला एवढे पेटविले की, त्यामुळे चारित्र्यहननाचा नमुना भारतीय राजकारणात आला.

रांचीमध्ये बसावन सिंह आणि सूरजबाबूंच्या संघटनेतील वितुष्ट जुने होते. या भांडणाने कित्येकदा हिंसक वळण धारण केले होते. बसावन सिंहाच्या मान्यताप्राप्त संघटनेशी उषा मार्टिनचे व्यवस्थापक मंडळ चर्चा तर करीत होते; परंतु ही चर्चा

निष्क्रिय, बिनबुडाची व निष्प्रभावी असायची. सूरजबाबूंच्या संघटनेला मान्यता नव्हती, परंतु तिच्याशी अनौपचारिक चर्चा होत होती. इंटकलादेखील मान्यता नव्हती, परंतु त्यांच्याशी चर्चा करण्यासाठी दबाव येत होता. बसावन सिंहांच्या संघटनेत भूमिहार नेत्यांचा सुकाळ होता. बसावन सिंहांची प्रतिमा फारच क्रांतिकारी आणि आदरणीय नेत्याची होती. परंतु त्यांच्यानंतर जे लोक संघटनेचे तारू हाकत होते, ते क्रांतिकारीऐवजी युनियनबाजी आणि जातीयतेच्या गुंत्यात जास्त गुरफटलेले होते. दुसरी संघटना राजपूत लोकांच्या हातात होती. नंतर हिचे नेतृत्व सूरजबाबूंनी केले. व्यवस्थापक मंडळ तिला मान्यता देऊ इच्छित नव्हते. सूरजबाबूंची प्रतिमादेखील मोठ्या क्रांतिकारी नेत्याची होती. परंतु नंतर वेगवेगळ्या संघटनेचे नेतृत्व करीत-करीत तेदेखील संघटनेतील श्रीमंत-मध्यम वर्गाची धोरणे अवलंबू लागले होते. रांचीच्या उषा मार्टिन कंपनी संघटनेतील राजपुतांचा गट सूरजबाबूंची प्रतिमा मलिन करून व्यवस्थापनावर प्रभाव पाडू इच्छित होता. तेथे तिसऱ्या स्थानावर इंटकची दुबळी संघटना होती. तिचे नेतृत्व तेथील स्थानिक लोकांच्या हातात होते, परंतु ते बळकट नव्हते आणि संघटनेच्या नियमाच्या संदर्भात धूर्तही नव्हते. तेथील काही नेतेमंडळीदेखील राजपूत गटाप्रमाणेच दलाली करीत होती. खरं तर मजुरांना यापैकी कुणीच नको होते. त्यांचा थोडा-फार जर कल असेल तर तो राजपूत गटाकडे होता. कारण ही नेतेमंडळी लपून-छपून दलाली करीत होती; तरी ते व्यवहारात रागीट आणि लढाऊ वृत्तीचे होते. भांडण करण्यात पुढे होते. त्यामुळे त्यांची प्रतिमा लढाऊ संघटनेची झाली होती. व्यवस्थापक मंडळ त्यांना घाबरून चुकीचे पायंडे अंगीकारत होते. त्यामुळे कायदा आणि सुरक्षा नेहमी बिघडत होती.

खाणीत गुंड आणि ठेकेदारांच्या विरोधात संघर्ष केल्यामुळे माझे नाव नेहमी आदराने घेतले जायचे. तेव्हा बिंदेश्वरी दुबे बिहार इंटकचे पदाधिकारी होते. रांचीमधील इंटकच्या सोबत्यांच्या आग्रहाने त्यांनी मला उषा मार्टिनच्या संघटनेचे अध्यक्षपद स्वीकारण्यास सांगितले आणि संघटना विकसित करण्याची गळ घातली. मी बिचकतच ही जबाबदारी स्वीकारली. कारण मला कोळसा, शेतमजूर आणि शेतकऱ्यांच्या समस्येशिवाय कारखान्यातील मजुरांबाबत ज्ञान नव्हते. या संदर्भात रांचीच्या जवळपासच्या खेड्यांत, जेथील मजूर उषा मार्टिनमध्ये काम करीत होते, तेथे माझ्या कित्येक सभा झालेल्या होत्या. बिहार सरकारतर्फे श्रमिक कमिटीचे सदस्यत्वदेखील एकदा मला देण्यात आले होते. त्या समितीत मजुरांच्या प्रश्नांवर चर्चा व्हायची. सूरजबाबू - देखील कामगारमंत्री रामदुलारी सिन्हांच्या चेंबरमध्ये मला एकदा भेटले होते. त्या वेळी माझ्या समवेत उषा मार्टिनच्या संघटनेचे सोबती होते. आम्ही बिहार सरकारकडे संघटनेच्या खरेपणाची तपासणी करण्यासंबंधी आलो होतो. त्याला ते विरोध करीत

होते. मी त्यांना आदराने विनंती करीत म्हटले की, निवडणूक होऊ द्या आणि मजुरांना निर्णय घेऊ द्या; तेव्हा कोण कुणाबरोबर आहे, ते समजेल. परंतु त्यांनी ऐकले नाही.

मला आठवते, यापूर्वीदेखील जेव्हा आमच्या संघटनेच्या अध्यक्षपदी बाबू श्रीकृष्ण सिंह होते, तेव्हा ते हजारीबाग येथे आले असताना मला भेटण्यास आले. त्या वेळी त्यांनी सांगितले होते की, "निधी गोळा करण्यासाठी निघालो आहे, तुम्ही आम्हाला यासाठी मदत करा आणि आम्हाला बाबू जीतनाथ सिंह आणि मामा बाबूंना भेटवा."

केदला खाणींच्या कंपन्यांमध्ये राजपूत ठेकेदार खूप होते. त्यामुळे मी त्यांना म्हणाले, "आम्ही तर त्यांच्याशी बोलतदेखील नाही. आमचे त्यांच्याशी शत्रुत्व आहे. आम्ही मजुरांकडून निधी गोळा करून तुम्हाला देऊ शकतो; परंतु ठेकेदारांकडे आम्ही कधीही निधी मागत नाही."

यावर ते म्हणाले, "संस्था चालविण्यासाठी निधी गोळा करावाच लागतो."

"परंतु ठेकेदार आणि खाणमालकांकडून निधी घेण्याला आमचा विरोध आहे. त्यामुळे आम्ही तसे करू शकत नाही." मी उत्तर दिले.

प्रणव चटर्जीदेखील मला 'शुद्धतावादी' म्हणायचे. कारण ठेकेदारांशी बोलणाऱ्या नेत्यालादेखील आमची संघटना दंड ठोठावायची. आमच्या सर्व चर्चा, सर्व निर्णय खुलेआम असायचे. एकांतात कुणीही ठेकेदारांशी बोलू शकत नव्हता. मीदेखील नाही. हे बंधन आम्ही स्वत:वर आणि सोबत्यांवर घातले होते.

कामगार मंत्रालयाच्या बैठकीत सूरजबाबूंशी झालेल्या आमच्या भेटीनंतर काही दिवसांतच रांचीत त्यांचा खून झाला. दोन्ही जुन्या संघटना वर्चस्वासाठी हिंसक संघर्ष करीत होत्या आणि इंटकची दुबळी संघटना आपल्या अस्तित्वासाठी धडपडत होती. खरं पाहता हा संघर्ष दोन सशक्त, प्रबळ संघटनांचा होता. दुबळ्या संघटनेला दोषी ठरविणे सहजशक्य होते आणि तेच झालेदेखील. त्या त्रिकुटाचे काम झाले आणि आम्ही बदनाम झालो. या दरम्यान मी दुबेजींना म्हणाले देखील— "इंटकच्या युनियनची उभारणी आणि वाढ शक्य नाही, कारण तिचे स्थानिक नेतृत्व अपरिपक्व तर आहेच, दलाली करण्यातदेखील त्यांचा हातखंडा आहे. मी बाहेरून येऊन त्यांना क्रांतिकारी कशी करू शकेन?"

यावर दुबेजी म्हणाले होते, "यासाठी तर तुम्हाला तेथे पाठविले आहे! तुम्हाला त्यांच्यात बदल घडवावा लागेल."

अजून आमच्यात ही चर्चा सुरू होतीच, तोवर ही घटना घडली. इंटक पाय रोवून दृढपणे उभे राहण्याचा प्रयत्न करीत असतानाच त्या लोकांनी ही हत्या

घडवली होती. त्यामुळे दोन्ही संघटनांतील मंडळी आपला दोष लपविण्यासाठी सर्व बालंट आमच्यावर लादू लागले. विशेषत: माझ्यावर.

साक्ष देताना काही म्हणाले, ''रमणिकाने सूरजबाबूंना लाथ मारली!'' हे शब्दश: खोटे आहे, हे सर्वांना माहीत होते. कारण घटनेच्या ठिकाणी मी नव्हेतच. अशा खोट्या गोष्टींवर रमण कमिशनने विश्वास ठेवला नाही. त्यामुळे संघटनेतील लोकांचा राग माझ्या विरोधात आणखीनच वाढला होता. तरीदेखील मी ठाम होते. कारण मला माहीत होते की, या हत्येमागे मी नाही; त्यांच्यातीलच दुफळी आहे.

●●●

४२.
मी मांडूतून तापेश्वर देवांचा पराभव केला

या दरम्यान जनता पक्षाचे सरकार पदच्युत झाले आणि पुन्हा काँग्रेस पक्ष सत्तेवर आला. मला पक्षातंर्गत आणि पक्षाबाहेर चोहोंकडून विरोध असतानादेखील लोकदल पक्षात सामील करून घेण्यात आले. गोपनीय पद्धतीने मी १९७८ मध्येच सी. पी. एम. पक्षात सामील झाले होते, परंतु पक्षाने मला कर्पुरीजींसोबत लोकदल पक्षात सामील होण्यास सांगितले होते. कदाचित मी सरळ काँग्रेसमधून सी. पी. एम. मध्ये आल्यावर मला सामावून घेण्यात पक्षाला अडचणीचे होते. असो...

मी १९७८-७९ मध्ये विधान परिषदेची सदस्या असूनदेखील विधिवत लोकदलात सामील झाले आणि संघटनेसमवेत आंदोलनात व परिषदेत हिरीरीने भाग घेत होते. बिहारात १९८० मध्ये विधानसभेच्या निवडणूका जाहीर झाल्या. १९७९ मध्ये लोकसभेच्या निवडणुका झाल्या होत्या आणि त्यात जनता पक्षाचा पराभव झाला. काँग्रेस पक्ष सत्तेवर आला, म्हणजे वारे पूर्णपणे काँग्रेस पक्षाकडे वाहत होते. मला काँग्रेसचे मंत्री तापेश्वर देवांच्या विरोधात निवडणूक लढविण्यासाठी वारंवार आग्रह केला जात होता. विधान परिषदेत माझा दोन वर्षांचा कालावधी शिल्लक होता, तरीदेखील जबलपूर येथे झालेल्या लोकदलाच्या संमेलनात मांडू विधानसभा मतदारसंघातून मी निवडणूक लढवावी, असा निर्णय घेण्यात आला. माझ्याकडे पैशाची

खूप चणचण होती. त्यामुळे मला आपल्या मुलाकडे — टुटूकडे मदत मागावी लागली. परदेशातून पैसा येण्यास फार उशीर झाला असता, त्यामुळे मी प्रचाराची सुरुवात कशी करावी, या काळजीत होते. माझ्याजवळ फक्त एक अँबेसिडर गाडी होती. ती विकून मी प्रचारासाठी थोडे पैसे जमविले. मात्र, ती गाडी विकण्यासाठीदेखील वेळ लागला. या दरम्यान लालचंदजींनी निवडणुकीसाठी खूप मदत करून माझा प्रश्न सोडविला. त्यांनी बेरमोतून एक जीप आमच्यासाठी पाठविली होती, जी रोज बिघडत होती, तिच्याच आधारे आमचे काम सुरू झाले.

टोमॅटो, गाजर, मुळे आणि चुरमुरे खाऊन माझ्या सोबत्यांनी निवडणुकीचा प्रचार केला. नवनवीन कार्यकर्ते साथीला आले. टेकलाल महतोंना लोकदलाचा सदस्य मीच केले होते, तरी ते माझ्या विरोधात निवडणुकीत उतरले. तिकडे गोपाल सिंहदेखील जनता पक्षातर्फे निवडणूक लढवत होते. माझी लढत काँग्रेसचे तत्कालीन कॅबिनेट मंत्री तापेश्वर देव यांच्याशी होती. त्यांचे भाऊ नरेशदेव बेकायदा खाणी चालवत होते. मी या खाणींच्या विरोधात विधान परिषदेत प्रश्न मांडून एक चौकशी कमिटी नेमायला लावली होती. हजारीबागचे उपायुक्त के. डी. सिंह यांनी या बेकायदा खाणी सक्तीने बंद केल्या होत्या. हे लोक लपून-छपून खाणी चालवत होते. मला पक्षाचे निवडणूक चिन्ह वेळेत मिळू शकले नाही. त्यामुळे मला 'बाईचे चित्र' या चिन्हावरच निवडणूक लढवावी लागली. त्याचा मला फायदाच झाला; नुकसान अजिबात नाही. काँग्रेसच्या लोकांनीदेखील मला मते दिली. खेडुतांनी तर दिलीच. मजुरांची मते कमी पडली. कारण बिलासपुरी, उडिया, चायबासा व पलामूचे आदिवासी आणि दलित मजुरांची नावे मतदान यादीतून कट-कारस्थान करून वगळण्यात आली होती. असो. या वेळी मी हजार मतांनी निवडणूक जिंकले.

लालचंदजींचा निवडणुकीत पराभव झाला होता. मात्र, ते माझ्या विजयी मिरवणुकीत सामील झाले आणि घरी येईपर्यंत त्यांनी आपल्या पराभवाची बातमी आम्हा सर्वांपासून लपवून ठेवली. कारण इतकेच की, आमच्या आनंदोत्सवावर विरजण पडू नये. 'कोयले की रानी' आणि 'पानी की रानी' अशा घोषणा दुमदुमू लागल्या. लालचंदजींचा पराभव झाल्यामुळे मला कुठेतरी मनातून मोठा धक्का बसला होता. टाटीझरिया आणि विष्णुगढ व कोनार डॅम येथील लोक खूप उत्साहात होते. कारण त्यांना प्रत्येक बूथवर झुंज द्यावी लागली होती. निवडणुकीच्या काळात आमच्या कार्यकर्त्यांवर कित्येक खटलेदेखील चालविण्यात आले होते. टाटीझरियामध्ये तर राजपूत गट शस्त्रे घेऊन बूथवर कब्जा करण्याच्या तयारीत होता. परंतु तेथील गंझू, भुई, यादव आणि नावाड्यांनी विजय सिंह, प्रेम गुप्ता

आणि तेथील सरपंच जे यादवच होते, त्यांच्या नेतृत्वाखाली ठामपणे प्रतिकार केला आणि बूथवर कब्जा करण्यापासून त्यांना रोखले. हाणामारी झाली, परंतु मतदान झाले. अर्जुन सोनी वगैरेंवर तर खटलादेखील भरण्यात आला होता. मी मांडू मतदारसंघातून निवडणूक जिंकले होते. परंतु विष्णुगढमध्ये टेकलाल महतोंमुळे माझी मते कमी झाली होती. मी कमी मतांनीच जिंकले. बैजूबाबू, कारीनाथ महतो, लालजी महतो, खीरू महतो, खुशीलाल महतो, छोटन साब, राजेंद्र कुशवाहा, जावेद, अर्जुन, प्रेमचंद, विजय सिंह, जीवधन महतो, भत्तू, ओझा, मिश्रा, मुन्नीदेवी, निजामभाई आणि अन्य कार्यकर्त्यांनी मला वेढले होते. परंतु सर्वांना लालचंदजींच्या पराभवाचे दु:ख सलत होते.

मी विधानसभेत हा संकल्प करून प्रवेश केला की, आपल्या मतदार - संघातील विकास आणि आंदोलन दोन्ही पुढे नेण्यासाठी याचा उपयोग करेन. मी त्याप्रमाणे वागले अन् कृतीदेखील केली. आपल्या मतदारसंघात मी दोन नद्यांवर पूल, सत्तर किलोमीटर लांब पक्का रस्ता, एका बांधावर पूल आणि मुरमाचे अनेक कच्चे रस्ते, पडक्या झोपड्या बांधल्या आणि पिण्याच्या पाण्यासाठी अनेक हातपंप बसविले. विधानसभेत मी पुढच्या आसनावर कर्पुरी ठाकूरजींपासून चौथ्या नंबरवर बसत होते. कर्पुरीजी विरोधी पक्षाचे नेते होते. जगन्नाथ मिश्र मुख्यमंत्री होते. राधानंदन झा हे सभागृहाचे अध्यक्ष होते. आधी शिवनंदन पासवानजी उपाध्यक्ष होते, नंतर हिमांशूजी सभागृहाचे उपाध्यक्ष झाले.

●●●

४३.
विस्थापितांचे १९८० मधील आंदोलन

सी. सी. एल.चे हजारीबाज क्षेत्र आता हजारीबाग आणि कुंजू या दोन क्षेत्रांत विभागले गेले होते. हजारीबागमध्ये लक्ष्मण सिंह नावाचा एक कठोर समजला जाणारा जनरल मॅनेजर आला होता; जो संघटनेच्या मोठमोठ्या नेत्यांना जेरीस आणण्यात प्रसिद्ध होता. माझ्याशी सामना करण्याचे आव्हान त्यालादेखील दिले गेले होते. माझ्या बाबतीत -देखील अशी ख्याती होती की, मी मजुरांच्या आणि शेतकऱ्यांच्या एकतेच्या जोरावर मोठमोठ्या अधिकाऱ्यांना हैराण करते. त्याने आल्या-आल्या मला म्हटले होते, "गुप्ताजी, तुम्ही 'लाठी सिंह'चे नाव ऐकले आहे ना? मलाच लोक लाठी सिंह म्हणतात. या, आता तुम्ही आणि आम्ही बोलू. या क्षेत्रात काम कसे व्हावे, हे ठरवू; भांडून-संघर्ष करून की सामोपचाराने?"

"तुम्ही केदलाची ढेकळं बघितली नाहीत काय? कदाचित तुम्ही औरंगाबादच्या पैलवानांची कहाणीदेखील ऐकली नसेल. काठी जवळून वार करते, परंतु ढेकळं दुरून मारा करतात. त्यामुळे काठीचा सामना तर ढेकळं चांगल्या प्रकारे करू शकतात. आता प्रश्न राहिला अधिकार चालविण्याचा. आम्हाला न्याय मिळाला, तर भांडण-संघर्ष कशाला होईल? आम्ही पीस-रेटेड मजुरांच्या हक्काबाबत अन्याय होऊ देणार नाही. मुन्शी आणि ऑफीस कर्मचारी मिळून त्यांचे शोषण करतात. तसे तर पीस-रेटेड मजुरांना कमावता मुलगा समजतात. तुम्ही जेवढे काम त्यांना द्याल, तेवढीच मजुरांची जास्त कमाई होईल आणि तेवढेच जास्त उत्पादनदेखील. त्याचे श्रेय तुम्हालाच मिळेल. हां, उत्पादन न करता कोळशाचा साठा वाढवून दाखवायचा असेल, तर आमच्यापेक्षा मोठा शत्रू तुमचा कुणी नसेल." मी उत्तर दिले.

माझे हे असे परखड बोलणे त्यांच्या मनावर ठसले.

"मी तर पीस-रेटेड मजुरांना वेळेवर आणि भरपूर काम देण्यावर विश्वास ठेवतो. त्यामुळे तुमचे-आमचे भांडण होणार नाही. एक वचन आणखी द्या की, जर

मी तुमचे कुठले काम करू शकलो नाही, तरच तुम्ही हेडक्वॉर्टर रांचीला जा; विनाकारण नाही.'' त्याने आग्रह धरला.

''जर येथेच काम झाले, तर आम्ही रांचीला कशाला जाऊ? हां, आमचा संघर्ष तत्त्वांसाठी होईल किंवा आम्ही कोल इंडियाच्या रांची-कलकत्त्याच्या धोरणाच्या विरोधात राष्ट्रीय पातळीवर लढू; तुम्ही ती तुमच्या विरोधातील लढाई समजू नका. अधिकारीवर्ग नेहमी तसे समजतो. आम्ही कुठल्या राष्ट्रीय आवाहनासाठी संप करू, तर तुम्ही हा प्रश्न तुमच्या प्रतिष्ठेचा करून संप उधळून लावण्याचा किंवा फूट पाडण्याचा प्रयत्न केलात, तर तुमच्याशी आमचा संघर्ष होणारच. अशा काही धोरणात्मक मुद्द्यांवर आम्ही संघर्ष करूच. कारण तुम्ही त्याचे निराकरण करूच शकत नाही. तो केंद्र सरकारचा प्रश्न आहे. विस्थापितांचे पुनर्वसन, प्रत्येक घरट्यागणिक नोकरी आणि कल्याण योजनेच्या अंतर्गत ग्रामविकास या कारणांसाठीच्या संघर्षसंदर्भात निर्णय तुम्ही घेऊ शकत नाही, हे तर तुम्हीदेखील जाणता.''

या चर्चेनंतरही काही महिन्यांनी आम्ही कायदेशीररीत्या आमच्या संघटनेतर्फे कोल इंडियाचे अध्यक्ष आर. एन. शर्मा यांना एक नोटीस पाठविली. शेतकऱ्यांच्या मागण्यांवर विचार न केल्यामुळे पुढे केल्या जाणाऱ्या आंदोलनाविषयी त्यांना त्यातून सावध केले.

कोलफिल्ड लेबर युनियन
नोंदणी क्र. १९९६
मुख्य कार्यालय- म्युझियम रोड, (चीनी कोठी) पाटणा
कँप : हजारीबाग
दिनांक : २८. ०४. ८०

श्री. आर. एन. शर्मा
चेअरमन, कोल इंडिया लिमिटेड, कलकत्ता.
महोदय,
सेंट्रल कोलफिल्ड लिमिटेडच्या कुंजू-अरगड्डा आणि हजारीबाग क्षेत्रातील खाणींमध्ये आजूबाजूच्या गावांतील लोक येऊन काम करतात. परंतु गावातील या मजुरांना क्वार्टर दिल्या जात नाहीत. तसेच पाणी आणि वीजदेखील दिली जात नाही. मी तुम्हाला आग्रहाची विनंती करते की-

(१) अशा वस्त्यांमध्ये पाणी, वीज, रस्ते, इ. ची व्यवस्था कंपनीद्वारे केली जावी. त्याचबरोबर, वेल्फेअर फंडाचा ग्रामीण मजुरांना काही फायदा होत नाही. एक तर स्थानिक मजुरांची मुले खाणीतील शाळेत शिकत नाहीत आणि स्थानिक मजूरदेखील त्याचा कुठल्याही प्रकारचा फायदा घेत नाहीत.

त्यामुळे त्या क्षेत्रातील गावांत ज्या शाळा मोडकळीस आल्या आहेत किंवा ज्या शाळांच्या इमारतीत फर्निचर नाही, तेथे वेल्फेअर फंडातून ते दिले जावे. वेल्फेअर फंडाचा उपयोग कुंजूतील सारुबेडा आणि केदलामध्ये उच्च माध्यमिक विद्यालय आणि चरहीमध्ये कॉलेज काढण्यासाठी करण्यात यावा; कव्वाली किंवा नाच-गाण्यासाठी नाही.

(२) खाणीत जे मजूर लांबून काम करण्यास येतात, त्यांच्यासाठी शिफ्ट बसची व्यवस्था करण्यात यावी.

(३) बंद पडलेल्या खाणी (बंडू, हैस्सालौंग, जोराकरम, जगेसर, बनवार इ.) सरकारने सुरू कराव्यात आणि स्थानिक बेरोजगार तरुणांना तसेच विस्थापितांना त्यात काम द्यावे.

(४) इन्सेंटिव्ह बोनस योजनेअंतर्गत सर्व मजुरांना समान रूपाने पैसे वाटण्यात यावेत. अधिक काम करणाऱ्यांना बक्षीस देण्यात यावे; जेणेकरून सर्व मजुरांना जास्त काम करण्याची इच्छा होईल. कुणाला दोनशे, तर कुणाला वीस रुपये देऊन मजुरा-मजुरांमध्ये पक्षपात निर्माण केला जाऊ नये. काही खाणीतून असे केले जात आहे.

(५) दुष्काळग्रस्त भागातील मजुरांना सी. डी. एस. चा मदतीचा अंतिम हप्ता देण्यात यावा, जसा पूरग्रस्त मजुरांना देण्यात आला होता.

(६) जेवढी जमीन खाणींसाठी देण्यात आली, त्या जमिनीवर अवलंबून असलेल्या प्रत्येक कुटुंबातील व्यक्तीला नोकरी दिली जावी. त्यासाठी असलेली तीन किंवा एक एकराची अट काढून टाकण्यात यावी.

(७) स्वेच्छानिवृत्तीमध्ये होत असलेल्या नोकऱ्यांच्या विक्रीवर आणि कोर्ट मॅरेजच्या माध्यमाने होत असलेल्या घोटाळ्यांवर प्रतिबंध करण्यात यावा.

(८) गावाचा विकास झाला तरच उद्योगाची उन्नती, प्रगती होईल आणि गावात शांतता नांदली तरच उद्योगात शांततेने उत्पादन होऊ शकेल.

या गोष्टी लक्षात घेता, माझी आपणास नम्रपूर्वक विनंती आहे की कोळशाच्या खाणीच्या आजूबाजूची वस्ती तुम्ही आपली समजून त्यांच्या विकासात योगदान द्यावे; अन्यथा स्थानिक लोकांचा व मजुरांचा असंतोष वाढत जाईल आणि असे भीषण रूप धारण करेल की, त्याचे परिणाम व्यवस्थापक मंडळासोबतच येथील लोकांच्या म्हणण्याप्रमाणे बाहेरच्या लोकांनादेखील भोगावे लागतील.

उपेक्षित गावकऱ्यांची समस्या सोडविण्यासाठी तुम्ही वेळेवर सहकार्य करावे, अन्यथा आसामसारख्या पुनरावृत्तीचा सामना करण्यात देशाला फार मोठे नुकसान सहन करावे लागू शकते.

भवदीय,
रमणिका गुप्ता
स.वि.प.
महामंत्री
कोलफिल्ड युनियन, हजारीबाग

आम्ही व्यवस्थापक मंडळाकडे ही मागणी सातत्याने करीत होतो की, ज्या शेतकऱ्यांच्या वयात आलेल्या मुलांनी लग्न करून घर वेगळे केले आहे, त्यांना आई-वडिलांपासून वेगळे कुटुंब समजून नोकरीचा अधिकार देण्यात यावा; मग कागदपत्रांमध्ये त्यांच्या जमिनीची वाटणी झालेली असो अथवा नसो. १९८० च्या विस्थापितांच्या आंदोलनानंतर कुटुंबाची व्याख्या निश्चित करण्याकडे सर्वोच्च न्यायालयाचे लक्ष आम्ही वेधले होते; तर त्या न्यायालयाने आपल्या आदेशात उत्तराधिकारीचा अर्थ आई-वडील व तीन अल्पवयीन (मतदानाचा हक्क नसलेली) मुले असा लावला होता. जमिनीची ब्लॉक पद्धतीने कायदेशीररीत्या वाटणी करणे फार कठीण पद्धत असते; जी सामान्य शेतकऱ्याच्या आवाक्याबाहेरची असते.

याच शहाणपणाने संघटनेचे काम तर योग्य प्रकारे चालले होते आणि आम्ही आपली सर्व शक्ती गावकऱ्यांना संघटित करण्यात लावीत होतो.

आमच्या युनियनचे कार्यकर्ते आजूबाजूच्या गावांत जाऊन रोज सभा घेऊन लोकांना आगामी आंदोलनासाठी तयार करीत होते. आम्ही कोल इंडियाच्या अधिकाऱ्यांना आधीच एक नोटीस दिली होती. त्यात मजुरांच्या मागण्यांसोबतच गावकऱ्यांच्या मागण्यादेखील होत्या. आम्ही गावा-गावांत त्याचा प्रचार करून एक जाळे तयार करू लागलो. बिहार सरकारच्या नावानेदेखील अशाच आशयाचे एक जाहीर पत्रक आम्ही पाठविले होते. आम्ही मजुरांच्या आणि गावकऱ्यांच्या एकत्रित आंदोलनाची तयारी करू लागलो होतो; ज्यात धोरणांचा आणि राजकीय मुद्द्यांचादेखील आम्ही समावेश केला होता.

बिहारच्या मुख्यमंत्र्यांच्या नावाने जाहीर पत्र

आज छोटा नागपूर येथील लोकांची जी उपेक्षा केंद्र व राज्य सरकारकडून होत आहे, त्यामुळे तेथील सर्वसामान्य माणूस संतप्त झाला आहे. विस्थापितांची समस्या असो की स्थानिक लोकांच्या नोकरीची समस्या; तिचे निराकरण करण्याऐवजी काही अधिकारी, काही संस्थाने व हितसंबंधी - ज्यांचा स्वार्थ यात गुंतला आहे ते- योजनाबद्ध पद्धतीने त्यांना फसवत, भरकटवत आहेत.

कोळसा उद्योगाकडून जी अपेक्षा केली होती; ती सी.आय.एल. असो की टाटा कंपनी; दोघांच्याही नियोजनाच्या चुकीच्या धोरणामुळे संपुष्टात आलेली आहे.

(१) दोन हजार सिक्युरिटी गार्डच्या फेरनियुक्तीच्या वेळी छोटा नागपूरमधील लोकांना वंचित ठेवण्यासाठी सी.सी.एल. च्या सिक्युरिटी विभागाने उंचीची मर्यादा ही लष्कराने निश्चित केलेल्या पाच फूट चार इंच मर्यादेवरून वाढवून कशा प्रकारे पाच फूट सात इंच केली, ही बाब आम्ही तुमच्या लक्षात आणून दिली आहे. फेरनियुक्तीसाठी सर्वसाधारण अर्ज न घेता केवळ सैन्यातील सेवामुक्त कर्मचाऱ्यांनाच घेण्यामागे कोणते रहस्य आहे, समजत नाही?

टाटा कंपनी आणि सी.सी.एल. दोन्हींमध्ये कर्मचाऱ्यांवर अवलंबून असणाऱ्यांनाच काम व स्वेच्छानिवृत्ती यामुळे हे धोरण घटनेच्या उलट वारसाहक्काचे झाले आहे. त्यामुळे स्थानिक लोकांना रोजगार कधी मिळूच शकत नाही. सी.सी.एल.च्या एका करारनाम्यानुसार नवीन नोकरी पाच किलोमीटर परिसरांच्या आतील लोकांनाच दिली जाईल, असा नियम आहे. परंतु सी.सी.एल.ने याच वर्षी कुंजू येथे हजारीबाग जिल्ह्याबाहेरून चालकांची भरती करून हा करार तोडला आहे. स्वेच्छानिवृत्तीमध्ये तर एवढा भ्रष्टाचार बोकाळला आहे की, बाहेरचा कुणीही माणूस छोटा नागपूरमधील व्यक्तीचे नियुक्ती-पत्र दलालामार्फत ६ ते १० हजार रुपयांत विकत घेतो आणि कोर्टात लग्नाचे प्रतिज्ञापत्र नोंदवतो. मग पुढाऱ्यांच्या किंवा कर्मचाऱ्यांमार्फत नोकरी हडपतो.

टाटामध्ये केवळ कर्मचाऱ्यावर आश्रित नातेवाइकांनाच नोकरी मिळू शकते; दुसऱ्यांना नाही. हे सर्वांना माहीत आहे की, या खाणींमध्ये १९७० पूर्वी फारच कमी स्थानिक लोक नियुक्त होते. कारण स्थानिक लोकांना केवळ ठेकेदारांकडेच कामासाठी अडकवले जात होते. त्यानंतर वारंवार काढून पळवून लावले जात होते.

(२) ज्यांची जमीन खाणीसाठी संपादित केली गेली, त्यासाठीदेखील विचित्र कायदे लागू आहेत. तीन एकरांचे जर तुम्ही मालक असाल, तरच नोकरी मिळेल; अन्यथा नाही. अर्थात तीही गरिबांना नाही, केवळ जमीनदारांनाच! सी.सी.एल. आणि टाटामध्ये मोठ्या लोकांनाच नोकरीची शक्यता आहे. ई.सी.एल. मध्ये अशी कुठली मर्यादा नाही. बी.सी.सी.एल.मध्ये एक एकराची मर्यादा आहे. आम्ही म्हणतो, ही मर्यादाच का? आमची जेवढी जमीन तुम्ही घेत आहात, त्याबदल्यात नोकरी द्या. मग ती रस्त्यासाठी असो किंवा खाणीसाठी. नाही तर या जमिनीवर उदरनिर्वाह करणारे तिथे वसलेले आदिवासी आणि दलित कुठे जातील? त्यांनादेखील काम हवे. टाटाने ३० वर्षांपूर्वी घाटो आणि बंजीवाल्यांची ३७ एकर जमीन घेतली आणि कित्येक एकर जमीन चैनपूर सायडिंगसाठी घेतली; परंतु एकालाही नोकरी दिली नाही. आज त्यांची मुले तरुण आहेत. ती सुशिक्षित आहेत. तर जमिनीच्या

बदल्यात आज त्यांना नोकरी का मिळू नये? त्या वेळी या लोकांना, त्यांच्या पूर्वजांना फसवून स्वस्तात जमीन हस्तगत केली होती. जर कुणाची जमीन २१ गुंठे घेतली होती, तर टाटा कंपनीने तिच्या अवती-भोवती आणखीन तीन एकर जमिनीवर बेकायदा कब्जा केला आहे. कोळशाच्या डंपिंगमुळे अवती-भवतीची जमीन नापीक झाली आहे. व्यवस्थापन मंडळ याला तर किंमतच देत नाही.

(३) केदलामध्ये रेल्वेने आमच्या जमिनी घेतल्या, त्याचा आजपर्यंत भूखंड कार्यालयाशी पत्रव्यवहार होतो आहे आणि जनता त्या जमिनी कसण्याचा अधिकार मागते आहे. आमची ही जमीनदेखील सी.सी.एल. कंपनी नोकरी न देताच हस्तगत करू इच्छिते, लुबाडू इच्छिते.

सी.सी.एल. आणि टाटा कंपनी वेगाने यांत्रिकीकरण करण्याच्या हट्टाला पेटल्या आहेत. मजुरांना अतिरिक्त ठरवून त्यांना नवीन प्रकल्पात पाठविणे आणि रोजगाराच्या सर्व वाटा बंद करणे, हे कृत्य आधीच बेरोजगारीने अर्धमेल्या झालेल्या या देशात अशांततेला जन्म देणारे नाही, तर दुसरे काय आहे?

जेथे गरज आहे तेथे यांत्रिकीकरण करा. परंतु कोळसा भरण्यासाठीदेखील माणसाऐवजी यंत्रे? खाणीमध्ये माणसाऐवजी यंत्रे कोळसा उत्खनन करणार का?

काय करतील बेरोजगार लोक?

ही सर्व मंडळी मजुरांनाच बदनाम करीत असतात. त्यांचे म्हणणे असते की, सरकारीकरण झाल्यामुळे मजूर काम करीत नाहीत; पगार वाढले म्हणून कोळशाचे भाव वाढले वगैरे. खाणीमध्ये तर लाखो टन कोळसा शिल्लक आहे! परंतु विकणारे- डी.ओ.चे नेते, सरकारी अधिकारी आणि खाणीचे पांढरपेशे कर्मचारी यांच्याशी संगनमत करून स्लैकऐवजी स्टीम, स्टीमऐवजी दगड घेऊन जातात. कोळसा भारताऐवजी पाकिस्तान आणि नेपाळला पाठविण्यात येतो आणि भाव वाढण्यासाठी मजुरांना दोषी ठरविण्यात येते. मजूर तर ठेका घेऊन काम करतात. जेवढा कोळसा काढतात, तेवढ्याचेच पैसे त्यांना मिळतात. जे काम न करता पैसे कमवितात; त्यांना सरकार काहीच करीत नाही. त्याच्यावर बंधने घालीत नाही.

(४) हाच प्रकार जमिनीच्या नुकसानभरपाईचा आहे. मग तो पिकाच्या नुकसानभरपाईचा असो, की जमिनीच्या पूर्ण भरपाईचा असो. दर तर तोच जुना, बाबा आदमच्या काळातील आहे. आजदेखील १९८० मध्ये १९०८ च्या दरानेच नुकसानभरपाईचा मोबदला मिळतो आहे.

टाटा कंपनी आणि सी.सी.एल. आम्हाला नोटीस न देता - उत्खनन विभागाला न कळविता- ताराचे कुंपण न घालता आमच्या जमिनी उद्ध्वस्त

करतात. ते पिकाच्या नुकसानभरपाईच्या नावावर थोडे पैसे हातावर टिकवितात आणि जमीन उद्ध्वस्त झाल्यानंतर ती कुणी विकतही घेत नाही आणि कुणी नुकसानभरपाई देत नाही.

सी.सी.एल. आणि टाटा कंपनी नोटीस न देता, सूचना न देता जनतेच्या जमिनींवर कब्जा करीत आहेत. कूळ कायद्याचे आणि नांगरून तयार केलेले शेत ज्यावर मालकीहक्क प्रस्थापित करून गावकरी 'कसेल त्याची जमीन' असे समजून उत्पन्न घेत होते; ती जमीन कुठलीही कायदेशीर कारवाई न करता बळकावली जात आहे. ना नोकरी, ना पैसा; आपल्या जमिनीलाच आज आम्ही परके झालो आहोत. जमीन नांगरली, तर मार खातो; निडरपणे कसत राहिलो, तर खटल्यांमध्ये अडकतो! परंतु आता आम्ही आपल्या जमिनी कसूच. आता हा निर्णय आम्ही घेतला आहे.

नुकसानभरपाईचा दरदेखील आता वाढवावा लागेल आणि जमिनीच्या प्रत्येक हिस्सेदाराला नोकरी द्यावी लागेल. टाटा आणि सी.सी.एल.ची धोरणे बदलावी लागतील. यांत्रिकीकरणाची वाढ थांबवावी लागेल. कोळसा भरणारी यंत्रे बंद करावी लागतील.

म्हणून आम्ही तुम्हाला सांगू इच्छितो की, आता आम्ही यापुढे गप्प बसणार नाही. गप्प बसलो, तर जमीनदेखील जाईल रोजगार न मिळाल्यास उपाशीदेखील मरावे लागेल. त्यामुळे आपल्या जमिनीवर नांगर जुंपून आपल्या हक्कासाठी बलिदान करणे, हेच योग्य आहे. कदाचित तुमचे मन पाझरेल आणि तुम्हाला या कंपन्यांच्या अधिकाऱ्यांचे कारस्थान समजेल, अशी आशा करतो. आमच्या खालील मागण्या पूर्ण करण्यासाठी आपण लक्ष घालावे, ही विनंती.

(१) विस्थापितांना जमिनीच्या मोबदल्यात नोकरी.
  (क) तीन एकरांची अट काढून टाकण्यात यावी.
  (ख) जमिनीच्या प्रत्येक हिस्सेदाराला नोकरी मिळावी.
  (ग) त्या जमिनीवर ७/१२ चा उतारा घेऊन वसलेल्या भूमिहीन दलित आदिवासींनादेखील नोकरी मिळावी.
  (घ) कूळ कायदा आणि बेकायदा नांगरून तयार केलेले शेत, सर्वोदय व रेल्वेच्या जमिनी यांच्या बदल्यातदेखील नोकरी मिळावी.
  (ङ) गिद्दी वाशरीपासून दनिया आणि परेजपासून केदलापर्यंत जाणाऱ्या रस्त्यासाठी घेतलेल्या जमिनीसाठीदेखील नोकरी मिळावी.

(२) टाटा आणि सी.सी.एल. चे केवळ वारसांनाच नोकरी देण्याचे धोरण थांबविण्यात यावे; जेणेकरून नव्या लोकांना रोजगार मिळेल.

(३) सरकारच्या कामगारनियुक्तीच्या धोरणामध्ये बदल करावा आणि छोटा नागपूरमध्ये

स्थानिकाचा अर्थ छोट्या नागपूरमधील नागरिक असा करावा.

(४) सी.सी.एल. मध्ये दोन हजार सुरक्षा गार्डची फेरनियुक्ती लष्करातून निवृत्त झालेल्या सैनिकांतून न करता केवळ छोटा नागपूरच्या रहिवाशांमधून केली जावी आणि उंचीची मर्यादा पाच फूट चार इंच ठेवण्यात यावी.

(५) अनावश्यक यांत्रिकीकरण थांबवावे आणि कोळसा भरणारी यंत्रे वेळ न दवडता बंद केली जावीत.

(६) बंद पडलेल्या खाणी सी.सी.एल. ने चालवाव्यात आणि त्यात केवळ विस्थापित व आजूबाजूच्या वस्तीतील ग्रामस्थांची फेरनियुक्ती करावी. दुसऱ्या खाणीतील जास्तीचे कामगार किंवा दुसऱ्या जिल्ह्यातील लोकांची भरती करू नये.

(७) सी.सी.एल. ने आपला तो करार आणि सूचना लागू करावी, जो कलकत्यात खाली सही करणाऱ्या रमणिका गुप्ता आणि कोल इंडियाचे अध्यक्ष कुमारमंगलम यांच्यात झाला होता. तो असा होता की, कुठलीही नवीन फेरनियुक्ती ही खाणीच्या अवती-भवतीच्या पाच किलोमीटरच्या आत राहणाऱ्या ग्रामस्थांमधूनच होईल.

(८) गिद्दी वाशरी आणि टिपलामध्ये ठेकेदारी पद्धतीने काम करीत असलेल्या मजुरांना सरकारी मजूर करण्यात यावे.

(९) टाटाने जी १३७ एकर बंजी आणि बारुघुट्टूची जमीन आणि चैनपूर सायडिंगसाठी अतना, भदवा, चैनपूर आणि सोनडिहाची कित्येक एकर जमीन कित्येक वर्षांपूवी घेतली होती; त्या बदल्यात संबंधितांना नोकऱ्या देण्यात याव्यात.

(१०) बेकायदा वहिताखाली असलेली जमीन मालकी हक्क न ठरविता ती दुकानदार आणि इतर लोकांना टाटा भाड्याने देते. त्यांच्या विरोधात कारवाई करावी.

(११) टाटाने ग्रामस्थांची जमीन घेऊन ती बाहेरच्या लोकांनी शेतीसाठी लीजवर दिली आहे. ती टाटाला नको असेल, तर ती गावकऱ्यांना परत केली जावी. अन्यथा, ज्यांच्या जमिनी होत्या, त्यांनाच त्या शेतीसाठी करारावर दिल्या जाव्यात.

(१२) वाशरीमुळे दुनी वस्तीतील लोकांच्या नशीबी पिण्याचे पाणीदेखील नाही. त्यांच्यासाठी पाण्याची व्यवस्था करण्यात यावी. कोळशाच्या चुऱ्यामुळे नदीचे पाणी काळे झाले आहे.

(१३) केदला आणि घाटोमध्ये उघडणाऱ्या नवीन वाशरीसाठी अवती-भोवतीच्या

गावांतील आणि हजारीबाग जिल्ह्यातील मुलांमधूनच निवड करून त्यांना सरकारी खर्चाने प्रशिक्षण दिले जावे आणि या वाशरीमध्ये काम दिले जावे.

(१४) कंपनीद्वारे केल्या गेलेल्या मोठ्या स्फोटांमुळे घाटो येथील उच्च माध्यमिक शाळेच्या इमारतीच्या भिंतींना तडे गेले आहेत. परिणामी, कधीही, कुठलाही अपघात होऊ शकतो. त्यामुळे स्फोट थांबविण्यात यावेत; अन्यथा कंपनीने खर्च देऊन शाळा दुसरीकडे बांधून द्यावी.

आम्ही अपेक्षा करतो की, तुम्ही यात लक्ष घालाल आणि न्याय मिळवून द्याल.

लालचंद महतो, महामंत्री रमणिका गुप्ता, स.वि.स.
क्षेत्रीय समिती लोकदल हजारीबाग
(छोटा नागपूर, संथाल परगना)
१४-०८-१९८०

आम्ही जाणून-बुजून पुढच्या आंदोलनाची तारीख घोषित करीत नव्हतो. तारीख ठरविण्यासाठी आम्ही १५ ऑगस्टला संयुक्त बैठक बोलविण्याचा निर्णय घेतला. कार्यपद्धतीदेखील तेव्हाच निश्चित करायची होती.

दि. १५ ऑगस्ट १९८० रोजी वेस्ट बोकारो खाण घाटोटाँडच्या राममोहन लोहिया श्रमिक उच्च विद्यालयात खाणीच्या श्रमिक संघटनेच्या वतीने हजारीबाग आणि कुजू क्षेत्रातील (सी.सी.एल.) सर्व खाणींच्या शाखा सचिवांना, अध्यक्षांना आणि त्या खाणींच्या अवती-भोवती विस्थापित झालेल्या मुख्य ग्रामीण कार्यकर्त्यांना, झेंडावंदनाच्या निमित्ताने संयुक्त बैठकीसाठी बोलविण्यात आले. त्यात विस्थापितांचे– विशेषत: आदिवासी आणि दलितांचे– पुनर्वसन, नोकरी आणि ग्रामस्थांच्या इतर समस्यांवर विचार करावयाचा होता.

आंदोलनानंतर शाळेच्या हॉलमध्ये सर्व मंडळी जमली. सर्वांच्या चेहऱ्यावर आगामी आंदोलनाच्या छटा झळकत होत्या. मुकुंदाबेडाचे बाबूराम माझी, केदलाचे जुम्मनमियाँ, सीताराम करमाली, खीरू महतो, हरदयाल महतो, लालमन महतो, अवध सरदार, तोपा-तोयराचे साईनाथ महतो, तुलसी महतो, जयराम करमाली, लइयोचे रविदासजी, केदला भूमिगत विभागातील लालजी महतो, राहो वस्तीतील महतो आणि गंझू स्त्रिया व दुन्नीचे लालजी महतो, तापीन नॉर्थ (उत्तर तापिन) चे मुंशी सिंह गंझू आणि त्याची पत्नी व महावीर साव सरपंच आणि बिराज नोनिया, दक्षिण तापिनचे दुबराज मांझी, रेबा माझी आणि जयबीर महतो, मोहन महतो, बसतपूरचे राजकुमार करमाली, खुशीलाल महतो, वसंत महतो, एतवा करमाली आणि गंझू, सारूबेडा-आराचे कार्तिक महतो आणि त्यांची बहीण, रशीदसाहेब,

विस्थापितांचे १९८० मधील आंदोलन / २६५

काशीनाथ महतो, चुकंदर महतो, रझाकसाहेब, मुखियाजी, बैजू बाबू, कुजू - हैसागढा-पुंडीतील ज्ञानी महेंद्र सिंह, सरपंच दुखी महतो, लट्टू महतो, मुखीयाजी, द्वारका महतो, महादेव मांझी, मांडूचे इंद्रनाथ साव, रामानंद साव, बंजीचे छोटन साव, गोपाल साव, राजकुमार साव, किशन साव आणि लइयो, राहो, पचमो, दुन्नी, मुकुंदा बेडा व झारना, बरसम, रौता, सिरका, चैनपूर, बडगाव, सोनडिहा, करमा, रतवै, होसिर, बिसमाइल, पिंडरा, गिदनिया, चुंबा इ. चे डझनावारी आदिवासी व निवासी ग्रामस्थ कार्यकर्ते– ज्यांच्या जमिनी खाणीत गेल्या होत्या किंवा जाणार होत्या– ती सर्व मंडळी येथे जमली होती. त्यांना ना मोबदला मिळाला होता, ना नोकरी मिळाली होती. त्यांना ना पिकाची नुकसानभरपाई दिली जात होती, ना दुसऱ्या सोई-सवलती दिल्या जात होत्या. केवळ आश्वासन देऊन किंवा धाक-दपटशा दाखवून, निळीची शेती जबरदस्तीने करायला लावणाऱ्या इंग्रजांप्रमाणे सी.सी.एल. चे अधिकारी स्थानिक दलालांशी संगनमत करून त्यांच्या शेतीचे रूपांतर खाणीत करीत होते. खाणींमध्ये संघटनेच्या दडपणामुळे मजुरांसाठी काही खोपटी, क्वॉर्टर, वीज, शाळा, दवाखाना, पिण्याच्या पाण्यासाठी हातपंप किंवा उन्हाळ्यात ट्रकने पाण्याची थोडीफार व्यवस्था केली जात होती. परंतु अवती-भवतीच्या ज्या गावांतून मजूर कामाला येत होते. त्या सर्व गावांमध्ये कुठलीच सोय उपलब्ध नव्हती. मीटिंगमध्ये असा निर्णय घेण्यात आला की सी.सी.एल. च्या केदला, लइयो, झारखंड, तापिन उत्तर, तापिन दक्षिण, आरा, सारूबेडा, कुजू, हैसागढा, तोपा, पिंडरा, गिधनिया, पुंडी व वसंतपूर वाशरी, या १३ खाणींच्या अवती-भोवतीचे शेतकरी, ज्यांची शेती खाणीत गेली आहे, त्यांनी नांगर-बैल घेऊन वरील सर्व खाणींवर शेती करण्यासाठी ठरलेल्या दिवशी थोडासा काळोख असतानाच पहाटे-पहाटे नांगर फिरवावेत व त्या जमिनीवर अतिक्रमण करावे. असादेखील निर्णय घेण्यात आला की, तेव्हा खाणींवर असलेले तेथील लोक पुढाकार घेतील; मी जाणार नाही. गोळ्या झाडल्यावर किंवा लाठीमार झाल्यावरच मी घटनास्थळी येईन. या आंदोलनाचे नेतृत्व मजूर-शेतकरी मिळून करतील आणि या अतिक्रमणाची योजना गुप्त ठेवावी. कुणालाही त्याचा पत्ताही लागू देऊ नये. मला निरोप देण्यासाठी रोज संध्याकाळी प्रत्येक भागातून एक माणूस हजारीबागला पाठविण्यात येईल. अटक झाल्यास लोक हजारीबागमध्ये घोषणा देत कार्यालयासमोरून निघून कचेरीत जातील. कचेरीपासून घोषणांचा आवाज संघटनेच्या कार्यालयापर्यंत पोहोचेलच आणि आम्ही समजून घेऊ की, जथे आलेले आहेत. आंदोलन यशस्वी करण्यासाठीचा आमचा उद्देश व्यवस्थापक मंडळाला जेरीस आणणे, हादरून सोडणे, हा होता; अटक करवून घेऊन वृत्तपत्रांत प्रसिद्धी मिळविण्याचा नव्हता.

त्यामुळे पुढाऱ्यांना अटक होण्यापासून दूर राहण्याचे आदेश दिले गेले होते; जेणेकरून आंदोलन बरेच दिवस सुरू ठेवता यावे.

अर्थात, १५ ऑगस्टच्या मीटिंगपूर्वी त्याच्याही कित्येक दिवसआधीच लालचंदजींनी बेरमोतून येऊन हजारीबाग कार्यालयात एक आठवडाभर मुक्काम ठोकला होता. आम्ही कधी साथीने, तर कधी वेगवेगळे जाऊन लोकांना संघटित करण्यासाठी रात्री गावात सभा घेत होतो आणि आंदोलनाच्या तारखेची सूचना देण्याची जबाबदारीदेखील त्याच क्षेत्रातील विशेष कार्यकर्त्यास देऊन येत होतो. हा कार्यकर्ता घाटोटांडमध्ये होणाऱ्या बैठकीनंतर परत येऊन १५ ऑगस्टच्या रात्रीच ग्रामीण भागात फिरून आपापल्या क्षेत्रातील गावकऱ्यांना आंदोलनात सहभागी होण्यासाठी माहिती देणार होता. खाणीच्या अधिकाऱ्यांनादेखील कोठे आणि कधी आंदोलन होणार आहे, हे माहीत नव्हते. पोलिसांना तर त्याचा अजिबात थांगपत्ता नव्हता.

१८ ऑगस्टच्या पहाटे १३ खाणींमध्ये नांगर-बैल घेऊन गावकरी पोहोचले. बंजी बस्ती आमचा बालेकिल्ला समजला जात होता. त्या गावातील प्रत्येक तरुण आमच्यासोबत होता. ते लोक थोडेफार शिकले-सवरलेले आणि समृद्ध होते. कारण आम्ही केलेल्या संघर्षामुळेच त्यांना टाटाच्या वेस्ट बोकारो घाटो खाणीत आणि सी.सी.एल.मध्ये नोकऱ्या मिळाल्या होत्या. बंजी गावातील बहुतेक लोक जमिनीच्या बदल्यात फेरनियुक्त झाले होते. काहींनी टाटाच्या वेस्ट बोकारो खाणीत ठेकेदारी स्वीकारली होती. तेथील सर्व तरुणांनी स्वतःला या आंदोलनात अक्षरशः झोकून दिले. पहिल्या दिवशी तर सर्व ठिकाणी आंदोलन शांततेने चालले. संध्याकाळी सी.सी.एल.च्या अधिकाऱ्यांना काय झाले आहे, ते समजले. मला बोलावण्यासाठी जनरल मॅनेजर कार्यालयातील लोक आले. परंतु आधी ठरल्याप्रमाणे गुप्ताजी इथे नाहीत, असे त्यांना सांगण्यात आले. आम्ही उपायुक्तांना या आंदोलनाची कल्पना देण्यासाठी आणि त्यांनी हस्तक्षेप करून न्याय देण्याच्या उद्देशाने २१.८.८० ला खालील पत्र लिहिले.

रमणिका गुप्ता   फोन : ५६७ हजारीबाग
सदस्य बिहार विधानसभा   २४८२५ पटना
महामंत्री : कोलफिल्ड लेबर युनियन, हजारीबाग
संघटन मंत्री : हिंद मजदूर सभा, बिहार   दिनांक :
                                        २१.८.१९८०

प्रति,

उपायुक्त हजारीबाग,

विस्थापितांचे १९८० मधील आंदोलन / २६७

(विषय : सी.सी.एल.च्या चरही आणि कुजू क्षेत्रात जनतेद्वारे आपापल्या जमिनीचा ताबा घेण्यासंदर्भात)

महोदय,

वरील विषयासंदर्भात मला सांगायचे आहे की, प्रजेची वडिलोपार्जित जमीन घेऊन सी.सी.एल. चे अधिकारी त्यांना जमिनीचा मोबदला देण्याचे आश्वासन १९७२-७३ पासून देत आहेत आणि तेव्हापासून ते आजपर्यंत वेगवेगळ्या खाणी चालवीत आहेत. अंदाजे दीड महिन्यापूर्वी मी सी.सी.एल. चे जनरल मॅनेजर आणि चरही, कुंजू दोन्हींच्या जी.एम. ना नोटीस देऊन पूर्वसूचना दिली होती की, त्यांनी एका महिन्याच्या आत जनतेला जमिनीचा मोबदला आणि नोकरी द्यावी; त्यानंतर त्यावर कार्यवाही सुरू होण्याची वाट आम्ही दीड महिना पाहत राहिलो. परंतु या दरम्यान या संदर्भात ना कुठली चर्चा केली गेली, ना मोबदला देण्यात आला, ना नोकरी देण्यात आली. आता नाइलाजास्तव आम्ही हा निर्णय घेतला आहे की, सर्व जनता आपापली जमीन कसेल आणि त्या आपल्या ताब्यात घेतील. शेतकऱ्यांनी दिनांक १८.८.८० पासून आपापली जमीन कसण्यास सुरू केली आहे. त्यामुळे खाणींचे काम बंद पडले आहे. मला माहिती मिळाली आहे की, जनतेने ताब्यात घेतलेल्या जमिनींवरून त्यांना हटविण्यासाठी सी.सी.एल. च्या अधिकाऱ्यांनी प्रशासनाकडून मदत मागितली आहे.

माझ्या मते, आपल्याच जमिनीचा ताबा घेणे बेकायदा नाही. त्यामुळे सी.सी.एल. च्या सांगण्यावरून पोलिसांनी लोकांना हटविण्यात मदत करणे, हा एक प्रकारे अन्याय होईल. कारण त्या जमिनीवर शेती करणे आणि कब्जा ठेवणे याचा कायदा-व्यवस्थेशी काही संबंध नाही.

आपण वरील विषयावर विचार करून शेतकऱ्यांच्या रास्त मागण्या मान्य करण्यास स्थानिक अधिकाऱ्यांना भाग पाडाल, अशी आशा आहे. या बाबतीत मी तुम्हाला मदत करण्यास तयार आहे; जेणेकरून जनतेस न्याय मिळू शकेल. यावर तोडगा काढता येईल. कृपा करून सी.सी.एल.च्या उच्चाधिकाऱ्यांना बोलावून तडजोड करण्याची तसदी घ्यावी.

स्नेहांकित,
रमणिका गुप्ता
स.वि.स. मांडू क्षेत्र, हजारीबाग

सहायक कामगार आयुक्तांकडून फोन आला, तर आमच्या कार्यकर्त्याने त्यांना सांगितले- ''जर तुम्ही तीन एकर जमिनीच्या बदल्यात प्रत्येक कुटुंबामागे नोकरी आणि जमिनीच्या बदल्यात जमीन, खाणींच्या आठ किलोमीटर परिघाच्या

आत येणाऱ्या गावात शाळा, रस्ते, पक्क्या झोपड्या, दवाखाना, वीज आणि खेडुतांसाठी तांत्रिक प्रशिक्षणाची व्यवस्था करून खाणीत नोकरी देण्यासाठी किंवा जमिनीचा मोबदला व्यापारी दराने देण्यासाठी तडजोड करू शकणार असाल; तरच निरोप पाठवून गुप्ताजींना बोलाविता येईल. अन्यथा, केंद्र सरकारच्या विरोधात हा संघर्ष चालू द्या. तुम्ही जबरदस्तीने बाहेर बसवून ठेवलेल्या मजुरांना या कामबंदीच्या काळातील पगार नक्कीच मिळवून द्यावा, कारण व्यवस्थापनाने त्यांना बसवून ठेवले आहे. ते व्यवस्थापक मंडळाची बाजू घेऊन गावकऱ्यांशी भांडणार नाहीत. कारण भांडण करणे, हा त्यांच्या नोकरीचा भाग नाही.''

केंद्रीय सहायक कामगार आयुक्तांनी धनबादच्या केंद्रीय क्षेत्रीय कामगार आयुक्तांना निरोप पाठविला. हजारीबागच्या उपायुक्तपदी माधवन होते आणि राजीव रंजन एस.पी. होते. दोघांनाही या मागण्यांबद्दल सहानुभूती होती. चीफ सेक्रेटरी नय्यर होते. ते माझ्या आत्याचे सावत्र चिरंजीव होते आणि माझ्या भावाचे जावई होते. परंतु मला हे नाते माहीत नव्हते. आंदोलनानंतर ते माझे नातलग असल्याचे मला समजले. गृहसचिव हजारीबागला आले. खरं म्हणजे, टाटा कंपनीनेच भांडण वाढविले. टाटाच्या साइडिंगवर आमचा कार्यकर्ता राणा याने चैनपूरमध्ये वाशरीत कोळसा ने-आण करणारी ट्रॉलीदेखील बंद करविली होती. राणाच्या पुढाकारात गावातील तरुणांची टोळी ट्रॉलीच्या दोराला लोंबकळली होती. त्यामुळे टाटाच्या वाशरीमध्ये कोळसा जाणे बंद झाले होते. येथूनच वाद अधिक विकोपाला गेला. टाटा कंपनीला फार मग्रुरी होती की, ती पैशाच्या जोरावर काहीही करू शकते. पोलिसांना लाच देऊन आपल्या बाजूने वळविण्याची तिची जुनी सवय होती. म्हणून या वेळीदेखील तिने हेच केले. त्यामुळे पोलिसांनी टाटाच्या चैनपूर सायडिंगवर प्रामाणिकपणे लाठीमार केला. सी.सी.एल. मध्ये पोलीस सक्रिय झाले नाहीत, कारण त्यांच्याकडे लाच देण्याची सुविधाच नव्हती. तसे पाहता, चरहीचे जनरल मॅनेजर लक्ष्मण सिंह ऊर्फ लाठी सिंह स्वतः लाच देण्याच्या विरोधात होते. दुसऱ्या दिवशी बंजीतील लोकांना मोठ्या संख्येने अटक करण्यात आली. जोरदार विरोध झाला. अटक झालेल्या लोकांना संध्याकाळी हजारीबागला आणण्यात आले. सर्वांना शांततेने आणले जात होते. तोपा-तोयरा, कुजू, पुंडी कुठेच लाठीमार झाला नाही. शेकडोंच्या संख्येने अटक होत होती. चैनपूर आणि घाटो पोलिसांनी राणाला निर्दयतेने मारले होते. मी पत्रकारांना निरोप दिला आणि गाडी दुरुस्त करून अर्जुन सोनी आणि खीरू महतोसोबत टाटा कंपनीच्या चैनपूर सायडिंगची तपासणी करण्यासाठी त्यांना पाठविले. पत्रकार वाटेत अर्जुनला जेवण आणि दारू मागू लागले, तर त्याने माझ्या आदेशानुसार त्यांना सांगितले, ''मी तर फक्त सातूचे पीठ

खाऊ घालू शकतो. येथे येण्या-जाण्यासाठी साधन उपलब्ध नसल्यामुळे आम्ही तुमच्यासाठी गाडीची व्यवस्था केली आहे. परंतु एवढ्या लोकांना आम्ही जेवू घालू शकत नाही. तेदेखील हॉटेलमध्ये? शक्यच नाही. मग तुम्ही पिण्यासाठीदेखील मागाल ना?''

केदलाचे सरपंच खीरू महतोदेखील सोबत होते. ते पत्रकारांना म्हणाले, ''तुम्ही चैनपूरहून आमच्यासोबत केदला वस्तीत चला, तेथे आम्ही तुम्हाला कोंबडा कापून खाऊ घालू. परंतु आमच्याजवळ एवढे पैसे नाहीत की, आम्ही हॉटेलमधून विकत घेऊन खाऊ-पिऊ घालू शकू.''

पत्रकार प्रतिनिधी म्हणाले, ''आम्ही टाटा कंपनीत गेलो तर गाडी, दारू, कोंबडा सर्वच मिळेल.''

''मग जा! यावर आम्ही काय बोलू?'' खीरू महतो आणि अर्जुन चिडून म्हणाले.

चैनपूर सायडिंगवर उतरून टाटा कंपनीच्या व्यवस्थापकाकडे पत्रकार गेले. तिथे त्यांचे फार आदरातिथ्य झाले. त्यांनी टाटाच्या खाल्लेल्या मिठाची जाण ठेवून खाण व्यवस्थापक मंडळाच्या बाजूने बातमी पाठविली. खीरू महतोने आपल्या गावाला पोहोचल्यावर अर्जुनबरोबर गाडी परत पाठविली आणि चैनपूर साइडिंगला झालेल्या घटनेचा तपशीलदेखील लिहून पाठविला. जवळपास नऊशे लोकांना अटक करून हजारीबाग जेलमध्ये पाठविण्यात आले होते. राणा वाईटरीत्या जखमी झाला आहे आणि त्याचे डोके फुटले आहे, अशी आम्हाला बातमी मिळाली. मी आणि लालचंदजींनी त्याच रात्री चैनपूरला जाण्याची तयारी केली. मी पोलिसांनी केलेल्या अत्याचाराची माहिती उपायुक्तांना दिली. सर्किट हाऊसमध्ये बिहार सरकारचे गृहसचिव आलेले होते. टाटा कंपनीची पोच फार वरपर्यंत होती. त्यांनी नेहमीप्रमाणे संपूर्ण सरकारला आपल्या बाजूने करण्याची मोहीम हाती घेतली. इच्छा असूनसुद्धा उपायुक्त काहीच करू शकत नव्हते. मी आणि लालचंदजी चैनपूरला जाण्यासाठी जीपमध्ये बसलो होतो. तेवढ्यात उपायुक्तांकडून निरोप आला की, आम्हाला सर्किट हाऊसमध्ये बोलविले आहे. मी आणि लालचंदजी तेथे गेलो. गृहसचिवांशी बोलणे झाल्यावर उपायुक्त बाहेर बैठकीत आमची वाट पाहत होते.

ते म्हणाले, ''तुमच्या मागण्यांबाबत आम्ही सरकारशी बोललो आहोत. गृहसचिव पाटण्याला गेल्यावर निरोप पाठवतील. राणाला झालेली मारहाण आणि लाठीमाराच्या चौकशीचे आदेश मी दिलेले आहेत.''

एस. पी. तेथे नव्हते. आम्ही दोघे सर्किट हाऊसमधून निघताना उपायुक्तांना हे सांगून निघालो होतो की, आम्ही चैनपूर सायडिंगला जात आहोत. आम्ही परत निघालो होतो तेवढ्यात जिल्हा परिषदेच्या वळणाजवळ पोलिसांनी पाठीमागून

येऊन आम्हाला वेढले.

"तुम्हा दोघांना अटक करण्यात येत आहे."

हे आम्हाला अनपेक्षित होते, परंतु प्रशासनाने हे सर्व योजनाबद्ध रीतीने घडविले होते.

गृह सचिवाने सरकारशी बोलून आमच्या अटकेचा आदेश उपायुक्ताला दिला होता आणि कट-कारस्थान रचून आम्हाला सर्किट हाऊस येथे बोलविण्यात आले होते. फिल्डवर आम्हाला अटक करणे शक्य नव्हते, हे त्यांना माहीत होते. त्यामुळे तेथे जाण्यापूर्वीच आम्हाला वेढण्यात आले. आम्ही उपायुक्तांच्या चांगुलपणावर जास्तच विश्वास ठेवला होता.

"ठीक आहे. चला. आधी घरी जाऊ; जेणेकरून आम्ही कपडे वगैरे घेऊ शकू." मी म्हणाले.

आम्ही घरी पोहोचताच सी. पी. आय. चे आमदार भुवनेश्वर महतो (जे नंतर खासदार झाले) देखील आले.

"तुम्ही आम्हाला आंदोलन करणार असल्याचे का सांगितले नाहीत? एवढे मोठे आंदोलन करता आणि आम्हाला कळवतही नाही? आम्हीदेखील तुम्हाला सहकार्य केले असते." त्यांनी तक्रार केली.

"तर आता मदत करा ना तुम्ही! आम्ही तर तुरुंगात चाललो आहोत. हजार -पेक्षा जास्त लोकांना अटक झाली आहे. काही वाटेत असतील. तसा तर आम्ही आमच्या कार्यकर्त्यांना आदेश दिला आहे की, त्यांनी स्वतःला अटक होण्यापासून वाचवावे; जेणेकरून आंदोलन दीर्घ काळ चालविता येईल. केवळ शेतकऱ्यांचे गट पाठविले आहेत. परंतु आज रात्रीच पोलीस आमच्या नेत्यांना घरोघरी जाऊन अटक करतील, याची आम्हाला कल्पना आहे. तुम्हीदेखील या आंदोलनात सहभागी झालात, तर आम्हाला आनंद होईल. आतापर्यंत हे आमचे आंदोलन होते —२ आतापासून ते सर्वांचे होईल."

अशा प्रकारे आम्ही चैनपूरला पोहोचण्याऐवजी पोलिसांच्या कोठडीत पोहोचलो. ते लोक आम्हाला रात्रीच मॅजिस्ट्रेटकडे घेऊन गेले. रात्र झाल्यामुळे तक्रारीची सुनावणी करण्यास मॅजिस्ट्रेटने नकार दिला. त्यामुळे आम्हाला रात्री पोलिसांच्या पहाऱ्याखाली विश्रामगृहात ठेवण्यात आले. सकाळी अकरा वाजता आम्हाला पुन्हा मॅजिस्ट्रेटच्या घरी नेण्यात आले, कारण त्या दिवशी कोर्ट बंद होते. पोलिसांनी आमच्यावर चोरीसहित कित्येक कलमे लावली होती. त्यात कायद्याचे कलम १२० चा देखील समावेश होता. कलम १२० हे कारस्थान आणि देशद्रोहाच्या आरोपासाठी लावण्यात येते. आमचे आंदोलन म्हणजे देशद्रोह, असा प्रचार टाटा कंपनी आणि

सी. सी. एल. करीत होते. परंतु पोलिसांच्या रेकॉर्डमध्ये हे 'रमणिका गुप्ताचे ऑगस्ट आंदोलन' म्हणून नोंदविले होते.

जजसाहेब कायद्याचे कलम १२० पाहूनच चिडले, "हे कलम का लावले आहे? आंदोलन करणे, हा देशद्रोह आहे का? हे कलम काढून टाका!"

इतर कलमांबरोबरच आमच्यावर कलम ११३ देखील लावून आम्हाला जेलमध्ये पाठविण्यात आले. कारण आम्ही बाहेर राहिल्यास पोलिसांना शांतताभंग होण्याचा धोका सतत वाटत होता. हे कलम लावून ते आम्हाला त्यांच्या इच्छेप्रमाणे हवा तेवढा काळ जेलमध्ये ठेवू शकत होते. मी आणि लालचंद महतो तर आंदोलनाच्या जागीही नव्हतो; परंतु शेतकऱ्यांवर ट्रेसपासची इतर कलमेदेखील ठेवण्यात आली होती, ज्यामुळे त्यांना जामीन मिळणे अशक्य व्हावे. म्हणजे सर्वांवर अजामीनपात्र कायद्याची कलमे लावण्यात आली होती.

असो. आम्ही दुसऱ्या दिवशी जेलमध्ये पोहोचलो. आमच्या आधी अटक झालेल्या सहकाऱ्यांना आम्हाला अटक झाल्याची बातमी आधीच कळाली होती. आम्ही पोहोचताच संपूर्ण जेल घोषणांनी निनादले. मला स्त्रियांच्या विभागात आणि लालचंदजींना पुरुष विभागात पाठविण्यात आले. दुसऱ्या दिवशी मी पुरुष विभागात जाऊन लालचंदजींसह आम्ही साथीदारांना मार्गदर्शन केले. स्त्री विभागाच्या हॉलमध्ये तापिन आणि केदलाच्या कित्येक आंदोलनकर्त्या स्त्रियादेखील होत्या. एका बाईचे अंगावर दूध पिणारे तान्हुले बाहेरच राहिले होते. कारण अटक होताना आईबरोबर मुलाचे नाव नोंदविले नव्हते, त्यामुळे त्याला आत आणता येऊ शकत नव्हते. त्यामुळेच रोज सकाळ-संध्याकाळ तिचा नवरा किंवा सासू त्याला दूध पाजण्यासाठी त्याच्या आईजवळ जेलमध्ये आणत होते. दुसऱ्या दिवशीदेखील खाणींच्या आजू-बाजूच्या गावांतून आमच्या शेकडो सोबत्यांना अटक करून आणण्यात आले.

आम्ही जेलमध्ये आल्याच्या तिसऱ्या दिवशी भुनेश्वर महतो आपल्यासमवेत जवळपास सहाशे लोकांसह अटक करून घेऊन जेलमध्ये आले. त्यांच्यासोबत ग्रामस्थांऐवजी गया, मुंगेर, पलामू व पटना येथून आलेले मजूर होते, जे मांडूच्या जंगलात या आशेने तळ ठोकून बसले होते की, बेकायदा खाणी सुरू झाल्या तर त्यांना कायमस्वरूपी नोकरी मिळेल. ते सर्व बेकायदा खाणीत काम करण्यासाठी झारखंडच्या बाहेरून आलेले नवे मजूर होते. ते विस्थापित नव्हते. आमचे आंदोलन विस्थापित झालेल्यांसाठी होते. त्यामुळे आमच्याबरोबर विस्थापित ग्रामस्थ आणि खाणीतील मजुरांचे नेते होते. ग्रामस्थांसाठी वर्गणी गोळा करून आमचे मजूर सदस्य आणि त्यांचे नेते आंदोलनाचा खर्च चालवत होते आणि जेलमध्ये गेलेल्या लोकांच्या कुटुंबाची तन-मन-धनाने मदत करीत होते. नंतर ए. के. रायच्या एम.

सी. सी. ग्रुपमधून देखील गिद्दी, कनकीहून ४५ शेतकरी अटक होऊन आले.

नेतृत्व करणाऱ्या आमच्या सर्व सोबत्यांना अटक झाल्यामुळे बाहेर आंदोलन ठप्प झाले होते. एवढ्या लोकांना अटक झाली होती; परंतु वर्तमानपत्रात एक ओळदेखील छापली गेली नव्हती. पत्रकारांनी टाटांकडून पैसे घेऊन आम्हाला असहकार्य केले होते. अटक झाल्यानंतर साधारणपणे एका आठवड्याने कलकत्त्याहून अमृतबाजार पत्रिकेचा एक तरुण पत्रकार मला भेटण्यासाठी जेलमध्ये आला. त्याला दिल्लीच्या इंडियन एक्स्प्रेस वृत्तपत्राची पत्रकार शीला रेड्डीने पाठविले होते. मला नंतर कळाले की, शीला रेड्डी ही उपायुक्त माधवन यांची पत्नी होती. तेव्हा कुठे आमच्या आंदोलनाची बातमी राष्ट्रीय स्तरावरील वर्तमानपत्रांत छापली गेली. लोकदलाच्या स्थानिक नेत्यांची इच्छा तर होती की, ही बातमी छापून येऊच नये. त्यामुळे त्याने वरिष्ठ नेत्यांना सूचित केले नव्हते. त्यांची तक्रार होती की, या आंदोलनाचे नेतृत्व त्यांच्याकडे का सोपविले नाही? वर्तमानपत्रांमध्ये बातमी वाचून आमचे नेते कर्पुरीजींनी सरकारवर दडपण आणण्यास सुरुवात केली.

सरकारने कर्पुरीजींना भेटून एक समिती तयार केली. सी. पी. आय. आमच्या आंदोलनात सामील झाल्यामुळे त्यांचे नेते चतुरानन मिश्र यांनी आम्हाला न विचारता आंदोलन मागे घेण्याची घोषणा केली. आम्ही त्याविरोधात आपला आक्षेप नोंदविला.

जेलमध्येच खेड्यातील सोबत्यांची बैठक झाली. त्या बैठकीत असे ठरविण्यात आले की, आमच्यापैकी कुणीही जामीन घेणार नाही. जोपर्यंत सरकार कोणतीही अट न घालता आमच्यावरील सर्व खटले मागे घेणार नाही, तोपर्यंत सर्व सोबती जेलमध्येच राहतील. असे न केल्यास सर्व ग्रामस्थ खटला लढता-लढता विकले जाऊ शकतात, फुटीर होऊ शकतात याचीदेखील आम्हाला कल्पना होती. आणखीही एक रणनीती ठरविण्यात आली. असे ठरले की, लालचंद महतोला जामीनावर बाहेर पाठवावे म्हणजे ते कोलफिल्डमध्ये जाऊन विस्थापितांना पुन्हा एकत्र करून जोरदार आंदोलन सुरू करून खाणी बंद पाडतील. त्यांना अटक करवून हजारीबागचे जेल भरतील. मी जेलमध्येच राहून साथीदारांचे मनोबल दृढ राखेन. त्याचबरोबर रणनीती तयार करून जेलमधूनच बाहेरच्या सोबत्यांना माहिती देत राहीन. लालचंदजींचे भाऊ इंद्रनाथ महतो याला बोलावून सर्व समजावून सांगण्यात आले. त्यांच्या जामीनाचा विनंतीअर्ज देण्यात आला. लालचंदजी जामीनावर सुटल्यानंतर दोन दिवसांनी बेरमोला गेले. तेथे फार मोठे आंदोलन झाले. हजारो शेतकरी पुरुष आणि स्त्रियांनी बेरमो क्षेत्रातील खाणी बंद करायला लावल्या. परंतु या वेळी पोलिसांनी आपली कार्यपद्धती बदलली. त्यांनी लाठीमार करून सर्वांना सैरावैरा पळवून

लावले आणि केवळ सातशे लोकांना गिरिडीह जेलमध्ये पाठविले. यात स्त्रियांची संख्या मोठी होती. पोलिसांनी कित्येक स्त्री-पुरुषांना कित्येक कोस दूर नेऊन जंगलाच्या मधोमध सोडले.

आम्ही दीड महिन्यापेक्षा अधिक काळ जेलमध्ये होतो. याच दरम्यान मुख्यमंत्री जगन्नाथ मिश्र आणि हजारीबागच्या उपायुक्तांशी कर्पुरीजींची बोलणी झाली. त्यांनी आम्हाला दिनांक ९.९.८० ला खालील पत्र पाठवून आंदोलन स्थगित करण्याचा आदेश दिला. परंतु चतुरानन मिश्रांनी आमचा किंवा कर्पुरीजींचा सल्ला न घेता पाटण्याहून आंदोलन मागे घेतल्याची घोषणा केली. अशा प्रकारे आम्हाला धोका देण्यात आल्याचे जाणवू लागले.

प्रिय रमणिकाजी   दिनांक : ९.९.८०

प्रिय भाऊ लालचंदजी

मुख्यमंत्र्यांनी निवेदनात दिलेल्या आश्वासनावर आणि हजारीबागच्या उपायुक्तांनी दिलेल्या आश्वासनावर विचार केल्यानंतर मी हा निर्णय घेतला आहे की, आंदोलन स्थगित करण्यात यावे.   सरकारला, सी. सी. एल. ला आणि टाटा खाण व्यवस्थापकांना त्यांनी दिलेली आश्वासने पूर्ण करण्यासाठी त्यांना संधी देण्यात यावी. त्याप्रमाणे आश्वासने पूर्ण झाली तर ठीक, अन्यथा विश्वासघात झाल्यास आंदोलन पुन्हा सुरू करावे लागले.

स्नेहपूर्वक

आपला,

कर्पुरी ठाकूर

विरोधी पक्षनेता.

कर्पुरीजींचे पत्र मिळाल्यावर मी जेलमधून हजारीबागच्या उपयुक्तांना निवेदनाच्या रूपात खालील पत्र पाठविले. त्या बैठकीला जाण्याची परवानगी मला द्यावी आणि मला पाटण्याला पाठविण्याची व्यवस्थादेखील करावी, अशी विनंती त्या पत्रात मी केली होती.

कैदी- विनंती पत्र

सेवेसी, उपायुक्त हजारीबाग

महोदय,

आमचे नेते कर्पुरी ठाकूरजींचा आदेश मिळाला आहे, त्याप्रमाणे मुख्यमंत्र्यांनी आणि आपण दिलेली आश्वासने यांचा विचार करता, आंदोलन सध्यातरी स्थगित

केले जावे; जेणेकरून सरकार, सी. सी. एल. आणि टाटा कंपनीला आपली आश्वासने पूर्ण करण्याची संधी दिली जावी आणि १२.९.८० ला होणाऱ्या बैठकीत सौहार्दाचे वातावरण निर्माण करता यावे.

त्यामुळे वरील आदेशाप्रमाणे लोकदलाच्या नेतृत्वाखाली दिनांक १८.८.८० पासून सुरू असलेले आंदोलन आम्ही आमच्या नेत्याच्या आदेशावरून दिनांक १०.९.८० पासून स्थगित करीत आहोत. विस्थापितांच्या जमिनींचा मोबदला आणि नोकरीसाठी असलेली तीन एकर जमिनीची अट काढून टाकणे, यांत्रिकीकरणावर बंदी, स्थानिक लोकांना नोकरी मिळावी यासाठी नियोजनाच्या धोरणात परिवर्तन आणि स्थानिकतेची व्याख्या, वारसाहक्काच्या नोकरीवर बंदी, बंद पडलेल्या खाणी सरकारने चालवाव्यात, सरकारने उपकराची पूर्ण रक्कम जिल्ह्यातच द्यावी, वाशरीमध्ये ठेकेदारी पद्धत बंद करून मजुरांना कायम करावे, स्थानिक ग्रामस्थांसाठी तांत्रिक प्रशिक्षणाची व्यवस्था करावी; जेणेकरून खाणीतील नवीन प्रकल्प आणि वाशरीमध्ये त्यांना नोकरी मिळू शकेल. होमगार्डना आणि सर्वसामान्य जनतेला सी. सी. एल. मध्ये सुरक्षा गार्डची फेरनियुक्ती करताना उंचीची मर्यादा ५ फूट ४ इंच निश्चित करणे आणि टाटाने बंजी आणि चैनपूरमधील आधी घेतलेल्या जमिनीसाठी देखील नोकरी देणे, वगैरे मागण्यांसाठी आम्ही हे आंदोलन सुरू केले होते.

दिनांक १२.९.८० ला मुख्यमंत्र्यांसमवेत होणाऱ्या बैठकीत मैत्रीपूर्ण वातावरणात ही चर्चा व्हावी, अशी आमची इच्छा आहे. लोकदलातर्फे त्या बैठकीमध्ये सहभागी होण्यासाठी मला तिथे पाठविण्याची व्यवस्था करावी. त्याचबरोबर लोकदल, हजारीबागचे अध्यक्ष बैकुंठ नाथ डे यांना तुम्ही दिलेल्या आश्वासनाप्रमाणे आंदोलनात अटक करण्यात आलेल्या इतर सत्याग्रहींना सोडण्यात यावे.

शुभेच्छांसहित

तुमची शुभचिंतक,
रमणिका गुप्ता (स. वि. स.)
केंद्रीय कारा, हजारीबाग, १०.९.८०

उपायुक्तांनी मला पाटण्याला जाण्याची परवानगी दिली नाही. याच दरम्यान पाटण्यात आमच्या अनुपस्थितीत एक उच्चस्तरीय बैठक झाली. तीत सहभागी होण्यासाठी म्हणून ए. के. राय आणि चतुरानन मिश्र गेले. आम्हा दोघांना जेलमधून पाटण्याला पाठविण्यात आले नव्हते, त्यामुळे कर्पुरीजींनी कपिलदेवबाबूला या कमिटीसाठी नियुक्त केले. परंतु काही कारणास्तव ते त्या दिवशी बैठकीस जाऊ शकले नाहीत. त्या कमिटीत के. बी. सक्सेनादेखील होते. गरिबांच्या बाबतीत ते अतिशय संवेदनशील समजले जात होते आणि संपूर्ण बिहारमध्ये लोक त्यांना

गरिबांचा तारणहार म्हणून ओळखले जात होते. त्यांनीच आमची बाजू मांडली आणि एक तडजोड झाली.

मी १०.९.८० ला दिल्लीच्या सर्वोच्च न्यायालयाच्या मुख्य न्यायाधीशांना, पोलिसांच्या गैरवर्तणुकीसंबंधी खोटे खटले लादणे, आदिवासी शेतकऱ्यांच्या जमिनींचे अधिकार हिसकावून घेणे व त्यांचे विस्थापन यासंबंधी तक्रारीच्या स्वरूपात आणखी एक निवेदन दिले.

कैद्याचे विनंती पत्र

सेवेसी,   दि. १०.०९.८०
माननीय, मुख्य न्यायाधीश, सर्वोच्च न्यायालय,
नवी दिल्ली.
महोदय,

(१)   मी रमणिका गुप्ता, सदस्य, बिहार विधानसभा, मांडू मतदारसंघ; महामंत्री, कोलफिल्ड लेबर युनियन, लेपो रोड, हजारीबाग (बिहार) अर्ज करते की, दिनांक २३.८.८० ला उपायुक्त (डी. सी.) हजारीबागकडून सर्किट हाऊसमध्ये, मांडू क्षेत्रातील आंदोलनाच्या संदर्भात चर्चेसाठी त्यांनीच दिलेल्या वेळेनुसार गेले होते.

(२)   मी ज्या मतदारसंघाची आमदार, त्या मांडू क्षेत्रातील विस्थापितांनी आणि स्थानिक लोकांनी जमिनीच्या बदल्यात मोबदला आणि नोकरी न देणे; तसेच सेंट्रल इंडिया लिमिटेड कंपनी, दरभंगा हाऊस, रांची आणि टाटाची वेस्ट बोकारो कोळसा खाण, घाटोटांड, घाटो इत्यादींनी नोटीस न देता, मोबदला न देता आणि जमीन संपादन अधिनियमाच्या अंतर्गत कुठलाही कार्यवाही न करता बेकायदा मालकी हक्क प्रस्थापित करणे व डी-पिलरिंग करून (खोदकाम करून) जमीन खोदणे इ. च्या विरोधात हे आंदोलन सुरू केले आहे. त्याचबरोबर या कंपन्यांनी कायदा व घटनेच्या विरोधी धोरणे स्वीकारून आपल्या संस्थांमध्ये वारसाहक्काने नोकऱ्या देणे अवलंबिले आहे. टाटाच्या कंपन्यांमध्ये रिकाम्या झालेल्या जागांवर केवळ कर्मचाऱ्यांच्याच वारसांना नोकरी दिली जाते. प्रशिक्षणार्थीदेखील नातलगांमधूनच निवडले जातात. सी. सी. एल. मध्ये देखील स्वेच्छानिवृत्तीच्या अंतर्गत सर्व पीस - रेटेड व चतुर्थ श्रेणीचे मजूरदेखील जे बहुतेक छोटा नागपूरबाहेरील आहेत आणि ज्यांच्या निवृत्तीचे वय साठ वर्षे आहे, ते वारसाहक्काच्या नोकरीप्रमाणेच नोकऱ्या बदलतात. परिणामत: बाहेरच्या क्षेत्रातील लोक पैशाच्या जोरावर न्यायालयात प्रतिज्ञापत्र सादर करून किंवा खोटे कोर्ट मॅरेज (नोंदणी विवाह)

करून जावई झाल्याचे दाखवितात आणि येथील स्थानिक लोकांच्या नोकऱ्यांवर डल्ला मारतात. या वारसाहक्काच्या व्यवस्थेमुळे जवळपास ८० टक्के नोकऱ्या कधी खुल्या होणार नाहीत. आणि येथील शेतकऱ्यांना व विस्थापितांना या खाणींमध्ये रोजगाराची संधीच मिळणार नाही. बेहिशेबी यांत्रिकीकरणा-मुळेदेखील हीच स्थिती उद्भवत आहे.

(३) या सर्व कारणांमुळे आंदोलन सुरू झाले आणि सरकारने कलम १४४ लागू केले. त्या क्षेत्रात शेतकऱ्यांना स्वत:च्याच शेतात पाऊल टाकल्याचा गेल्याचा आरोप ठेवून अटक करण्यात आली.

(४) मी वरील आंदोलनासंदर्भात आणि अटक करण्यासंदर्भात चर्चा करून परत निघाले होते; तर हजारीबाग येथे रात्री साडेसात वाजता जिल्हा परिषदेच्या वळणावर हजारीबागच्या सदर ठाण्याचे फौजदार राय आणि इतर पोलीस अधिकाऱ्यांनी माझी जीप अडविली आणि मला अटक केली.

(५) मी त्यांना माझ्या घरापर्यंत चलण्याची विनंती केली, परंतु त्यांनी ऐकले नाही. खरे तर माझे घर हजारीबागमध्येच आहे.

(६) तेथूनच मला सरळ सी. जी. एम. हजारीबागच्या कोर्टात नेण्यात आले. ते बंद होते. नंतर सी. जी. एम. च्या निवासस्थानी नेण्यात आले, जे. पी. डब्ल्यू. डी. च्या रेस्ट हाऊसमध्ये आहे. तेथे आम्हाला दोन तास बसवून ठेवण्यात आले.

(७) हजारबागच्या सी. जी. एम. यांनी रात्री कस्टडी वॉरंटवर स्वाक्षरी करण्यास नकार दिला.

(८) नंतर रात्री साडेनऊच्या दरम्यान आम्हाला पोलीस ठाण्यात नेण्यात आले आणि तेथे रात्री बारा वाजेपर्यंत बसवून ठेवण्यात आले.

(९) रात्री १२.३० वाजता मला आणि ज्यांना माझ्याबरोबर अटक केली गेली होती, ते लालचंद महतो माजी आमदार यांना पी. डब्ल्यू. डी. च्या रेस्ट हाऊसमध्ये घेऊन गेले. तेथे मला व लालचंदजींना राहण्यासाठी एक खोली दिली.

(१०) साधारण रात्री एकच्या सुमारास हजारीबाचे मुख्य एस. डी. ओ. आले आणि आम्हाला झोपेतून उठवून म्हणाले, की तुम्हाला केन्हरी रेस्ट हाऊसमध्ये ठेवण्यात यावे, असा हुकूम आहे.

(११) मी म्हणाले, की आता येथेच ठीक आहे. आम्ही इथेच झोपू. हजारीबागच्या सी. जी. एम. यांनी कपडेदेखील बदलले आहेत. परंतु ते म्हणाले की, हुकूम आहे, त्यामुळे चलावे. आम्हा दोघांना रात्री दीड वाजता शहराबाहेर

दूर असलेल्या केन्हरी रेस्टहाऊस मध्ये पोहोचवण्यात आले.

(१२) दिनांक २४.९.८० ला सकाळी अकरा वाजता आम्हाला सी. जे. एम. च्या निवासस्थानी नेण्यात आले आणि दुपारी बारा वाजता जेलमध्ये पाठविण्यात आले.

(१३) २३.८.८० च्या रात्री जी केस आमच्यावर दाखल केली गेली होती, त्यासाठी सी. जी. एम. कडे जेव्हा आम्हाला रात्री आणले होते (आम्ही तेथेच होतो), तेव्हा त्यांनी रात्री कस्टडी वॉरंटवर स्वाक्षरी केली नव्हती. त्या वेळी आमच्यावर कलम १२० चे (आय. पी. सी.) लावण्यात आले नव्हते. अन्य सत्याग्रहांप्रमाणे सर्व कलमे साधारण होती. ज्यात कलम १४३, १४४, १४८ इ. चा समावेश होता. परंतु सकाळी ११ वाजता जेव्हा मला दुसऱ्यांदा सी. जी. एम. कडे नेण्यात आले (लालचंदजीदेखील सोबत होते), तेव्हा आमच्यावर कलम १२० च्या सोबतच कित्येक इतर कलमेदेखील लावली गेली. एवढेच नव्हे, तर टाटा कंपनीच्या एका अधिकाऱ्याने २१.८.८० रोजी संध्याकाळी साडेपाच वाजता हजारीबागपासून २५ मैल दूर अंतरावरील बंजी खेड्याजवळ अज्ञात व्यक्तींच्या नावाने एक केस (केस नंबर मांडू पी. एस. २८ (८) ८०) दाखल केली. त्या केसमध्ये चोरीचा स्पष्ट आणि थेट आरोपदेखील नाही. मी त्या मतदारसंघाची आमदार आहे. मी जर तेथे असते, तर माझे नाव त्यात नक्कीच लिहिले गेले असते. कमीत कमी एक अज्ञात स्त्री त्यात सामील असल्याचे तरी नोंदविण्यात आले असते. त्या केसमध्येदेखील आम्हा दोघांची नावे घालण्यात आली आहेत; जे कोणत्याही युक्तिवादातून योग्य नाही, तर्कसंगतही नाही आणि योग्यही नाही. त्या दिवशीदेखील आम्ही दोघे दिवसभर एस. पी. आणि डी. सी. ना भेटत होतो. डी. सीं. नी स्वत: मला दिवसा बोलविले होते. पाच वाजल्यानंतरदेखील आम्ही त्यांच्याशीच बोलत होतो. सकाळी १० वाजता देखील आम्ही त्यांच्याकडेच होतो. अशा प्रकारे दिनांक २२.८.८० रोजी मांडू पी. एस. केस नं. २९ (८) ८० मध्ये देखील घडले. आमचे नाव त्यात टाकले गेले आहे, ते चुकीचे आहे. त्या दिवशी आम्ही दोघे समस्या सोडविण्यासाठी, त्यावर तोडगा काढण्यासाठी डी. सी. आणि एस. पीं. ना भेटत होतो. कारण उपायुक्तांनी सांगितले होते की, कंपनीच्या अधिकाऱ्यांना बोलावून चर्चा होईल किंवा नाही, यासंबंधी ते त्या दिवशी निर्णय देतील. त्यांच्याच सल्ल्याने आम्ही संध्याकाळी चार वाजता त्यांच्याकडूनच पद्मा वस्तीजवळ असलेल्या पद्मा पॅलेसमध्ये बिहार राज्याच्या गृह सचिवांना

भेटण्यासाठी गेलो. परत आल्यावर साडेसहा वाजता कळाले की, चैनपूर सायडिंगवर अंदाजे दुपारी दोन वाजता मांडूचे ठाणा प्रभारी रामाश्रय सिंह– जो दारू ढोसून होता आणि टाटा कंपनीच्या पैशाच्या मोहात सापडला होता— त्याने शांतीवादी सत्याग्रह्यांवर निर्दयतेने लाठीमार केला. त्यात पन्नासपेक्षा अधिक लोक जखमी झाले आहेत आणि तिघांना खूप मार लागला आहे. त्या सर्वांना पकडून ठाण्यात नेण्यात आले आहे. ट्रकमध्ये बसविल्यानंतरदेखील रामाश्रय सिंहाने बंदुकीच्या दस्त्याने त्यांना मारले आहे. आम्ही यासंबंधी तक्रार करण्यासाठी म्हणून ताबडतोब एस. पीं. कडे गेलो. लोकांनी सांगितले की, सी. आर. पी. च्या जवानांनादेखील टाटा कंपनीतर्फे दारू पाजण्यात आली होती. बहुतेक जण नशेत होते. विजय राणा, मो. मकबूल आणि मो. आलम ऊर्फ बच्चे— जे चैनपूर, ठाणे मांडू, पोस्ट सोनडिहाचे आहेत— त्यांना पोलिसांनी २२ तारखेला चार वाजता घाटो पोलीस ठाण्यात कैदेत ठेवून रात्रभर वाईटरीत्या त्रास दिला, मारले आणि दुसऱ्या दिवशी संध्याकाळी सहा वाजता चरही ठाण्यात आणले. तेथून सी. जी. एम. च्या कोर्टात नेले. म्हणजे त्यांना २६ तास ताब्यात ठेवले, जे बेकायदा आहे. या तिघांना बेड्या घालून आणण्यात आले. तेदेखील तुमच्या आदेशाचे उल्लंघन आहे. जेव्हा मला २३.८.८० ला रात्री सी. जी. एम. कोर्टात नेण्यात आले, तेव्हा हे तिघेदेखील तेथे ट्रकमध्ये बसले होते. तोपर्यंत त्यांचे कागददेखील सी. जी. एम. कडे आले होते, परंतु त्यात आमचे नाव नव्हते. मी स्वत: विचारले होते. नंतर या केसमध्येदेखील आमचे नाव टाकण्यात आले.

(१४) हजारीबागचे सी. जी. एम. यांनी १२० चे कलम (आय. पी. सी) प्रत्येक केसमधून काढून टाकले, कारण मूळ केसमध्ये या कलमाचा उल्लेख नव्हता. रात्रीदेखील हे लोक पोलिसांच्या ताब्यात होते; तर कट-कारस्थानाच्या खटल्याचा प्रश्नच कुठे येतो?

(१५) रात्री मला (स्त्री असून) अटक करणे आणि अशा प्रकारे आमच्यावर एकत्र खटले लादून, कलम ३७९ (आय. पी. सी.) लावून आमच्या प्रतिष्ठेला तडा देण्यात आला आहे. हे सर्व तुमच्या निर्णयाचे आणि गृह मंत्रालयाच्या (केंद्र) आदेशाचे उल्लंघन तर आहेच, त्याचबरोबर आम्हाला जेलमध्ये ठेवण्याचे मोठे कट-कारस्थानदेखील आहे. ही सर्व कारवाई माझ्या विधायक कार्यात अडचणी निर्माण करण्याबरोबर माझ्या नागरी स्वातंत्र्यात हस्तक्षेप आहे; जेणेकरून माझ्या विधानसभा मतदारसंघातील लोकांसाठी मी आवाज

उठवू नये. ज्या लोकांच्या जमिनी अधिकाऱ्यांच्या संगनमताने बेकायदा प्रकारे मोबदला न देता, कार्यवाही न करता किंवा बदल्यात नोकरी न देता, नोटीसही न देता हडपल्या आहेत आणि त्या जमिनी खोदण्यात आल्या आहेत आणि आपल्याच जमिनीवर जाण्यास जनतेला दोषी ठरवून त्यांना अटक करण्यात आली आहे. अशा ७३४ सत्याग्रही शेतकऱ्यांना २०.८.८० ते २३.८.८० च्या दरम्यान जेलमध्ये पाठवण्यात आले. त्या नंतरही अनेकांना अटक झाली आहे.

(१६) मला तुमच्याकडून न्याय हवा आहे; जेणेकरून मी एक नागरिक म्हणून आणि एक आमदार म्हणून आपले कर्तव्य निभावू शकेन. त्याचबरोबर चैनपूर सायडिंग, ठाणे मांडू, जी टाटा कंपनीच्या मालकीची आहे; तेथे झालेला निर्दयी लाठीमार करणाऱ्या अधिकाऱ्यांनी जो अन्याय केला आहे आणि लोकांना बेड्या घालून आणले आहे, स्त्रियांना रात्री अटक केली, आम्हा लोकांवर खोट्या केसेस दाखल करण्यात आल्या आहेत; या सर्व बाबतीत मला तुमच्याकडून न्याय हवा आहे.

(१७) माझ्यावर आणि लालचंदजींवर जे खटले दाखल केले गेले, त्याचा तपशील खालीलप्रमाणे आहे.

	मांडू पी. एस.	**कलम (आय. पी. सी.)**
(१)	१९ (८) ८०	१४७, १४९, ३४२, ३४१, १८८, १०७, ११४
(२)	२० (८) ८०	१४७, १४९, ३४२, ३४१, १८८, १०७, ११४
(३)	२१ (८) ८०	१४७, १४९, ३४२, ३४१, १८८, १०७, ११४
(४)	२२ (८) ८०	१४७, १४९, ३४२, ३४१, १८८, १०७, ११४
(५)	२३ (८) ८०	१४७, १४९, ३४२, ३४१, १८८, १०७, ११४
(६)	२४ (८) ८०	१४७, १४९, ३४२, ३४१, १८८, १०७, ११४
(७)	२८ (८) ८०	१४७, ३४२, ३४१, १०९, ११४, १४४, १८८, ३२३, ३७९, ३०७, १२७
(८)	२९ (८) ८०	३०७, ४५२, ३५३, १४७, १८०, ३४१, ३४२ ३२३, १८८, १०९, ११९

(१८) की वरील सर्व खटले एकतर्फी कारवाईचे आहेत. ज्यांनी कब्जा केला, अन्याय केला; ती सरकारी कंपनी आहे आणि त्यात टाटासारखा एक भांडवलदारदेखील आहे. त्यामुळे त्यांना वाचविण्यासाठी मला व माझ्या गरीब नागरिकांना आणि जनतेला अटक करण्यात आली आहे. कृपया न्याय मिळावा, ही नम्र विनंती.

स्थान : केंद्रीय कारा, हजारीबाग

निवेदक
रमणिका गुप्ता
सदस्य, बिहार विधानसभा
महामंत्री, कोलफिल्ड लेबर युनियन

जेलमध्ये आम्ही आमच्या सोबत्यांना जेवणाची उणीव कधी भासू दिली नाही. आम्ही आमच्यासमोर शिधा मोजमाप करून ग्रामीण सोबत्यांना द्यायला लावत होतो. ते आपापसात मिळून व त्यांना मदतीसाठी दिलेल्या इतर कैद्यांच्या मदतीने स्वयंपाक तयार करीत होते. स्त्री कैद्यांना मात्र नेहमी खडे असलेली डाळ खावी लागत होती. त्यांना वेगळे धान्य मिळत नव्हते. मीदेखील त्यांच्याच बरोबर जेवत होते. वेगळे काहीच घेत नव्हते. आजारी पडल्यावर आम्ही जेलच्या दवाखान्यात लोकांना पाठवून त्यांच्यासाठी दूध-लोण्याची व्यवस्थादेखील करीत होतो. दोन्ही वेळेस आम्ही जेलमध्येच बैठका घेत होतो. मार्गदर्शनवर्ग घेत होतो आणि घोषणा देऊन ग्रामस्थांचे धैर्य वाढवीत होतो. स्त्रियांनी या आंदोलनावर नवनवीन गाणी रचली होती. ती गाणी त्या जेलमध्ये गात होत्या.

केदलाच्या आदिवासी करमाली आणि दलित गंझू स्त्रिया जी गाणी गात होत्या, त्याचा अर्थ असा होता—

आम्ही विस्थापित लोक फुटबॉलसारखे आहोत.
तिकडून कंपनीने किक मारली तर जमिनीपासून वंचित झालो.
इकडे सरकारने किक मारली तर जेलमध्ये येऊन पडलो.
जेव्हा जेलमध्ये गुप्ताराणी किक मारेल
आम्ही पोहोचू गावात, आपल्या जमिनीवर!

'चलो झारखंड बने'चे गाणे जेव्हा त्या मोठ्या आवडीने गात होत्या, तेव्हा त्या हे गाणे गाऊन त्यांच्या गावचा इतिहासदेखील आठवीत आहेत, असे वाटत होते. त्यांचे हे गाणे—

मेला गं बाई मेला, राजाचा मुलगा मेला
मेला गं बाई मेला, मोदी देखील मेला
एका पोशाखाचे आता राहिले त्यांचे चिन्ह

या गाण्यांत त्यांच्या गावाच्या विकासाच्या स्थितीचे वर्णनदेखील होते आणि इतिहासदेखील. या गीतात त्यांच्या तलावाचे आणि बांधाचे महत्त्वदेखील दिसून येते.

विस्थापितांचे १९८० मधील आंदोलन / २८१

तेतर पात्ता चीरा-चीरा
आम्बा पत्ता लाँबा रे
नींबू पत्ता फरे गोल-गोल
... अर्थात ...
चिंचेची पाने चिरल्या-चिरल्यासारखी (बारीक-बारीक)
आंब्याची पाने लांब-लांब
लिंबाची पाने वाढतात गोल-गोल!

या गीतात त्यांच्या कल्पनेवरील बारकाईचे प्रभुत्व आणि शब्दांच्या निवडीची पारख प्रशंसनीय होती. ही गाणी ऐकून जेलमध्येदेखील मन आनंदाने झुलत होते.

ही गाणी त्या मोठ्या भावपूर्ण पद्धतीने अन् अगदी अंत:करणापासून गात होत्या आणि जंगलाच्या भटकंतीच्या स्वप्नात रममाण होत होत्या. "कुठलीही आडकाठी न येता त्या जंगलात जात आहेत... गरजेपुरते लाकूड आणीत आहेत... कुणी अडवत नाही, अडथळा आणत नाही, हटकत नाही... आपल्या जमिनीवर पेरणी-कापणी करीत आहेत! परंतु त्यांचे हे स्वप्न उधळले गेले होते. जमीन गेली होती अन् आता उरले होते फक्त नोकरीचे स्वप्न. जेलमधून सुटू–नोकरी मिळेल–काम करू–महिन्याला पगार मिळेल–पुन्हा जमीन विकत घेऊ." बस! यापेक्षा आणखी मोठे स्वप्न पाहण्याची त्यांची कुवत नव्हती. परंतु त्यांच्यासाठी ते जगण्याचा आधार होते. हे स्वप्न तर देशाला समृद्ध, हिरवेगार, सुजलाम-सुफलाम करणारे, डोलणाऱ्या पिकांचा देश करणारे स्वप्न आहे; परंतु यंत्रणा याचे मर्म समजत नाही.

तापिनच्या गंझू स्त्रिया फार धाडसी होत्या. आंदोलनाच्या वेळी उत्तर तापिनमध्ये जेव्हा एक बुलडोझर ऑपरेटर मिळणार, हे पाहून ग्रामस्थांच्या भातशेतीवर बुलडोझर घेऊन निघाला तेव्हा आपले स्वप्न धुळीस मिळणार, हे पाहून ती वाचविण्यासाठी तापिन गावच्या कित्येक डझन स्त्रिया बुलडोझरसमोर आडव्या पडल्या होत्या. बुलडोझर पुढे सरकत-सरकत त्यांच्या जवळ... अगदी जवळ पोहोचला; परंतु त्या घाबरल्या नाहीत. त्या डोझरसमोरून उठल्यादेखील नाहीत. पोलिसांनी डोझर थांबविला आणि तापिनच्या त्या स्त्रियांना अटक केली. सरपंचांची पत्नी स्वत: नेतृत्व करीत होती. ती नेता झाली होती. त्या सर्वांना आशा होती की, त्या जेलबाहेर येताच त्यांना नोकरी मिळेल; परंतु तसे झाले नाही.

आमच्यावरील खटले मागे घेण्यात आले आणि आम्हाला एक दिवस आधीच सोडण्यात आले. म्हणजे सप्टेंबर महिन्यात आमची सुटका झाली. जेलच्या नियमाप्रमाणे आम्ही सर्व आंदोलनकर्त्यांना जेलमधून चादर, टॉवेल, घोंगडे आणि अंतर्वस्त्रदेखील द्यायला लावले.

या आंदोलनामुळे बिहार सरकारने जिल्हापातळीवर चौथ्या श्रेणीची सर्व पदे आणि तिसऱ्या श्रेणीची पन्नास टक्के पदे स्थानिक लोकांसाठी आरक्षित करण्याचे मान्य केले. कायद्यात बदल करून नियोजन कार्यालयाला केवळ स्थानिक लोकांची नावे वरिष्ठांकडे पाठविण्याच्या मुद्द्यावर आम्ही भर दिला होता. १९०८च्या सर्व्हे रिपोर्टच्या आधारावर तयार केलेल्या खाते-वहीत नोंदविलेल्या विस्थापित शेतकऱ्यांच्या वंशावळीतील सध्या हयात असलेल्या वारसदारांना एकच घटक समजून नोकऱ्या दिल्या जाव्यात, अशी आम्ही मागणी केली होती. सरकारने विस्थापितांना नोकरीसाठी स्थानिक लोकांच्या १९०८चा सर्व्हे रिपोर्ट आधार मानून 'स्थानिक'ची व्याख्यादेखील निश्चित केली होती आणि संपूर्ण बिहारमध्ये चतुर्थ श्रेणीच्या शंभर टक्के आणि तिसऱ्या श्रेणीच्या पन्नास टक्के नोकऱ्या जिल्ह्यातील कायमस्वरूपी रहिवाशांसाठी आरक्षित ठेवणे मान्य केले होते. त्यांनी हेदेखील मान्य केले होते की, ते हजारीबागच्या आय. टी. आय. मध्ये बुलडोझर ऑपरेटरचे प्रशिक्षण देतील; जेणेकरून विस्थापितांना खाणीत नोकऱ्या मिळू शकतील. त्यासाठी सी. सी. एल. ने त्यांना प्रशिक्षक आणि उपकरणे उपलब्ध करून द्यावीत, अशी अट घालण्यात आली. कोल इंडियाच्या नाकावरील माशीही हलत नव्हती. विस्थापितांना नोकरी देण्याच्या बाबतीतदेखील तीन एकरांच्या मर्यादेवर ती अडून बसली. मुख्यमंत्री डॉ. जगन्नाथ मिश्र यांनी आमच्या मागण्यांसाठी बिहार सरकार आणि केंद्र सरकारच्या अधिकाऱ्यांची एक उच्चस्तरीय बैठक धनबादमध्ये बोलावली. त्या बैठकीत केंद्राने विस्थापितांना प्रत्येक घरट्यामागे नोकरी देण्याचे तर मान्य केले नाही, परंतु ओलिताखालच्या जमिनीसाठी दोन एकर जमिनीची मर्यादा ठेवली. म्हणजे कमीत कमी दोन एकर जमीन ओलिताखाली असेल तर त्या कुटुंबात एक नोकरी. आणि विस्थापित मॅट्रिक पास असेल, तर त्याला एक एकर जमीन असली तरी नोकरी देणे कबूल केले. या बैठकीत जमिनीच्या मोबदल्याची रक्कम ठरविण्याची जबाबदारी बिहार सरकारवर सोपविण्यात आली.

या आंदोलनामुळे एक महत्त्वपूर्ण गोष्ट निश्चित झाली. ती म्हणजे, प्रत्येक भागात खाणीच्या आठ किलोमीटर परिघाच्या आत येणाऱ्या गावांत सार्वजनिक विकास योजना लागू करणे. तीच आमची मागणी होती. या अंतर्गत शाळेची इमारत, पडक्या झोपड्या बांधून देणे, जोडरस्ते, विहारी, हातपंप, आरोग्य केंद्र आणि तांत्रिक प्रशिक्षण उपलब्ध करून देण्यासाठी कोल इंडियाने ताबडतोब प्रत्येक क्षेत्रासाठी एक लाख रुपये देणे, या गोष्टी मंजूर करून घेतल्या. नंतर ही रक्कम वाढवून प्रत्येक क्षेत्रासाठी दहा ते पंधरा लाख झाली. यासाठी संघटना आणि संचालक मंडळाचे प्रतिनिधी मिळून प्रकल्पाच्या अवती-भवतीच्या गावांत कोणकोणत्या

सोई उपलब्ध करून द्यायच्या आहेत किंवा काय निर्माण करायचे आहे, हे ठरवितात. नंतर या बैठकीत गावचा प्रमुख म्हणजे सरपंच, बी. डी. ओ, शिक्षण अधिकारी, स्थानिक आमदार आणि खासदार यांनादेखील आमंत्रित केले जाऊ लागले. हेच लोक एकत्र येऊन आवश्यकतेनुसार गावाची निवड करून रक्कम देऊ लागले. या सर्व कार्यवाहीच्या प्रक्रियेत आम्ही संघटनेचे प्रतिनिधी म्हणून आपापल्या क्षेत्रातून सामील होत होतो. या पैशातून जी कामे पूर्ण होत होती, त्यात ठेका पद्धतीला आम्ही— विशेषतः मी— मान्यता दिली नव्हती. हे काम गावातील लोक आणि मजुरांच्या मदतीने कुठलाही फायदा न घेता पूर्ण करायचे होते. दिलेल्या रकमेत गावातील लोकांसोबत मजुरांचे प्रतिनिधीही काम करीत होते. काम करवून घेणाऱ्या ग्रामस्थाच्या मजुरीचा समावेश त्या रकमेत करण्याची व्यवस्थादेखील या योजनेत केली जात होती.

परंतु सरकारचे हे सर्व निर्णय एकतर्फी होते. आमच्याच मागण्यांवर हे निर्णय घेण्यात आले होते; पण आम्हाला निर्णयात सामील केले गेले नव्हते. त्यामुळे यात बऱ्याचशा त्रुटीदेखील राहिल्या होत्या. या संघर्षातून गावकऱ्यांना थोडे काही मिळाले, थोडा भार हलका झाला; परंतु बरेच काही राहूनदेखील गेले. हे खरे आहे की, या निर्णयामुळे आणखीन काही लोकांना नोकऱ्या मिळाल्या, जमिनीच्या मोबदल्याची रक्कम थोडी वाढली; परंतु व्यवस्थापनाने आम्हाला शिक्षा देण्यासाठी म्हणून बऱ्याचशा आदिवासी आणि दलित मजुरांना तोतया म्हणून चौकशी न करताच किंवा एकतर्फी तपास करून नोकरीवरून काढून टाकले. त्यासाठी आम्हाला कित्येक वर्षं खटले लढावे लागले. बहुतांश छोटा नागपूरच्या आदिवासी मजुरांनाच नोकरीवरून मोठ्या प्रमाणात काढण्यात आले होते. कारण तेच मोठ्या संख्येने आमचे सदस्य होते आणि हेच मजूर आंदोलनातदेखील एकी करून आम्हाला साथ देत होते. आमच्या संघटनेला दुर्बल करण्यासाठी आणि फूट पाडण्यासाठी व्यवस्थापनाने ही नामी शक्कल लढविली होती; परंतु आम्ही हार मानली नाही; खचलो नाही.

●●●

४४.

सर्वोच्च न्यायालयाकडून स्थगिती आदेश

त्या काळात माझी मुलगी शिबा सिब्बल ही दिल्ली उच्च न्यायालयात वकिली करीत होती. याच दरम्यान चंडीगढचे नामवंत वकील आणि माझे जुने मित्र हिरालाल सिब्बल मला भेटले. त्यांनी सांगितले की, त्यांचा मुलगा कपिल सिब्बल हा सर्वोच्च न्यायालयात वकिली करण्यासाठी अमेरिकेहून भारतात परत आला आहे. शिबा त्यांची ज्युनिअर म्हणून त्यांच्या सोबत काम करेल, असे ठरविण्यात आले. विस्थापित होत असलेले आदिवासी आणि त्रस्त झालेल्या शेतकऱ्यांसंबंधी चर्चा केली आणि या शेतकऱ्यांना मदत करण्यासाठी म्हणून त्यांचा दावा चालविण्यासंबंधी बोलले. त्यांनी स्वत: दिल्लीला येऊन आमची केस नि:शुल्क लढविण्यासाठी कपिल सिब्बल यांना सांगितले. आम्हाला फक्त टायपिंग आणि कोर्टाच्या खर्चासाठी पैसे जमवायचे होते. परत आल्यानंतर सर्वांत आधी आम्ही तोपा-तोयरा, तापिन आणि आराच्या करमाली, महतो, गंझू आदी लोकांच्या स्वाक्षऱ्या घेऊन एक याचिका १९८०-८१ मध्ये दाखल केली. ज्यात आम्ही कोल इंडिया आणि सी. सी. एल. बरोबरच बिहार सरकारलादेखील प्रतिवादी केले. त्या वेळी सर्वोच्च न्यायालयाचे मुख्य न्यायाधीश भगवतीजी होते. मी जेलमधून पाठविलेले निवेदनदेखील त्यांना मिळाले होते.

जेथे प्रकल्प राबविण्यात येईल, तेथील विस्थापितांना आणि त्या गावातील लोकांना सर्वांत आधी रोजगार दिला

जाईल, असा आदेश केंद्र सरकारने योजना तयार करताना दिला होता. त्या आदेशाचा दाखला देऊन आम्ही सर्वोच्च न्यायालयात नोकरी आणि पुनर्वसनाचा दावा दाखल केला. आम्ही कोळसा असलेल्या क्षेत्राच्या कायद्यालादेखील आव्हान दिले. त्या कायद्यात जमीन अधिग्रहित करण्यासाठी सरकारला पोलिसांच्या मदतीने गावकऱ्यांना त्यांच्या अधिकारापासून वंचित करण्याचा अधिकार असतो. या अधिनियमाच्या अंतर्गत नोटीस देण्याचा किंवा आपली तक्रार नोंदविण्याचा अधिकारदेखील गावकऱ्यांना नाही. आम्ही सरकारने निश्चित केलेल्या नुकसानभरपाईच्या किंवा जमिनीच्या मोबदल्याच्या दरालादेखील आव्हान दिले. कारण तो दर १९०८ मध्ये सर सिफ्टनने केलेल्या हजारीबागच्या सर्व्हेवर आधारलेला होता. परंतु या दरम्यान जमिनीच्या भावात भरपूर वाढ झाली होती. आम्ही घरे, झाडे, बागा यांच्या मोबदल्यासाठीदेखील दावा केला. त्याचबरोबर विस्थापित झालेल्या आदिवासींचे जंगलाचे अधिकार संपुष्टात आल्याने त्यांचे अधिकार त्यांना परत देण्यात दावादेखील केला आणि जमिनीच्या बदल्यात जमीन मागितली.

आमचा हादेखील दावा होता की, कोल इंडिया एकीकडे मजूर जास्त झालेत आणि जागा कमी आहेत, असे म्हणते आणि रिक्त जागेची कमतरता आहे, असे सांगून विस्थापितांना नोकरी देत नाही. दुसरीकडे सध्या कामावर असलेल्या मजुरांसाठी स्वेच्छानिवृत्ती योजना राबवून त्यांची नोकरी वारसाहक्काची करीत आहे. त्यामुळे कोळसा खाणीमध्ये विस्थापित, गावकरी किंवा नवीन मजूर यांच्यासाठी जागा कधी रिकाम्याच होणार नाहीत. विशेषत: स्त्रियांच्या नोकरीत ही व्यवस्था फार घातक होईल. या स्वेच्छानिवृत्ती योजनेत आपल्या मुलाला किंवा जावयाला नोकरी देऊ इच्छित नसेल, तर ती पैसे घेऊन कुणालाही आपली नोकरी विकू शकते. हा निर्णय एक प्रकारे नोकऱ्या विकण्याबरोबरच स्त्रीशोषणाचे माध्यम झाला होता. आम्ही आपल्या याचिकेत हेदेखील नमूद केले होते की, या व्यवस्थेमुळे जे आदिवासी किंवा दलित मजूर खाणीत कामावर होते, त्यांना फूस लावून किंवा लालुच देऊन बाहेरचे लोक धडाधड नोकऱ्या विकत घेऊ लागले आहेत. अधिकारी, नेते आणि दलालांचा फायदाच फायदा होत आहे. त्यामुळे ग्रामीण विस्थापितांना कधी नोकरी मिळणार नसल्याने त्यांचे आयुष्याचे नुकसान होत आहे.

तीन एकर जमिनीच्या बदल्यात नोकरी, या फॉर्मुल्यालादेखील आम्ही सर्वोच्च न्यायालयात आव्हान दिले. मध्य प्रदेशात कोल इंडियाने अर्धा एकर जमिनीसाठीदेखील नोकऱ्या दिल्या होत्या. तेथील राज्य सरकार विस्थापितांच्या बाबतीत कोल इंडियाच्या अधिकाऱ्यांशी फार कठोरपणे वागत होते. उत्तर प्रदेशातदेखील वेगळे धोरण होते. धनबादमध्येदेखील बी. सी. सी. एल. मध्ये संघर्षानंतर एका

एकरसाठी नोकऱ्या मिळाल्या होत्या. या खटल्याची नोंद 'देवकी महतो विरुद्ध भारत सरकार' या नावाने झाली होती. सर्वोच्च न्यायालयाने स्वेच्छानिवृत्ती योजनेवर ताबडतोब बंदी घातली. त्यामुळे काय, प्रचंड गोंधळ झाला. जणू भूकंपच झाला. एकट्या सारूबेडात बाहेरच्या लोकांचे साडेतीन लाख रुपये बुडाले. त्यांनी ही रक्कम नोकरी पटकावण्यासाठी दलालांना आगाऊ स्वरूपात दिली होती. सर्वच राजकीय पक्ष मला दोष देत होते. बघा, चांगल्या नोकऱ्या मिळत होत्या; रमणिकाजींनी बंद करायला लावल्या, असे त्यांचे म्हणणे होते. सुरुवातीला तर गावातील लोकांचादेखील गैरसमज झाला; परंतु नंतर त्यांना कळून चुकले की, त्यांच्या नोकऱ्या तर आरा, छपरा, बलिया किंवा हजारीबाग, धनबादचे उच्च जातीतील लोक विकत घेत होते. परिस्थिती अशी झाली होती की, मजुराला कर्ज देऊन सावकार त्यांचे नियुक्तीपत्र गहाण ठेवून घेत होते. कर्जाची परतफेड न केल्यास ते मजुराला स्वेच्छानिवृत्ती योजनेच्या अंतर्गत निवृत्ती घेण्यास सांगून त्याची नोकरी आपल्या मुलाच्या नावावर करण्यासाठी सावकार भाग पाडीत होते. जरी त्याची लग्नाची एक बायको घरी असायची तरीदेखील हे लोक नेहमी अशाच मजुरांचे जावई होऊन नोकरी मिळवीत होते. या योजनेनंतर कोलफिल्डमध्ये मांझीचे वडील तिवारीजी, सिंहजी, महतोजी, आणि शर्माजी किंवा साहूजी असल्याचे दिसू लागले. संघटनेच्या नेत्यांशी संगनमत करून कित्येक अधिकाऱ्यांच्या नातेवाइकांनासुद्धा नोकऱ्या मिळत होत्या. त्यामुळे मी १९८५ मध्ये मांडूतून निवडणूक हरले. परंतु मला याचे जरादेखील दुःख झाले नव्हते.

असो. आम्ही दुसरी आव्हान याचिका दाखल केली. ज्यात मी मांडूची आमदार असल्यामुळे स्वत: पहिली वादी झाले. माझ्याबरोबर एतवा करमाली, बसंत महतो, खुशीलाल महतो, खीरू महतो आणि इतरांनादेखील वादी केले होते. या याचिकेमध्ये आम्ही बसंतपूर, केदला, तापिन, लइयो, दुन्नी, आरा, सारूबेडा, तोपा-तोयरा, कुजू म्हणजे संपूर्ण मांडू क्षेत्रात सुरू असलेल्या खाणींमध्ये घेतल्या गेलेल्या जमिनींचा तपशील नोंदविला. त्यासाठी आम्ही हजारीबागच्या संयुक्त समाजवादी पक्षाचे गोपाल प्रसाद आणि स्वरूपचंद जैन या दोन वकिलांची मदत घेतली. आम्ही अर्जाचा एक नमुना तयार करून छापला. त्यात अर्जदाराच्या जमिनीचा पूर्ण तपशील—सर्व्हे-प्लॉट नंबर, दर्जा, मोजमाप यासोबत त्याची वंशावळ आणि इतर सर्व माहिती मागण्याची व्यवस्था होती; जेणेकरून सर्वोच्च न्यायालयात सर्व तपशील पोहोचू शकेल. आम्ही आपल्या लोकदल पक्षाच्या वकिलांना स्वरूपचंद जैन आणि गोपालबाबूंसोबत घेऊन गावागावांत जात होतो. हे छापलेले अर्ज भरून घेऊन कागदांच्या प्रतीसोबत अर्ज तयार करीत होतो. या कामात आमच्या संघटनेचे

कार्यकर्ते जुंपले होते. आम्हाला ही सर्व कागदपत्रे तयार करायला बराच कालावधी लागला. मजुरांनी शेतकऱ्यांसाठी निधी गोळा करून वकिलांचे येणे-जाणे, फॉर्मची छपाई आणि फॉर्म भरून घेणाऱ्यांचा खर्चदेखील त्यातून चुकता केला. आव्हान याचिका दाखल करताना पुंडी आणि वेलसगरा यांची नोंद राहिली होती. नंतर आम्ही सर्वोच्च न्यायालयात वेगळी विनंती याचिका दाखल करून त्यांनादेखील केसमध्ये सामील करून घेतले. त्या वेळी सर्वोच्च न्यायालयाचे न्यायाधीश भगवतीजी होते. त्यांनी वीसकलमी कार्यक्रमानुसार आमची याचिका दाखल करून घेऊन ती कपिल सिब्बलकडे नि:शुल्क चालविण्यासाठी सोपविली. मी स्वत: युक्तिवाद करण्यासाठी तयार होते. शिबाने रात्रंदिवस एक करून हे अर्ज क्रमवार लावून सर्व आकडे तयार केले होते. गावातील लोकदेखील दिलेल्या तारखेला दिल्लीला येत होते. ते आमच्या कर्जन रोडवर असलेल्या माझ्या पतीला देण्यात आलेल्या सरकारी फ्लॅटवर थांबत होते. प्रकाशला म्हणजे माझ्या पतीला हे आवडत नव्हते, परंतु माझीदेखील जिद्द होती. शिबा फार मेहनत घेत होती. ही याचिका कपिलजींनी मला सोबत बसवून स्वत: तयार केली होती.

या याचिकेमध्ये आम्ही कोळसा खाणींसाठी विशेष प्रकारे तयार केलेले कोल-बेयरिंग एरिया ॲक्ट १९५७ आणि १९९४ च्या जमीन अधिग्रहण अधिनियमाला (Land Acquisition Act) देखील आव्हान दिले होते आणि पुनर्वसनासोबतच स्त्रियांनादेखील मोबदला आणि नोकरी देण्याचा मुद्दा मांडला होता. जल-जंगल-जमीन, निवाऱ्यासाठी झोपडी उभारणे आणि इंधन इ. अधिकारांच्या भरपाईसाठीदेखील आम्ही अपील केले होते. नीळची शेती जबरदस्तीने करायला लावणाऱ्या इंग्रजांप्रमाणे मनमानी करणाऱ्या किंवा जुलूम करणाऱ्या कोल इंडियाच्या मनमानी कारभाराविरोधात तक्रार नोंदविली होती. रेल्वे मंत्रालयाने रेल्वेसाठी घेतलेली जमीन रेल्वेसाठी न वापरता ती जमीन जनतेला परत करण्याऐवजी दबावात येऊन कोल इंडियाला परस्पर देण्यात आली दिली होती. ते कायद्याने चुकीचे होते. वास्तविक, ती जमीन जनतेला परत करायला हवी होती. आम्ही ही वस्तुस्थितीदेखील आपल्या अर्जात नमूद केली होती. आमची केस फार मजबूत होती. भगवतीजींनी या रिट-पिटिशनवरदेखील संबंधित खाणींना विस्ताराच्या स्थगितीचा आदेश दिला आणि जोपर्यंत कोल इंडिया किंवा बिहार सरकार विस्थापितांची योजना तयार करून सर्वोच्च न्यायालयात सादर करणार नाही, तोपर्यंत जमिनीच्या अधिग्रहणावरदेखील बंदी घातली होती. न्यायालयाने बिहार सरकारला सर्व्हे करून पूर्ण आकडा देण्यासाठी सांगितले; जेणेकरून मांडू क्षेत्रात एकूण किती लोक विस्थापित होतील आणि त्यांची किती जमीन खाणींमध्ये जात आहे, हा आकडा मिळावा. त्या वेळी आम्ही जेलमध्ये होतो. १३ खाणींसाठी

सर्व्हे कँप लावण्यात आले होते. उपायुक्तांनी एक पत्रक छापून वाटले. त्याची प्रत आम्हाला देण्यात आली होती. आम्ही जेलमधूनच पत्रक आणि उपायुक्तांचा आदेश छापून घेऊन आपल्या युनियनच्या कार्यकर्त्यांच्या माध्यमातून ते पूर्ण मांडू क्षेत्रात हजारोंच्या संख्येने वाटले. न्यायालयासमोर हजारो लोक हजर झाले. बिहारच्या महसूल विभागाने यासंबंधीची संपूर्ण माहिती मिळवून आकडेवारीनिशी ती बिहार सरकारला पाठवून दिली.

एकट्या बसतपूर गावाच्या अवती-भवतीचे तेरा हजार लोक विस्थापित होत होते आणि आश्चर्याची गोष्ट म्हणजे, व्यवस्थापक मंडळ केवळ ३० लोकांना नोकरी द्यायला राजी होते. हा संघर्ष सुरू असताना सर्वोच्च न्यायालयाने मोबदल्याचा दर निश्चित करण्यासाठी कोल इंडियाला आदेश दिला, ज्यावर आम्ही आक्षेप घेतला.

आम्ही व्यापारी दराने जमिनीचा मोबदला मागत होतो; त्यांच्या वर्गवारीच्या आधारावर नाही. कारण कोल इंडिया व्यवसायासाठी जमीन घेत होती. या कँप कोर्टाच्या रिपोर्टप्रमाणे मांडू क्षेत्रातील केवळ बसतपूरमध्ये सी. सी. एल. ने घेतलेली जमीन ३३४२.४८ एकर एवढी होती, जी २५७५ कुटुंबांची होती आणि त्यामुळे ११०३० लोकांवर त्याचा परिणाम झाला होता. या अधिग्रहणामुळे ४३० कुटुंबे भूमिहीन आणि ७७ कुटुंबे बेघर झाली होती आणि ९१६ कुटुंबाना जमीन व घर दोन्हींचा फटका बसला होता. ११०३०मधून ६३१५ जणांचे वय १६ वर्षांपेक्षा जास्त होते आणि ४७९५ चे वय १६ वर्षांच्या आत होते. यापैकी १५५२ नोकरीत होते आणि ९४१८ बेरोजगार. अधिग्रहणानंतर उरलेली २९९ कुटुंबे एक एकरापेक्षा कमी जमीन असलेली होती. हा अहवाल आल्यानंतर बिहार सरकारने एक योजना तयार केली आणि ती सर्वोच्च न्यायालयात सादर केली. त्याची प्रत मला विधानसभेत माझ्या प्रश्नाचे उत्तर देताना महसूलमंत्र्यांनी दिली. या योजनेत बिहार सरकारने नमूद केले होते की, पुनर्वसनासाठी जमीन उपलब्ध नाही, त्यामुळे कोळसा कंपन्यांनी जमिनीच्या मर्यादेची अट न घालता कुटुंबातील एकाला नोकरी द्यावी. हा आदेश मांडू क्षेत्रात येणाऱ्या बसतपूर, पुंडी, केदला, तोपा, सारूबेडा इत्यादी गावांतील खाणींनी घेतलेल्या जमिनी किंवा घेतल्या जाणाऱ्या जमिनींसंदर्भात देण्यात आला होता.

असो. हा संघर्ष फार काळ चालला. आम्ही बेरमो क्षेत्रातून लालचंद महतो आणि त्यांच्या क्षेत्रातील शेतकऱ्यांतर्फे आणखी एक आव्हान याचिका सर्वोच्च न्यायालयात दाखल केली. तिन्हींची सुनावणी एकाच वेळी होऊ लागली. आम्ही वाशरीवरदेखील स्थगिती आदेश घेतला. परंतु नंतर कोल इंडियाने वेगळा अर्ज करून वाशरीवरील स्थगिती आदेश काढून घेतला. एवढे असूनसुद्धा आम्ही वाशरी

होऊ दिली नाही. जो रस्ता दोन डोंगरांमधून वाशरीला जात होता, त्या रस्त्यांवरील अर्धा एकर जमीन जनतेची होती. त्याच्या आजूबाजूने रस्ता होऊच शकत नव्हता, कारण तेथे खोल दऱ्या होत्या. आम्ही सर्व गावकऱ्यांना रस्त्याच्या त्या भागावर, जो जनतेचा होता, महिनाभर धरणे देऊन बसवून ठेवले. सी. सी. एल. चे लोक विमानाने तर जाऊ शकत नव्हते. त्यामुळे वाशरी तयार होऊच शकली नाही. सी. सी. एल. तर्फे बी. एम. पी. ची तुकडी कायमस्वरूपी तिथे नेमण्यात आली. परंतु गावकरीदेखील अडून होते. याच खटलेबाजीत दोन वर्षे निघून गेली. मात्र, गावकऱ्यांची एकी आणि तीव्र विरोध यामुळे सी. सी. एल. चे व्यवस्थापक मंडळ वाशरी सुरू करू शकले नाही. आम्ही आंदोलनाच्या बळावर बसंतपूर गावालादेखील उद्ध्वस्त होऊ दिले नाही. कोणतीही वस्ती उद्ध्वस्त होऊ दिली नाही. केवळ निर्मनुष्य जमीन वाशरीसाठी देण्यात आली.

याच दरम्यान बी. एम. पी. चा एक हवालदार मारला गेला. मग काय, पोलिसांनी बसतपूर गावाला चहूकडून घेरले. गावातील सर्व पुरुष पळून गेले; केवळ स्त्रियाच राहिल्या. खुशीलाल महतो, राजकुमार करमाली, बसंत महतो सर्व माझ्या घरी येऊन लपले. रामगढचे डी. एस. पी. सुवर्णो होते. ते स्वत: आदिवासी होते. नंतर ते डी. आय. जी. देखील झाले. मी घटनास्थळी जाऊन पाहिले. हवालदाराचे प्रेत जंगलात पडलेले सापडले होते. सर्वांचा संशय आंदोलनकर्त्यांवर होता. तिकडे बी. एम. पी. च्या जवानांनी एस. पीं. ना घेराव घातला होता. ते हवालदाराच्या मारेकऱ्यांना अटक का करीत नाहीत, अशी त्यांची विचारणा होती. त्यांना संशय होता की, ही हत्या मी त्यांना (बी. एम. पी. च्या जवानांना) भयभीत करण्यासाठी आंदोलनकर्त्यांकडून घडविली आहे, परंतु हे खरे नव्हते. खरं तर हे पोलीस दारू पिण्यासाठी रात्री गावकऱ्यांच्या घरी जात होते. कुणा स्त्रीसोबत थट्टा-मस्करी केली असेल, तर लोकांनी संतापाने मारले असावे. आंदोलनाशी त्याचा काहीही संबंध नव्हता. बसतपूर गावच्याच एका मुलीकडे त्या हवालदाराला शेवटचे पाहण्यात आले होते, जिथे तो दारू पिण्यासाठी गेला होता. बी. एम. पी. चे लोक मला अटक झाल्याचे पाहू इच्छित होते. परंतु एस. पीं. नी मला आणि माझ्या सोबत्यांना बोलावून सावध केले होते की, मला एकटीला कुठेही जाऊ देऊ नये आणि बी. एम. पी. कँपच्या पुढून तर अजिबात जाऊ देऊ नये. बी. एम. पी. चे लोक चिडून माझ्यावर गोळी झाडतील, अशी त्यांना भीती होती. आम्ही सात-आठ सोबत्यांना सोबत घेऊन चालू लागलो. बसतपूरला जाण्यासाठी आम्ही जंगलाचा रस्ता पकडला. हा रस्ता रौतावरून जात होता. आम्ही दुरुकसमरचा रस्ता सोडला. आमचा ड्रायव्हर खान फार हुशार होता. बसतपूर प्रकरणातील मुख्य आरोपी

माझ्याकडे लपले होते. इतर लोकांना आम्ही न्यायालयात शरणागती घ्यायला लावली होती. कोणत्याही गावकऱ्याला मारू नये, अशी डी.एस.पी. सुवर्णा यांनी पोलिसांना ताकीद दिली होती. राजकुमार करमाली, खुशीलाल आणि बसंत यांना न्यायालयात हजर न करता जामीन मिळावा, अशी आमचीदेखील जिद्द होती आणि हे आम्ही करविले. नंतर इतर सर्वांचीदेखील जामीनावर सुटका झाली. आम्हाला माहीत होते की, अटक आरोपींना जामीन दिला नाही तर मुख्य आरोपींना कधीच जामीन मिळणार नाही आणि आमचे आंदोलन बंद पडेल. या घटनेमुळे सी. सी. एल. ला मात्र संधी मिळाली. लोक फरार झाल्यावर त्यांनी वाशरी तयार करण्याचे साहित्य वाशरीच्या जागेवर वाहून नेले. गावच्या नेत्यांना जर मोकळे फिरण्याचे स्वातंत्र्य मिळू शकले असते, तर हे देखील झाले नसते. परंतु गावात दोन टोळींत वाद होता. एक टोळी मेघनाथ महतोच्या नेतृत्वात होती. ती ए. के. राय च्या सोबत होती. ते गावातील आपल्या गटबाजीमुळे या संघर्षात सहकार्य करीत नव्हते. त्यांनी मनात आणले असते, तर सी. एल. ला जागेवर पोहोचूच दिले नसते. मी त्या टोळीत जाऊन स्वत: आणखी काही लोकांना समजावले, की ही वेळ आपापसात भांडण्याची नाही. आपला लढा सी. सी. एल. सोबत आहे. आपण त्यांचा आधी निर्णय लावू, नंतर बसून आपापसातील वादाचा निर्णयदेखील लावता येईल. मला प्रत्यक्ष तिथे जावे लागले. खूप वादविवादानंतर ते लोक यात सामील होण्यास तयार झाले आणि सी. सी. एल. चा रस्ता अडविता आला. जमिनीचा तो लहानसा तुकडा त्याच टोळीतील लोकांचा होता.

हत्येचा संदर्भात अजून अटकसत्र सुरूच होते. त्याच वेळी आणखीन एक घटना घडली. एका आदिवासीच्या घरी बी. एम. पी. फोर्सचा आणखी एक हवालदार दारू पिऊन धिंगाणा करताना मारला गेला. तो हवालदार आदिवासी होता. या हत्येमुळे आम्हाला एक निमित्त आणि मार्ग सापडला. एस. पीं. ना देखील म्हणता आले की, बी. एम. पी. चे लोक स्वत: जनतेवर अत्याचार, जबरदस्ती करतात आणि मारले गेल्यावर सूड घेण्याची भाषा बोलतात. त्या वेळी सी. सी. एल. च्या सुरक्षा विभागाचे डी. आय. जी. एक भूमिहार होते. (भूमिहार- बिहार, मध्य प्रदेशात राहणारी एक हिंदू जमात आहे. हे स्वत:ला ब्राह्मण म्हणवितात.) ते हजारीबागच्या एस. पी. चे नातलगदेखील होते. या हत्येच्या आरोपावरून ते मला अटक करू इच्छित होते. परंतु एस. पीं. नी तसे होऊ दिले नाही आणि बिहार सरकारला असाच रिपोर्ट पाठविला की, सी. सी. एल. ला दिलेल्या बी. एम. पी. च्या तुकडीमुळेच कायदा आणि सुव्यवस्थेची स्थिती निर्माण होत आहे. असो. पोलीस विभागाची ही आपापसातील रस्सीखेच सुरू राहिली. त्या वेळी मी आमदार

होते. जे काही करू शकत होते, ते मी सत्ता आणि संघर्ष दोन्हींच्या बळावर केले. पण वस्तुस्थिती ही आहे की, संघर्षाच्या बळावरच मी अधिक करू शकले. अशा प्रकारे सर्वोच्च न्यायालयाचा स्थगिती आदेश उठल्यानंतरदेखील चार वर्षांपर्यंत वाशरी चालवू दिली गेली नाही. शेवटी एका जनरल मॅनेजरने अर्धा एकरावर एक नोकरी देण्याचे मान्य केले. म्हणजे ३० च्या ऐवजी केवळ वाशरीसाठी घेतल्या गेलेल्या जमिनीवर १०१ नोकऱ्या आणि गाव न हटविण्याचा निर्णय घेण्यात आला. न्यायालयाबाहेर आमच्याबरोबर तसा करार करून वाशरी सुरू करण्यात आली.

तिकडे लालचंद महतोजींकडूनदेखील गोविंदपूर प्रोजक्ट, जो बेरमोत येत होता, त्याला केंद्रस्थानी ठेवून आम्ही सर्वोच्च न्यायालयात आव्हान याचिका दाखल केली आणि स्थगिती आदेश घेतला. या आदेशात माझी मुलगी शिबाने युक्तिवाद केला होता. कारण त्या दिवशी कपिल सिब्बल कुठेतरी गेले होते. त्यात स्त्रियांनादेखील बरोबरीचा मोबदला आणि नोकरी देण्याचा त्याचबरोबर विस्थापनाचा प्रश्न मांडला होता. त्याबरोबर के. बी. सक्सेना यांना चौकशी करण्याचा आदेश मंजूर झाला की, त्यांनी एका सामाजिक कार्यकर्त्याला सोबत घेऊन या जमिनी कोण कसत आहेत, हे निश्चित करावे; मग त्यांच्याजवळ कागदपत्रे असोत वा नसोत. त्या क्षेत्रात कसेल त्याची जमीन (कूळ कायदा) हा अधिकार प्राप्त झालेली कित्येक गावे आहेत. कुळाच्या अधिकाराप्रमाणे कुणीही व्यक्ती जमीन नांगरून शेती करू शकतो, त्यासाठी अर्ज करणे गरजेचे नाही. सर्व्हे न झाल्यामुळे १९८० नंतर जनतेच्या नोंदी तयार झाल्या नव्हत्या आणि जे मजूर जमीन कसत होते, त्यांना सी. सी. एल. मान्यता देत नव्हती. जेव्हा बसतपूरमध्ये कॅंप लागले होते, तेव्हादेखील हीच समस्या उद्‌भवली होती. आम्ही महतो, करमाली आणि गंझू लोकांची बैठक बोलावून पडीक जमीन करमाली आणि गंझू लोकांच्या नावावर नोंदविली होती. हे आम्ही गावकऱ्यांच्या आपसातील सहकार्यामुळे आणि सामूहिक भावनेमुळेच करू शकलो होतो. जे पाटलाच्या किंवा चौधरीच्या जमिनीवर काम करणारे दलित किंवा आदिवासी आहेत, त्यांनादेखील नोकरीचा अधिकार मिळावा, हे आमचे ध्येय होते. असे झाले नसते, तर त्यांना नोकरीपासून वंचित राहायला लागले असते.

बी. एम. पी. खून खटल्यातील मुख्य आरोपी राजकुमार करमाली होता. तो आजारी पडला आणि माझ्याकडे घेऊन जाण्याचा सर्वांना सारखा आग्रह करीत होता. परंतु त्याच्या घरचे लोक त्याला भुताची बाधा झाली आहे, असे समजून मांत्रिकाकडून उपचार, तंत्र-मंत्र करीत रहिले. त्याला घटसर्प झाला होता, त्यामुळे तो बोलूदेखील शकत नव्हता. फक्त रडत होता आणि कधी-कधी इशाऱ्याने त्याला हजारीबागला माझ्याकडे नेण्यात यावे, असे सांगण्याचा प्रयत्न करीत होता. माझ्याकडे

त्याच्या आजाराबद्दल कुणीदेखील 'ब्र' ही काढला नाही. तो तरुण होतकरू होता आणि चांगले नेतृत्व करू शकला असता. अशा प्रकारे एक लढाऊ नेतृत्व अंधविश्वासाला बळी पडले. आजदेखील त्याचा चेहरा आठवला, की मी अस्वस्थ होते.

●●●

४५.
रेल्वेने घेतलेल्या जमिनीबद्दल याचिका

बसतपूरचा लढा दीर्घकाळ चालला. याच दरम्यान मी आमदार असल्यामुळे रेल्वेने घेतलेल्या केदला वस्तीच्या जमिनी जनतेला परत करण्यासाठी विधानसभेच्या याचिका समितीला विनंतीपत्र दिले. कायद्याप्रमाणे ही जमीन १९२६ मध्ये इंग्रजांनी कोळशाच्या उत्खननासाठी घेतली होती; परंतु तिचा वापर न करू शकल्यामुळे रेल्वेने ती जमीन जनतेला परत करायला हवी होती. मात्र, सी. सी. एल. ने रेल्वेच्या वरिष्ठ अधिकाऱ्यांशी संगनमत करून या जमिनी सरळ आपल्या नावावर करून घेतल्या होत्या. हे कायद्याच्या दृष्टीने चुकीचे होते. बिहार सरकारच्या महसूल आयुक्तांनी देखील या जमिनी जनतेला परत करायला हव्यात, हे याचिका समितीसमोर मान्य केले होते. या जमिनी पुन्हा अधिग्रहित करून त्या सी. सी. एल. ला दिल्या जाऊ शकतात; परंतु बिहार सरकारच्या सरकारी वकिलांनी कोल इंडियाच्या दबावाखाली येऊन हा खटला गुंतागुंतीचा केला. ही केस तर सर्वोच्च न्यायालयात अनिर्णित आहे, त्यामुळे विधानसभेच्या याचिका समितीत यावर विचार होऊ शकत नाही, असे त्यांनी सांगितले. आम्ही तर आपल्या याचिकेत रेल्वेच्या जमिनीचे केवळ उदाहरण दिले होते. त्यांच्यावर दावा ठोकला नव्हता. असो. याच धामधुमीत पाच वर्षे निघून गेली. सर्वोच्च न्यायालयाच्या या स्थगिती आदेशाचा फायदा आम्हाला नक्कीच झाला. तो म्हणजे, या आदेशानंतर

सी. सी. एल. ला जेव्हा कधी जमिनीची गरज भासायची, तेव्हा ते जनतेच्या अटींवर नोकरी देऊनच जमीन घेऊ शकत होते. जमिनीच्या मोबदल्यात नोकरी देताना प्रत्येक बाबतीत आम्हीदेखील पाठपुरावा करीत होतो. सी. सी. एल. ने पुंडी गावच्याच सरपंचाला आणि काही दलालांनादेखील आमच्या विरोधात उभे करून न्यायालयात शपथपूर्वक प्रतिज्ञापत्र पाठविले. परंतु नंतर त्याच लोकांनी सी. सी. एल. च्या विरोधात दुसरे प्रतिज्ञापत्र पाठविले. १९६४ मध्ये पुंडीच्या प्रकल्पासाठी जमीन घेतली होती, परंतु प्रकल्प सुरू करण्याची योजना १९८१-८२ मध्ये झाली. मोबदला १९६४ च्या हिशेबानेच दिला जात होता. मात्र आम्ही सर्वांना मोबदला घेण्यास मनाई केली. व्यापारी भावाने मोबदला किंवा जमिनीच्या मोबदल्यात जमीन आणि जनतेला जमिनीवरून हटविणे व त्यांचे सर्व अधिकार काढून घेण्याच्या बदल्यात नोकरी मागितली. या गावात काही दलाल निर्माण झाले होते. तरीदेखील बलसगरा गाव ठाम राहिला. बसतपूरच्या लोकांनी तर शेवटपर्यंत मोबदल्याची रक्कम उचलली नाही, परंतु पुंडीतील लोक मोबदल्यासाठी सर्वांत आधी तुटून पडले होते.

जे काही झाले, त्यामुळे शेकडो लोकांना नोकऱ्या नक्कीच मिळाल्या. यांत रजपूत, महतो आणि साओ लोकांनी व्यवस्थापन अधिकाऱ्यांशी संगनमत करून मांझी, मुंडा आणि करमाली लोकांच्या जमिनींच्या बदल्यात नोकऱ्यांची शेवटपर्यंत लूट केली. त्यावर आम्ही आक्षेप नोंदविला. मला आठवते, तोपा खाणीत अपघात झाल्यानंतर मी पुंडी गावच्या आदिवासींच्या वस्तीत गेले होते. तेथील दोन मजूरदेखील त्या खाण अपघातात मारले गेले होते. तेथे गेल्यावर मला एका मांझीने विचारले, "माझी ४२ एकर जमीन होती. आम्हाला सात नोकऱ्या मिळाल्यात; ज्यातील आज एक मारला गेला. ज्याचे प्रेतवस्त्रदेखील लहान मिळाले. तीन एकरावर एक नोकरी, या हिशोबाने माझ्या उरलेल्या सात नोकऱ्या कुठे आहेत?" प्रश्न योग्य होता. आमच्या संघटनेचा त्या शाखेचा नेता द्वारका महतो होता. तो त्या गावात माझ्यासोबत आला नव्हता. दुसऱ्या कुटुंबानेदेखील प्रेतवस्त्र लहान असल्याची तक्रार केली. प्रेतवस्त्र वाटण्याचे काम संघटनेची नेतेमंडळीच व्यवस्थापनाकडून पैसे घेऊन करीत होती. माझ्या सोबत पत्रकार होते. पुंडीच्या गावकऱ्यांनीदेखील द्वारका महतोच्या विरोधात बऱ्याच तक्रारी नोंदविल्या होत्या. मी तेथून उठून सरळ मांडू ठाण्यात पोहोचले आणि द्वारका महतो, जो आमचाच कार्यकर्ता होता, त्याच्या विरोधात सरकारी पैशाचा घोटाळा, छोटी प्रेतवस्त्रे खरेदी करणे आणि आदिवासीच्या जमिनीवर दुसऱ्यांना नोकरी देण्याचे कट-कारस्थान रचणे इत्यादी आरोप ठेवून तक्रार नोंदवून आले. द्वारकाला संघटनेमधून काढून टाकण्यात आले आणि व्यवस्थापनाला या

आशयाचे पत्र देऊन पत्रकेदेखील वाटण्यात आली. आदिवासी आणि इतर गावकऱ्यांना सोबत घेऊन सात नोकऱ्यांचा शोध, तपास करण्यासाठी व्यवस्थापनासमोर मी निदर्शनेदेखील केली. नंतर समजले की, त्या सात नोकऱ्या कुजूच्या जी. एम. च्या पुतण्यासहित संघटनेच्या सर्व नेत्यांनी आपापल्या लोकांना नकली जावई किंवा भाऊ दाखवून दिल्या होत्या.

आम्ही पाठपुरावा केल्यामुळे या बनावट लोकांना नोकरीवरून काढून टाकण्यात आले, परंतु कंपनीने त्या मांझीच्या कुटुंबीयांना काम दिले नाही. माझ्यावर दोन्हीकडून दडपण येऊ लागले. काढून टाकलेले लोक संघटना सोडण्याची भीती दाखवून वेगळेच दडपण आणीत होते. त्यांचे नातलग— जी संघटनेची नेतेमंडळी होती— ते वेगळ्याच धमक्या देत होते. बिचारा भुत्तू मांझी जेव्हा न बोलता माझ्यासमोर येऊन चुपचाप उभा राहत होता, तेव्हा त्याचे अस्तित्व मला एका प्रश्नचिन्हासारखे वाटत होते. अंतर्मनातील दबावामुळे माझ्यावर आणखीनच दडपण येत होते. कारण आमच्याच संघटनेच्या कार्यकर्त्यांच्या दोषामुळे हे सर्व झाले होते. एकदा कारीनाथ महतो आणि कार्तिक महतोने लालचंदजींना सांगून कार्यकरिणीच्या बैठकीत मला हा प्रश्न विचारला आणि सल्ला दिला की, या केसमध्ये संघटनेतर्फे दडपण टाकण्यात येऊ नये; जेणेकरून नकली लोक पुन्हा नोकरीवर घेतले जातील.

माझे उत्तर होते, ''जर तुम्ही त्या मुद्द्यावर दडपण आणीत असाल, तर मी संघटनेच्या सचिवपदाचा राजीनामा देईन; पण मांझी लोकांची नोकरी दुसऱ्यांना दिली जाणार नाही.'' लोक त्या वेळी गप्प बसले; पण आतल्या आत मला अद्दल घडविण्याचा उपायदेखील शोधू लागले. पुढच्या निवडणुकीत त्यांच्या या सर्व युक्त्या मला पराभूत करण्यासाठी उपयोगात आल्या. परंतु मला या पराभवाची कधी खंत वाटली नाही. आम्ही या नकली पुनर्नेमणुकांच्या विरोधात कित्येकदा कुजू क्षेत्रात मोर्चे काढले, परंतु त्याचा काहीच परिणाम झाला नाही. आम्हाला ही शिकवण नक्कीच मिळाली की, तक्रार केल्यावर कोल इंडिया नकली लोकांना ताबडतोब काढून तर टाकते; परंतु योग्य माणसाची नेमणूक करीत नाही. खऱ्या माणसाची केस तर लवादामध्येदेखील जाऊ शकत नाही. कारण तो कर्मचारी किंवा कामगार नसतो. बाहेर न्यायालयात खटला चालविणे खर्चिक ठरते. संघटना किंवा दावेदाराच्या ते आवाक्यात नसते. दावेदार असंघटित असतात आणि त्यांची नोकरी बळकावणाऱ्यांना जाणते-अजाणतेपणे संघटनेची ताकददेखील साथ देत असते.

●●●

४६.
सिंगरौलीत संघटनेची स्थापना

आमच्या संघटनेच्या शाखा १९८४ मध्येच सिंगरौली क्षेत्रात उघडल्या गेल्या होत्या आणि माझा बराचसा वेळ तेथे जाऊ लागला होता. लालचंद महतोंनी त्यांच्या संघटनेचे आमच्या संघटनेत विलीनीकरण केले आणि ते आमच्या कोलफिल्ड मजदूर संघटनेचे कार्यकारी अध्यक्ष झाले होते. प्रणव चटर्जींच्या मृत्यूनंतर त्यांची पत्नी आमच्या संघटनेची अध्यक्ष होती. नंतर जॉर्ज फर्नांडिसना अध्यक्ष करण्यात आले. याच दरम्यान आम्ही आपल्या संघटनेला हिंद मजदूर सभेशी संलग्न केले आणि मी एच. एम. एस. ची केंद्रीय कार्यकारिणीची सदस्य झाले. कोचीनमध्ये हिंदू मजदूर पंचायत (एच.एम.पी) आणि हिंद मजदूर सभेचे (एच.एम.एस.) विलीनीकरण झाले आणि मधू दंडवतेंचे भाऊ एच.एम.एस.चे अध्यक्ष झाले. शांती पटेल जनरल सेक्रेटरी झाले. तेव्हा मुंबईमध्ये पहिल्यांदा संयुक्त व्यासपीठ तयार झाले. एच. एम. एस.-बी. एम. एस. -सी. आय. टी. यू. आणि इंटकचा 'दारा ग्रुप'देखील सामील झाला. मी एच. एम. एस. कडून कोळसा फेडरेशनतर्फे सहभाग घेतला आणि संयुक्त मंचाच्या सभेत बोललेदेखील. त्या वेळी जॉर्जची फेरीवाले, पथारीवाल्यांची संघटना आणि टॅक्सीमॅन संघटनेची मुंबईत फार चर्चा होती. मला जॉर्जनी संपादित केलेले इंग्रजी नियतकालिक अदरसाइड (Other side) च्या संपादक मंडळाचे सदस्यदेखील करण्यात आले. गुजरातमधील

हॉटेलांतील कामगारांचे संघटन करण्याच्या उद्देशाने आणि सुरतजवळ होत असलेल्या एका मोठ्या बंधाऱ्याच्या विरोधात मी आणि जॉर्ज दिल्लीवरून उदयपूरमार्गे कारने एकत्र गेलो होतो. जॉर्जनी मला तेथे थांबण्यास सांगितले. मी तेथील आदिवासींच्या विस्थापनाच्या प्रश्नावर बरेच मोठे आंदोलन उभे केले होते. गुजरातचे लोक तर कच्छ आंदोलनापासूनच माझ्या फार जवळ आले होते. विशेषत: अहमदाबाद, कच्छ, भूज, सुंदरनगर, पालिताना आणि भावनगर भागातील लोक.

असो. आमच्या कोलफिल्ड लेबर युनियनच्या शाखा बिलासपूर-रायगढ आणि आसामपर्यंतदेखील उघडल्या होत्या. हजारीबागहून त्यांचे नियंत्रण करणे मला फार कठीण जात होते, कारण आमच्याकडे कार्यकर्ते खूप कमी होते.

●●●

४७.
आमदारकी गेल्यावर...

विधानसभेच्या निवडणुकीत माझा पराभव झाल्यानंतर याचिकेद्वारे आधी दाखल केलेली रेल्वेच्या जमिनीची माझी केस आपोआपच रद्द झाली.

सर्वोच्च न्यायालयातील आमच्या केसचादेखील फज्जा उडाला होता. मी निवडणूक हरल्यानंतर काही लोक जातीच्या नावावर टेकलाल महतो (जे आमदार झाले होते) यांच्याबरोबर गेले होते. मी सी. पी. एम. मध्ये जाण्याची घोषणा केली होती आणि माझी संघटनादेखील 'सिटू'शी संलग्न केली होती. त्यामुळे खीरू महतो आणि खुशीलाल महतोदेखील संघटनेतून वेगळे होऊन लालचंदजींसोबत राहिले. नंतर ही मंडळी समता पक्षात गेली. त्यांनी सर्वोच्च न्यायालयाच्या तारखांना जाणेदेखील बंद केले. जे आमची केस हाताळत होते, त्या कपिल सिब्बलनादेखील ही मंडळी भेटत नव्हती. माझी मुलगी शिबा, जी कपिल सिब्बल यांच्या मदतीने आमची केस नि:शुल्क लढवत होती, तीदेखील कॅनडाला गेली होती. पाठक नावाचे एक वकील ही केस चालवत होते, 'ऑन रेकॉर्ड' ते आमचे वकील होते. ते केस रद्द होऊ नये म्हणून फक्त तारखेच्या दिवशीच हजर राहायचे आणि सुनावणीच्या दिवशी कपिल सिब्बल किंवा शिबाला बोलावून घ्यायचे. ते फार चांगले वकीलदेखील नव्हते. मी आमदार असेपर्यंत पाठकजींची फी देत होते. नंतर कुणी लक्ष घातले नाही. न्यायालयाच्या कित्येक नोटिसा आल्या,

परंतु गावकरी खटल्याच्या सुनावणीला हजरच झाले नाहीत. त्यांनी तर मला तारखेची सूचनाही दिली नाही आणि वकिलाची फीही दिली नाही. विस्थापितांच्या या खटल्याच्या वेळी हजर न राहिल्यामुळे ही आव्हान याचिका रद्द झाली. वकील पाठकजींचा मृत्यू झाला. ते कुणाला तारखेची सूचनादेखील देऊ शकले नव्हते. त्यामुळे ठरलेल्या तारखेच्या दिवशी कुणीच गेले नाही.

मला १९८५ मध्ये जेव्हा जनता पक्षाने लोकसभेच्या निवडणुकीसाठी उमेदवारी दिली, तेव्हा शेवटच्या दिवशी चंद्रशेखरजींनी (माजी पंतप्रधान) दिल्लीत माझे निवडणूक प्रचारचिन्ह काढून घेऊन माजी अर्थ व परराष्ट्र मंत्री यशवंत सिन्हा यांना उमेदवारी दिली. जॉर्ज फर्नांडिसनी खूप प्रयत्न केले, परंतु चंद्रशेखरजींनी ऐकले नाही. तेव्हा जॉर्जची पत्नी लैला कबीर जॉर्जसोबत राहत होती. तिने जॉर्जवर खूप दडपण आणले, पण चंद्रशेखर यांच्यापुढे जॉर्जचे काहींच चालले नाही. मला सांगण्यात आले की, सूरजबाबूंच्या हत्येमुळे राजपूत गट माझ्यावर नाराज आहे आणि चंद्रशेखरदेखील त्यांच्यापैकीच एक आहेत; तेव्हा मी स्वतंत्रपणे 'नाव' हे चिन्ह घेऊन निवडणूक लढवावी. केवळ जीवाधन महतोंनी विरोध केला होता आणि म्हटले होते की, स्वतंत्र निवडणूक लढणे योग्य ठरणार नाही. असो. मी आणि यशवंत सिन्हा दोघेही पराभूत झालो.

संसदेच्या सेंट्रल हॉलमध्ये मी चंद्रशेखरजींसोबत खूप आवेशाने वाद घातला. त्यांच्यावर जातीयवादी नेता असल्याचा आरोप ठेवीत मी म्हटले, "तुमच्या दृष्टीने तुम्हाला तुमच्या जातीतलेच लोक महत्त्वाचे वाटतात किंवा उच्चभ्रू लोकच काम पूर्ण करू शकतात. सूरजबाबूंची हत्या ही खरोखरच एक दुःखदच नव्हे, तर लाजीरवाणी बाब होती. परंतु, तुम्ही केवळ एकाच जातीवर झालेल्या अत्याचारासंबंधी प्रतिक्रिया देता. मलादेखील गुंडांनी मारहाण करून अर्धमेले केले होते आणि त्याच दरम्यान रामानंद तिवारींनादेखील मिलमालकांनी मारहाण करून ते मेले असे समजून फेकून दिले होते. परंतु त्या वेळी तुम्ही एका शब्दानेदेखील प्रतिक्रिया दिली नव्हती. आज सूरजबाबूंच्या हत्येच्या घटनेसाठी रमण कमिशनचा अहवाल असूनसुद्धा तुम्ही मला दोषी मानता. माझी उमेदवारी दुसऱ्याला देत आहात. हा जातीयवादी दृष्टिकोन नाही तर काय आहे?" मला उमेदवारी मिळवून देण्यात कपिल देवबाबू आणि भानूजींची मोठी भूमिका होती. मी निवडणूक लढवावी, अशी भानूची इच्छा होती. त्यांनी आणि कपिल देवबाबूंनी मिळून माझे नाव बिहार शाखेच्या वतीने जनता पक्षाच्या केंद्रीय निवडणूक मंडळाला पाठविले होते.

कर्पुरीजींनी देखील माझे नाव लोकसभेची निवडणूक लढविण्यासाठी मान्य करून पाठविले होते. परंतु विजय मिश्र आणि मुन्शीलाल राय मला विरोध करीत

होते. जनता पक्षात राहावे यासाठी कार्यकर्त्यांचे दडपण होते, परंतु माझी इच्छा कर्पुरीजींसोबत जाण्याची होती! शेवटी कार्यकर्त्यांचे म्हणणे ऐकून मला निर्णय घ्यावा लागला— जो एक चुकीचा होता. या दरम्यान सी. पी. एम. च्या सोबत्यांशीदेखील संपर्क होऊ शकला नाही. त्या वेळी त्यांनी मला जर कायदेशीरपणे पक्षात येण्याचे निमंत्रण दिले असते, तर मी ताबडतोब त्या पक्षात गेले असते आणि निवडणूक लढले नसते. मी निवडणूक लढल्यामुळे सी. पी. आय. चे भुवनेश्वर महतो पराभूत झाले; जे व्हायला नको होते. सर्व काही वैयक्तिक प्रतिष्ठेमुळे आणि भावनेच्या भरात झाले, परंतु हे सर्व योग्य झाले नाही.

मी निवडणूक हरल्यानंतर सिटूचे महासचिव चंडीप्रसादजी माझ्याकडे आले आणि मला मार्क्सवादी कम्युनिस्ट पक्षात प्रवेश केल्याची घोषणा करण्यास सांगितले. मी विधानसभेच्या अध्यक्षांना अर्ज दिला. विधानसभेच्या शेवटच्या सत्रात मी सी. पी. एम. ची आमदार म्हणून भागदेखील घेतला. कित्येक लोकांनी कर्पुरीजींकडे माझ्या विरोधात तक्रार केली, तर ते म्हणाले, ''चला, रमणिकाजींनी प्रगतीच केली आहे— त्या काँग्रेसमध्ये तर गेल्या नाहीत? सी. पी. एम. मध्ये गेल्या आहेत; सत्तेत नाही. विरोधी पक्षात गेल्या आहेत, जो आमचा समर्थक आहे.''

परंतु मला नेहमी एक अपराधीपणाची भावना सलत राहिली. त्यामुळे मी त्यांना भेटण्यास गेले नाही. कर्पुरीजींनी निवडणुकीत माझ्याच एका (शिया) मुसलमान समर्थकाला माझ्याच विरोधात उभे केले होते. मला ही अपेक्षा नव्हती. परंतु यासाठी मी कर्पुरीजींना दोष देत नव्हते, पक्षाशी असलेल्या बांधिलकीमुळे त्यांचे ते कर्तव्य होते.

नंतर आम्ही संघटनेच्या कार्यकर्त्यांची बैठक बोलाविली. संघटनेचे कार्यकर्ते माझा आधार होते. सिटूमध्ये जाण्यावरून परत मतभेद झाले. सी. पी. एम. मध्ये गेल्यावर तर मतभेद आणखीच वाढले आणि आम्ही विभागलो गेलो. आपल्या विभागल्या गेलेल्या ताकदीसोबत मी सिटू आणि सी. पी. एम. मध्ये आले. ताकद विभागली गेली असूनसुद्धा आमच्या संघटनेच्या अनेक शाखा होत्या. त्या हजारीबाग, धनबाद, कुजू, अरगडा, रामगढ, उत्तर कर्णपुरा, सिंगरौली, विलासपूर आणि आसाममध्ये पसरल्या होत्या. आम्ही दहा हजारांपेक्षा जास्त सदस्यांसोबत सिटू (Center for Indian trade Union) मध्ये सामील झालो होतो.

ही फार मोठी कहाणी आहे— नंतर माकपमध्ये राहून आम्ही संघर्ष केला. त्याचा एक वेगळाच इतिहास आहे.

●●●

बिहार
विधान परिषद व
विधानसभेत झालेले
वाद, राजकीय
आठवणी
आणि निष्कर्ष

४८.

स्त्री असल्यामुळेच...

राजकारणात आलेल्या स्त्रियांबद्दल नेत्याचा वेगळाच दृष्टिकोन असतो. जर अशा स्त्रीने पुरुषाच्या मागण्या धुडकावल्या आणि त्यांना जळजळीत प्रत्युत्तर दिले, रोखठोक उत्तर दिले; तर ते तिच्या विरोधात चरित्रहीनतेचा आरोप करू लागतात. राजकारणात स्त्रियांना तुच्छ लेखण्याची, तिरस्कृत करण्याची परंपरा आहे. ज्याला नकार दिला, तोच हे सांगत फिरतो की, ''माझ्या तर मागे लागली होती; मोठ्या मुश्किलीने मी तिला दुसऱ्याच्या स्वाधीन करून आपला पिच्छा सोडविला आहे.''

स्त्रियांना फसविण्यासाठी आणि फूस लावण्यासाठी या नेत्यांकडे राजरोसपणे दलाल असतात. ते केवळ स्त्रियांचे चारित्र्यहनन करण्यासाठी आणि त्यांना निरुत्साही करण्यासाठी तरबेज असतात. त्यामुळे राजकारणात आलेल्या स्त्रिया यांच्या अटींप्रमाणे जगण्यासाठी विवश होतात.

विधान परिषद आणि विधानसभेतदेखील कित्येकदा अशी स्थिती आली की, स्त्री असल्यामुळे माझ्यावर दडपण आणण्याचा किंवा मला घाबरून टाकण्याचा किंवा भीती दाखविण्याचा प्रयत्न केला गेला. परंतु मी घाबरलेही नाही आणि वाकलेदेखील नाही, ही गोष्ट वेगळी. पण सर्वांच्या बाबतीत असे घडत नाही. मला असे वाटते की, मी स्त्री असल्यामुळेच गुंडांचा सामना एवढ्या निडरपणे आणि यशस्वीपणे करू शकले. पुरुष असते, तर कदाचित एवढे

शक्य झाले नसते. लोकमानस पुरुषाची तक्रार तेवढ्या गांभीर्याने घेत नाही. तसेदेखील पुरुषाला मारण्यास गुंड कचरत नाहीत. मी स्त्री होते. मला मारले असते, तर गोंधळ उडाला असता. स्त्रीवर हल्ला केल्याने पुरुषाची प्रतिमा समाजात तर बिघडतेच; परंतु त्याचे मनही त्याला खात असते. असे झाले तर त्याच्या शौर्यावर आणि पौरुषत्वावर लोक शंका घेऊ लागतात. ते म्हणू लागतात, ''हा कसला माणूस आहे; जो स्त्रियांशी भांडतो किंवा त्यांच्यावर हात उगारतो?'' एकदा सूरजदेव सिंहने कुणाला तरी म्हटलेदेखील होते, ''रमणिकाजी स्त्री आहे, नाही तर मी त्यांना काय ते सांगितले असते.'' स्त्रीवर हात उगारल्यावर जर तो त्या स्त्रीचा पती नसेल, तर त्याचा हात अडखळतोच.

●●●

४९.
पहाडासारखा उंच आणि
शरीरयष्टी काळ्या खडकासारखी

आमदार विनोद सिंह आणि त्यांचे ठेकेदार मित्र हरिवंश सिंह 'खुनी' पलामूच्या जंगलातून लाकडे चोरून विकत होते. मी विधान परिषदेत प्रश्न उपस्थित करून गुंडगिरीच्या कायद्याखाली त्यांच्या अटकेची मागणी केली, तर त्यांनी विधानसभेच्या कक्षाबाहेरच मला अडवून धमक्या देण्यास सुरुवात केली.

ते विधानसभेच्या कॉरिडोरच्या बाहेर अचानक माझा रस्ता अडवून उभे राहिले आणि म्हणाले, "ओळखलंत, मी कोण आहे?"

मी मान वर करून बघितले, तर भरभक्कम शरीरयष्टी असलेल्या काळ्या खडकासारखा धिप्पाड माणूस माझ्यासमोर उभा होता.

"तुम्ही विनोद सिंह आहात का?" मी विचारले.

"फार प्रश्न विचारतेस! तुझा प्रश्न मागे घे. हे चुकीचे आहे." तो म्हणाला.

मी त्यांना नखशिखान्त पाहिले आणि दृढ निश्चयाने म्हणाले, "तुम्ही विनोद सिंहच आहात ना? मी तुमच्यावर केलेले सर्व आरोप जर चुकीचे असतील, तर मग तुम्हाला घाबरण्याचे कारण काय? सरकार माझे आरोप बिनबुडाचे ठरवेल. पण मी प्रश्न मागे घेणार नाही."

"मग तयार राहा. आम्ही तुला बघूनच घेऊ." अशा प्रकारे धमकी देऊन ते सभागृहात घुसले.

सभागृहात जाऊन परिषदेच्या अध्यक्षांकडे मी तक्रार केली आणि घडलेला प्रसंग सांगितला. सभागृहात गोंधळ झाला. पुरुष नेते, जे नेहमी मला विरोध करीत होते, तेदेखील त्या दिवशी सभागृहात हा राजकीय मुद्दा करून मला मदत करण्यासाठी उठून उभे राहिले. माहीत नाही; एका स्त्रीला दिलेल्या धमकीच्या विरोधात ही त्यांची प्रतिक्रिया होती, की आमदाराच्या अधिकारावर अतिक्रमण झाल्याच्या विरोधात दुःख होते; की दोन्ही! काही प्रतिक्रिया तर राजकीय फायदे उपटण्यासाठी होत्या आणि काही प्रतिक्रिया दर्शक-गॅलरीत बसलेल्या प्रसारमाध्यमांवर प्रभाव टाकण्यासाठी होत्या; परंतु त्या दिवशी पूर्ण सभागृह माझ्यासोबत होते - विरोधी पक्षदेखील, सरकारदेखील आणि अध्यक्षदेखील.

●●●

५०.

मला माझे प्राण प्रिय नाहीत.

धनबादच्या कुप्रसिद्ध गुंडांचा प्रमुख सूरजदेव सिंहाच्या साथीदारांनी शंकरदयाल सिंहांच्या एका समर्थकाची कतरासच्या भर बाजारात सर्वांसमोर हत्या केली होती. मी हा प्रश्न विधान परिषदेत मांडला. तेव्हा धनबाद येथील काँग्रेसचे नामांकित मजूर नेते व्ही. पी. सिन्हा माझ्यावर नाराज झाले. कारण सूरजदेव सिंह त्या वेळी त्यांच्या गटात होते. खरे तर माजी मंत्री शंकरदयाल सिंह आणि त्यांचे भाऊ सतदेव सिंह हे त्यांचे विरोधक होते. तेव्हा मी व्ही. पी. सिन्हांच्या पत्नीला डोरोथीला म्हणाले होते, "सिन्हासाहेबांना सूरजदेवला केलेली मदत फार महागात पडेल, कारण हा तोच सूरजदेव सिंह आहे, ज्याने शंकरदयाल सिंह आणि सतदेव सिंहांच्या सांगण्यावरून व्ही. पी. सिन्हांना इंटकच्या सभेत गचांडी धरून त्यांची मानहानी केली होती."

माझी ही भविष्यवाणी खरी ठरली. सूरजदेव सिंहाने व्ही. पी. सिन्हांची हत्या घडविली. व्ही. पी. सिन्हांना मारणाऱ्या लोकांकडून चोरीच्या कित्येक बंदुका मिळाल्या. त्या बंदुकांच्या परवान्यावर ज्याचा नाव-पत्ता होता, त्यासंबंधी बैजनाथ पांडे (जे नंतर बिहार सरकारमध्ये मंत्रीदेखील झाले) यांनी विधान परिषदेत सांगितले होते—

"सर्वांची नावे तर माझ्याकडे आहेत, परंतु ती मी सांगू शकत नाही. कारण माझ्या जीवाला धोका आहे. मला माझे प्राण प्रिय आहेत."

"मला माझे प्राण प्रिय नाहीत, त्यामुळे मी सर्व सत्य सांगत आहे. या सर्व बंदूकधारकांच्या परवान्याचा पत्ता एकाच व्यक्तीच्या केअर ऑफ करून नोंदविला आहे. सर्वांच्या परवान्यांवर लिहिलेला पत्ता आहे- द्वारा- (Care of) सूरजदेव सिंह." मी उभे राहून सभागृहाला सांगितले. सरकारने माझे आभार मानून सर्वांना अटक करण्याचे आश्वासनदेखील दिले.

मग काय – जणू मी गांधीलमाशीच्या पोळ्यातच हात घातला होता! आरोप-प्रत्यारोप सुरू झाले. मला फोनवरून धमक्या आणि शिव्या देण्यात येऊ लागल्या. त्याची माहिती मी सभागृहाला दिली. परंतु फोनवर शिव्या देणारा तो वाघ कसा सापळ्यात येईल? मी कित्येक तास फोनचा रिसीव्हर उचलून ठेवला. तरीदेखील फोन उचलल्यावर शिव्या ऐकू येत होत्या. यासाठी माझा रक्षक शिवमुनी रामने (एक दलित होता)- एक नामी युक्ती शोधली. त्याने आमच्या मोलकरणीच्या मुलीला –जी अंदाजे नऊ वर्षांची होती – तिला सांगितले- "बेटा, तू या फोनजवळ बस, फोनवर जो शिवी देईल, त्याला तू मनसोक्त शिव्या दे; म्हणजे तो बोलूच शकणार नाही. तुला रोज रसगुल्ले मिळतील."

मग काय; त्या लहानशा मुलीने शिव्या देणाऱ्यावर एवढ्या जबरदस्त शिव्यांचा भडिमार केला की, तिसऱ्या दिवसापासून फोनवर शिव्या ऐकू येणे बंद झाले. ती मोठमोठ्या, वाईट शिव्या अगदी सहजपणे देत होती. मला असे वाटले की, अशा प्रकारे तिचे एकसारखे शिव्या देणे, ही अन्यायाविरुद्धची अहिंसक पद्धतीची एक प्रतिक्रियाच होती. त्याचबरोबर एक दडलेलेदेखील होते.

त्याच दरम्यान हजारीबागला परत येताना माझ्या गाडीवर गोळ्या झाडण्यात आल्या; परंतु आम्ही वाचलो. ही घटना पहिल्यांदा बरही आणि हजारीबागच्या मध्ये रस्त्यात घडली आणि दुसऱ्यांदा धनबादहून परतताना बेगोदरनंतर टाटीझरियाच्या आधी. गाडीच्या बंपरला गोळी लागली. माझे आठवड्यातून एकदा रात्री कारने हजारीबागला येणे-जाणे सुरूच होते. धमक्या येत असूनसुद्धा ते थांबले नाही. मला माहीत होते की, मला कोठेही मारले जाऊ शकते. फ्लॅटमध्येसुद्धा. मग येणे-जाणे का बंद करावे? काम का थांबवावे? या घटना तेव्हाच्या आहेत, जेव्हा मी १९७४ ते १९७९ च्या दरम्यान बिहार विधान परिषदेची सदस्या होते.

●●●

५१.

विधानसभेच्या शिष्टाचारावर आघात

काँग्रेसचे मंत्री तापेश्वर देव आणि जनता पक्षाचे गोपाल चरण सिंह (तेच जे आम्हाला कच्छला जाण्यास अडवीत होते) यांचा १९८० मध्ये पराभव केल्यानंतर मी मांडू मतदारसंघातून विधानसभेच्या निवडणुकीत लोकदल पक्षातर्फे निवडून आले. त्या वेळी लोकदलमध्येदेखील काही यादव आणि कुर्मी आमदारांचा एक गट संयुक्तपणे मला विरोध करीत होता. विधानसभेतील माझे बहुतेक प्रश्न सार्वजनिक हिताचे होते; याउलट अधिकाऱ्याची बदली करण्यासाठी किंवा बदली रोखण्यासाठी अधिकांश सदस्य प्रश्न विचारायचे. १९८० मध्ये विस्थापितांचे आंदोलन करून मी आणि लालचंदजी सुमारे २००० लोकांना घेऊन जवळजवळ दोन महिने जेलमध्ये होतो. सरकारला आमच्यावरील सर्व खटले मागे घेऊन आम्हाला सोडावे लागले होते. बिहार सरकारने विस्थापितांच्या मागण्या योग्य मानल्या होत्या. त्यानंतर मी विस्थापितांच्या मागण्यांसंदर्भात सर्वोच्च न्यायालयात कोल इंडियाच्या विरोधात एक याचिका दाखल करून स्थगिती आदेशदेखील मिळविला होता. हजारीबाग जिल्ह्यातील कोळशाच्या भागात आंदोलनदेखील चालविले होते. माझ्या एका प्रश्नाचे उत्तर देताना महसूलमंत्री लहटन चौधरी म्हणाले होते, "सर्वोच्च न्यायालयात सरकारतर्फे विस्थापितांना मदत मिळावी म्हणून जे प्रतिज्ञापत्र सादर करण्यात आले आहे, ते वाचून दाखविणार नाही. कारण ते

फार मोठी आहे. थोडक्यात वाचल्यास माननीय सदस्यांचे समाधान होणार नाही.''

यावर काही आमदार 'लहान' आणि 'मोठ्या' शब्दांचा वाईट अर्थ लावून कुत्सितपणे खदखदून हसू लागले. मी अध्यक्ष राधानंद झा यांचे लक्ष या घटनेकडे वेधले. त्यांनीदेखील हसून दुर्लक्ष केले, परंतु मी या घटनेकडे दुर्लक्ष करण्यास तयार नव्हते. महसूलमंत्री चौधरी यांना प्रश्नाचे उत्तर देण्यात अडथळे आणले जात होते. उत्तर महत्त्वाचे होते. त्यामुळे मी उत्तर वाचण्याचा आग्रह धरीत होते; जेणेकरून हा संदेश माझ्या मतदारसंघात जावा आणि शेतकऱ्यांची हिम्मत वाढावी; तसेच बिहार सरकारची कृपादृष्टीदेखील सभागृहात स्पष्ट व्हावी. सर्वांना हे माहीत होते की, हे उत्तर वृत्तपत्रांच्या मथळ्यातदेखील येईल. परंतु मुन्शीलाल राय आणि वृषिण पटेल यांची तशी इच्छा नव्हती. काँग्रेसच्या लोकांच्या इच्छेचा तर प्रश्नच नव्हता. या बातमीमुळे त्यांच्या इंटक संघटनेवर परिणाम झाला असता. एक स्त्री मथळ्याची बातमी व्हावी, हे त्यांना सहन होण्यासारखे नव्हते. त्यामुळे ते मंत्र्यालादेखील वारंवार अडवत होते. मी बोलण्यासाठी उभी राहत होते, तर अध्यक्ष मला बसायला सांगत होते. त्यांच्या आदेशावरून मी ताबडतोब बसत होते, परंतु लगेचच उठून उभी राहत होते. शेवटी मी बाकड्यावर उभी राहून बोलू लागले. खरे तर बिहार सरकारने पुनर्वसनासाठी एक योजना तयार करून ती कोळसा खाणींच्या विस्थापितांसाठी सर्वोच्च न्यायालयात सादर करावयास हवी होती. त्यामुळे हजारो लोकांना नोकऱ्या मिळाल्या असत्या आणि शेतकऱ्यांचा मोबदल्याचा दरदेखील वाढू शकला असता.

''उत्तर मोठे आहे, कमी वेळात माननीय सदस्येचे समाधान होणार नाही.''- मंत्र्याच्या या शब्दांचा अश्लील अर्थ जाणून-बुजून लावून जेव्हा आमदारांनी सांकेतिक हसणे सुरू केले, तेव्हा मंत्री खजील होऊन उत्तर न देता परत आपल्या जागेवर बसले. जळफळाट होऊन मी रडले, पण अडून राहिले. हट्टाला पेटले. सभागृहाचे कामकाज स्थगित करण्यात आले. नंतर मी कामकाजाच्या प्रतीसहित अध्यक्षांना एक विस्तृत असे पत्र लिहिले आणि एका आमदार स्त्रीच्या नैतिकतेचा प्रश्न उभा केला. त्याच दिवशी संध्याकाळी तो वादग्रस्त भाग लेखी रूपात सभागृहाच्या कामकाजाच्या नोंदीमधून काढून टाकण्यात आला. परंतु मी त्याची मूळ प्रत आधीच घेतली होती. मंत्री महोदयाकडून मला माझ्या प्रश्नाचे उत्तर मिळाले आणि सरकारची योजनादेखील समजली. तरीदेखील अध्यक्षांना लिहिलेल्या पत्रात आमदारांच्या वैचारिक व वागणुकीच्या पातळीसंबंधात एक मुद्दा मांडला. माझे ते पत्र हरिवंशजींनी 'रविवार'मध्ये जसेच्या तसे छापले. हे पत्र मी कवी ज्ञानेद्रपतींच्या मदतीने तयार केले होते. त्या वेळी ते माझ्या घरीच राहत होते. पत्रावरून माझ्यावर आणि 'रविवार'वर विशेषाधिकाराचा अवमान केल्याचा खटला भरला जाऊ शकत होता; परंतु मी त्याची पर्वा केली

नाही. कारण मी आमदारपदाच्या प्रतिष्ठेसाठी झगडत होते. कर्पुरीजी माझ्या बोलण्याचे मनापासून समर्थन करीत होते; परंतु कधी-कधी त्यांनादेखील आमदारांच्या दबावामुळे गप्प राहावे लागत होते.

सर्व लोक म्हणत होते, "तुम्ही राईचा पर्वत का करता? हास्यविनोदाला गांभीर्याने घेऊ नका."

परंतु माझे म्हणणे होते की, महत्त्वाचे प्रश्न हास्यविनोदाने टाळता येऊ शकत नाहीत, अश्लीलतेला सभागृहात कुठलेच स्थान मिळू शकत नाही. स्त्री असल्यामुळे मी हे सर्व सहनदेखील करणार नाही. झाले तर काहीच नाही; परंतु त्या आमदारांची दुर्दशा नक्कीच झाली आणि त्यांचे मनोबल खचलेदेखील. विधानसभेत माझ्यावर हल्ला होण्याचे प्रकारही बंद झाले. प्रमिला दंडवते यांनीदेखील हा प्रश्न आपल्या लेखात आणि नियतकालिकात उचलून धरला. कोणत्याही संघर्षाला किंवा वादाला मी गांभीर्यानेच घेत राहिले. असे संघर्ष किंवा वाद मी कधीही अर्धवट सोडलेले नाहीत; ते निष्कर्षापर्यंत नेलेत; मग जय होवो की पराजय. हताश होऊन निश्चितच पळ काढला नाही, कारण पराभव स्वीकारण्याची ताकद माझ्यात निश्चितच होती. तसे पाहता, प्रत्येक स्त्रीला पराभव सहन करण्याची आणि स्वीकारण्याची सवय तर असतेच; शिवाय ती शस्त्रही लवकर टाकते. परंतु मी तर 'शस्त्र टाकणे' शिकलेच नव्हते आणि माझा त्यावर विश्वासदेखील नव्हता.

●●●

५२.
याचिका समितीच्या गोवा दौऱ्यात उठलेले वादळ

याचिका समितीच्या सदस्यांसोबत जेव्हा मी मुंबईच्या दौऱ्यावर गेले, तेव्हा कॉंग्रेस पक्षाचे एक आमदार रामनरेश सिंह— जे खून आणि दरोडा टाकण्याच्या कित्येक खटल्यांत आरोपी होते– यांच्याशी दारू पिण्याच्या मुद्द्यावरून माझे भांडण झाले. विधान परिषद सदस्य ब्रजकिशोर सिंह आपल्या पत्नीसोबत आमच्या या दौऱ्यात सामील झाले होते. आमच्या लोकदल पक्षातून मी, मुन्शीलाल राय, वृषिण पटेल, चौधरीजी आणि गणेश सिंहदेखील सोबत होते. इतर तीन आमदारही आपापल्या पत्नीसोबत आले होते. गोव्याला जाण्यासाठी आम्हाला मुंबईतून महाराष्ट्र सरकारतर्फे बस देण्यात आली होती आणि एक महिला अधिकारीदेखील सोबत पाठविण्यात आली होती. रामनरेश सिंह पुढच्या सीटवर बसले होते. मी त्यांच्या पाठीमागच्या सीटवर बसले होते. त्यांनी दारूची बाटली उघडून बसमध्येच दारू प्यायला सुरुवात केली. मी त्याला आक्षेप घेतला. तथाकथित सभ्य, जमीनदार, सुसंस्कृत कुटुंबातील उच्चकुलीन इतर आमदार त्यांच्या या दुर्व्यवहाराला विरोध करीत नव्हते आणि त्यांच्या शिव्यादेखील सहन करीत होते, परंतु त्यांच्याशी भांडण्याचे धाडस करू शकले नाहीत. मला एकटीलाच त्यांच्याशी भांडावे लागले. त्यांच्या शिवीचे उत्तर मी शिवीनेच दिले. परंतु ती शिवी त्यांना आणि त्यांच्या बापाला लागेल, आईला नाही याची काळजी मी ती देताना घेतली होती. त्या तथाकथित उच्च जातीच्या

क्षत्रिय आमदारांची सर्व संस्कृती, शौर्य किंवा जातीची शूरवीरता किंवा नीतितत्त्वांची कल्पना आणि नेहमी स्त्रीचे रक्षण करण्याच्या घोषणा, हे सर्व त्या वेळी कुठे गेले होते; माहीत नाही. इतिहास साक्षी आहे की, वेळ आल्यावर हे सर्व ढोंगी, घमेंडखोर पुरुष नेहमी पांडवांची भूमिका स्वीकारतात किंवा आपली दुर्बलता झाकण्यासाठी अशा परिस्थितीत आपल्या स्त्रियांना सती जाण्यासाठी तयार करतात आणि तिच्या होरपळून मरण्याचा गौरव करून आपला दांभिक अहंकार कुरवाळतात.

इतिहासातील गुन्हेगारांत हाच तो अहंकारी पुरुषवर्ग आहे, जो नेहमी समाजात पुढाकार घेणारा असतो. हा तोच वर्ग आहे, जो पहिल्या रांगेत असतो. त्याने कधीही बळजबरीने स्पर्श केलेल्या स्त्रीला स्वीकारलेले नाही. तिचे कुंटणखान्यात बसणे त्याला मान्य असते किंवा तिला आत्महत्या करण्यास तो भाग पाडतो. असो. मी हटून बसले. माझे म्हणणे होते की, दुसऱ्या राज्याच्या अधिकाऱ्यांसमोर सार्वजनिक ठिकाणी दारू पिणे, हे बिहारच्या आमदारांना शोभणारे नाही. त्यामुळे बसमध्ये दारू पिता येणार नाही. माझ्या हट्टामुळे त्याला दारू पिणे थांबवावे लागले. त्याने बसमध्ये तर दारू पिणे बंद केले होते; परंतु आता तो प्रत्येक बसस्टँडवर बस थांबल्यावर खाली उतरून दारू पिऊ लागला. कमरेला बांधलेल्या बंदुकीवर कित्येकदा आपला हात ठेवायचा; जेणेकरून मी त्याला घाबरेन.

उच्च जातीच्या आमदारांची वागणूकदेखील दलित आमदारांच्या बाबतीत अपमानजनक असते. वाटेत त्याने एका बसस्टँडवर सोबत असलेल्या अनुसूचित जातीच्या एका आमदाराला—जमुनारामला 'ए चांभारा' म्हणून हाक मारली. मी त्याला आक्षेप घेतला, तर रामनरेशने मला भरपूर शिव्या दिल्या. आश्चर्य म्हणजे, इतर कुठल्या मागच्या-पुढच्या आमदाराने किंवा दलिताने आक्षेप घेतला नाही. आश्चर्य म्हणजे, जमुनारामनेदेखील हा अपमान हसून टाळणे योग्य समजले; परंतु मला ते असह्य झाले होते. रामनरेशच्या या असभ्य आणि लज्जास्पद वर्तनाच्या विरोधात गोव्यातच मी गोवा विधानसभेचे अध्यक्ष, महाराष्ट्राचे मुख्यमंत्री श्री. अंतुले आणि पंतप्रधान इंदिरा गांधींना पत्र लिहिले. गोव्यात अध्यक्षांनी आणि मुंबईत महाराष्ट्राचे मुख्यमंत्री अंतुलेंनी मला येण्या-जाण्यासाठी वेगळी गाडी दिली. गोव्याच्या अध्यक्षांनी तर माझी मुंबईला जाण्याची व्यवस्थादेखील रेल्वेने केली. त्यांनी अंतुलेजींना माझ्यासाठी स्टेशनवर वेगळी गाडी पाठविण्याचा आग्रह केला. त्याप्रमाणे महाराष्ट्र सरकारने माझ्यासाठी वेगळ्या गाडीची व्यवस्था केली. आम्ही गोव्यावरून मुंबईला पोहोचलो. दुसऱ्या दिवशी जेव्हा मी पोहोचले, तेव्हा जॉर्ज फर्नांडिस पत्रकार परिषद घेत होते. त्यात मी वार्ताहरांना त्या सर्व पत्रांचे वाटप केले; जे मी गोव्याचे अध्यक्ष, मुख्यमंत्री अंतुले आणि इंदिरा गांधींना लिहिले होते आणि नंतर सर्व हकिगत

पत्रकारांसमोर सांगितली. दुसऱ्या दिवशी मुंबईच्या प्रमुख हिंदी, इंग्रजी, मराठीच्या राष्ट्रीय वर्तमानपत्रात मुख्यपृष्ठावर माझ्या फोटोसहित बातम्या छापून आल्या. त्यामुळे काँग्रेसच सर्व आमदार अस्वस्थ झाले. लोकदलाचे आमदारदेखील त्यांच्याच बाजूने झाले. केवळ एक आमदार झा हे काँग्रेसचे असूनदेखील माझ्या बाजूने बोलत होते. त्या वेळी ब्रजनंदन सिंहचे क्षत्रिय रक्तदेखील सळसळले नाही. इतर तर त्यांचीच बाजू घेणारे होते. तेव्हा सामाजिक न्यायासाठी घोषणा देण्यात आली नव्हती. परंतु लोहियाजींची 'पिछडे पावे सौ में साठ' —'मागासलेल्यांना १०० पैकी ६० मिळतील', ही घोषणा मोठ्या जोरात घुमत होती. समाजवादी मंडळी स्त्रियांना तर मागासलेल्या वर्गातच समजत होते. परंतु लोकदलाचे चौधरी चरणसिंहांच्या नेतृत्वाने पुरुषांचा अहंकार जोपासला होता. चौधरी चरणसिंह स्वत: आर्यसमाजी होते. ते लोहियाजींना मानत नव्हते. ते शेतकऱ्यांबद्दल तर बोलत होते, परंतु समाजवादाबद्दल नाही. त्यामुळे त्यांचे समर्थक लोहियाजींप्रमाणे स्त्रीला सन्मान देण्याचा विचार करीत नव्हते. ही मंडळी जी याचिका समितीत होती, ती बहुतेक संयुक्त समाजवादी पक्षातून आलेली होती; परंतु त्यांना स्त्रीला प्राधान्य देण्याचे लोहियाजींचे धोरण मान्य नव्हते. ते सामाजिक न्यायाचा अवलंबदेखील करीत नव्हते. जयप्रकाश नारायणजींची संपूर्ण क्रांतीची खिल्ली उडविणारे आणि ती अयशस्वी करणारे लोकच खरे तर त्यांची सहकारी-साथी होते. त्यांच्या उक्ती आणि कृतीत जमीन-अस्मानाचा विरोधाभास होता. लोहियाजींवर मागासवर्गीयांचा प्रभाव होता; तर जयप्रकाशजींवर कायस्थ आणि राजपूत आपला हक्क गाजवीत होते. याउलट, मी तक्रार केल्यावर इंदिरा गांधीजींनी ताबडतोब कारवाई करून रामनरेश सिंहला पक्षातून काढून टाकले. पण चौधरी चरणसिंहजींनी तर माझ्या तक्रारपत्राचे उत्तरदेखील दिले नाही. खरे तर कर्पुरी ठाकूरजींनी तर माझे तक्रारपत्र कठोर कारवाईची शिफारस करून त्यांच्याकडे ताबडतोब पाठविले होते.

याच संदर्भात आणखी एका घटनेचा उल्लेख करू इच्छिते. मुंबईत अंतुलेजींनी आम्हाला पंचतारांकित हॉटेलात उतरविले होते. मी जॉर्जसाहेबांना विचारले होते की, मी तेथे उतरण्यास नकार देऊ शकते का? कारण ही चैन मला आवडत नाही. ते मला म्हणाले, "तू तेथे जाऊन राहलीस तरच तुला तेथे काय होते, हे समजेल ना! आणि तेव्हाच तू त्याचा विरोध करू शकशील. आता तुझे ज्ञान ऐकीव गोष्टींवर आधारित आहे." मी यापूर्वी भारतात पंचतारांकित हॉटेलात कधी उतरले नव्हते. असो. मी त्यांच्या सांगण्यावरून जॉर्जच्या युनियन ऑफिसमधून सामान घेऊन हॉटेलात आले; खरं म्हणजे उतरले. जेव्हा मी जॉर्जला भेटण्यास गेले होते, तेव्हा त्यांच्याच संघटनेच्या कार्यालयात राहण्याच्या उद्देशाने आपले सामानदेखील घेऊन

गेले होते. तेव्हा त्या हॉटेलात त्या काळात एक कप चहा सत्तावीस रुपयांना मिळत होता आणि खाण्याच्या कुठल्याही पदार्थाची एका डिशची किंमत एकशे पंच्याहत्तर किंवा दोनशेपेक्षा कमी नव्हती. कपडे धुण्याचा दर आम्हाला माहीत नव्हता. तेथे उतरलेल्या सर्व आमदारांनी आपले कपडे धुण्यासाठी हॉटेलच्या धोब्याकडे दिले. मीदेखील माझी एक साडी आणि एक ब्लाऊज धुण्यासाठी दिला. संध्याकाळी जेव्हा बिल आले, तर ब्लाऊजचे अठरा आणि साडीचे चाळीस रुपये होते. त्या वेळी मुंबईच्या फुटपाथवर किंवा इतर ठिकाणीदेखील हँडलूमची चांगली साडी किंवा प्रिंटेड साड्या तीस-पस्तीस रुपयांना, तर ब्लाऊज आठ-दहा रुपयांना मिळत होता. मी त्याच किमतीत दोन साड्या विकतदेखील घेतल्या होत्या. त्या दिवशी मी धुण्याचे पैसे तर दिलेच, परंतु दुसऱ्या दिवशी धुण्यासाठी कुठलाच कपडा दिला नाही. मी सर्व सदस्यांना कपडे धुण्याचा दर फार महाग असल्याची जाणीव करून दिली. तरीदेखील सर्व आमदार हॉटेलातच कपडे धुण्यास देत होते. कपडे धुण्याचे बिल मात्र कुणीच दिले नाही. महाराष्ट्र सरकारच्या महिला अधिकाऱ्याने मला सहकार्य करण्यास सांगितले आणि म्हणाली, "तुम्ही तर तुमचे बिल दिले. इतरांनादेखील आपले बिल देण्यास सांगा." मी बाकीच्यांना बिल देण्याबाबतचे त्या अधिकाऱ्याचे म्हणणे सांगितले आणि पत्रदेखील त्यांना वाचून दाखविले, तेव्हा ते सर्व म्हणाले की, त्यांच्यापैकी कुणीही पैसे देणार नाहीत; महाराष्ट्र सरकार देईल आणि ते रागावून त्या अधिकाऱ्याला म्हणाले, "पाटण्याला बिल पाठवून द्या." बिल खरोखरच पाटण्याला येईल, याची आमदारांना कल्पना नव्हती, असे दिसते. त्यांना वारंवार ही सूचना देण्यात आली होती की, हॉटेलमध्ये राहण्याजेवणाच्या व्यतिरिक्त इतर खर्च त्यांना स्वतःला द्यावा लागेल. तरीदेखील त्यांनी ऐकले नाही. कदाचित ते आपल्या जमीनदाराच्या स्वभावाप्रमाणे वागत असावेत. आम्ही पाटण्याला परत आलो. दोन महिन्यांनंतर महाराष्ट्र विधानसभेतून मला सोडून इतर सर्व आमदारांच्या नावाने, ज्यांनी कपडे धुवायला दिले होते, कपडे धुण्याचे बिल आले. लोकांनी फार वाद घातला; परंतु शेवटी बिलाची रक्कम सर्व आमदारांच्या पगारातून कापून घेण्यात आली. मी आपले बिल चुकते करून आले होते, त्यामुळे मला अपमान सहन करावा लागला नाही. कायदा करणारेच कायद्याचा अर्थ कसा आपल्या बाजूने काढण्याचा प्रयत्न करतात, त्याचा हा चांगला नमुना आहे.

●●●

५३.
स्त्रीचा कैवार

मला आठवते... एकदा विधानसभेत मार्क्सवादी कम्युनिस्ट पक्षाचे (सी. पी. एम.) लढाऊ वृत्तीचे आमदार अजित सरकार यांनी आपल्या पक्षातील एका अल्पवयीन मुलीवर झालेल्या बलात्काराचे प्रकरण सभागृहात मांडले आणि सांगितले की, महिला डॉक्टरने मुलीवर झालेल्या बलात्काराचा दिलेला रिपोर्ट चुकीचा आहे. या डॉक्टरने गुन्हेगाराला सुटण्याची संधी जाणून-बुजून दिली आहे. त्या या निर्णयाने डॉक्टरच्या विरोधात सरकार कोणती कारवाई करणार आहे, हे त्यांना जाणून घ्यायचे होते. कुमुद रंजन झा उत्तर देत होते. ती डॉक्टर त्यांचीच बहीण होती. सरकार थातूर-मातूर उत्तर देत होते. त्यामुळे अजित सरकार अडून बसले. मुलीच्या अब्रूचा प्रश्न होता. मीदेखील त्यांना सहकार्य करण्यासाठी उभी राहिले. मला आतली गोष्ट माहीत झाली होती. अजित सरकार पुन:पुन्हा विचारीत होते आणि सरकारकडून टाळाटाळ होत होती.

अजित सरकार यांनी वारंवार प्रश्न विचारल्यानंतर-देखील सरकारकडून समाधानकारक उत्तर मिळाले नाही. त्यामुळे त्यांनी आवेशात आपला सदरा फाडला आणि म्हणाले, "मी माझ्या मतदारसंघात जाऊन जनतेला काय उत्तर देऊ, जिने मला निवडून दिले आहे! जर तुम्ही उत्तर दिले नाहीत, तर मी येथेच नग्न होऊन उभा राहीन." असे म्हणून ते आपला पायजमा फाडण्याच्या पावित्र्यात होते

की, तेवढ्यात सी. पी. एम. पक्षाचे नेते आणि पक्षाचे सचिव गणेश शंकर विद्यार्थीजींनी पाठीमागून येऊन त्यांना आडविले. मला राहवले नाही. मी बेंचवर उभी राहून ओरडू लागले, "सांगा, लेडी डॉक्टरला सरकार कोणती शिक्षा देणार? आणि दुसरी कमिटी नेमून मुलीची तपासणी करणार की नाही?"

अध्यक्ष राधानंदनजी मला बसण्यासाठी वारंवार सांगत होते. मी बसत होते, परंतु लगेचच उभी राहत होते. संपूर्ण सभागृहात गोंधळ उडाला. मी सत्ताधारी पक्षाच्या स्त्री आमदारांना संतापून आवाहन केले की, "पक्षाचा विचार करू नका, स्त्रीची बाजू घ्या आणि मंत्र्याकडे उत्तर मागा."

परंतु एकटी तारा गुप्ता सोडून कोणतीच स्त्री सदस्य स्त्रीची बाजू घेऊन माझ्यासोबत उभी राहिली नाही. तारा गुप्ताही विरोधी पक्षाची आमदार होती. सगळ्या स्त्री आमदार पक्षाच्या गुलाम झाल्या होत्या. मी बेंचवरून उतरून सभागृहाच्या मध्यभागी आले आणि टेबलावर चढण्याचा प्रयत्न करू लागले, तेव्हा विरोधी पक्षाचे नेते कर्पुरीजी उठले आणि म्हणाले, "मी एवढ्या वेळापासून पाहत-ऐकत होतो; रमणिकाजी योग्य बोलत आहेत. या प्रकरणात काय होईल, याचा निर्णय अध्यक्षांनी सभागृहात द्यावा. हा एका मुलीचा प्रश्न आहे."

मग मात्र इतर सदस्यदेखील हीच मागणी करू लागले. अध्यक्ष म्हणाले, "ठीक आहे. सभागृहाचे कामकाज संपल्यानंतर विरोधी पक्षाचे नेते कर्पुरीजी, मुख्यमंत्री आणि गणेश शंकर विद्यार्थी (सी. पी. एम. चे नेते) यांनी माझ्या चेंबरमध्ये भेटावे. सोबत मंत्री कुमुद रंजन झा यांनीदेखील यावे. या प्रकरणात काय करावे, याचा विचार तेथेच होईल."

या निर्णयाने सभागृह शांत झाले. माझ्या लक्षात आले, की किती धूर्तपणे अजित सरकारांना आणि मला त्या चर्चेसाठी न बोलविता ते प्रकरण सोडविण्याचे मोठे कारस्थान रचण्यात आले आहे! ज्यामुळे पुढे-मागे यावर कुणी तक्रारदेखील करू नये आणि वारदेखील व्हावा— हेच राजकारण आहे. राजकारणात होण्याच्या स्पर्धेत योग्य मुद्देदेखील बदलणे. मुद्दा गौण - स्पर्धा मुख्य. असो. कमिटी तर नेमली गेली. यातच माझे आणि अजित सरकारांचे समाधान झाले. नंतर याच अजित सरकारांची हत्या पप्पू यादवने घडविली.

मला कित्येकदा असे वाटत होते की, आमदार हे आपापल्या पक्षाचे वेठबिगार गुलाम असतात. कित्येकदा तर आमदारांची इच्छा नसतानादेखील त्यांना विधानसभेत खऱ्या गोष्टीचे समर्थन न करता आपल्या पक्षाच्या चुकांवर पांघरूण टाकण्यासाठी सहकार्य करावे लागते– विशेषत: सत्ताधारी पक्षाच्या आमदारांना. कधी-कधी तर वाटायचे की, आमदार झाल्यावर शिस्तीचा एक नकली शिस्तीचा

बुरखा पांघरावा लागतो, जो परिवर्तनासाठी खरोखरच बाधक असतो. मला असे सारखे जाणवायचे की, जे काम मी आंदोलनाच्या बळावर करू शकले होते, ते कदाचित विधानसभेच्या व्यासपीठावरून शक्य झाले नसते. खरे पाहता धोरण निश्चित करण्याचे काम सत्ताधारी पक्षाच्या हातात असते. त्यावर आमचा अधिकार (विरोधी पक्षाचा) नसतो. सभागृहात पक्षाची शिस्त पाळावी लागते आणि पक्षाचा रोख गतिशीलतेला अनुसरूनच मुद्द्यांवर दबाव टाकावा लागतो. आमदार असताना जर काही करायचे असेल, तर कित्येक मर्यादांचे उल्लंघन करावे लागते. कित्येक मर्यादा ओलांडाव्या लागतात. जर एखाद्या पक्षाचा नेता आमदारास सहकार्य करीत नसेल, तर आमदार असहाय बनतो. हो! त्या आमदाराचे व्यक्तिमत्त्व त्याच्या पक्षाच्या नेत्यापेक्षा मोठे असेल, तर त्याची प्रतिष्ठा त्याला गुलाम होऊ देत नाही. तो वेठबिगार होत नाही. श्रीमंत मध्यमवर्गीयांच्या पक्षामध्ये त्या पक्षाच्या आमदारांवर पक्षाचे विशेष बंधन नसते. परंतु डाव्या पक्षाच्या आमदार नेत्यास कोणत्याही कामासाठी पक्ष-सचिवाची मान्यता घेणे आवश्यक असते आणि आमदारांना पक्षाच्या नेत्याकडून परवानगी घ्यावी लागते. यामुळेदेखील कधी-कधी महत्वाचे मुद्दे सुटतात. कधी-कधी पक्षाच्या सचिवांशी वेळेवर संपर्क न झाल्याने किंवा त्यांच्या दृष्टिकोनाशी मतभेद झाल्यानेदेखील डाव्या पक्षाकडून ताबडतोब हस्तक्षेप होऊ शकत नाही. त्यामुळे त्यांच्या कामगिरीवर परिणाम होतो. हे डावे पक्ष रोज बैठका घेऊन सूचना देत असतात, मार्गदर्शन करीत असतात; परंतु कधी-कधी मोठी चूकदेखील होते. कधी-कधी मला जाणवते की, डाव्या पक्षाच्या आमदारांच्या विधायक निर्णयाच्या प्रक्रियेत पक्षाचा हस्तक्षेप वाढल्यामुळेदेखील सभागृहात पक्षाचा म्हणावा तेवढा प्रभाव पडत नाही. परिस्थितीनुसार स्वयंस्फूर्त निर्णय घेण्याचे जेवढे स्वातंत्र्य पक्षाच्या आमदारास असेल, तेवढा त्या पक्षाचा प्रभाव दिसून येतो. आमदार किती जबाबदाऱ्या निभावू शकतात, हे त्यांचा अनुभव, प्रशिक्षण आणि क्षमतेवरदेखील अवलंबून असते. आमदार असूनदेखील जनतेची कामे न होऊ शकण्याचे दुसरे कारण म्हणजे धोरण अमलात आणण्याचे काम नोकरशाहीच्या हातात असते. नोकरशाहीवर एक तर सरकारच्या सरळ नियंत्रणाचा किंवा तीव्र आंदोलनाचा परिणाम होत असतो. श्रीमंत मध्यमवर्गाच्या पक्षाचे आमदार आपल्या सदसद्‌विवेकबुद्धीने ताबडतोब हस्तक्षेप करू शकतात; परंतु मतदानाच्या वेळी त्यांनादेखील पक्षाचा आदेश मानावा लागतो. कधी-कधी ते आपल्या पक्षाच्यादेखील विरोधात जातात.

●●●

५४.
प्रसारमाध्यमांसाठी विधेयक

याच दरम्यान प्रसारमाध्यमाच्या अभिव्यक्ति-स्वातंत्र्याच्या संदर्भात केंद्र सरकार एक विधेयक सादर करणार होते; ज्यामुळे पत्रकार ठिकठिकाणी धरणे आंदोलन करीत होते. विरोधी पक्ष त्यांना सहकार्य करीत होता. मी पाटणा-हजारीबाग या दोन्ही ठिकाणी त्यांच्या धरणे आंदोलनात सामील झाले होते. सभागृहातदेखील यासंबंधीचा प्रश्न विचारण्यात आला होता. दुसऱ्या दिवशी त्यावर चर्चा होणार होती. दुसऱ्या दिवशी सभागृहात जातेवेळी मी आपल्या बॅगमध्ये एक साडी आणि बांगड्यांचे बंडल सकाळी ठेवले होते. सभागृहात वृत्तपत्रस्वातंत्र्यावर निर्बंध घालण्याची चर्चा सुरू झाली, तेव्हा मी ताबडतोब सभागृहाच्या मध्यभागी गेले. पर्समधून साडी काढून अध्यक्षांच्या दिशेने भिरकावली. ती वरच्या पंख्यात अडकली आणि नंतर फिरून-फिरून लोंबकळली अन् अध्यक्षांवर जाऊन पडली. मी बांगड्यांचे बंडल अध्यक्षांच्या शेजारी उभ्या असलेल्या अंगरक्षकाच्या हातात कोंबले. त्याने ते अध्यक्षांना दिले. अध्यक्षांनी बंडल उघडले. त्यात बांगड्या! सभागृहात शांतता पसरली. सभागृहाचे कामकाज स्थगित करून अध्यक्ष आपल्या चेंबरमध्ये निघून गेले. गॅलरीतून वृत्तपत्रांचे प्रतिनिधी हे दृश्य पाहत होते. प्रेक्षक गॅलरी गच्च भरलेली होती. कारण वृत्तपत्राच्या विधेयकावर चर्चा होणार होती. मी घरी निघून आले. ज्ञानेंद्रपतींना सर्व हकिगत सांगितली. तो म्हणाला, "अध्यक्षाला साडी-बांगड्या

देऊन तू अध्यक्षांच्या माध्यमातून सरकारला नक्कीच भेकड सिद्ध करून अवमान केलास. परंतु या वस्तू तर स्त्रियांची प्रतीकचिन्हे आहेत— तू तर साडी आणि बांगड्या देऊन स्त्रियांनाच अपमानित केले आहेस! तू सरकारला हेच म्हटलेस ना— सरकारदेखील स्त्रियांसारखे दुर्बल आणि भित्रे आहे. तुझा हाच संदेश होता ना सरकारला?''

मी विचारात पडले. आम्ही स्त्रिया पुरुषांच्या विचारसरणीला नकळत वश होऊन स्वत:लादेखील कशी शिवी घालतो! त्या दिवशी ही गोष्ट माझ्या मनात खोलवर रुतून बसली. त्या दिवसानंतर मी स्त्रीत्वाची चिन्हे असलेल्या वस्तू भित्रेपणाचे प्रतीक म्हणून उपयोगात आणणे बंद केले. अशा शिव्यादेखील देणे बंद केले की, ज्यात स्त्री सामील असते. दुर्दैवाने बहुतेक सर्व शिव्या स्त्रीला गृहीत धरूनच दिल्या जातात. 'हरामजादा' ही शिवी पुरुषांना दिली गेली, असे मानण्यात येते; पण खरं तर ही शिवी पुरुषांसाठी नसून त्याच्या आईला असते. 'उल्लू का पठ्ठा' ही शिवी वडिलांना संबोधित असते. म्हणजे वडील उल्लू— घुबड आहेत.

दुसऱ्या दिवशी अध्यक्षांनी मला चेंबरमध्ये बोलविले आणि म्हणाले, ''तुम्ही होत्या म्हणून मी काही कारवाई केली नाही. दुसरे कुणी असते, तर सभागृहाचा अवमान केल्याच्या कारणावरून त्याच्यावर खटला भरण्यात आला असता.''

●●●

५५.

नाच नर्तकी, तू नाच!

अशा अनेक संधी आल्या, जेव्हा मला आपले म्हणणे मान्य करवून घेण्यासाठी सभागृहाच्या हौद्यामध्ये यावे लागले किंवा टेबलावर चढून घोषणा द्याव्या लागल्या. या आधी पूर्वी कुठलीच स्त्री-सदस्य असे करीत नव्हती. परंतु तीव्र विरोध दर्शविण्यासाठी मी ही परंपरा सभागृहात सुरू केली; अन्यथा आमचे म्हणणे कुणी ऐकत नव्हते. स्त्री सदस्याला खूप निर्लज्जदेखील व्हावे लागते. पुरुष सदस्य आक्रमक स्त्रियांना मनापासून सहन करीत नाहीत. मला आठवते— एकदा संपूर्ण विरोधी पक्ष सभागृहाच्या हौद्यामध्ये होता, कर्पुरीजीदेखील होते, मीदेखील होते. मी टेबलावर चढून आपले म्हणणे मांडत होते. कारण खाली उभी राहिले असते, तर गर्दीत चेंगरण्याची भीती होती. तेवढ्यात सत्ताधरी पक्षाने आपली रणनीती बदलली. तेदेखील जागेवरून उठून विरोधी पक्षाच्या सदस्यांच्या सभोवती उभे राहून घोषणा देऊ लागले. वाद-विवाद सुरू झाले आणि तेवढ्यात रघुनाथ झा (जे त्या वेळी काँग्रेस पक्षात होते. नंतर ते समता पक्षाचे अध्यक्ष आणि राष्ट्रीय जनता दलाचे खासदार झाले) मला संबोधून टाळ्या वाजवत म्हणू लागले- ''नाच नचनिया नाच.''

मी टेबलावरून अजिबात उतरले नाही. मी टेबलावरून उतरले असते आणि घोषणा देणे बंद केले असते, तर त्यांची इच्छा पूर्ण झाली असती.

मी निर्लज्ज होऊन आणखी जोरजोरात घोषणा सुरू केल्या. विरोधी पक्षाचे सदस्यही माझ्यासोबत घोषणा देत होते. सत्ताधारी पक्ष टाळ्या वाजवीत राहिला, टिंगल करीत राहिला, टोमणे मारीत राहिला. नंतर अध्यक्षांच्या आदेशाने अशा सर्व गोष्टी कामकाजातून काढून टाकण्यात आल्या. परंतु माझ्या स्मृतीतून त्या मला काढून टाकणे कठीण आहे.

अध्यक्षांनी सभागृह स्थगित झाल्याची घोषणा केली. तरीदेखील सभागृहात सत्ताधारी आणि विरोधी पक्षाच्या सदस्यांमध्ये बऱ्याच वेळेपर्यंत अनौपचारिक वाद-विवाद सुरूच होता. कर्पुरीजी नेहमी मला प्रोत्साहन देऊन माझे धैर्य बळकट करीत होते. पण मुन्शीलाल राय मला फार निरुत्साही करण्याचा प्रयत्न करायचे. त्या वेळी लालू यादवजी आमच्या शेजारच्या बेंचवर बसायचे. त्याच बेंचवर रामलखन यादव आणि नामधारी सिंह (जे सध्या झारखंड विधानसभेचे अध्यक्ष आहेत) बसत होते. लालूजी मला विरोध करीत नव्हते. हां, पण त्यांचे प्रिय मित्र गणेश यादव (जे नंतर त्यांना सोडून गेले) मला खूप विरोध करायचे. वृषिण पटेलदेखील गणेश यादवांची साथ द्यायचे. खरं म्हणजे मुन्शीलाल राय मनातून कर्पुरीजींचे नेहमी विरोधक होते. ते त्यांच्या सोबत राहून त्यांचा विश्वासघात करीत होते. त्या वेळी शिवनंदन पासवान खूप विश्वासू दलित नेता समजले जात. कर्पुरीजी त्यांना विधानसभेचे उपाध्यक्ष करू इच्छित होते, परंतु मुन्शीलाल राय यांचा गट हिमांशूजींना उपाध्यक्ष करू इच्छित होता. आम्ही कर्पुरीजीसोबत होतो. मी आक्रमक होते आणि बडबडीदेखील. त्यामुळे मला विरोधदेखील खूप व्हायचा. तिकडे श्री बाबूंचा (श्रीकृष्ण सिंह) मुलगा नरेंद्र माझा विरोधक होता. कारण त्याच्या वडिलांना–श्रीकृष्ण सिंहला मी आपल्या संघटनेतून काढून टाकले होते. तो गोपाल सिंहांशी जुळवून घेऊन मला विरोध करायचा.

प्रणव चटर्जी जोपर्यंत जिवंत होते, आम्हाला पुरेसे संरक्षण देत होते. त्यांच्यानंतर कर्पुरीजी फार एकटे पडले. त्यांच्या मागे जनतेचा खूप पाठिंबा होता. परंतु काही मोजके हिकमती लोक त्यांच्यावर चिडत होते. काही जण स्वत:ला फार विद्वान समजायचे आणि विद्वत्तेच्या जोरावर आपण कर्पुरीजींवर मात का करू शकत नाही, म्हणून जळफळायचे. नेतृत्व करण्यासाठी विद्वत्ता पुरेशी नसते; त्यासाठी जबाबदारी पेलण्याची क्षमता आणि बांधिलकी असणे गरजेचे असते. खरं म्हणजे, पक्षाचे हे विद्वान- जमीनदार अधिक होते; विद्वान कमी. जननायक तर फक्त कर्पुरीजीच होते. त्यांच्यानंतर बिहारला कुणीच जननायक मिळाला नाही. नशीब आहे की, लालूजींच्या रूपाने बिहारला एक जननेता मिळाला. नाही तर बिहार म्हणजे कौरव-पांडवांची युद्धभूमी झाली असती किंवा तेथे गुंडगिरीचे राज्य आले

असते. तसे पाहता, बिहार ही नरसंहाराची भूमी तर झालीच आहे; परंतु बिहारची जनता आता जागृत झाली आहे आणि उच्च जातीच्या, उच्च वर्गाच्या सरंजामी नेतृत्वास टक्कर देत आहे, ही शुभसूचक घटना आहे. हा विश्वास मंडल आयोगाच्या निर्णयाने, लालू यादव आणि नक्षली आंदोलनाच्या शक्तींच्या प्रभावामुळे जनतेला मिळाला आहे. स्वातंत्र्यानंतर छप्पन वर्षे राज्य करणारी काँग्रेस मात्र दलित आणि मागासलेल्या जनतेत आत्मविश्वास व आत्मसन्मान निर्माण करू शकली नव्हती.

समाजवाद्यांनीदेखील 'पिछडे पावे सौ में साठ'ची घोषणा देऊन बिहारमध्ये अर्धवट का होईना, पण सामाजिक न्यायाची प्रक्रिया सुरू केलीच होती. परंतु लोहियाजींच्या शब्दांत — ''सावधगिरी बाळगली नाही तर ही प्रकिया मागास वर्गातील प्रभावशाली जाती हायजॅक करतील.'' बिहारमध्ये हेच झाले. जरी 'पिछडे पावे सौ में साठ' म्हणजे मागासलेल्यांना 'शंभरपैकी साठ मिळतील' या घोषणेत दलित सामील होते, परंतु व्यवहारात ते उपेक्षितच राहिले. मंडल आयोगाच्या संदर्भात लालूजींनी बिहारमध्ये उच्चवर्गीय लोकांच्या विरोधात जी मोहीम चालविली, त्यात त्यांच्यासोबत दलित सामील होते. परंतु नंतर मागासलेले आणि दलित आपापल्या जाती-समूहाची ताकद वाढविण्यात गुंतले आणि मागासलेले किंवा दलितांचे सामूहिक प्रकारचे जाती-विहीन आंदोलन गौण झाले. जाती प्रभावशाली करण्याचे आंदोलन मजबूत होऊ लागले. हे तर मान्यच करावे लागेल की, त्यांच्यामध्ये आत्मविश्वास आणण्याचे काम लालूजींनीच केले. लालूजींच्या गटात तीच मंडळी मोठ्या प्रमाणात होती, जी कर्पुरीजींचा आधी विरोध करीत होती. नंतर लालूजी स्वत:च कर्पुरीजींच्या गटात सामील झाले. त्यांचे कित्येक सोबतीदेखील त्यांच्या समवेत कर्पुरीजींच्या गटात सामील झाले, परंतु काहींनी त्यांनाही सोडले.

●●●

५६.
बिगर-काँग्रेसी सरकारची स्थापना आणि माझी भूमिका

माझ्या सहकार्याने बरेच मोठमोठे निर्णय झाले, हे फार कमी लोकांना माहीत आहे. या ठिकाणी मी एक-दोघांचा उल्लेख करू इच्छिते. बिहारमध्ये संयुक्त विधायक दलाचे सरकार आणण्यासाठी प्रयत्न सुरू होते. काँग्रेसमध्ये फूट पडली होती. भोला पासवान शास्त्रीजी बिहारचे मुख्यमंत्री होते, परंतु सरकार पडत नव्हते आणि ते कोणताही ठोस निर्णय घेऊ शकत नव्हते. विरोधी पक्षांकडून त्यांना एक प्रस्ताव पाठविण्यात आला की, त्यांनी काँग्रेसचा राजीनामा देऊन विरोधी पक्षाच्या साथीने सरकार स्थापावे आणि त्याचे नेतृत्व त्यांनीच करावे. परंतु ते प्रत्यक्षात आले नाही. एक दिवस प्रणव चटर्जींनी (संयुक्त समाजवादी पक्षाचे अध्यक्ष) मला बोलाविले. तेथे पी. के. मिश्र (सदस्य-बिहार विधानसभा, जे नंतर मंत्रीदेखील झाले) बसले होते. आधी ते काँग्रेस पक्षातच होते. प्रणवजी मला म्हणाले, ''रमणिकाजी, कर्पुरीजींनी तुम्हाला एक काम दिले आहे. तुम्ही भोला पासवान शास्त्री आणि कृष्णकांत सिंह यांना भेटावे. ते आपला राजीनामा आजच देतील, याची जबाबदारी तुमची. त्यामुळे बिहारमध्ये संविदचे सरकार स्थापन होऊ शकेल.''

मिश्रजी म्हणाले, ''अरे रमणिकाजी, तुम्ही तर आधी काँग्रेसमध्ये होता. बी. पी. सी. सी. च्याही सदस्य होता. तुम्ही सर्वांना ओळखता. तुम्ही त्यांच्याशी या विषयावर निर्णयाचे बोलत का नाही, की त्यांची इच्छा काय आहे?''

तेव्हा दुपारचा एक वाजला होता. मी झटकन रिक्षा पकडून शास्त्रीजींकडे पोहोचले. लोहियाजींवर लेख लिहायचा आहे, असे मी त्यांना येण्याचे कारण सांगितले. त्यांना म्हणाले, "तुम्ही लोहियाजींचा आणि त्यांच्याचप्रमाणे स्त्रियांचाही आदर करता. मी तुमची मुलाखत घेऊ इच्छिते. लोहियाजींच्या स्मरणानिमित्त त्यावर आधारित लेख वर्तमानपत्रांत द्यायचा आहे."

शास्त्रीजी मुलाखत देण्यास तयार झाले. बोलण्याच्या ओघात मालवीयजींचा संदर्भ आला. त्याच दरम्यान मालवीयजींनी काँग्रेस सोडली होती.

मी त्यांना अचानक विचारले, "लोक म्हणतात की, जेव्हा पापाचा घडा भरतो तेव्हा कृष्ण अवतार घेतो. वास्तविक, कृष्ण अवतार घेत नाही; त्यांच्या मनातच क्रांतीची भावना उत्पन्न होते. आता तर काँग्रेसच्या पापाचा घडा भरला आहे. त्यामुळे आता तुमच्यावरच अवलंबून आहे की, तुम्ही कृष्णाची भूमिका पार पाडणार की नाही!"

शास्त्रीजी काहीसे विचारात पडले. नंतर म्हणाले, "सर्व जण तर सोडून जात आहेत. कोणताच स्वाभिमानी माणूस आता या संस्थेत राहू इच्छित नाही."

नंतर ते आपल्या सचिवाला उद्देशून म्हणाले, "पाहा मालवीयजीदेखील सोडून गेले. या रमणिकाजी एवढ्या शिकल्या-सवरल्या विद्वान महिला आहेत, यांना -देखील काँग्रेस पक्ष सोडून जावे लागले. मीदेखील आज-उद्या राजीनामा देईनच."

तेवढ्यात त्यांचा पी. ए. आला. त्याने त्यांना कुठेतरी जाण्याची आठवण करून दिली. माझे काम तर झालेच होते. मी उठत म्हटले, "काही हरकत नाही. मी परत येऊन तुमची मुलाखत घेईन. मला आता कर्पुरी ठाकूरजींकडे त्यांचे विचार जाणून घेण्यासाठी जायचे आहे."

मी परत आल्यावर प्रणवजींना म्हणाले, "राजीनामा पाठविला जाईल, तुम्ही फक्त ठाकूरजींना त्यांच्याशी तत्काळ संपर्क साधण्यास सांगा."

त्याच दिवशी शास्त्रीजींनी राजीनामा दिला.

मी कृष्णकांतजींकडे संध्याकाळी पोहोचले. त्यांनी मला राजकारणात नेहमी पाठिंबा दिला होता. जेव्हा राजपूत गटाच्या दडपणामुळे बाबू सत्येंद्र नारायण सिंहाचे साथीदार माझा जोरदार विरोध करीत होते, तेव्हा कृष्णकांत सिंहच माझी बाजू घ्यायचे. ही गोष्ट कृष्णवल्लभ सहाय मुख्यमंत्री असतानाची आहे. असो. मी सरळ कृष्णकांतजींशी बोलले- "तुम्ही निर्णय का घेऊ शकत नाही? तुम्ही उशीर केल्यामुळे सर्व बाबी अधांतरीच आहेत."

माझ्या म्हणण्यास दुजोरा देऊन त्यांनी त्याच दिवशी राजीनामा पाठविण्याचे

आश्वासन दिले. राजीनामा पाठवला आणि बिहारमध्ये भोला पासवानच्या नेतृत्वात संविदचे बिगरकाँग्रेसी सरकार आले.

●●●

५७.
स्त्रियांविषयी पत्रकार व राजकीय पक्षांची भूमिका आणि स्त्रियांची मानसिकता

पत्रकारांची वागणूक

राजकारणातील स्त्रियांबद्दल पत्रकारांचीदेखील एक वेगळीच मानसिकता असते. तेदेखील वाहत्या गंगेत हात धुवायला विसरत नाहीत. काही पत्रकार तर एखाद्या नेत्याशी एवढे बांधील असतात की, ते त्यांचेच अनुकरण करू लागतात. सुरुवाती-सुरुवातीला तर पत्रकारांनी मला फार त्रास दिला. राजकारणात येणाऱ्या स्त्रीला प्रत्येक जण 'नाश्ताच' समजतो. भूक लागल्यावर तिला फस्त करण्याचा जणू काही त्यांना अधिकारच मिळालेला असतो. वृत्तपत्रात बातमी छापून येण्याची नेत्यांची इच्छा असते. त्यातून ते खूप शोषण करतात. यात राजकारणातील पुरुष आणि स्त्रिया दोघांचेही समान शोषण होत असते. पुरुषांचे आर्थिक शोषण होते, तर स्त्रियाचे लैंगिक शोषण होते. मी मोठमोठ्या राजकीय नेत्यांना काही पत्रकारांनी ब्लॅकमेल केलेले पाहिले आहे. लवकरच प्रकाशित होणाऱ्या माझ्या आत्मकथेत याचे वर्णनदेखील मी केलेले आहे. परंतु राजकारणातील स्त्रियांना, आमदारांना आणि मंत्र्यांनादेखील काही पत्रकार त्रास द्यायला कमी करत नाहीत. असे नाही की, स्वतःचे शोषण करवून घेण्यात स्त्रियांचा सहभाग नसतो. त्यादेखील प्रसिद्धीच्या मोहाच्या जाळ्यात अडकून सौदेबाजीला बळी पडतात. खरं तर अशी परिस्थिती या स्त्रियाच निर्माण करतात.

हे पत्रकार सिनेतारकांप्रमाणे स्त्री आमदारांचा संबंध

कोणत्या ना कोणत्या नेत्याशी जोडत असतात. माझे नेत्यांशी मिळून-मिसळूनच वागणे किंवा मित्रांशी असलेले माझे संबंध मी कधी लपविले नाहीत. प्रसारमाध्यमाची नीयत एखाद्याला रंगे हाथ पकडून ब्लॅकमेल करण्याची अधिक असायची; त्यांची प्रकरणे उघड करून त्यांना सुधारण्याची कमी. आम्ही राजकीय दृष्ट्या स्वतंत्र झालो आहोत, पोशाखातदेखील पाश्चात्त्यांचे अनुकरण करीत आहोत; परंतु विचारांच्या बाबतीत– विशेषत: स्त्री आणि सेक्सच्या बाबतीत– आमची मानसिकता मध्यमवर्गीयच आहे. उलट असे म्हणता येईल की, आम्ही आजदेखील १६ व्या शतकाच्या मानसिकतेतच वावरत आहोत. आम्ही स्यूडोमॉडर्न आहोत, मॉडर्न नाही. दुसऱ्यांचा अपमान करण्यासाठी आधी त्यांना दुर्बल, नीतिभ्रष्ट करणे, नंतर आपल्या अटी घालणे, हाच श्रीमंत मध्यमवर्गाच्या राजकारणातील पुरुषांचा किंवा पत्रकारांचा उद्योग आहे. ही सहाव्या-सातव्या दशकातील गोष्ट आहे. आठव्या दशकानंतर या मानसिकतेत काही बदल नक्कीच झाला. तो चांगल्यासाठीच होता, असे म्हणू शकत नाही. मला अजूनही एका पत्रकाराचा चेहरा आठवतो; जो प्रत्येक स्त्रीच्या वैयक्तिक संबंधांच्या बाबतीत मोठा संशोधक होता आणि असे रहस्य शोधून काढल्यानंतर तिच्याशी तो संबंधदेखील ठेवण्याचा प्रयत्न करायचा.

आमच्या आंदोलनांच्या बाबतीतदेखील काही पत्रकारांनी सौदाबाजी सुरू केली होती. मी एकटीने आंदोलन सुरू केले होते. त्यामुळे एक गोष्ट नक्कीच झाली की, आमच्या ट्रेड युनियन आंदोलनामुळे हजारीबागच्या काही मोठ्या वृत्तपत्रांच्या बातमीदारांचे चांगलेच फावले. त्यांनी पैसाही भरपूर मिळवला. आमची बातमी विकृत करून छापण्याच्या बदल्यात ते मालकांकडून अनेक प्रकारचे फायदे उकळू लागले. मी राजकारणाच्या आखाड्यात थेट प्रवेश केला नव्हता. त्यामुळे मला हे सर्व विचित्र वाटत होते. एक पत्रकार महाशय म्हणाले, "तुमच्या बातम्या छापल्या तर तुमचे नाव होईल, त्यामुळे फायदा तुमचा आहे; आम्हाला काय मिळेल? का म्हणून आम्ही तुमच्या बातम्या छापाव्यात?"

मी म्हणाले, "तुम्ही स्थानिक लोकांच्या किंवा अडलेल्या दीनदुबळ्या पीडित लोकांबद्दल जे बोलता; त्यांच्या तक्रारीचे काय होणार? आणि तुमची नेमणूक तर बातमी देण्यासाठीच झाली आहे ना? जर तुम्ही माझी बातमी छापली नाही, तर माझे काय बिघडणार आहे? तुमचे वाचक ज्यांना तुम्ही खऱ्या बातम्यांपासून वंचित ठेवाल, ते तुमच्याकडे बघतील. ज्या लोकांसाठी मी संघर्ष करते, ते लोक ना तुमचे वर्तमानपत्र वाचतात, ना त्यांना वाचता येते. हजारीबागमध्ये जे लोक वर्तमानपत्र वाचतात, त्यांच्यापैकी बरेच आमचे विरोधक आहेत. तुम्हाला काही दिसत असेल तर प्रसिद्धी द्या, अन्यथा बातम्या प्रसिद्ध करू नका."

झक् मारून त्यांना आमच्या वाढत्या आंदोलनाच्या बातम्या छापाव्या लागत होत्या. त्या वेळी राजेंद्र राणा (पत्रकार) स्थानिक लोकांच्या रोजगाराचे खूप समर्थन करीत होते. मीदेखील स्थानिक लोकांच्या रोजगारासाठी संघर्ष करीत होते. तरी - देखील पत्रकार आमच्या आंदोलनाच्या खऱ्या बातम्या छापत नव्हते.

श्रीमंत मध्यमवर्गाचे राजकीय पक्ष आणि स्त्रिया

श्रीमंत मध्यमवर्गाच्या पक्षातील राजकारणात लोक स्त्रियांना गृहीत धरतात. तोंडासमोर तर ते त्यांच्या साहसाची स्तुती करतील, तोंडावर प्रशंसेचे पूल बांधतील, त्यांचे स्वैर वागणे योग्य ठरवतील, मोकळेपणाने वागण्यासाठी त्यांना उत्तेजित करतील; परंतु पाठ वळताच तिला कुलटा ठरवून, तिच्यावर अश्लील शब्दांचा वर्षाव करतील. आपल्या कुटुंबातील स्त्रियांना ते त्यांच्या संपर्कात येऊ देत नाहीत. कारण त्यांना आपल्या कुटुंबातील स्त्रिया त्यांच्याशी संपर्क ठेवला तर बिघडण्याची भीती वाटत असते. मी मात्र या नेत्यांच्या पत्नीशी नेहमी संपर्क ठेवला. कारण त्या घरांमध्ये कमीत कमी माझ्यासाठी तरी एक संरक्षण नेहमी तयार असावे. डाव्या पक्षात मात्र स्त्रियांविषयी अशी मानसिकता दिसून येत नाही; उलट तेथे एक सहज-स्वाभाविक वातावरण असायचे. तेथे दोष देणे किंवा चारित्र्यहनन करण्याऐवजी, मिळून-मिसळून काम करण्याची वृत्ती जास्त होती. तसे तेथेदेखील स्त्रियांबद्दल काही जण पूर्वग्रह बाळगणारे असतात. पक्षात नाहीत; पण जन संघटनेत मात्र श्रीमंत मध्यमवर्ग, सरंजामी वृत्ती आणि पूर्वगृहदूषित मान्यता स्त्रियांच्या आड येतात– विशेषत: स्त्री एकटी असेल तर. त्यासाठी पक्षाचे वरिष्ठ सहकारी आपापल्या युनिटचा वर्ग घेऊन कार्यकर्त्यांचे भ्रम, गैरसमज दूर करण्याचे प्रयत्न करतात. सामाजिक रूढी, अंधविश्वास, दलित, आदिवासी, अल्पसंख्याक व स्त्रियांच्या बाबतीत अनेक पूर्वग्रह संस्कारांतून आलेले असतात. त्यामुळे ते आपल्या बंदिस्तपणाच्या बाहेर येऊ शकत नाहीत. पक्षातर्फे त्यांना या संस्कारांतून मुक्त करण्यासाठी केले जाणारे प्रयत्न पुरेसे नसतात. या संस्कारांतून त्यांना बाहेर काढण्याची गरज आहे. या क्षेत्रात अजूनही खूप काम करावे लागणार आहे.

राजकारणात बराच काळ टिकून राहिलेल्या स्त्रियांना त्यांच्या सहनशक्तीमुळे स्वाभाविकपणे एक प्रतिष्ठा मिळते. त्या अशा एका पातळीवर पोहोचतात, जिथे स्त्रीत्व किंवा व्यक्ती गौण होत असते. तिची सामाजिक प्रतिष्ठा एक सामूहिक रूप घेते. स्त्रीचे व्यक्तिमत्त्व स्वत:भोवती एक वलय निर्माण करीत असते. या तेजोवलयाचे दडपण किंवा भय इतरांना वाटत असते; जे तिला सुरक्षित ठेवण्यास सहायक होत असते.

मी ज्या पुरुषवर्गासंबंधी बोलत आहे, तो नेतृत्वासाठी स्पर्धा करणारा किंवा मुख्य नेतृत्वासोबत राहणारा वर्ग असतो. या मंडळींना कधी कधी तर स्वत: स्त्रीच मदत करून वर आणण्याचा प्रयत्न करीत असते किंवा त्यांच्या व्यक्तिमत्त्वाचा विकास करण्यास मदत करीत असते. या वर्गाच्या मनाप्रमाणे झाले नाही, तर संधी साधून ते डंख मारतात. भस्मासुराची भूमिका पार पाडतात आणि स्त्रियांच्या विरोधात चारित्र्यहननाचे शस्त्र वापरतात. अशा लोकांसोबत कठोरतेने वागावे लागते आणि 'पुन: मूर्षिको भव'चा फॉर्म्युला स्वीकारावा लागतो. वाईट तर तेव्हा वाटते जेव्हा ही मंडळी, ज्यांच्या सोबत 'मधुर' संबंध असतात आणि ज्यांना आम्ही मित्र मानतो, ते आपल्या स्वार्थासाठी हे संबंध तोडतात आणि त्रास देतात किंवा बाजारगप्पांचा विषय करतात. मलादेखील असे वाईट अनुभव आलेले आहेत, परंतु मी स्वत:ला कधी कमी लेखले नाही.

स्त्रियांची स्वत:बद्दलची मानसिकता

आपल्या अब्रूच्या भीतीने स्त्रियांना पुरुषांची घाणेरडी थट्टा-मस्करी किंवा त्यांचा वाईट-कुत्सित वागणूक सहन करण्याची सवय होते. 'जाऊ दे, या हलकट माणसांसोबत कोण भांडण ओढवून घेईल — आपोआप गप्प बसेल', असे म्हणून त्या बाबी टाळतात. अशा वागणुकीमुळे या लंपटांची हिंमत वाढते.

सर्वसाधारणपणे स्त्रियांसोबत अश्लील वागणुकीसंबंधी सर्वसामान्य माणसाची -देखील अशीच मानसिकता असते; जोपर्यंत त्याच्या पत्नीवर किंवा मुलीवर असा प्रसंग येत नाही. मी व्यभिचाऱ्याची व्यभिचारी वृत्ती नष्ट करण्याच्या प्रयत्नात असायची– मग कुठल्याही पातळीवर जावे लागले तरी. कारण गप्प बसल्यामुळे तो त्या स्त्रीचा होकार किंवा भीती समजतो व दुसऱ्या स्त्रीशीदेखील पुन्हा तसाच खट्याळपणा करू शकतो. बालपणी माझ्या बाबतीतदेखील असेच होत होते. त्यामुळे मी राजकारणात आल्यानंतर 'ही स्त्री आहे, घाबरेल' असा निष्कर्ष काढण्याची संधी पुरुषांना कधी दिली नाही. कदाचित यामागे माझी स्वत:ची असुरक्षिततेची भावना असू शकते. स्त्री-सुलभ लज्जा हेदेखील एक वास्तव आहे; जे पळ काढण्याच्या मानसिकतेला प्रोत्साहन देते. मला असे वाटते की, जर व्यभिचारी, धूर्त व्यक्तींशी संपर्क आला तर लाज सोडून त्याचा प्रतिकार करायला हवा; अन्यथा तो आपल्या बदमाशीचा धाक कायम ठेवतो.

कित्येकदा तर पुरुष स्त्रियांनाच कुलटा ठरवून त्यांच्यावर अधिकार गाजवतात. राजकारणात आधी आलेल्या स्त्रिया नव्याने येणाऱ्या स्त्रियांवर चिखलफेक करून नकळत पुरुषांचे शस्त्र बनतात. त्यादेखील चिखल उडविण्यात पुरुषांपेक्षा कमी

नसतात. शिकल्या-सवरलेल्या स्त्रियांदेखील चिखल उडविण्यात मागे राहत नाहीत. एखाद्या स्त्री नेत्याचा जर उत्कर्ष होत असेल, तर तिच्यावर बदनामीचा चिखल उडवा, नंतर ती आपल्या ताब्यात येईलच. ब्लॅकमेल करण्यासाठी अशी हत्यारे वापरायला पुरुषांना वेळ लागत नाही. अशा मंडळींविरुद्ध मला फार मोठा लढा द्यावा लागला. त्या वेळी राजकारणात बहुतेक स्त्रिया सरंजामी कुटुंबातून येत होत्या. काही मागासवर्गीय कुटुंबातीलदेखील होत्या. या स्त्रिया लैंगिक शोषणाला प्रतिकार करू शकत नव्हत्या. मोठ्या कुटुंबातील स्त्रियांना आपल्या कुटुंबाकडून सुरक्षितता मिळाल्यामुळे त्यांना केवळ मोठ्या लोकांनाच खूश करावे लागते. कित्येक बाबतींत तर आपल्या कुटुंबीयांच्या किंवा पतीच्या सहमतीने, साथीने त्या तसे करतात. त्यांच्या कुटुंबाची ओळख सरळ उच्च नेत्यापर्यंत असते. मागासवर्गीय कुटुंबातील स्त्रिया कनिष्ठ दर्जाच्या नेत्याच्या माध्यमाने मोठ्या माणसांच्या संपर्कात येऊ इच्छितात. कित्येकींचे पती आणि वडीलदेखील यासाठी त्यांना मदत करतात. या शोषणाला ते विकासाची शिडी समजतात. मी दोन्ही प्रकारच्या स्त्रियांना कधी कोणत्या अपराधीपणाची जाणीव झालेली पाहिलेले नाही. परंतु जर एखादी स्त्री आपल्या तारुण्याचा नाश करून आपले ध्येय साध्य करू इच्छित असेल, तर तिची गत 'नयना साहनी' -सारखी होते.

पुरुषांना स्त्रियांबद्दल नेहमी असे वाटत असते की, "ती त्याच्याबरोबर जाऊ शकते, तर माझ्यासोबत का येणार नाही?" मी या जबरदस्तीला नेहमी विरोध केला. जबरदस्तीने कुणाचा अधिकार सहन केला नाही. त्यासाठी मला बरीच बदनामी सहन करावी लागली, परंतु मी ठाम राहिले. लोक काय-काय नाही म्हणाले; पण मीदेखील त्यांच्या गालावर थप्पड मारण्यास कमी केले नाही. माझ्या इच्छेविरुद्ध माझ्यावर कुणी अधिकार कसा गाजवेल, हीच माझी जिद्द होती. माझी इच्छा असेल तर सर्व शक्य आहे, अन्यथा काही नाही. स्वेच्छेने मी एखाद्या क्षुल्लक माणसाबरोबरदेखील झोपू शकते; परंतु माझी इच्छा नसेल तर मुख्यमंत्र्यांनादेखील मी मिळणार नाही. एखाद्याशी संबंध असणे; याचा अर्थ सर्वांसोबत संबंध असणे असा होत नाही. भारतीय पुरुष एखाद्या स्त्रीच्या प्रेमप्रसंगाकडे पाहून आपल्यासाठीदेखील ती उपलब्ध आहे, असे समजून तिच्यावर अधिकार गाजवायला का सुरुवात करतो, हे कळत नाही. यामुळे वाद वाढतो. स्त्रीला आपल्या राजकीय प्रवासात ही समजूत निपटून काढण्यासाठी फार मोठा संघर्ष करावा लागतो. मी ही समजूत निपटण्याचा प्रयत्न करीत राहिले.

●●●

५८.
स्त्रीमुक्तीचा अर्थ पुरुषविरोध नाही

मी पुरुष जातीच्या विरोधात आहे, असे अजिबात नाही. मी स्त्रीमुक्तीच्या त्या मर्यादेपर्यंत जात नाही, जेथे पुरुषांना नाकारले जाते. मला माहीत आहे की, स्त्रीचा सर्वांत मोठा दुबळेपणा पुरुष आहे आणि पुरुषाचा दुबळेपणा स्त्री. त्यामुळे दोघांनाही साथीने चालावेच लागेल. परस्परांबद्दल असणाऱ्या द्वेषाच्या मुळात कोठेतरी प्रेम असते, तेच असुरक्षितता आणि भयाचे कारण ठरते.

त्यामुळे असे एकमेकांबद्दलचे प्रेम आणि एकमेकांबद्दलचा तिरस्कार स्वाभाविक परिणाम असतात. मला केवळ स्त्रियांचेच नेतृत्व करण्याची संधी मिळाली, असेदेखील नाही. मी तर श्रम करणाऱ्या फार मोठ्या मजूरवर्गाचे, शेतकरी समुदायांचे, दलित आणि आदिवासी जनतेचे नेतृत्व करीत आले आहे; जेथे स्त्रियांना हडळ समजून मारण्यात येते. तरीदेखील तेथील स्त्री अधिक स्वतंत्र आहे किंवा असेही म्हणता येईल की, ती कमाई करण्यात आणि कष्ट करण्यात पुरुषांच्या बरोबरीची आहे. या पुरुष आणि स्त्री समाजाने मला प्रगाढ प्रेम, अपार विश्वास आणि सागरासारखा उत्साह दिलेला आहे.

बादल एक तरुण पुरुष होता. कुजूमध्ये माझ्यावर जी पहिली काठी उगारली, तिचा वार त्याने आपल्या डोक्यावर झेलला होता. 'आई, सावध हो' म्हणून बेशुद्ध होऊन खाली पडला होता. केदलाचा रामचंद्र नोनियाँदेखील पुरुषच

होता; जो माझ्या पुढे-पुढे काठी घेऊन ती जमिनीवर आपटत चालायचा. कारण जर ठेकेदारांनी जमीन खोदून सुरुंग पेरला असेल, तर भलेही आधी तो संपेल; पण माझी गाडी आणि मला काही इजा होऊ देणार नाही. हे पुरुषच होते, जे दीड वर्ष संपात उपाशी राहिले, ज्यांनी कुटुंब गमावले, पण वाकले नाहीत. त्यांचा माझ्यावर पूर्ण विश्वास होता. पलामूचा तो पुरुषसमाजच होता, जो ४ डिसेंबर १९७२ ला संपाच्या पहिल्या दिवशी मला पोलिसांपासून वाचवून झोपडीत घेऊन गेला होता आणि रात्रभर पहारा देत होता. बाटलीत स्फोटके दारू भरून प्रतिकारासाठी तयार झाला होता.

पुरुष जेव्हा समूहाचे रूप घेतो आणि तो स्त्री नेतृत्वाच्या मागे जाऊ लागतो, तेव्हा तो नेता पुरूष की स्त्री हे त्याच्यासाठी गौण असे. तो केवळ नेता म्हणूनच तिला ओळखतो. तो फक्त त्या स्त्रीची हिम्मत, ठाम राहण्याची शक्ती, कर्तृत्व किंवा नेतृत्व करण्याची क्षमता पाहतो. त्याच्यासाठी हेच गुण महत्त्वाचे असतात. याच गुणांमुळे पुरुषसमूह स्त्री नेत्यावर श्रद्धा ठेवतो. तसे पाहता, भारतीयांच्या मनात स्त्रीबद्दल 'देवी'चे स्थान आहे; मग प्रत्यक्ष व्यवहारात काही का असेना. जेव्हा एखादी स्त्री समूहाचे नेतृत्व करण्याची क्षमता प्राप्त करते, तेव्हा पुरुष तिला एक तर देवी मानतात किंवा आई किंवा नेता. ते त्या स्त्रीचे केवळ गुणच गातात. तिची दुसरी बाजू पाहूनदेखील त्याकडे ते दुर्लक्ष करतात; जेणेकरून ते तिच्याबद्दल आपली संपूर्ण आस्था अबाधित ठेवू शकतील. कारण ते तिच्याच माध्यमाने आपले ध्येय साकार करण्याचे स्वप्न पाहत असतात.

वास्तवात सर्वसामान्य जनता किंवा श्रमिक मजूरवर्ग, विशेषत: स्त्री-पुरुषाचे नाते हे विश्वासाबरोबरच प्रत्येकाच्या अडीअडचणी समजून घेण्यावर आधारलेले असते. हे संबंध व्यावहारिक पातळीवरचे असतात आणि व्यवहार नेहमी तर्कसंगत असतात; दिशाहीन नाही. खरं म्हणजे, आपले ध्येय गाठण्यासाठी ते भावुकतेच्या पातळीवर सक्रिय असतात. ते मध्यमवर्गीयांप्रमाणे दोष पाहणारे नसतात. संकुचित बुद्धीचे नसतात. ते किंवा कार्यकर्ते मध्यमवर्गातून येतात. श्रमिक मजूरवर्गाची प्रवृत्ती वैयक्तिक चारित्र्यहननाची नसते आणि त्याला नेत्यांच्या चारित्र्याची तपासणी करण्याची किंवा त्यांच्यातील दोष काढण्याची सवय नसते. तो तर नेत्याच्या कर्तबगारीवर, एकता कायम ठेवण्याच्या त्याच्या क्षमतेवर आणि जोखीम घेण्याच्या त्याच्या हिमतीवर जीव ओवाळून टाकत असतो. तो त्यासाठी प्राण देण्यासदेखील कचरत नाही. कधी कधी मजुरांच्या व श्रमिकवर्गाच्या याच प्रवृत्तीचा नेतेमंडळी गैरफायदादेखील घेतात. श्रमिक मजूरवर्गाच्या याच प्रवृत्तीने आमच्या प्रत्येक सामूहिक किंवा वैयक्तिक संघर्षात आम्हाला बळ दिले, हिंमत दिली. संघर्षात व्यक्ती गौण असते; समूह

आणि समूहांचे कल्याणच महत्त्वाचे असते. मजूर समूहाची ही शक्ती, विश्वास आणि आस्थेचे हेच सामर्थ्य मला पुढे नेण्यास कारणीभूत ठरले. कित्येक मंडळी माझी आंदोलने हाणून पाडण्यासाठी आली. परंतु मी प्रत्येक विषयाला सामूहिक स्वरूप देऊन, जनतेसमोर ठेवून त्यांचे डाव पराभूत करीत राहिले. चारित्र्यहननाचे प्रयत्न आणि वैयक्तिक आरोपदेखील मी मजुरांसमोर ठेवले. कधी काहीच लपविले नाही. पारदर्शीपणा ठेवला. आपले दोष, आपला दुबळेपणादेखील लपविला नाही. त्यांच्याप्रमाणेच मीदेखील एक माणूस आहे. त्यांच्यासारख्याच माझ्यादेखील गरजा आहेत. मजूरवर्ग प्रेमापोटी माझ्या 'लीला' किंवा फसवणूक (चांगल्या अर्थाने) म्हणून माझ्या दुर्बलतेकडे दुर्लक्ष करीत राहिला. त्यांच्या अंधविश्वासावर किंवा अंधभक्तीवर मी कटू बोलल्यास ते आईचे प्रेमाचे रागावणे समजून हसू लागायचे. अशा वेळी त्यांचा अंधविश्वास दूर व्हावा, म्हणून मी अस्वस्थ व्हायची. अशा प्रकारे ते माझा राग किंवा माझे रागावणेदेखील प्रेमाने सहन करून आपला अंधविश्वास कायम ठेवायचे. मी दिलेल्या संघर्षाच्या माध्यमातूनदेखील त्यांचा अंधविश्वास दूर करण्यात मी स्वत:ला असमर्थ समजत होते. आता वाटते की, कदाचित मजुरांबद्दल असलेला माझा तसा विश्वासच मला संकटांना सामोरे जाण्यासाठी प्रेरणा देत असावा. माझा त्याग म्हणा किंवा बलिदान; परंतु ते माझी प्रशंसा करण्याचे, आस्था आणि श्रद्धा ठेवण्याचे कारण नक्कीच होते. माझे धोका पत्करण्याचे धैर्य, निर्भीडता, लढाऊ वृत्ती आणि तडजोड न करण्याची प्रवृत्ती ही माझ्यावर श्रद्धा ठेवण्याची कारणे होती; माझे वैयक्तिक चारित्र्य, लिंग किंवा रूप नाही. माझी तर्कनिष्ठता, माझी जिद्द आणि माझे अडून राहणे, ही त्यांची प्रेरक शक्ती होती. त्यांचा विश्वासच माझी प्रेरणा आणि ऊर्जेचा स्रोत राहिला. माझ्या या वागणुकीला आणि प्रवृत्तीला ते माझा मोठा गुण समजत होते. हे गुणच त्यांना प्रेरक होते. माझी ही प्रवृत्ती मजुरांच्या मनातील भीती दूर करीत होती. काही मंडळी मला निरुत्साही करतील या भीतीने मी कधी तिथून पळाले नाही, माघार घेतली नाही. या संघर्षाच्या परिणामामुळेच मी स्वत:ला स्त्रीत्वाच्या हीन भावनेपासून मुक्त करू शकले. मी स्त्री असल्याचे वास्तव स्वीकारून संघर्ष केला. मी आपल्या दुबळेपणाला स्त्रीचा दुबळेपणा न समजता, ती मनुष्याची स्वाभाविक प्रवृत्ती व दुबळेपण समजते. आपल्या गुण-दोषांना स्त्री-पुरुषांच्या गटात न विभागता ते मानवजातीचे गुण-दोष आहेत, असे मानते. मानसशास्त्राची विद्यार्थिनी असल्यामुळे कदाचित मला प्रत्येक गोष्टीचे विश्लेषणदेखील त्याच दृष्टिकोनातून करण्याची सवय असावी. फ्रॉइडचा माझ्यावर फार प्रभाव होता. त्यामुळे लैंगिक भावना व इच्छा दाबून-रोखून न ठेवता; त्या इच्छांना आपला दुबळेपणा न समजता, ती एक स्वाभाविक प्रक्रिया आहे असे समजून मी त्या

स्वीकारीत आले आहे.

शेवटी एक उदाहरण देऊन संपविते. एके दिवशी एक सद्गृहस्थ मोठ्या उत्साहाने दाणदाण माझ्या खोलीत आले. नंतर इकडे-तिकडे डोकावून पाहत माझे मोठे हितचिंतक असल्यासारखे दाखवून हळू आवाजात मला म्हणाले, "तुमच्या पतीने तुम्हाला घटस्फोट दिला आहे, असे ऐकले आहे?"

मीदेखील हसून त्याच सुरात म्हणाले, "होय, त्यांनी घटस्फोट देताना तुमच्याशीच लग्न करण्याचा सल्ला दिला होता. तुम्ही तयार आहात का?"

ते महाशय असे काही घायाळ झाले की, जणू त्यांना विंचवाने डंख मारलाय! ते उठून जाताना हैराण होऊन म्हणाले, "काय कमालीची धीट बाई आहे!" नंतर ते असे अदृश्य झाले जसे गाढवाच्या डोक्यावरून शिंगे!

हादेखील एक हादसाच होता.

●●●